ಸುಧಾ ಆಡುಕಳ

ಉತ್ತರ ಕನ್ನಡ ಜಿಲ್ಲೆಯ ಹೊನ್ನಾವರ ತಾಲೂಕಿನ ಆಡುಕಳ ಗ್ರಾಮದವರಾದ ಸುಧಾ ಆಡುಕಳ ಪ್ರಸ್ತುತ ಉಡುಪಿಯ ಬಾಲಕಿಯರ ಸರಕಾರಿ ಪದವಿಪೂರ್ವ ಕಾಲೇಜಿನಲ್ಲಿ ಗಣಿತ ಉಪನ್ಯಾಸಕರಾಗಿ ಕೆಲಸ ನಿರ್ವಹಿಸುತ್ತಿದ್ದಾರೆ. ಅನೇಕ ಏಕವ್ಯಕ್ತಿ ನಾಟಕಗಳನ್ನು ಮತ್ತು ಮಕ್ಕಳ ನಾಟಕಗಳನ್ನು ರಚಿಸಿದ್ದಾರೆ. ಇವರ ಅಂಕಣ ಬರಹ ಬಕುಲದ ಬಾಗಿಲಿನಿಂದ ಕೃತಿಗೆ ರಾಜ್ಯಸಾಹಿತ್ಯ ಅಕಾಡೆಮಿ ಪ್ರಶಸ್ತಿ ದೊರೆತಿದೆ. 'ಒಂದು ಇಡಿಯ ಬಳಪ' ಪ್ರಕಟಿತ ಕಥಾಸಂಕಲನ. ರವೀಂದ್ರರ ಕೆಂಪು ಕಣಗಿಲೆ, ಚಿತ್ರಾ ಮತ್ತು ಅವಳ ಕಾಗದ ನಾಟಕಗಳನ್ನು ಕನ್ನಡಕ್ಕೆ ರೂಪಾಂತರಿಸಿದ್ದಾರೆ. ರವೀಂದ್ರರ ಗೀತಾಂಜಲಿಯನ್ನು ಕನ್ನಡಕ್ಕೆ ಅನುವಾದಿಸಿದ್ದಾರೆ.

ವಿಳಾಸ:
ಸುಧಾ ಆಡುಕಳ
ಪಂಚಾಮೃತ ಮನೆ
ಅಶೋಕನಗರ, ಸಂತೆಕಟ್ಟೆ ಅಂಚೆ
ಉಡುಪಿ ತಾ॥ & ಜಿಲ್ಲೆ–576105
ಇಮೇಲ್: preesugathu@gmail.com
ಮೊಬೈಲ್: 9480207993

ಕಥಾ ಸಂಕಲನ

ನೀಲಿ ಮತ್ತು ಸೇಬು

ಸುಧಾ ಆಡುಕಳ

ವೀರಲೋಕ

ವೀರಲೋಕ ಬುಕ್ಸ್ ಪ್ರೈ.ಲಿ.
207, 2ನೇ ಮಹಡಿ, 3ನೇ ಮೇನ್, ಚಾಮರಾಜಪೇಟೆ
ಬೆಂಗಳೂರು-560018. ಮೊಬೈಲ್: 70221 22121
ಇಮೇಲ್: veeralokabooks@gmail.com
ವೆಬ್‌ಸೈಟ್: www.veeralokabooks.com

NEELI MATTU SEBU
An anthology written by **Sudha Adukala**

Published by:
VEERALOKA BOOKS PVT. LTD.
207, 2nd Floor, 3rd Main
Chamarajpet, Bengaluru-560018

Mobile : +91 7022122121
E-mail : veeralokabooks@gmail.com
Website: www.veeralokabooks.com

Price : Rs. 180/-
Pages : 152
First Impression : 2023

Paper used : 70 GSM NS Maplitho
Book size : 1/8th Demy

ISBN : 978-93-94942-98-1

Cover page illustration by : Roopashree Kalliganuru
Inner pages design by : Vijaya Vikram

VEERALOKA FAMILY
Anand Rach - Anantha Kunigal - RajVishnu - Govind Vishnu
Vishwajith - Mamatha - Parvathi - Sai Raghav

ಅರ್ಪಣೆ

ಬದುಕಿನ ವ್ಯಾಕರಣವನ್ನು ಮೀರಿ
ಕಥೆಯಾದ ನನ್ನೆಲ್ಲ ಅತ್ತೆಯಂದಿರಿಗೆ,
ಕಥೆಗಳ ಕಣಜವನ್ನು ನನ್ನೊಳಗೆ
ಕಾಪಿಟ್ಟ ಅಪ್ಪನೆಂಬ ಆಲದಮರಕ್ಕೆ,
ದಿನವೂ ನನ್ನನ್ನು ಹೊಸದಾಗಿಸುವ
ಪ್ರೀತಿಯೆಂಬ ಮಾಯಾಜಾಲಕ್ಕೆ

ಮುನ್ನುಡಿ

ನಮ್ಮ ನಡುವಿನ ಕ್ರಿಯಾಶೀಲ ಲೇಖಕಿಯರಲ್ಲಿ ಸುಧಾ ಆಡುಕಳ ಅತ್ಯಂತ ಪ್ರಮುಖರು. ನಾಟಕ, ಕವಿತೆ, ಅನುವಾದ, ವೈಚಾರಿಕ ಬರಹ ಮುಂತಾದವು ಇವರು ಕೃಷಿ ಮಾಡಿರುವ ಆಸಕ್ತಿಯ ಪ್ರಕಾರಗಳು. ಸೊಗಸಾದ ಪ್ರಬಂಧ, ಅಂಕಣ, ಸಣ್ಣಕಥೆ ಮುಂತಾದ ಪ್ರಕಾರಗಳಲ್ಲಿ ಇವರ ಗದ್ಯಶೈಲಿ ತನ್ನದೇ ಆದ ವಿಶಿಷ್ಟ ಶೈಲಿಯಿಂದ ಓದುಗರ ಮನ ಗೆದ್ದಿದೆ. ಇವೆಲ್ಲದರ ಮುಂದುವರಿಕೆಯೆಂಬಂತೆ ಪ್ರಸ್ತುತ ಸಂಕಲನದ ಹನ್ನೆರಡು ಕಥೆಗಳು ನಮ್ಮ ಮುಂದಿವೆ. ವರ್ತಮಾನವನ್ನು ಅದರೆಲ್ಲ ಆಯಾಮಗಳಲ್ಲಿ ಕಾಣಿಸುವ ಸಶಕ್ತವಾದ ಕಥೆಗಳನ್ನು ಕೊಡುವ ಮೂಲಕ ಸಾಮಾಜಿಕ ಸ್ಥಿತ್ಯಂತರದ ಚಹರೆಗಳನ್ನು ದಾಖಲಿಸುವ ಕ್ರಮವೊಂದನ್ನು ಇಲ್ಲಿಯ ಕಥೆಗಳಲ್ಲಿ ಕಾಣಬಹುದು.

'ಅಪ್ಪತ್ತೆ' ಕಥೆ ಈ ಸಂಕಲನದ ಗಟ್ಟಿ ಕಥೆಗಳಲ್ಲೊಂದು. ನಿರ್ಭೀತ ವ್ಯಕ್ತಿತ್ವದ ಅಪ್ಪತ್ತೆಯ ಸ್ಮೃತಿ ಚಿತ್ರಗಳು ಕಥಾ ನಿರೂಪಕಿಯ ಮಗಳ ಮೂಲಕ ಅನಾವರಣಗೊಳ್ಳುವ ತಂತ್ರಗಾರಿಕೆ ಕನ್ನಡದ ಮಟ್ಟಿಗೆ ತೀರ ಹೊಸತು. ಕೇವಲ ಫೋಟೋ ಮೂಲಕ ಅಪ್ಪತ್ತೆಯನ್ನು ಪರಿಚಯಿಸಿಕೊಳ್ಳುವ ವಿದೇಶದಲ್ಲಿರುವ ಮಗಳಲ್ಲಿ ಅಪ್ಪತ್ತೆಯ ವ್ಯಕ್ತಿತ್ವದ ಹಲವು ಕೋನಗಳು ಬಯಲಾಗುವ ಪರಿಗೆ ಕಥಾ ನಿರೂಪಕಿಗೆ ಸೋಜಿಗ. ಇಲ್ಲಿ ಅಪ್ಪತ್ತೆಯಾಗಲೀ, ಮೇಲ್ ಮೂಲಕ ತನ್ನ ಲಿವಿಂಗ್ ಟುಗೆದರ್ ಬದುಕಿನ ನಿರ್ಧಾರ ಸೂಚಿಸುವ ಮಗಳಾಗಲೀ ಪ್ರತ್ಯಕ್ಷವಾಗಿ ಕಥೆಯ ಚೌಕಟ್ಟಿನೊಳಗೆ ಕಾಣಿಸಿಕೊಳ್ಳುವುದೇ ಇಲ್ಲ. ಈಗ ಬದುಕಿಲ್ಲದ ಅಪ್ಪತ್ತೆ ಮತ್ತು ಕಣ್ಣಿಗೆ ಕಾಣದ ನೆಲದಲ್ಲಿ ಬದುಕುತ್ತಿರುವ ಮಗಳು ನಿರೂಪಕಿಯ ಮನೋಲೋಕವನ್ನು ಗಾಢವಾಗಿ ಮತ್ತು ವಿಚಿತ್ರವಾಗಿ ಬೆಸೆದುಕೊಂಡಿರುವುದು ಗಮನಾರ್ಹ. ಆಲ್ಬಂನಲ್ಲಿ ನೋಡಿದ್ದ ಅಪ್ಪತ್ತೆ ತಾಯಿ ನೀಡುವ ವಿವರಗಳ ಮೂಲಕ ಮಗಳ ಮೆಚ್ಚುಗೆಯಲ್ಲಿ ಬೆಳೆಯುತ್ತಾಳೆ. ತಾನೆಂದೂ ನೋಡಿರದ ಅಪ್ಪತ್ತೆಯ ವ್ಯಕ್ತಿತ್ವದ ಬಗೆಗಿನ ಅಭಿಮಾನ ಮುಂದೆ ತನ್ನ ಬದುಕಿನ ಗಟ್ಟಿನೆಲೆಗೆ ನೀಡುವ ಪ್ರೇರಣೆಗಳೆಲ್ಲವೂ ಏಕಕಾಲಕ್ಕೆ ಅಪ್ಪತ್ತೆ, ತಾಯಿ ಮತ್ತು ಮಗಳೆಂಬ

ಮೂರು ತಲೆಮಾರನ್ನು ಬೆಸೆಯುವ ತಂತುವಾಗುವುದು ವಂಶವಾಹಿನಿಯ ವೈಜ್ಞಾನಿಕ ಬೆರಗುಗಳ ಬಗ್ಗೆ ಬೆಳಕು ಚೆಲ್ಲುವಂತಿದೆ. ತನ್ನ ಬದುಕಿನ ಬಗ್ಗೆ ಮಗಳು ತಾಳುವ ದೃಢ ನಿಲುವು ಸಹಜವಾಗಿ ತೋರಲು ಆಕೆಯು ಅಕ್ಷರದ ಸಂಪರ್ಕದಿಂದ ಸಾಧಿಸಿಕೊಂಡ ದಿಟ್ಟತನ ಮತ್ತು ಧೀಮಂತಿಕೆಯ ಘನತೆಗಳು ಕಾರಣವೆನಿಸುವುದಾದರೂ ವಿಲಕ್ಷಣದ ಬದುಕನ್ನು ಸಾದಸೀದಾ ಎದುರಿಸುವ ಅನಕ್ಷರಸ್ಥಳಾದ, ಎಮ್ಮೆ ದನಗಳ ಹಿಂದೆ ಬೆಟ್ಟಗುಡ್ಡ ತಿರುಗುತ್ತ ಅವುಗಳಂತೆಯೇ ನಿಸರ್ಗದ ಮಡಿಲಿನಲ್ಲಿ ಸಹಜವಾಗಿ ಬದುಕುವ ಅಪ್ಪತ್ತೆಯ ಚಿತ್ರ ಮಾತ್ರ ಆಕೆಯನ್ನೆಂದೂ ನೋಡದೆಯೇ ಸ್ಫೂರ್ತಿಗೊಂಡ ಮಗಳಂತೆಯೇ ಓದುಗರೆದೆಯಲ್ಲೂ ಉಳಿದುಬಿಡುವಷ್ಟು ಸಶಕ್ತವಾಗಿ ಲೇಖಕಿ ಚಿತ್ರಿಸಿರುವುದು ನಮ್ಮ ಮೆಚ್ಚುಗೆಗೆ ಪಾತ್ರವಾಗುವ ಮೂಲಾಂಶವಾಗಿದೆ.

ಅಸ್ತಿತ್ವ ಕಥೆಯ ನಾಯಕಿ ಅಲಕಾ ಗಣಿತಶಾಸ್ತ್ರ ಬೋಧಿಸುವ ಉಪನ್ಯಾಸಕಿಯಾದರೂ ಅವಳಿಗೊಂದು ಸಮಾಜಶಾಸ್ತ್ರೀಯ ಕುತೂಹಲದ ಸಂವೇದನಾಶೀಲವಾದ ಆಸಕ್ತಿಯಿದೆ. ಈ ಆಸಕ್ತಿಯ ಪರಿಣಾಮವಾಗಿಯೇ ತನ್ನ ತರಗತಿಯಲ್ಲಿರುವ ವಿದ್ಯಾರ್ಥಿಗಳ ಮುಖಭಾವಗಳು ಕಾಣಿಸುವ ದುಗುಡ, ಕೀಟಲೆ, ಮುಗ್ಧತೆ, ಹತಾಶೆ, ನೋವುಗಳೆಲ್ಲವೂ ಹುಡುಗಾಟಿಕೆಯ ಮುಖವಾಡಗಳಲ್ಲಿ ಹುಗಿದುಹೋಗಿರುವುದನ್ನು ಆಕೆ ಚಿಕಿತ್ಸಕ ದೃಷ್ಟಿಕೋನದಲ್ಲಿ ಕಾಣಬಲ್ಲಳು. ಹಾಗೇ ಅವಳನ್ನು ಹಿಡಿದು ನಿಲ್ಲಿಸಿದ ಶಿಲ್ಪಾಳ ಬದುಕಿನ ಉಪದ್ಯಾಪಗಳನ್ನು ಸಹಾನುಭೂತಿಯಿಂದ ಪರಿಹರಿಸುವ ಅಲಕಾಳನ್ನು ಹಾಸ್ಟೆಲನ್ನು ಸ್ವಚ್ಛಗೊಳಿಸಲೆಂದು ಬರುವ ತಾಯಿಯೊಬ್ಬಳ ಚಡಪಡಿಕೆಯ ವ್ಯಕ್ತಿತ್ವ ಬಹುವಾಗಿ ಕಾಡುತ್ತದೆ. ಗಂಡನ ಕುಡಿತದ ಚಟಕ್ಕೆ ಹೆತ್ತ ಮಗುವನ್ನು ಕಳೆದುಕೊಂಡ ಆಕೆಯ ಸಂಕಟವನ್ನು ಆರ್ದ್ರ ಮನದಿಂದ ಪರಿಭಾವಿಸುವ, ಬದುಕಿರುವಾಗಲೇ ದಿನಪತ್ರಿಕೆಯಲ್ಲಿ ಫೋಟೋ ಹಾಕಿಸಿಕೊಂಡರೆ ಆಗಲಾದರೂ ಮಗ ಬಂದಾನೆಂದು ಯೋಚಿಸುವ ಆ ತಾಯಿಯ ಮನದ ಶೋಕತಪ್ತ ಮಡುವಿನಾಳದ ತೀವ್ರತೆಯನ್ನು ಆಕೆ ಅರ್ಥ ಮಾಡಿಕೊಳ್ಳುವ ಬಗೆ ಎಲ್ಲವೂ ಈ ಕಥೆಯ ವಿನ್ಯಾಸಕ್ಕೆ ಪುಷ್ಟಿಕೊಡುವಂತೆ ಜೊತೆಗೂಡುವುದರ ಜೊತೆಗೆ "ಮಗುವೇ, ನೀನು ನನ್ನ ಒಡಲಿನಲ್ಲಿ ಮೊಳಕೆಯೊಡೆದ ದಿನ, ಜಗದ ಯಾವ ಮಗುವೂ ಅನಾಥವಾಗದಿರಲಿ" ಎಂಬ ಅನಾಮಿಕ ಕವಯಿತ್ರಿಯ ಮಾತಿನೊಂದಿಗೆ ಕೊನೆಗಾಣುವುದು ಕೂಡ ಕತೆಯ ಅಂತ್ಯಕ್ಕೊಂದು ತಾರ್ಕಿಕತೆಯನ್ನು ದಯಪಾಲಿಸಿದೆ.

'ರಾಮಾಯಣದ ಕಥಾ ಪ್ರಸಂಗದಲ್ಲಿ' ಬರುವ ಹೆಗಡೆಯವರ ಆಣತಿಯಂತೆ ಭಟ್ಟಿ ಸಾರಾಯಿ ಇಳಿಸುವ ಕಾಯಕಯೋಗಿಯಂತೆ ಕಾಣುವ ರಾಮನ ಪಾತ್ರವೂ ಮನದಲ್ಲುಳಿಯುತ್ತದೆ. ಊರೆಲ್ಲ ರಾಮಾಯಣದ ಕಥೆ ಕೇಳಿ

ಪಾವನರಾದರೆ, ತಾನು ಮಾತ್ರ ತನ್ನಪಾಡಿಗೆ ತನ್ನ ಕಾಯಕದಲ್ಲಿ ನಿರತನಾದ ಈತ ಕುವೆಂಪು ಚಿತ್ರಿಸಿರುವ ಜಲಗಾರನನ್ನು ನೆನಪಿಸುತ್ತಾನಾದರೂ ಜಲಗಾರನಂತೆ ತಾತ್ವಿಕ ಸಿದ್ಧಾಂತಮಂಡನೆಯ ಮಾಧ್ಯಮವಾಗಿ ಲೇಖಕಿಗೆ ಕಂಡಿಲ್ಲ. ತಾನು ಭಟ್ಟಿ ಇಳಿಸಲು ಉರಿಸುವ ಒಲೆಯನ್ನೇ ದಶರಥನ ಪುತ್ರಕಾಮೇಷ್ಟಿ ಯಾಗದ ಅಗ್ನಿಕುಂಡವಾಗಿ ದರ್ಶಿಸಬಲ್ಲ ರಾಮನನ್ನು ಹೆಂಡತಿ ಮಂಜಿಯ ಬಗೆಗೆ ಹೊಕ್ಕ ಶಂಕೆಯೊಂದು ತಾನುರಿಸುತ್ತಿದ್ದ ಬೆಂಕಿಯಂತೆಯೇ ದಹಿಸುತ್ತಿದೆ. ಈ ಶಂಕೆಯೆಂಬ ಬೆಂಕಿಗೆ ಹಲವರು ಕಟ್ಟಿಗೆ ಸುರಿದಿದ್ದಾರೆ. ಬಡತನದ ಸಂಸಾರಕ್ಕೆ ಅಂಟಿಕೊಂಡ ಈ ಬೆಂಕಿಯಲ್ಲಿ ರಾಮನ ಹೆಂಡತಿ ಮಂಜಿ ತನ್ನ ಪಾತಿವ್ರತ್ಯವನ್ನು ಸಾಬೀತು ಮಾಡಬೇಕಾಗಿರುವುದು ಸೀತೆ ರಾಮನ ಮತ್ತು ಲೋಕದ ಶಂಕೆಯ ಅಗ್ನಿದಿವ್ಯವನ್ನು ಹಾಯ್ದಂತೆಯೇ ತೋರುವುದು ಯಾವ ಕಾಲಕ್ಕೂ ಬದಲಾಗದ ಪುರುಷ ರಾಜಕಾರಣದ ಕ್ರೌರ್ಯದಂತೆಯೇ ಲೇಖಕಿಗೆ ಕಾಣಿಸಿರುವುದು ಮಹತ್ವದ ಸಂಗತಿಯೆನಿಸಿ, ಹೊಸ ಬಗೆಯ ಚರ್ಚೆಗೆ ಆಹ್ವಾನಿಸುವಂತಿರುವುದನ್ನು ಇಲ್ಲಿ ಗಮನಿಸಲೇ ಬೇಕು.

'ರೇಶನ್ ಸೀರೆ' ಮತ್ತು 'ನಾನೋಗ್ತೆ ಬಾಂಬೆಗೆ' ಕಥೆಗಳಲ್ಲಿ ಬರುವ ದಿವ್ಯಾ ಮತ್ತು ಅಲಕಾರ ಸಮಸ್ಯೆಗಳು ಭಿನ್ನಸ್ಥರದವು. ತವರು ಮನೆಯ ಹೊಸಸೀರೆಯ ಕನಸನ್ನು ಕಮರಿಸಿಕೊಂಡು ಮರುಗುವ ತಾಯಿಯ ಕಣ್ಣೀರಿಗೆ ಓದಿ ದೊಡ್ಡವಳಾದ ಮೇಲೆ ಆಕೆಗೆ ಹೊಸ ಸೀರೆ ತರುವ ಕನಸುಗಣ್ಣಿನ ಭರವಸೆಯ ಹುಡುಗಿಯಾದ ದಿವ್ಯಾ ಹೆಣ್ಣುಮಕ್ಕಳೇ ತಾಯಿಗೆ ಆಸರೆಯಾಗುವ ಋತವನ್ನು ಒಡೆದು ಕಾಣಿಸುವ ಪಾತ್ರವಾದರೆ, ಅಲಕಾಳ ಸಮಸ್ಯೆ ಅದಕ್ಕಿಂತಲೂ ತೀವ್ರವಾದುದು. ಗಂಡನ ಹಾದರದ ನಡೆಗೆ ರೋಸಿ ಬದುಕನ್ನು ನೀಗಿಕೊಂಡ ಅಮ್ಮನ ನೆನಪುಗಳ ಛಾಯೆ ಅವಳ ವರ್ತಮಾನವನ್ನು ಕಸಿದುಕೊಂಡಿದೆ. ಅಗೋಚರವಾಗಿ ನಮ್ಮ ಬದುಕನ್ನು ಹಿಂಬಾಲಿಸುತ್ತಲೇ ನೆಮ್ಮದಿ ಕಸಿಯುವ ಕಹಿ ಸಂಗತಿಗಳಿಂದ ಅವಳ ಮನಕ್ಕಾದ ಆಘಾತದಿಂದ ತತ್ತರಿಸಿದ ಅಲಕಾ ಕೊನೆಗೆ ಮನಶಾಸ್ತ್ರಜ್ಞೆಯ ನೆರವಿನಿಂದ ಚೇತರಿಸಿಕೊಳ್ಳುವುದು ಮಾತ್ರವಲ್ಲ, ಸ್ವತಃ ತಾನೇ ಒಬ್ಬ ಕೌನ್ಸೆಲರ್ ಆಗಿ ಇಂತಹ ಸಮಸ್ಯೆಗಳಿಂದ ನರಳುವವರ ಪಾಲಿನ ಬೆಳಕಾಗುವುದು ಕತೆಗಾರ್ತಿಯ ಪಾಸಿಟಿವ್ ಆಲೋಚನೆಗಳಿಗೆ ಪುರಾವೆಯೊದಗಿಸುತ್ತವೆ. ಕಥೆಯೊಂದನ್ನು ಓದಿದ ಮೇಲೆ ನಮ್ಮ ಮನಸ್ಸಿನ ಮೇಲಾಗುವ ಈ ಬಗೆಯ ಪರಿಣಾಮ ನಮ್ಮ ಓದಿನ ಲಾಭವನ್ನು ವಿಸ್ತರಿಸಿದರೆ ಅದಕ್ಕಿಂತ ಸಂತೋಷದ ಸಂಗತಿ ಬೇರಾವುದಿದೆ?

'ಸಂಪಿಗೆ ಮರದ ಕೆಂಪಮ್ಮ' ಕಥೆಯ ವಸ್ತು ಗ್ರಾಮ್ಯ ಬದುಕಿನ ಬೇರೊಂದು ಬಗೆಯ ಸಂಕಟವನ್ನು ಓದುಗರೆದುರು ತೆರೆದಿಡುತ್ತದೆ. ಬಾಳಿ ಬದುಕಬೇಕಾಗಿದ್ದ ಯುವಕರಿಬ್ಬರ ದುರ್ಮರಣದಿಂದ ಊರು ತತ್ತರಿಸಿಹೋಗುವ ಸಂದರ್ಭದಿಂದ

ಕಥೆ ಮೊದಲ್ಗೊಂಡರೂ ಸಂಪಿಗೆ ಮರದ ಕೆಂಪಮ್ಮನೆಂಬ ಮುದುಕಿ ಕಮಲಮ್ಮನ ಬಂಜೆತನ ನಿವಾರಿಸಿಲು ತೋರಿದ ದಾರಿಯ ಬೇರುಗಳ ಮೂಲವೇ ಆ ಯುವಕರ ಕೊಲೆಗೆ ಕಾರಣವಾದ ಸಂಕೀರ್ಣ ಸಂಗತಿಯನ್ನು ಕುತೂಹಲವನ್ನು ಕಾಯ್ದಿಟ್ಟುಕೊಂಡು ನಿರೂಪಿಸುತ್ತದೆ. ಮೇಲ್ನೋಟಕ್ಕೆ ವಿಕ್ಷಿಪ್ತ ಮನಸ್ಸಿನವಳಂತೆ ಕಾಣುವ ಕೆಂಪಮ್ಮ ಕಮಲಮ್ಮನವರಂತಹ ಅಸಹಾಯಕ ಜೀವಗಳಿಗೆ ಅವಧೂತೆಯಂತೆ ಕಾಣುವುದು ವಿಶೇಷ. ಹಳ್ಳಿಗಾಡಿನ ಅಗೋಚರ ರಾಜಕಾರಣದ ನೆಲೆಗಳನ್ನು ಅನನ್ಯವಾಗಿ ಬೆದಕುವ ಅವಕಾಶವನ್ನು ಲೇಖಕಿ ಇಲ್ಲಿ ಸಮರ್ಥವಾಗಿ ದುಡಿಸಿಕೊಂಡಿದ್ದಾರೆ ಎನಿಸುತ್ತದೆ.

'ಎಲವೋ ಸಂಜಯ ಕೇಳು' ಕಥೆಯಲ್ಲಿ ರಂಗಸಂಪರ್ಕದಿಂದ ಸಾಧಿತವಾದ ಸಂಸ್ಕಾರದಿಂದ ತನ್ನ ಮನದೊಳಗೆ ಜಿಡ್ಡುಗಟ್ಟಿದ ದ್ವೇಷಾಸೂಯೆಯ ಕೊಳೆಯನ್ನು ತೊಡೆದುಕೊಳ್ಳಲಾಗದ ಗುರು ಸದಾನಂದ ಹೆಗಡೆಯವರಿಗೆ ಅವರ ಪುಟ್ಟ ಮಗಳು ಸಂಜಯನ ಪಾತ್ರದ ಮುಖೇನ ಹೇಳುವ ವಿವೇಕವು ಅವರ ಕಣ್ತೆರೆಸುವುದು ಹೆಣ್ಣಿಗಿರುವ ಶಕ್ತಿಯನ್ನೇ ಪ್ರತಿಫಲಿಸುವಂತಿದೆ. 'ಸನ್ಮಾನ' ಕಥೆ ಮನುಷ್ಯ ಸಂಬಂಧಗಳಲ್ಲಿ ಶಂಕೆಯ ಬಿರುಕನ್ನು ಬಲವಾಗಿ ತಂದೊಡ್ಡಿದ ಕೊರೋನಾ ಸೋಂಕು ಎಲ್ಲ ಬಗೆಯ ಸಂಬಂಧದಲ್ಲೂ ಕಾಯ್ದುಕೊಳ್ಳಬೇಕಾದ ಅಂತರವನ್ನು ವ್ಯವಸ್ಥೆಯ ತೋರುಗಾರಿಕೆ ಕರ್ತವ್ಯಪ್ರಜ್ಞೆಯ ಲೇವಡಿಯೊಂದಿಗೆ ಸೊಗಸಾಗಿ ಚಿತ್ರಿಸುವ ಪ್ರಯತ್ನ ಮಾಡಿದೆ. ಕುಟುಂಬದವರೊಂದಿಗೆ ಅಂತರ ಕಾಪಾಡಿಕೊಂಡು ಅವರಾರಿಗೂ ಸೋಂಕು ದಾಟಿಸದಿದ್ದ ಕಾರಣಕ್ಕಾಗಿ ನರಹರಿಗೆ 'ಸನ್ಮಾನ' ಮಾಡುವ ವ್ಯಂಗ್ಯವನ್ನು ಕಥೆಗಾರ್ತಿ ವಿಷಾದಭಾವದಿಂದ ಕಾಣಿಸುವುದು, ಸಂದರ್ಭಕ್ಕೆ ತಕ್ಕ ಮುಖವಾಡ ಧರಿಸುವ ಮನುಷ್ಯ ಸಂಬಂಧಾಂತರಗಳ ಬಗೆಗಿನ ಆತಂಕವೂ ಆಗಿರುವುದು ಆಕಸ್ಮಿಕವೇನಲ್ಲ. ತಾನೇ ಸೃಷ್ಟಿಸಿದ ಪಾತ್ರಗಳಿಗೊಂದು ನೆಲೆಮುಟ್ಟಿಸಲು ಹೆಣಗುವ 'ಕೊನೆಯ ಕಂತು' ಕಥೆಯ ಮಹಿಮಾ ಏಕಕಾಲಕ್ಕೆ ನಿಜ ಬದುಕು ಮತ್ತು ಬರವಣಿಗೆಯ ಮನೋಧರ್ಮದ ಮುಖಾಮುಖಿ ಸೃಷ್ಟಿಸುವ ಬಿಕ್ಕಟುಗಳಿಗೆ ಉದಾಹರಣೆಯಂತಿದ್ದಾಳೆ. ಕಾದಂಬರಿ ರಚನೆಯ ಸವಾಲು ಅಸಾಮಾನ್ಯವೇ ಎಂಬುದನ್ನು ಹೇಳುತ್ತಲೇ ಕೆಲಸ, ಗಂಡ, ಸಂಸಾರ, ಬರಹ, ಚರ್ಚೆ, ನಾಟಕ ನೋಡುವ ಸದಭಿರುಚಿಯಲ್ಲಿ ತೊಡಗಿಕೊಂಡ 'ಬೀಗ' ಕಥೆಯ ನಿಹಾರಿಕಾ ಎದುರಿಸುವ ಸವಾಲುಗಳನ್ನೂ ಕಲಾತ್ಮಕವಾಗಿ ಹೇಳುವ ಪ್ರಯತ್ನದಲ್ಲಿ ಓದಿ-ಬೇಕಾದ ಬದುಕನ್ನು ಕಟ್ಟಿಕೊಳ್ಳುವಲ್ಲಿಯೂ ಹೆಣ್ಣು ಎದುರಿಸುವ ಸವಾಲುಗಳು ಮೇಲ್ನೋಟಕ್ಕೆ ಕಾಣಿಸುವಷ್ಟು ಸರಳವಾಗಿರುವುದಿಲ್ಲವೆಂಬುದನ್ನು ಮನದಟ್ಟು ಮಾಡುತ್ತದೆ. ಅಚಿಂತ್ಯನ ಅಡುಗೆಕೋಣೆಯ ಕಾರುಬಾರುಗಳು ನಿಹಾರಿಕಾಳಿಗೆ ಅಡುಗೆಮನೆಯಿಂದ ಬಿಡುಗಡೆ ದೊರೆತ ಭಾವ ತುಂಬುವುದರ ಬದಲು,

ತನ್ನನ್ನು ದೂರವಿಡುವ ಪ್ರಯತ್ನವಾಗಿ ತೋರುವುದು ಒಂದು ರೂಪಕವಾಗಿ ಕಾಣಿಸುತ್ತದೆ. ನೆರವು ಬೇಡಿ ಬಂದ ಅಸಹಾಯಕ ಹೆಣ್ಣಿನ ಕಷ್ಟಕ್ಕೆ ಮುಕ್ತವಾಗಿ ಸ್ಪಂದಿಸಲು ಬಿಡದೆ ಗೇಟಿಗೆ ಬೀಗ ಹಾಕುವ ಅಚಿಂತ್ಯನ ನಡೆ ಗಂಡು ಪ್ರಾಣಿಯ ಆಕ್ರಮಣಶೀಲ ಪ್ರವೃತ್ತಿ ಎಂದಿಗೂ ಬದಲಾಗದೆಂಬುದನ್ನು ಬಿಂಬಿಸಿದರೂ ಅದನ್ನು ದಾಟುವ ಪ್ರಕ್ರಿಯೆಯನ್ನು ನಿಹಾರಿಕಾ ತೋರುವುದರ ಕಡೆ ಲೇಖಕಿಯ ಗಮನ ಹರಿದಿರುವುದು ಮುಖ್ಯವಾದ ಸಂಗತಿ. ಆದರೆ ಬಾಳಸಂಗಾತಿಯ ಶೌಚಾಲಯ ಸಮಸ್ಯೆಯನ್ನು ಸಹಾನುಭೂತಿಯಿಂದ ಕಾಣುವ, ಅದಕ್ಕೊಂದು ಪರಿಹಾರ ಹೆಣಗಲು ಮನಸಾರೆ ಪ್ರಾಮಾಣಿಕ ಪ್ರಯತ್ನ ಮಾಡುವ ರಘುವಿನಂತಹ ವ್ಯಕ್ತಿತ್ವವನ್ನು ಲೇಖಕಿ ಓದುಗರೆದುರು ತೆರೆದಿಡುತ್ತಾರೆಂಬುದನ್ನು ನಾವು ಮರೆಯಬಾರದು. ತುಂಬಾ ಸೂಕ್ಷ್ಮವಾದ ನಮ್ಮ ಮನೋವ್ಯಾಪಾರಗಳನ್ನು ಯಾವೆಲ್ಲಾ ಸಂಗತಿಗಳು ನಿಯಂತ್ರಿಸುತ್ತಿರುತ್ತವೆಂಬುದನ್ನು ಹೇಳುವ ವಿಶಿಷ್ಟ ಕಥಾವಸ್ತುವನ್ನೊಳಗೊಂಡ ಕಥೆಯಾಗಿ 'ಒಂದು ಶೌಚಾಲಯದ ಕಥೆ' ನಮ್ಮ ನೆನಪಿನಲ್ಲಿ ಪಾಲು ಬೇಡುತ್ತದೆ.

ಈ ಸಂಕಲನದ ಶೀರ್ಷಿಕೆಯಾಗಿರುವ 'ನೀಲಿ ಮತ್ತು ಸೇಬು' ನೀಲಿಯೆಂಬ ಜೀವದ ಪುಟ್ಟ ಆಸೆಯೂ ಕೆಲವೊಮ್ಮೆ ದುಬಾರಿಯೆನಿಸಿಬಿಡುವ, ಮತ್ತು ಅದು ಕೈಗೂಡುವ ಸಂದರ್ಭದಲ್ಲಿ ಆಸೆಗಿಂತ ಹಸಿದವರ ಸಂಕಟ ದೊಡ್ಡದೆಂಬ ಮನುಷ್ಯತ್ವ ಮುನ್ನೆಲೆಗೆ ಬರುವ ವಿಸ್ಮಯವನ್ನು ಸೇಬುಹಣ್ಣನ್ನು ಇಡಿಯಾಗಿ ತಿನ್ನಬೇಕೆಂಬ ಸಣ್ಣ ಕನಸನ್ನು ಮನದ ಕಣ್ಣಲ್ಲಿ ಹುದುಗಿಸಿ ಪರಿತಪಿಸುವ ನೀಲಿ ಎಂಬ ಹುಡುಗಿಯ ಮೂಲಕ ಹೇಳುತ್ತದೆ. ಇಡೀ ಹಣ್ಣು ತಿನ್ನುವ ಸಂದರ್ಭ ಕೈಗೆಟಕಿದಾಗ ಹಸಿದ ಅನಾಥ ಅಜ್ಜಿಯ ಸಂಕಟ ಅವಳನ್ನು ಬಾಧಿಸುತ್ತದೆ. ಎಷ್ಟೋ ದಿನದ ಕನಸನ್ನು ಪರರ ಹಸಿವಿಗಾಗಿ ಬಿಟ್ಟುಕೊಡುವ ನೀಲಿ ತುಂಬ ಇಷ್ಟವಾಗಿ ಬಿಡುವುದರ ಜೊತೆಗೆ ಮನುಷ್ಯರು ಇರಬೇಕಾದ್ದೇ ಹೀಗಲ್ಲವೇ ಎಂಬ ಆಲೋಚನೆಯನ್ನೂ ನಮ್ಮೊಳಗೆ ಹುಟ್ಟು ಹಾಕುತ್ತಾಳೆ.

ಹೀಗೆ ಸುಧಾ ಆಡುಕಳ ಅವರ ಕಥೆಗಳು ಬಹುಬಗೆಯಲ್ಲಿ ನಮ್ಮನ್ನು ಪ್ರಭಾವಿಸುತ್ತಾ ಹೋಗುತ್ತವೆ. 'ಹೆಣ್ಣು' ಇವರ ಕಥೆಗಳ ಕೇಂದ್ರವಾದರೂ ಆಕೆಯ ಸುತ್ತಲಿರುವ ಗಂಡಿನ ಮನೋಧರ್ಮವನ್ನೂ ಇವರು ಅಲಕ್ಷಿಸಿಲ್ಲ. ಅದು ಸಾಧುವೂ ಅಲ್ಲ! ಮನುಷ್ಯಪ್ರಜ್ಞೆ ಕಾಲದಿಂದ ಕಾಲಕ್ಕೆ ಜಿಗಿಯುವಲ್ಲಿ, ವಿಕಸಿಸುವಲ್ಲಿ, ಅರ್ಥಪೂರ್ಣತೆಯತ್ತ ತುಡಿಯುವಲ್ಲಿ ಎದುರಿಸಿ ನಿಲ್ಲಬೇಕಾದ ಬಿಕ್ಕಟ್ಟುಗಳನ್ನು ತಮ್ಮ ಕಥೆಗಳ ಮೂಲಕ ಶೋಧಿಸುವ ಸುಧಾ ಅವರ ಲೇಖನಿ ಬದುಕಿನ ಸಕಾರಾತ್ಮಕ ಗುಣಗಳತ್ತಲೇ ಹೆಚ್ಚಾಗಿ ವಾಲುವುದರಿಂದ ಇವರ ಪಾತ್ರಗಳು ಸಂಕಟಗಳ ನಡುವೆಯೂ ಜೀವನೋತ್ಸಾಹವನ್ನು ಉಳಿಸಿಕೊಂಡು ಮಿಟಿಯುತ್ತವೆ. ತುಂಬ ಶಕ್ತಿಶಾಲಿಯಾದ ಬರವಣಿಗೆ, ವಸ್ತು ವೈವಿಧ್ಯತೆ,

ತಮ್ಮದೇ ಆದ ಸ್ವೋಪಜ್ಞ ತಂತ್ರಗಾರಿಕೆ, ಕಥೆಯ ಬಿಗಿಯಾದ ಬಂಧ, ಸರಳ ನಿರೂಪಣೆಯ ಕೌಶಲ, ಅಲ್ಲಲ್ಲಿ ಮಿಂಚಿರುವ ಉತ್ತರಕನ್ನಡ ಜಿಲ್ಲೆಯ ಪ್ರಾದೇಶಿಕತೆ ಸೊಗಡು ಎಲ್ಲವೂ ಇಲ್ಲಿನ ಕಥೆಗಳನ್ನು ಓದಿದ ನಂತರ ನಮ್ಮಲ್ಲಿ ಉಳಿಯಬಲ್ಲ ಹೆಚ್ಚುಗಾರಿಕೆಯ ಸಂಗತಿಗಳು. ಕಥನಕಾರರಾಗಿ ಎತ್ತರಕ್ಕೆ ಬೆಳೆಯಬಲ್ಲ ಹುರುಪನ್ನು ಈ ಬರಹಗಳ ಮೂಲಕ ಸುಧಾ ಆಡುಕಳ ಅವರು ಸಮರ್ಥವಾಗಿ ತೋರಿದ್ದಾರೆ. ಕನ್ನಡದ ಕಥನಕ್ಕೆ ಇಂಥ ಬೆಟ್ಟತೊರೆಗಳು ಸದಾ ಚಲನಶೀಲ ಶಕ್ತಿಯನ್ನು ತುಂಬುತ್ತಿರಲೆಂದು ಆಶಿಸುತ್ತಾ ಈ ಕಥೆಗಳನ್ನು ಓದುಗರು ಪ್ರೀತಿಯಿಂದ ಬರಮಾಡಿಕೊಂಡು ಅನುಸಂಧಾನ ಮಾಡಲೆಂದು ಹಾರೈಸುವೆ.

–ಡಾ. ಎಚ್.ಎಸ್. ಸತ್ಯನಾರಾಯಣ

ಸಾವ ಮೀರುವ ಬದುಕಿನ ದಾರಿ

ಕನ್ನಡ ಸಾಹಿತ್ಯದಲ್ಲಿ ಈ ದಶಕವನ್ನು ಕಥೆಗಳ ಕಾಲ ಎಂದೇ ಕರೆಯಬಹುದೇನೋ? ಆಕರ್ಷಕ ಬಹುಮಾನಗಳನ್ನು ಹೊಂದಿರುವ ಕಥಾಸ್ಪರ್ಧೆಗಳು, ಕಥೆ ಬರೆಯಲೆಂದೇ ಹುಟ್ಟಿಕೊಂಡ ಅನೇಕ ಕಥಾಕೂಟಗಳು, ನಾಡಿನ ತುಂಬ ನಡೆಯುತ್ತಿರುವ ಕಥಾಕಮ್ಮಟಗಳು ಎಲ್ಲವೂ ಕಥೆಯ ಹುಲುಸಿಗೆ ಕಾರಣಗಳಾಗಿವೆ. ಆದರೆ ಕಥೆಯ ಹುಟ್ಟಿನ ಕಾರಣಗಳು ಅದರಾಚೆಗೂ ಚಾಚಿಕೊಂಡಿವೆ ಎಂದು ಅನಿಸುತ್ತಿರುತ್ತದೆ. ಬದುಕಿನ ದಾರಿ ದುರ್ಗಮವಾದಾಗ, ಸಾವಿನ ಅಂಚಿಗೆ ಬದುಕು ಜಾರುತ್ತಿರುವಾಗ, ವರ್ತಮಾನದ ತಲ್ಲಣಗಳಿಗೆ ಉತ್ತರಗಳು ಸಿಗದೇ ಬರಿಯ ಪ್ರಶ್ನೆಗಳೇ ಧುತ್ತೆಂದು ಎದುರಾಗುವಾಗಲೆಲ್ಲ ಕಥೆಗಳು ಹುಟ್ಟಿಕೊಳ್ಳುವ ವಿಸ್ಮಯ ನನ್ನನ್ನು ಕಾಡುತ್ತದೆ. ಕಥೆಯ ಸೃಷ್ಟಿ ಮತ್ತು ಗ್ರಹಿಕೆ ಸಾವನ್ನು ಮೀರುವ ಬದುಕಿನ ದಾರಿ ಎಂದೇ ಅನಿಸುತ್ತದೆ.

ಜಗತ್ತಿನ ಭಿನ್ನ ಪ್ರದೇಶಗಳಲ್ಲಿ ಪ್ರಚಲಿತವಿರುವ ಕತೆಗಳ ಬಗೆಗಿನ ಕತೆಗಳನ್ನು ಓದುತ್ತಾ ಹೋದಂತೆ ಕಥೆಯ ಹುಟ್ಟಿನ ಗುಟ್ಟುಗಳು ಒಂದೊಂದಾಗಿ ನಮ್ಮ ಅರಿವಿಗೆ ಬರುತ್ತ ಹೋಗುತ್ತವೆ. ನಮ್ಮ ದೇಶದ ಪಂಚತಂತ್ರದ ಕತೆಯೊಂದು ಹೀಗಿದೆ. ದೂರದ ಕಾಡಿನಲ್ಲಿ ಅದ್ಭುತವಾದ ಕಥೆಯನ್ನು ಹೇಳಬಲ್ಲ ಅಜ್ಜಿಯೊಬ್ಬಳು ವಾಸಿಸುತ್ತಿರುತ್ತಾಳೆ. ಅವಳ ಕಥೆಗಳನ್ನು ಕೇಳಲು ಊರಿನ ಜನರೆಲ್ಲರೂ ಹಾತೊರೆಯುತ್ತಿರುತ್ತಾರೆ. ಆದರೆ ಆ ಅಜ್ಜಿ ಹಾಗೆಲ್ಲ ಸುಮ್ಮನೆ ಕಥೆ ಹೇಳುವವಳಲ್ಲ. ಅವಳಿರುವ ದುರ್ಗಮ ಕಾಡಿನೊಳಗೆ ಬಂದು, ಒಂದು ಗದ್ಯಾಣವನ್ನು ಅವಳೆದುರು ಇಟ್ಟರೆ ಮಾತ್ರವೇ ಅವಳು ಕಥೆ ಹೇಳುತ್ತಾಳೆ. ಇಂಥ ಅಜ್ಜಿಯಿಂದ ಕಥೆಯೊಂದನ್ನು ಕೇಳಬೇಕೆಂಬ ಆಸೆಯಿಂದ ದೂರದೂರಿನ ಯುವಕನೊಬ್ಬ ಕಾಡಿನ ದಾರಿಯಲ್ಲಿ ಬರುತ್ತಿರುತ್ತಾನೆ. ಆಗ ಅವನಿಗೆ ಹಸಿದ ಬ್ರಹ್ಮರಾಕ್ಷಸನೊಬ್ಬ ಎದುರಾಗುತ್ತಾನೆ. ತಿನ್ನುವೆನೆಂದು ಮುನ್ನುಗ್ಗಿ ಬರುವ ಬ್ರಹ್ಮರಾಕ್ಷಸನಿಗೆ ಯುವಕ ತನ್ನ ಕಥೆ ಕೇಳುವ ಕೊನೆಯ ಆಸೆಯನ್ನು ಹೇಳುತ್ತಾನೆ. ಕೊಂದು ತಿನ್ನುವೆನೆಂಬ ಹುಲಿಗೆ ತನ್ನ ಕಂದನಿಗೆ ಹಾಲುಣಿಸಿ ಒಂದು ನಿಮಿಷದಲ್ಲಿ ಬಂದುಬಿಡುವೆನೆಂದು ಪುಣ್ಯಕೋಟಿ

ಹೇಳುವಂತ ಹಂಬಲವಿದು. ಬ್ರಹ್ಮರಾಕ್ಷಸ ಒಂದರಗಳಿಗೆ ಯೋಚಿಸಿ, ಯುವಕನನ್ನು ಕಥೆ ಕೇಳಿಬರಲು ಹೋಗಗೊಡುತ್ತಾನೆ. ಅಷ್ಟು ದೂರದಿಂದ ಬಂದ ಯುವಕನಿಗೆ ಚಂದದ ಕಥೆಯೊಂದನ್ನು ಹೇಳುವ ಅಜ್ಜಿ "ಈ ಕಥೆಯ ತಾತ್ಪರ್ಯವಿಷ್ಟೆ, ಒಮ್ಮೆ ಭೇಟಿಯಾದವನು ಇನ್ನೊಮ್ಮೆ ಭೇಟಿಯಾದರೆ ಅವನು ನಿನ್ನ ನೆಂಟ" ಎನ್ನುತ್ತಾಳೆ. ಅಜ್ಜಿಯ ಕಥೆ ಕೇಳಿದ ಯುವಕ ಬ್ರಹ್ಮರಾಕ್ಷಸನಲ್ಲಿಗೆ ಬಂದು ಥೇಟ್ ಪುಣ್ಯಕೋಟಿಯಂತೆ ಖಂಡವಿದೆಕೋ, ಮಾಂಸವಿದೆಕೋ ಎನ್ನುತ್ತಾನೆ. ಬ್ರಹ್ಮರಾಕ್ಷಸನಿಗೆ ಅವನನ್ನು ಕೊಲ್ಲುವ ಮೊದಲು ಇವನದೆಂಥಾ ಘನಂದಾರಿ ಕಥೆಯನ್ನು ಕೇಳಿಬಂದಿರಬಹುದೆಂದು ತಿಳಿದುಕೊಳ್ಳುವ ಆಸೆಯಾಗುತ್ತದೆ. "ನಿನ್ನನ್ನು ತಿನ್ನುವ ಮೊದಲು ಅಜ್ಜಿ ಹೇಳಿದ ಕಥೆಯನ್ನು ನನಗೂ ಹೇಳು." ಎಂದು ಆಜ್ಞಾಪಿಸುತ್ತಾನೆ. ಸಾವಿನ ದವಡೆಯಲ್ಲಿರುವ ಯುವಕ ಕಥೆ ಹೇಳತೊಡಗುತ್ತಾನೆ. ಕೊನೆಯಲ್ಲಿ ಅಜ್ಜಿ ಹೇಳಿದ ಹಾಗೆ ,ಒಮ್ಮೆ ಭೇಟಿಯಾದವನು ಇನ್ನೊಮ್ಮೆ ಭೇಟಿಯಾದರೆ ಅವನು ನಿನ್ನ ನೆಂಟ' ಎಂದು ಹೇಳಿ ಕಥೆಯನ್ನು ಮುಗಿಸುತ್ತಾನೆ. ಬ್ರಹ್ಮರಾಕ್ಷಸ ಯುವಕನನ್ನು ಕೊಲ್ಲದೇ ಬಿಕ್ಕಿ ಬಿಕ್ಕಿ ಅಳತೊಡಗುತ್ತಾನೆ. ಕಾರಣ ಕೇಳಿದಾಗ ನಿನ್ನನ್ನು ಎರಡನೇ ಬಾರಿ ಭೇಟಿಯಾಗುತ್ತಿರುವುದರಿಂದ ನೀನೀಗ ನನ್ನ ನೆಂಟನಲ್ಲವೆ? ನಮ್ಮ ನಿಯಮದ ಪ್ರಕಾರ ನೆಂಟನನ್ನು ಕೊಂದು ತಿನ್ನುವಂತಿಲ್ಲ ಎಂದು ಪ್ರೀತಿಯಿಂದ "ಬಾವಾ..." ಎನ್ನುತ್ತ ತಬ್ಬಿ ಬೀಳ್ಕೊಡುತ್ತಾನೆ. ಕಥೆ ಕೇಳಿದರೆ ಬ್ರಹ್ಮರಾಕ್ಷಸನೂ ನೆಂಟನಾಗುವ ಪರಿಯಿದು! ಸಾವಿನಿಂದ ಬದುಕಿನೆಡೆಗೆ ನಡೆಸುವ ಕಥೆಯ ಮಾಂತ್ರಿಕತೆಯಿದು!

'ಅರೇಬಿಯನ್ ನೈಟ್ಸ್' ಕಥೆಗಳ ಜಾಡು ಹಿಡಿದು ಹೊರಟರೂ ಸಿಗುವುದು ಮತ್ತದೇ ಸಾವನ್ನು ಗೆಲ್ಲುವ ಸಾವಿರದ ಕಥೆಗಳ ಹಾದಿಯೆ. ಮೊದಲ ಹೆಂಡತಿಯಿಂದ ಮೋಸಕ್ಕೊಳಗಾದ ರಾಜನೊಬ್ಬ ವಿಕೃತ ಕಾಮಿಯಾಗಿ ಬದಲಾಗಿ ದಿನಕ್ಕೊಬ್ಬ ಕನ್ಯೆಯನ್ನು ಅನುಭವಿಸಿ, ಬೆಳಗಾಗುವುದರೊಳಗೆ ಅವಳನ್ನು ಕೊಂದು ಮುಗಿಸುತ್ತಿರುತ್ತಾನೆ. ಹೀಗೆ ಒಂದು ರಾತ್ರಿಗೆ ಒದಗಿ ಬರುವ ಶಹಜಾದೆ ಎಂಬ ತರುಣಿ ರಾಜನಿಗೆ ಚಂದದ ಕಥೆಯನ್ನು ಹೇಳಲು ಪ್ರಾರಂಭಿಸುತ್ತಾಳೆ. ಬೆಳಕು ಹರಿಯುವ ಹೊತ್ತಿಗೆ ಆ ಕಥೆ ಅದೆಂಥಹ ರೋಚಕ ಘಟ್ಟವನ್ನು ತಲುಪುತ್ತದೆಯೆಂದರೆ ಅದನ್ನು ಕೇಳಲೆಂದೇ ರಾಜ ಅವಳನ್ನು ಕೊಲ್ಲುವುದಿಲ್ಲ. ಹೀಗೆಯೇ ಪ್ರತಿರಾತ್ರಿಯೂ ಕಥೆಯನ್ನು ಹೇಳುತ್ತಾ, ಕೊನೆಯಲ್ಲೊಂದು ರೋಚಕ ತಿರುವನ್ನು ಕಾಪಿಡುತ್ತಾ ಸಾವಿರ ರಾತ್ರಿಗಳನ್ನು ಕಳೆಯುವ ಶಹಜಾದೆ ಎರಡು ಮಕ್ಕಳ ತಾಯಿಯೂ ಆಗುತ್ತಾಳೆ. ಕಥೆಯ ಮೋಡಿಗೆ ಸಿಲುಕಿದ ಮಹಾರಾಜ ಕ್ರೌರ್ಯವನ್ನು ಮರೆತು ಅವಳೊಂದಿಗೆ ಸಂಸಾರವನ್ನು ಪ್ರಾರಂಭಿಸುತ್ತಾನೆ. ಕಥೆಯೊಂದು ವ್ಯಕ್ತಿಯನ್ನು ಮೃತ್ಯುವಿನಿಂದ ಬದುಕಿನ ಕಡೆಗೆ ನಡೆಸುವ ಸ್ಪಷ್ಟ ನಿದರ್ಶನವಿದು.

ಗ್ರೀಕ್ ಪುರಾಣದಲ್ಲಿ 'ಓರ್ಫಿಯಸ್' ಎಂಬ ಅಮರ ಪ್ರೇಮಿಯ ಕಥೆಯಿದೆ. 'ಯುರಿಡಿಸಿ' ಎಂಬ ಸುಂದರಿಯನ್ನು ಪ್ರೇಮಿಸುವ ಓರ್ಫಿಯಸ್ ಒಬ್ಬ ಅನನ್ಯ ಕಥೆಗಾರ, ಹಾಡುಗಾರ. ಕಥೆಯನ್ನು ಹಾಡಾಗಿಸುವ ಮೋಡಿಗಾರ. ಪ್ರೇಮದ ಉತ್ತುಂಗದಲ್ಲಿರುವಾಗಲೇ ತನ್ನ ಪ್ರೇಮಿಯ ಜೀವವನ್ನು ಎಳೆದೊಯ್ದ ವಿಧಿಯನ್ನು ಹಿಂಬಾಲಿಸಿ ಆತ ವಿಧಿಯ ಲೋಕದವರೆಗೂ ಹೋಗುತ್ತಾನೆ. ತನ್ನ ಪ್ರೇಮಿಯನ್ನು ಮರಳಿಸುವಂತೆ ವಿಧಿಯನ್ನು ಪ್ರಾರ್ಥಿಸುತ್ತಾನೆ. ಅವನ ಪ್ರೇಮಕ್ಕೆ ಮೆಚ್ಚಿದ ವಿಧಿ ಯುರಿಡಿಸಿಯನ್ನು ಮರಳಿ ಕಳಿಸಲು ಒಪ್ಪುತ್ತಾನೆ. ಆದರೆ ಒಂದು ಶರತ್ತಿನ ಮೇರೆಗೆ. ಯುರಿಡಿಸಿ ತನ್ನ ಹಿಂದೆ ಬರುತ್ತಿದ್ದಾಳೋ, ಇಲ್ಲವೋ ಎಂದು ಓರ್ಫಿಯಸ್ ಹಿಂದಿರುಗಿ ನೋಡುವಂತಿಲ್ಲ. ಈ ಶರತ್ತಿಗೆ ಒಪ್ಪುವ ಓರ್ಫಿಯಸ್ ತನ್ನ ಪ್ರೇಮಿ ತನ್ನನ್ನು ಹಿಂಬಾಲಿಸುತ್ತಿದ್ದಾಳೆಂಬ ಭರವಸೆಯೊಂದಿಗೆ, ಬರುತ್ತಿರುವಳೋ ಇಲ್ಲವೋ ಎಂಬ ತಳಮಳದೊಂದಿಗೆ, ಬಂದೇ ಬರುವಳೆನ್ನುವ ಆಶಾಭಾವದೊಂದಿಗೆ, ಅವಳು ಜತೆಗಿದ್ದರೂ ಹಿಂದಿರುಗಿ ನೋಡಲಾರದ ಅಸಹಾಯಕತೆಯೊಂದಿಗೆ ಪ್ರಯಾಣವನ್ನು ಪ್ರಾರಂಭಿಸುತ್ತಾನೆ. ಇವೆಲ್ಲವನ್ನು ಮೀರಲೆಂದು ತನ್ನ ಪ್ರೇಮದ ಕಥೆಯನ್ನು ಹಾಡುತ್ತಾ ನಡೆಯುತ್ತಾನೆ. ಆಗ ಅವನನ್ನು ಪಶು, ಪಕ್ಷಿ, ಕ್ರಿಮಿ, ಕೀಟಗಳೆಲ್ಲವೂ ಹಿಂಬಾಲಿಸಿದವು ಮತ್ತು ವನದೊಳಗಿರುವ ಸಸ್ಯ ಸಂಕುಲಗಳು ಅವನ ಹಾಡಿನ ಮೋಡಿಗೆ ತಲೆದೂಗಿದವು ಎಂಬುದು ಪ್ರತೀತಿ. ತಮ್ಮ ಸುತ್ತಲ ಜಗತ್ತಿನ ನೋವು, ನಲಿವುಗಳನ್ನು ಕಥೆಯಾಗಿಸುತ್ತ ಸಾಗುವ ಕಥೆಗಾರರದೂ ಇದೇ ಸ್ಥಿತಿಯಲ್ಲವೆ?

ಜಪಾನಿ ಜಾನಪದ ಕಥೆಯೊಂದು ಹೀಗಿದೆ. ತನ್ನ ರಾಜ್ಯದ ರಾಜಕುಮಾರಿಯನ್ನು ಪ್ರೇಮಿಸಿದ ತಪ್ಪಿಗಾಗಿ ಯುವಕನೊಬ್ಬನಿಗೆ ರಾಜನು ಗಲ್ಲುಶಿಕ್ಷೆಯನ್ನು ವಿಧಿಸುತ್ತಾನೆ. ಗಲ್ಲುಗಂಭವನ್ನೇರಲು ಹೊರಟ ಯುವಕ ತನ್ನನ್ನು ಕರೆದುಕೊಂಡು ಹೋಗಲು ಬಂದ ಕಾವಲುಗಾರರಿಗೆ ಪ್ರೇಮದ ಕಥೆಯನ್ನು ರಂಗುತುಂಬಿ ಹೇಳತೊಡಗುತ್ತಾನೆ. ಕಥೆಯ ಕೊನೆಯಲ್ಲಿ ಪ್ರೇಮದ ತಾತ್ವಿಕತೆಯ ಬಗ್ಗೆ ಪ್ರಶ್ನೆಗಳನ್ನು ಕೇಳಿ ಬೆರಗಾಗಿಸುತ್ತಾನೆ. ಉತ್ತರ ನೀಡಲು ಅಸಮರ್ಥರಾದ ಅವರು ಉತ್ತರಕ್ಕಾಗಿ ರಾಜನಲ್ಲಿ ಹೋಗುತ್ತಾರೆ. ಯುವಕನ ಪ್ರಶ್ನೆಗೆ ಉತ್ತರಿಸಲಾರದ ರಾಜ ಅವನ ಕಥೆಯ ಮೋಡಿಗೆ ಸೋತು ಅವನನ್ನೇ ಅಳಿಯನನ್ನಾಗಿ ಮಾಡಿಕೊಳ್ಳುತ್ತಾನೆ. ಹೀಗೆ ವಿಶ್ವದ ಎಲ್ಲಾ ಭಾಗಗಳಲ್ಲಿಯೂ ಸಾವನ್ನು ಮೀರುವ ಬದುಕಿನ ದಾರಿಯಾಗಿ ಕಥೆಯು ಪ್ರಚಲಿತವಿದೆ.

ಬಾಲ್ಯದಿಂದಲೂ ಹಳ್ಳಿಯಲ್ಲಿ ಅಪ್ಪ, ಅಮ್ಮ, ಅತ್ತೆಯಂದಿರು, ಅಜ್ಜಿಯರು ಹೇಳುತ್ತಿದ್ದ ಕಥೆಗಳಿಗೆ ಕಿವಿಯಾಗಿ ಬೆಳೆದ ನನಗೆ ಕಥೆಯೆಂಬುದು ಬದುಕಿನ ಭಾಗವೇ ಆಗಿಹೋಗಿದೆ. ಸುತ್ತಲಿನ ಬಿಡಿಬಿಡಿ ಘಟನೆಗಳೆಲ್ಲ ಚುಕ್ಕಿಯಂತೆ ಹರಡಿಕೊಂಡು ನಮ್ಮನ್ನು ಸೇರಿಸು, ಕಥೆಯ ರಂಗೋಲಿಯಾಗಿಸು ಎಂದು

ಸದಾ ಕರೆಯುತ್ತಲೇ ಇರುತ್ತವೆ. ಬಿಡುವಿರದ ಕೆಲಸಗಳ ಒತ್ತಡಗಳ ನಡುವೆ ಅದೆಷ್ಟೋ ಚುಕ್ಕಿಗಳನ್ನು ಹಾಗೆಯೇ ದಾಟಿಕೊಂಡು ಮುಂದೆ ಸಾಗುತ್ತಲೇ ಇರುತ್ತೇನೆ. ಕಥಾ-ಸ್ಪರ್ಧೆಗಳಂತ ಕೆಲವು ಸವಾಲುಗಳು ಕಥೆ ಹೆಣೆಯುವ ಸ್ಫೂರ್ತಿಯನ್ನು ತುಂಬುತ್ತವೆ. ನಿದ್ದೆಯಿರದ ಆ ರಾತ್ರಿಗಳಲ್ಲಿ ಸುತ್ತಲಿನ ಚುಕ್ಕಿಗಳು ಕಥೆಯಾಗಿ ಅರಳುತ್ತವೆ. ವೈಯಕ್ತಿಕವಾಗಿ ಹೇಳುವುದಾದರೆ ಬಹುಮಾನದ ಆಕರ್ಷಣೆಗಿಂತಲೂ ನನ್ನ ಕಥೆಗಳು ವರ್ತಮಾನದಲ್ಲಿ ಎಲ್ಲಿ ನಿಲ್ಲುತ್ತವೆ? ಎಂಬ ಕುತೂಹಲವೇ ಕಥೆಯನ್ನು ಸ್ಪರ್ಧೆಗೆ ಕಳಿಸಲು ಪ್ರೇರೇಪಿಸುತ್ತದೆ. ಇಲ್ಲಿರುವ ಹೆಚ್ಚಿನ ಕಥೆಗಳು ವಿವಿಧ ಸ್ಪರ್ಧೆಗಳಲ್ಲಿ ಬಹುಮಾನಗಳನ್ನು ಪಡೆದ ಕಥೆಗಳಾಗಿವೆ. ಹಾಗೆಂದು ಸ್ಪರ್ಧೆಗಾಗಿಯೇ ಕಥೆಗಳನ್ನು ಸೃಷ್ಟಿಸಲಾಗದು. ಬದುಕು ಬರಡಾಗಿ ಸಾವಿನಂತಹ ನೀರವತೆಗೆ ಚಾಚಿಕೊಳ್ಳುತ್ತದೆ ಎನ್ನುವಾಗಲೆಲ್ಲ ಕಥೆಯೊಂದು ಹೊರಬಂದು ಬದುಕಿಗೊಂದಿಷ್ಟು ಮಾರ್ದವತೆಯನ್ನು ತುಂಬುತ್ತದೆ. ಕಥೆಯೊಂದನ್ನು ಪ್ರಾರಂಭಿಸುವ ಸ್ವಾತಂತ್ರ್ಯ ಮಾತ್ರವೇ ನನ್ನದಾಗಿದ್ದು, ಬರೆಯುತ್ತ ಹೋದಂತೆ ಕಥೆಯೇ ನನ್ನನ್ನು ಕೈಹಿಡಿದು ನಡೆಸುತ್ತಾ, ಕಥೆಯೊಂದಿಗೆ ನಾನೂ ಹೆಜ್ಜೆಹಾಕುತ್ತಾ, ಸಾಂಗತ್ಯದ ಹೊಸದೊಂದು ಸುಖವನ್ನು ಅನುಭವಿಸಿದ್ದೇನೆ. ಹೀಗಾಗಿ ನಾನೇ ಬರೆದ ಕಥೆಗಳನ್ನು ಮತ್ತೆ ಓದುವಾಗ ಹೊಸದೇ ಎನಿಸಿ ಓದಿನ ಬೆರಗನ್ನು ಕಾಪಿಡುತ್ತವೆ. ನಮ್ಮೂರ ದಾರಿಯಲ್ಲಿ ಹೊಸಬರೊಂದಿಗೆ ನಡೆಯುವಾಗ ನಮ್ಮೊಳಗೂ ಒಂದು ಹೊಸತನ ತುಂಬುವುದಲ್ಲಾ, ಅಂತಹ ಸಂಭ್ರಮವಿದು!

ಕಥೆಗಳ ಲೋಕದಲ್ಲಿ ನನ್ನನ್ನು ಕಳೆದುಹೋಗಲು ಬಿಡುವ ಸಂಗಾತಿ ಗಣಪತಿಗೆ, ನೀಳ್ಗತೆಯಂತೆ ದಿನವೂ ಬೆಳೆಯುತ್ತಲೇ ಇರುವ ಮಕ್ಕಳು ತುಷಾರ-ಪ್ರೀತಂಗೆ, ನನ್ನ ಕತೆಗಳಿಗೆ ಸದಾ ಕಿವಿಯಾಗುವ ಗೆಳೆಯ ಡಾ। ಶ್ರೀಪಾದ ಭಟ್‌ಗೆ, ಅಕ್ಕ-ತಂಗಿ ಮತ್ತು ನನ್ನನ್ನು ಕುಟುಂಬಿನಿಯಾಗಿಸಿದ 'ಮೂಡ್ಕಳ್ಳಿ' ಎಂಬ ಮಹಾಜಗತ್ತಿಗೆ, ತಮ್ಮ ತಾರುಣ್ಯದ ಹೊಳಪಿಂದ ನನ್ನೊಳಗೂ ಯೌವ್ವನವನ್ನು ಕಾಪಿಡುವ ನನ್ನ ನಲ್ಮೆಯ ವಿದ್ಯಾರ್ಥಿನಿಯರಿಗೆ, ಜೀವನದ ಭಾಗವಾದ ಎಲ್ಲ ಪ್ರೀತಿಯ ಜೀವಗಳಿಗೆ ಪ್ರೀತಿಯನ್ನಲ್ಲದೇ ಇನ್ನೇನನ್ನು ನೀಡಬಲ್ಲೆ? ಕಥೆಯ ಪುಸ್ತಕಕ್ಕೊಂದು ಮುನ್ನುಡಿಯಿರಲೆಂದು ಯೋಚಿಸಿದಾಗ ಮೊದಲಿಗೆ ನೆನಪಾದವರು ಡಾ। ಎಚ್.ಎಸ್. ಸತ್ಯನಾರಾಯಣ ಅವರು. ಜಂಗಮವಾಣಿಯಲ್ಲಿಯೇ ಪರಿಚಿತರಾದರೂ ಆತ್ಮೀಯತೆಗೆ ಭೇಟಿಯ ಅವಶ್ಯಕತೆಯಿಲ್ಲವೆಂಬುದನ್ನು ಮಾತುಕತೆಗಳಲ್ಲಿಯೇ ಋಜುವಾತು ಮಾಡಿದವರು. ಮುನ್ನುಡಿಗಾಗಿ ಕೇಳಿದಾಗ ಪ್ರೀತಿಯಿಂದ ಒಪ್ಪಿಕೊಂಡು, ಸಂಕಲನವನ್ನು ಇಡಿಯಾಗಿ ಓದಿ ಎಲ್ಲ ಕಥೆಗಳಿಗೂ ಪ್ರವೇಶಿಕೆಯಾಗಬಲ್ಲ ಹೊನ್ನುಡಿಯನ್ನೇ ಬರೆದುಕೊಟ್ಟ ಅವರಿಗೆ ಶರಣು. ತೀರ ಹಳ್ಳಿಯಿಂದ ಬಂದು

ನಗರದ ಸಂದಣಿಯಲ್ಲಿ ಕಳೆದುಹೋಗದಿರಲು ಬರಹವನ್ನು ಆತುಕೊಳ್ಳುವ ನಮ್ಮಂಥವರಿಗೆ ಇರುವ ಭಯವೆಂದರೆ ನಾವು ಹೇಳುವ ಕಥಾಸನ್ನಿವೇಶಗಳು ಯುವಪೀಳಿಗೆಯವರನ್ನು ತಲುಪಬಲ್ಲುದೇ? ಎಂಬುದಾಗಿದೆ. ಹಾಗೊಂದು ಒರೆಗಲ್ಲಿಗೆ ಹಚ್ಚುವ ಭಾಗವಾಗಿ ಈ ಕಥೆಗಳ ಕಟ್ಟನ್ನು ಕೆನಡಾದಲ್ಲಿ ಈಗಷ್ಟೇ ಪಿ. ಎಚ್. ಡಿ. ಪದವಿಯನ್ನು ಪಡೆದು, ಯಾರ್ಕ ವಿಶ್ವವಿದ್ಯಾನಿಲಯದಲ್ಲಿ ಪ್ರಾಧ್ಯಾಪಕರಾಗಿ ಕೆಲಸ ಮಾಡುತ್ತಿರುವ ನನ್ನ ಕಿರಿಯ ಗೆಳತಿ ಡಾ। ಶೀತಲಾ ಅವಳಿಗೆ ನೀಡಿದೆ. ಕಥೆಯ ಆಶಯಗಳನ್ನು, ಆವರಣವನ್ನು ಕುರಿತು ಅವಳು ನೀಡಿದ ಸಲಹೆಗಳು ಮತ್ತು ಮೆಚ್ಚುಗೆಯ ನುಡಿಗಳು ನನ್ನ ಭಯವನ್ನು ದೂರಾಗಿಸಿವೆ. ಅವಳ ಟಿಪ್ಪಣಿಯನ್ನು ಬೆನ್ನುಡಿಯಾಗಿ ಬಳಸಿಕೊಂಡಿರುವೆ. ಹಗ್ಸ್ ಕಣೇ ಶೀತಲಾ. ನನ್ನ ಮೊದಲ ಕಥಾ ಸಂಕಲನ 'ಒಂದು ಇಡಿಯ ಬಳಪ' ಮೈತ್ರಿ ಪುಸ್ತಕ ಬಹುಮಾನಕ್ಕೆ ಆಯ್ಕೆಯಾದ್ದರಿಂದ ಪ್ರಕಟಣೆಯನ್ನು ಅವರೇ ನಿರ್ವಹಿಸಿದ್ದರು. ನೋಡನೋಡುತ್ತಿರುವಂತೆಯೇ ಎರಡು ವರ್ಷಗಳಲ್ಲಿ ಮತ್ತೆ ಬರೆದ ಕಥೆಗಳ ಸಂಖ್ಯೆ ದಶಕವನ್ನು ದಾಟಿಯೇಬಿಟ್ಟಿತು. ಕುತೂಹಲದಿಂದ ಕಳಿಸಿದ ಕಥೆಯ ಕಟ್ಟನ್ನು ಪ್ರಕಟಣೆಗೆ ಆಯ್ಕೆ ಮಾಡಿದ ಅಕ್ಷರ ಲೋಕದ ಉತ್ಸಾಹಿ, ವೀರಲೋಕ ಪ್ರಕಾಶನದ ವೀರಕಪುತ್ರ ಶ್ರೀನಿವಾಸ ಅವರಿಗೆ ಆಭಾರಿಯಾಗಿರುವೆ. ಕನ್ನಡದ ಬಗೆಗಿನ ಅವರ ಕಾಳಜಿಯ ಹೆಜ್ಜೆಗಳು ಎಂದಿಗೂ ಸೋಲದಿರಲಿ ಎಂದು ಆಶಿಸುವೆ. ಈ ಕೃತಿಗೆ ಅಂದವಾದ ಮುಖಪುಟ ರಚಿಸಿಕೊಟ್ಟ ರೂಪಶ್ರೀ ಕಲ್ಲಿಗನೂರು ಅವರಿಗೆ ಧನ್ಯವಾದಗಳು. ಓದುಗರಾದ ನೀವಿಲ್ಲದೇ ಕಥೆಗಳಿಗೆ ಜೀವವೆಲ್ಲಿ? ಕೊಂಡು ಓದುವ ಕನ್ನಡ ಓದುಗ ಬಳಗಕ್ಕೆ ನಮನಗಳು. ದಾರಿಯೋಪೊ ಹೇಳುವಂತೆ ನಾವು ನಮ್ಮ ಕಾಲದ ಕಥೆಗಳನ್ನು ಹೇಳುತ್ತಲೇ ಸಾಗೋಣ.

ಉಡುಪಿ **–ಸುಧಾ ಆಡುಕಳ**

28–09–23

ಪ್ರಕಾಶಕರ ನುಡಿ

ಕೇವಲ ಓದುಗನಾಗಿದ್ದಾಗ 'ಸಾಹಿತ್ಯ ಲೋಕ ಎನ್ನುವುದು ಜೇನುಗೂಡು, ಓದುಗನಿಗೆ ಸಿಹಿ ನೀಡುವುದಕ್ಕಾಗಿಯೇ ಆ ಜೇನುಗಳು ಒಟ್ಟಾಗಿರುತ್ತವೆ' ಎಂದು ಭಾವಿಸಿದ್ದವನು. ಪ್ರಕಾಶಕನಾದ ನಂತರ ಒಂದೊಂದೇ ಒಳಮರ್ಮಗಳ ದರ್ಶನವಾಗುತ್ತಿದೆ. ಅವುಗಳು ದಿಗಿಲುಗೊಳಿಸುತ್ತಿವೆ. ಇತ್ತೀಚೆಗಷ್ಟೇ ಪ್ರೀತಿಯ ಆಹ್ವಾನದ ಮೇರೆಗೆ ಒಂದು ಪುಸ್ತಕ ಬಿಡುಗಡೆ ಸಮಾರಂಭದಲ್ಲಿ ಭಾಗಿಯಾಗಿದ್ದೆ. ಸಾಹಿತ್ಯ ಲೋಕದೊಂದಿಗೆ ಒಂದೂವರೆ ವರ್ಷದ ಒಡನಾಟ ಇರುವುದರಿಂದ ಯಾವುದೇ ಪುಸ್ತಕ ಬಿಡುಗಡೆ ಸಮಾರಂಭಕ್ಕೆ ಹೋಗಲಿ, ಅಲ್ಲೊಂದಷ್ಟು ಪರಿಚಿತರು ಇದ್ದೇ ಇರುತ್ತಾರೆ. ಇಲ್ಲೂ ಕೂಡ ಪರಿಚಿತರು ಸಿಗುವರೆಂಬ ನಂಬಿಕೆಯಿತ್ತು. ಅದು ಸುಳ್ಳಾಗಿತ್ತು.

ಅಚ್ಚರಿ ಎಂದರೆ 'ಕರೆದಾತ'ನೊಬ್ಬನ ಹೊರತಾಗಿ ಉಳಿದವರೆಲ್ಲರಿಗೂ ನಾನು ಅಪರಿಚಿತ. ಒಂದೂವರೆ ವರ್ಷದಲ್ಲಿ 65 ಕೃತಿಗಳನ್ನು ಪ್ರಕಟಿಸಿ, 45 ಸಾವಿರಕ್ಕೂ ಹೆಚ್ಚು ಕೃತಿಗಳನ್ನು ಮಾರಾಟ ಮಾಡಿ, ಹತ್ತಕ್ಕೂ ಹೆಚ್ಚು ಕಾರ್ಯಕ್ರಮಗಳನ್ನು ಆಯೋಜಿಸಿರುವೆ. ಸಾವಿರಾರು ಸಾಹಿತ್ಯಾಸಕ್ತರ ಜೊತೆ ಒಡನಾಡಿರುವೆ. ಆದರೆ, ಅಲ್ಲಿನ ಆ ಇನ್ನೂರು ಜನರನ್ನು ನನಗೆ ತಲುಪಲು ಆಗಿರಲೇ ಇಲ್ಲ. ಅವರೂ ನನ್ನ ಹತ್ತಿರ ಸುಳಿದಿರಲಿಲ್ಲ. ಯಾಕೆ ಹೀಗೆ? ಸಾಹಿತ್ಯ ಲೋಕ ಜೇನುಗೂಡಿನಂತಿಲ್ಲ ಎಂಬ ಸತ್ಯ ನನ್ನ ಅರಿವಿಗೆ ಈಗೀಗ ಬರುತ್ತಿದೆ. ಸಾಹಿತ್ಯ ಲೋಕ ವರ್ಗಗಳಾಗಿ ಹಂಚಿಹೋಗಿದೆ ಎನ್ನುವ ಕಟು ಸತ್ಯ ಬಾಧಿಸುತ್ತಿದೆ. ನನಗೇ ಗೊತ್ತಿಲ್ಲದಂತೆ ನನ್ನನ್ನೂ ಈ ಗ್ರೂಪಿಸಂ ವರ್ತುಲಕ್ಕೆ ಸೇರಿಸಿ ಬಿಟ್ಟಿದ್ದಾರಲ್ಲ ಎನ್ನುವ ವಿಷಾದ ಕಾಡುತ್ತಿದೆ. 'ಅವರ ಪುಸ್ತಕ ಇವರು ಓದಲ್ಲ, ಇವರ ಪುಸ್ತಕ ಅವರು ಮುಟ್ಟಲ್ಲ' ಎನ್ನುವ ವಾತಾವರಣ ಸೃಷ್ಟಿಯಾಗಿದೆ. ಹಾಗಾಗಿ ಅವರಿಗೆ ಇವರು, ಇವರಿಗೆ ಅವರು ಅಪರಿಚಿತರಾಗಿ ಉಳಿದು ಬಿಟ್ಟಿದ್ದಾರೆ ಅನಿಸುತ್ತಿದೆ.

ಪರಿಸ್ಥಿತಿ ಹೀಗಿರುವಾಗ ಪ್ರಕಾಶನ ಸಂಸ್ಥೆಯೊಂದು ಇನ್ನಷ್ಟು ಪಾರದರ್ಶಕವಾಗಿರಬೇಕಾದ, ಎಲ್ಲರನ್ನೂ ಒಳಗೊಳ್ಳಬೇಕಾದ ಅಗತ್ಯ ತುಸು ಹೆಚ್ಚೇ ಇದೆ ಎಂದು ಭಾವಿಸಿದ್ದೇನೆ. ಹೇಗೆಂದರೆ, ಪ್ರಕಾಶನ ಸಂಸ್ಥೆಯನ್ನು

ಸಿನಿಮಾ ಥಿಯೇಟರಿನ ಹಾಗೆ ಇಟ್ಟುಕೊಳ್ಳಬೇಕಿದೆ. ಅಲ್ಲಿ ಯಾವ ಸಿನಿಮಾ ಬೇಕಾದರೂ ಬರಬಹುದು, ಯಾವ ಪ್ರೇಕ್ಷಕನಾದರೂ ವೀಕ್ಷಿಸಬಹುದು. ನನ್ನದೇನಿದ್ದರೂ ಥಿಯೇಟರ್, ಪರದೆ, ಧ್ವನಿ ವ್ಯವಸ್ಥೆಯನ್ನು ಸರಿಯಾದ ಸ್ಥಿತಿಯಲ್ಲಿಡುವುದಷ್ಟೇ!

ಅದೇ ಕ್ರಮದಲ್ಲಿ ನವೆಂಬರ್ ತಿಂಗಳಲ್ಲಿ ವಿವಿಧ ಲೇಖಕರ ಹನ್ನೊಂದು ಕೃತಿಗಳು ವೀರಲೋಕದಿಂದ ಬಿಡುಗಡೆ ಆಗುತ್ತಿವೆ. ಹೊಸಬರ ಕೃತಿಗಳನ್ನು ಪ್ರೋತ್ಸಾಹಿಸುತ್ತಿದ್ದ ವೀರಲೋಕ ಇದೀಗ ಸಾಹಿತ್ಯ ಲೋಕದ ದಿಗ್ಗಜರ ಕೃತಿಗಳನ್ನು ಕನ್ನಡ ಸಾರಸ್ವತಲೋಕಕ್ಕೆ ನೀಡುತ್ತಿದೆ. ಅಬ್ದುಲ್ ರಶೀದ್, ಕೌಂಡಿನ್ಯ, ಡಾ. ಡಿ.ಎಸ್. ಚೌಗಲೆ, ಡಾ. ಲಕ್ಷ್ಮಣ ಕೌಂಟೆ, ವಿಕ್ರಂ ಹತ್ವಾರ್, ಡಾ. ಡಿ.ಎಸ್. ಶ್ರೀನಿವಾಸ ಪ್ರಸಾದ್, ಪ್ರೇಮಾನಂದ ಕಾಮತ್, ಡಾ. ಗೀತಾ ಸುನೀಲ್ ಕಶ್ಯಪ್, ಸುಧಾ ಆಡುಕುಳ, ಸಂತೆಬೆನ್ನೂರು ಫೈಜ್ನಟ್ರಾಜ್, ಜಯರಾಮಾಚಾರಿ, ರವೀಂದ್ರ ವೆಂಶಿ ಅವುಗಳ ಲೇಖಕರು. ಈ ಎಲ್ಲಾ ಕೃತಿಗಳು ಇದುವರೆಗಿನ ವೀರಲೋಕದ ಕೃತಿಗಳಿಗಿಂತ ಭಿನ್ನವಾಗಿವೆ ಎಂಬ ಭರವಸೆ ಕೊಡುತ್ತಿದ್ದೇನೆ.

ಸುಧಾ ಆಡುಕಳ ಅವರು ನಾಟಕಗಾರ್ತಿ, ಅನುವಾದಕಿ, ಕವಯಿತ್ರಿ, ಕಥೆಗಾರ್ತಿ ಮತ್ತು ಗಣಿತ ಉಪನ್ಯಾಸಕಿ. ಕರ್ನಾಟಕ ಸಾಹಿತ್ಯ ಅಕಾಡೆಮಿ, ಅಮ್ಮ ಪ್ರಶಸ್ತಿ ಪುರಸ್ಕೃತರಾಗಿರುವ ಇವರು ವೀರಲೋಕ ಪ್ರಜಾವಾಣಿಯ ಕವನ ಸ್ಪರ್ಧೆಯಲ್ಲಿ ವಿಜೇತರಾಗಿದ್ದರು. ಆ ಮೂಲಕ ವೀರಲೋಕಕ್ಕೆ ಪರಿಚಯವಾದ ಸುಧಾ ಆಡುಕಳ ಅವರ 'ನೀಲಿ ಮತ್ತು ಸೇಬು' ಕಥಾ ಸಂಕಲನವನ್ನು ಪ್ರಕಟಿಸಲು ಹರ್ಷಿಸುತ್ತೇವೆ. ಕಥಾಜಗತ್ತಿನಲ್ಲಿ ಮಹಿಳಾ ಕಥೆಗಳಿಗೆ ವಿಶೇಷ ಸ್ಥಾನವಿದೆ ಏಕೆಂದರೆ ಒಳ ಮತ್ತು ಹೊರ ಜಗತ್ತನ್ನು ಆಕೆ ನೋಡುವ, ಅರಿಯುವ ಮತ್ತು ಸ್ಪಂದಿಸುವ ರೀತಿಯೇ ಬೇರೆ. ಅದೇ ಕ್ರಮದಲ್ಲಿ ಈ ನೀಲಿ ಮತ್ತು ಸೇಬು ಒಂದು ವಿಶೇಷ ಕಥಾ ಸಂಕಲನವಾಗಿ ನಿಮ್ಮ ಓದನ್ನು ಶ್ರೀಮಂತಗೊಳಿಸಲಿದೆ ಎಂಬ ನಂಬಿಕೆ ನನ್ನದು.

ಓದುವ ನಶೆ ನಿಮಗೇರಲಿ...
ವೀರಕಪುತ್ರ ಶ್ರೀನಿವಾಸ
ಪ್ರಕಾಶಕ, ವೀರಲೋಕ ಬುಕ್ಸ್

ಪರಿವಿಡಿ

1.	ಅಪ್ಪತ್ತೆ	21
2.	ಅಸ್ತಿತ್ವ	30
3.	ರಾಮಾಯಣ ಕಥಾ ಪ್ರಸಂಗ	39
4.	ರೇಶನ್ ಸೀರೆ	52
5.	ನಾನೋಗ್ತೆ ಬಾಂಬೇಗೆ	58
6.	ಸಂಪಿಗೆ ಮರದ ಕೆಂಪಮ್ಮ	67
7.	ಎಲವೋ ಸಂಜಯ ಕೇಳು	78
8.	ಸನ್ಮಾನ	95
9.	ಕೊನೆಯ ಕಂತು	105
10.	ಬೀಗ	115
11.	ಒಂದು ಶೌಚಾಲಯದ ಕಥೆ	129
12.	ನೀಲಿ ಮತ್ತು ಸೇಬು	140

1

ಅಪ್ಪತ್ತೆ

ಇಂದೀಗ ಅಪ್ಪತ್ತೆ ಬದುಕಿದ್ದರೆ ಅವಳ ಕಥೆಯನ್ನು ಬರೆಯುವ ಸಾಹಸವನ್ನು ನಾನಾಗಲೀ ಅಥವಾ ಅವಳ ಪರಿಚಿತರ್ಯಾರೂ ಖಂಡಿತವಾಗಿಯೂ ಮಾಡುತ್ತಿರಲಿಲ್ಲ. ಶಹರ ಜೀವನದ ಚಹರೆಯಲ್ಲಿ ಕಳೆದೇಹೋದ ನನಗೆ ಅವಳ ಇತ್ತೀಚೆಗೆ ನೆನಪಾದುದೂ ಇಲ್ಲ. ಮೊನ್ನೆ ತಾನೇ ಲಂಡನ್ನಿನಲ್ಲಿ ಓದುತ್ತಿರುವ ಮಗಳು ಕರೆಮಾಡಿದಾಗ, "ಅಮ್ಮಾ, ನಿನ್ನೆ ಅಪ್ಪತ್ತೆ ಕನಸಲ್ಲಿ ಬಂದಿದ್ದಳು." ಎಂದು ಹೇಳಿ ನನ್ನ ನೆನಪಿನ ಖಜಾನೆಯ ಬೀಗದ ಕೈಯ್ಯನ್ನು ತೆರೆದಿದ್ದಳು. ತನ್ನ ವಿಲಕ್ಷಣವಾದ ಜೀವನಶೈಲಿಯ ಮೂಲಕ ನಮ್ಮಿಡೀ ಬಾಲ್ಯವನ್ನು ಆಕ್ರಮಿಸಿದ ಅಪ್ಪತ್ತೆಯನ್ನು ಮಗಳು ನೋಡಿದ್ದೇ ಇಲ್ಲ. ಅವಳು ಬುದ್ಧಿ ತಿಳಿಯುವಂತಾಗುವ ಮೊದಲೇ ಅಪ್ಪತ್ತೆ ತಮ್ಮ ಇಹಲೋಕದ ಯಾತ್ರೆಯನ್ನು ಮುಗಿಸಿದ್ದಳು. ನಮ್ಮ ಮದುವೆಯ ಊಟದ ದಿನವೋ ಏನೋ ಇರಬೇಕು, ಆರಾಮ ಖುರ್ಚಿಯಲ್ಲಿ ಕಾಲಮೇಲೆ ಕಾಲುಹಾಕಿ ಕುಳಿತ ಅಪ್ಪತ್ತೆ, ರೀಲ್ ಕ್ಯಾಮರಾ ಹಿಡಿದು ಮನೆಯ ಸುತ್ತಲಿನ ಹಸಿರು, ಹೂವು, ಗಿಡಗಳ ಪೋಟೋ ತೆಗೆಯುತ್ತಿದ್ದ ನನ್ನ ಗಂಡನನ್ನು ಕರೆದು, "ಏ ಸುರೇಶ, ನಂದೊಂದು ಫೋಟೋ ಹೊಡಿಯೋ ಕಾಂಬ" ಎಂದಿದ್ದಳು. ಕೈಯ್ಯಲ್ಲಿದ್ದ ಕವಳದ ಪೆಟ್ಟಿಗೆಯನ್ನಾದರೂ ಬದಿಗಿಡು ಎಂಬ ಸುತ್ತಲಿನವರ ಮಾತಿಗೆ, "ಅರೆ! ಅದೂ ಫೋಟೋದಲ್ಲಿ ಬರಲೆ. ಅದ್ಕೂ ಫೋಟೋ ಹೊಡಸ್ಕಳೋ ಹೇಳಿರ್ತು." ಎಂದು ಅದನ್ನು ಇನ್ನಷ್ಟು ಪ್ರೀತಿಯಿಂದ ಅವುಚಿಕೊಂಡಿದ್ದಳು. ಹೀಗೆ ಮೊಣಕಾಲವರೆಗೆ ಮಡಚಿದ ಸೀರೆಯುಟ್ಟು ತಾಂಬೂಲದ

ಪೆಟ್ಟಿಗೆಯೊಂದಿಗೆ ಸೆರೆಯಾದ ಅವಳ ಚಿತ್ರವೊಂದು ನಮ್ಮ ಅಲ್ಬಂನಲ್ಲಿ ದಾಖಲಾಗಿತ್ತು. ಯಾವತ್ತೋ ತವರಿಗೆ ಹೋದಾಗ ಆ ಫೋಟೋವನ್ನು ತೋರಿಸಿ ಅವಳಿಗೆ ಕೊಡಹೋದರೆ, "ನಾನೆ ಇಲ್ಲಿ ಜೀವಂತ ಇದ್ದೆ. ಮತ್ತೆಂತಕ್ಕೆ ನಂಗೆ ಫೋಟೋ. ನಿನ್ನ ತಾಬಾ ಇರಲಿ ಅದು. ಇಲ್ಲಿ ಮಳೆನೀರಲ್ಲಿ ನೆಂದು ಹಾಳಾಪ್ಪುದು ಬೇಡ." ಎಂದು ನನಗೇ ಮರಳಿ ಕೊಟ್ಟಿದ್ದಳು. ಜೊತೆಯಲ್ಲಿ, "ನೋಡೆ, ಕವಳದ ಪೆಟ್ಟಿಗೆ ಹ್ಯಾಂಗೆ ಹೊಳೀತಿದ್ದು ಹೇಳಿ" ಎಂದು ಹೊಗಳಲು ಮರೆತಿರಲಿಲ್ಲ. ಚಂದಗೆ ಕತ್ತರಿಸಿ ಸುರೂಪಗೊಳಿಸಿದ ಆಧುನಿಕ ಹೂದೋಟದ ನಡುವೆ ಅಡ್ಡಾದಿಡ್ಡಿ ಬೆಳೆದ ಕಣಗಿಲೆಯ ಗಿಡದಂತೆ ಅಲ್ಬಂನಲ್ಲಿ ಮಲಗಿತ್ತು ಆ ಫೋಟೋ.

ಮಳೆಗಾಲದ ಹೊತ್ತುಹೋಗದ ಸಂಜೆಗಳಲ್ಲಿ ಮಗಳೆದುರು ಅಲ್ಬಂ ಹರಡಿದಾಗ ಸಹಜವಾಗಿಯೆ ಅವಳು ಅಪ್ಪತ್ತೆಯ ಫೋಟೋವನ್ನು ನೋಡಿ, ಯಾರೆಂದು ವಿಚಾರಿಸಿ ತಿಳಿದುಕೊಂಡಿದ್ದಳು. ಪ್ರತಿದಿನವೂ ಅಪ್ಪತ್ತೆಯ ಸಾಹಸದ ಕಥೆ ಹೇಳೆಂದು ನನ್ನನ್ನು ಪೀಡಿಸುತ್ತಿದ್ದಳು. ತನ್ನ ಪದವಿಯ ಓದಿನ ನಂತರ ಅದೆಂಥದ್ದೋ ಸಾಂಸ್ಕೃತಿಕ ಅಧ್ಯಯನದ ಗೀಳನ್ನು ತಲೆಗೇರಿಸಿಕೊಂಡು ಲಂಡನ್ನಿನ ಯುನಿವರ್ಸಿಟಿಯಲ್ಲಿಯೇ ಉನ್ನತ ವ್ಯಾಸಂಗ ಮಾಡುವೆನೆಂದು ಹಠ ಹಿಡಿದಿದ್ದಳು. ಇದ್ದೊಬ್ಬ ಮಗಳನ್ನು ವಿದೇಶಕ್ಕೆ ಕಳಿಸಲು ಮೀನಾಮೇಷ ಎಣಿಸುತ್ತಿರುವಾಗಲೇ ಅದ್ಯಾವುದೋ ಸಾಸ್ಕೃತಿಕ ರಾಯಭಾರ ವಿಭಾಗದಡಿಯಲ್ಲಿ ಶಿಷ್ಯವೇತನಕ್ಕೆ ಆಯ್ಕೆಯಾಗಿ, ನಮ್ಮ ಅಂಗೀಕಾರದ ಅಧಿಕಾರದಾಚೆಗೆ ದಾಟಿಬಿಟ್ಟಿದ್ದಳು. ಸ್ನಾತಕೋತ್ತರ ಪದವಿ, ಸಂಶೋಧನೆ ಎಲ್ಲವನ್ನೂ ಅಲ್ಲಿಯೇ ಮುಗಿಸುವ ಆಸೆಯೊಂದಿಗೆ ತನ್ನ ಲಂಡನ್ ವಾಸವನ್ನು ನಾಲ್ಕಾರು ವರ್ಷಗಳವರೆಗೆ ವಿಸ್ತರಿಸಿಕೊಂಡು ನಮ್ಮನ್ನು ವಿಶೇಷ ಆತಂಕದಲ್ಲಿ ಮುಳುಗಿಸಿದ್ದಳು. ಅಲ್ಲಿಯ ನಿಯಮದಂತೆ ವಿದ್ಯಾರ್ಜನೆಯ ಜೊತೆಜೊತೆಯಲ್ಲಿ ಅಧ್ಯಾಪನವನ್ನೂ ಮಾಡುತ್ತಿದುದರಿಂದ ಒತ್ತಡಗಳ ನಡುವೆ ಕರೆಮಾಡುವುದೂ ಅಪರೂಪವಾಗಿತ್ತು. ಈಗ ಮಗಳ ಕನಸಿನಲ್ಲಿ ಅಪ್ಪತ್ತೆ ಬಂದದ್ದು ತೀರಾ ವಿಶೇಷವೆನಿಸಿತ್ತು.

ನಮ್ಮ ಬಾಲ್ಯವನ್ನಿಡೀ ವ್ಯಾಪಿಸಿಕೊಂಡ ಅಪ್ಪತ್ತೆ ನಮ್ಮೆಲ್ಲ ನಿಷೇಧಗಳಿಗೆ ಕೊಂಡಿಯಾಗಿದ್ದವಳು. ನಮ್ಮನ್ನು ಹೆಣ್ಣಿನ ಚೌಕಟ್ಟಿನಲ್ಲಿ ಹೊಂದಿಸುವ ಸಮಯದಲ್ಲೆಲ್ಲಾ ಅಮ್ಮಂದಿರು ಅಪ್ಪತ್ತೆಯ ಹೆಸರನ್ನು ತೆಗೆದುಕೊಳ್ಳದಿರುತ್ತಿರಲಿಲ್ಲ.

"ಹಾಗೆ ಎಲ್ಲರೆದುರು ಕುರ್ಚಿಯ ಮೇಲೆ ಕುಳಿತುಕೊಳ್ಳಬೇಡ, ಅದೆಲ್ಲ ಅಪ್ಪತ್ತೆಯೊಬ್ಬಳಿಗೆ ಹೇಳಿಕೆ"

"ಮಂಚದ ಮೇಲೆ ಕುಳಿತಾಗ ಕಾಲು ಅಲ್ಲಾಡಿಸಬೇಡ ಗಂಡಸರ ಹಾಗೆ. ಮತ್ತೆ ಅಪ್ಪತ್ತೆಯ ಹಾಗೆ ಆಗ್ತೆ."

"ಕಾರ್ಯದಲ್ಲಿ ಮೊದಲ ಪಂಕ್ತಿಯಲ್ಲಿ ಗಂಡಸರ ಜೊತೆಗೆ ಹೋಗಿ ಊಟಕ್ಕೆ ಕೂರಬೇಡ, ಅಪ್ಪತ್ತೆ ಮಾಡಿದಾಂಗೆ."

"ಅದೆಂಥದ್ದೆ ಕೂಸೆ, ಒಳಗೆ ಹಾಕೂ ಬಟ್ಟೆನೆಲ್ಲಾ ಅಂಗಳದಲ್ಲಿ ಪ್ರದರ್ಶನಕ್ಕೆ ಹರಗಿದ್ಯನೆ? ಅಪ್ಪತ್ತೇದೆ ಜೋಡಿ ನೋಡು ನೀನು."

"ಆಟಕ್ಕೆ ಅಪ್ಪತೆಯ ಹಾಗೆ ಗಂಡಸರ ಜೊತೆಗೆ ಹೋಪುದು ಬ್ಯಾಡ. ಯಾರಾದರೂ ಹೆಂಗಸರು ಹೋಪದಾದ್ರೆ ಹೋಗಲಕ್ಕು."

ಹೀಗೆ ಅಪ್ಪತ್ತೆಯ ಹೆಸರಿಲ್ಲದೇ ಯಾವ ಶಾಸನವೂ ಜಾರಿಯಾಗುತ್ತಿರಲಿಲ್ಲ. ಹಾಗೆಂದು ಅಪ್ಪತ್ತೆ ಅವರು ಹೇಳಿದಂತ ಭಯಂಕರ ಜೀವಿಯಂತೂ ಆಗಿರಲಿಲ್ಲ. ಇಡೀ ದಿನ ಕೆಲಸ ಮಾಡುತ್ತಾ, ಮನೆಯ ದನಕರುಗಳೊಂದಿಗೆ ಮಾತನಾಡುತ್ತಾ, ಗುಡ್ಡಬೆಟ್ಟಗಳನ್ನರಸಿ ಎಂತೆಂಥದ್ದೋ ಕಾಡು ಉತ್ಪನ್ನಗಳನ್ನು ಒಟ್ಟುಗೂಡಿಸಿ ಮಾರುತ್ತಾ, ಬಂಧುಗಳಲ್ಲಿ ಯಾರಿಗೆ ಯಾವ ತಿಂಡಿ ಇಷ್ಟವೋ ಅದನ್ನು ವರ್ಷದಲ್ಲೊಮ್ಮೆಯಾದರೂ ಮಾಡಿ, ತನ್ನ ಏಕೈಕ ನೈಲಾನ್ ಚೀಲದಲ್ಲಿ ತುಂಬಿಕೊಂಡು ಅವರ ಮನೆಗೇ ಮುಟ್ಟಿಸಿ, "ಮತ್ತಂಗರೆ, ನಿಂಗೆ ಎಂಥ ಬೇಕು ಹೇಳಿ ನಂಗೆ ಗೊತ್ತಿಲ್ಯಾ?" ಎಂದು ಕವಳ ತುಂಬಿದ ತನ್ನ ಕೆಂಪುಬಾಯಗಲಿಸಿ ನಗುತ್ತಾ ಇದ್ದುಬಿಡುತ್ತಿದ್ದಳು. ನಿಂತು ನಾರುವ ಕೆಸರು ನೀರಿನ ನಡುವೆ ಅವಳು ಕೆಸುವಿನೆಲೆಯ ಮೇಲೆ ಉರುಳುವ ಹೊಳೆವ ನೀರಿನ ಮಣಿಯಂತಿದ್ದಳು. ಸದಾ ಒಂದು ಕತ್ತಿಯನ್ನು ತನ್ನ ಸೊಂಟಕ್ಕೆ ಸಿಕ್ಕಿಸಿಕೊಂಡೇ ತಿರುಗುವ ಅವಳು ಜೊತೆಗಿದ್ದರೆ ಭಯದ ಮಾತೆಂಬುದೇ ಇರಲಿಲ್ಲ. ಹಾವನ್ನು ಹೊಡೆಯದೇ ಓಡಿಸುವುದು ಹೇಗೆ? ಮರಿಗಳಿರುವ ಹೇಂಟೆ ನಮ್ಮ ಮೇಲೇರಿ ಬಂದರೆ ಏನು ಮಾಡುವುದು? ಅಟ್ಟಿಸಿಕೊಂಡು ಬರುವ ನಾಯಿಯಿಂದ ಪಾರಾಗುವುದು ಹೇಗೆ? ಇರಿಯಲು ಬರುವ ಎತ್ತನ್ನು ಗುರುತಿಸುವುದು ಹೇಗೆ? ಒದೆಯುವ ದನಗಳ ಹಾಲನ್ನು ಜಾಣ್ಮೆಯಿಂದ ಹಿಂಡಿಕೊಳ್ಳುವುದು ಹೇಗೆ? ಶೀತ, ಜ್ವರ, ಕೆಮ್ಮುಗಳಿಗೆಲ್ಲ ಮನೆಯ ಔಷಧ ಯಾವುದು? ಹೀಗೆ ಅನೇಕ ಸಂಗತಿಗಳಿಗೆ ಅವಳು ಊರಿನವರೆಲ್ಲರಿಗೂ ಗುರುವಾಗಿದ್ದಳು. ಹೀಗಿದ್ದ ಅಪ್ಪತ್ತೆಯನ್ನು ನಮ್ಮ ಹಿರಿಯರೆಲ್ಲ ಅವಳ ಹಳೆಯ ಕಥೆಗಳ ಮೂಲಕ ಘಟವಾಣಿಯಂತೆ ನಮಗೆ ಕಟ್ಟಿಕೊಡುತ್ತಿದ್ದರು.

ಮನೆಯ ಕೊನೆಯ ಮಗಳೆಂಬ ಮುದ್ದಿನಿಂದ ಅಜ್ಜ ಅವಳಿಗೆ 'ವೈದೇಹಿ' ಎಂದು ನಾಮಕರಣ ಮಾಡಿದ್ದನಂತೆ. ಎಳವೆಯಲ್ಲಿ ತಾಯಿಯನ್ನು ಕಳಕೊಂಡವಳು ಎಂಬ ಕಾರಣಕ್ಕಾಗಿ ಬಹಳ ಹಚ್ಚಿಕೊಂಡಿದ್ದನಂತೆ. ಮನೆಯವರೆಲ್ಲರ ಅಕ್ಕರೆಯಲ್ಲಿ ಬೆಳೆದ ಅವಳನ್ನು ಎಲ್ಲರೂ 'ಅಪ್ಪೀ' ಎಂದೇ ಕರೆಯುತ್ತಿದ್ದರಂತೆ. ಅವಳೊಂದಿಗೇ ಹುಟ್ಟಿದ ಅಜ್ಜನ ಮೊಮ್ಮಕ್ಕಳೆಲ್ಲ ಅವಳನ್ನು ಮನೆಯ ಹಿರಿಯರು ಕರೆಯುವಂತೆ 'ಅಪ್ಪೀ' ಎಂಬ ಪದಕ್ಕೆ ಅತ್ತೆಯನ್ನು ಸೇರಿಸಿ

ಅಪ್ಪತ್ತೆಯನ್ನಾಗಿ ಮಾಡಿಕೊಂಡಿದ್ದರು. ಹಾಗೆ ಎಲ್ಲರೂ ಕರೆದು ಊರಿನವರಿಗೆಲ್ಲ ಅವಳ ಹೆಸರೇ ಮರೆತುಹೋಗಿ ಎಲ್ಲರ ಬಾಯಲ್ಲೂ ಅಪ್ಪತ್ತೆಯಾಗಿದ್ದಳು.

ಕುಟುಂಬದಲ್ಲಿ ಎಲ್ಲವೂ ಸುಸೂತ್ರವಾಗಿದ್ದರೆ ಅವಳೂ ತನ್ನೆಲ್ಲ ಅಕ್ಕಂದಿರಂತೆ ಇನ್ಯಾವುದೋ ಮನೆಗೆ ಸೊಸೆಯಾಗಿ ಹೋಗಿ, ಮಕ್ಕಳನ್ನು ಹೆತ್ತು ಕುಟುಂಬದ ಮರ್ಯಾದೆಗಾಗಿ ಬದುಕನ್ನು ಸವೆಸುತ್ತಿದ್ದಳೇನೊ? ಊರೆಲ್ಲ ತನ್ನದೆಂದು ಬೀಗುತ್ತ, ಗೇಣಿದಾರರು ನೀಡಿದ ಬೆಳೆಯನ್ನು ತಕರಾರಿಲ್ಲದೇ ತೆಗೆದುಕೊಳ್ಳುತ್ತ, ಮೇಲ್ವಿಚಾರಣೆ ಮಾಡಿಕೊಂಡಿದ್ದ ಕುಟುಂಬದ ಜಮೀನೆಲ್ಲವೂ ಉಳುವವನೆ ಹೊಲದೊಡೆಯ ಕಾನೂನಿನಲ್ಲಿ ಉಳುವವರ ಪಾಲಾದಾಗ ಕುಟುಂಬದೊಳಗೊಂದು ಆಸ್ಫೋಟವಾಗಿತ್ತು. ಯಾರು ಏನು ಮಾಡುವುದು? ಯಾವುದನ್ನು ಹೇಗೆ ಉಳಿಸಿಕೊಳ್ಳುವುದು? ಎಲ್ಲವೂ ಕೈತಪ್ಪಿಹೋದರೆ ಕುಟುಂಬ ನಿರ್ವಹಣೆ ಹೇಗೆ? ಎಂಬೆಲ್ಲ ಚರ್ಚೆಗಳಲ್ಲಿ ಒಮ್ಮತವನ್ನು ಸಾಧಿಸಲಾಗದೇ ಮನೆಯವರೇ ಒಬ್ಬರನ್ನೊಬ್ಬರು ಸಂಶಯಿಸುತ್ತಾ, ಆರೋಪ, ಪ್ರತ್ಯಾರೋಪಗಳಲ್ಲಿ ಮುಳುಗಿಹೋಗಿರುವಾಗ ಮನೆಯ ಯಜಮಾನನಾದ ಅಜ್ಜ ಮಾತ್ರ ನಿರಾಳವಾಗಿ, "ಮಹಾಗಣಪತಿ ನಡೆಸಿದಾಂಗಾಗ್ತು." ಎಂದು ಕುಳಿತುಬಿಟ್ಟಿದ್ದರು. ಮನೆಯ ಸುತ್ತಮುತ್ತಲಿನ ತೋಟವೊಂದೇ ಮನೆತನದ ಆಸ್ತಿಯಾಗಿ ಉಳಿದು, ಅದನ್ನೂ ನೋಡಿಕೊಳ್ಳುವ ಜಾಣ್ಮೆಯಿರದ ಮಕ್ಕಳು ವೈಯಕ್ತಿಕ ಹಣಗಳಿಕೆಯ ಮಾರ್ಗಗಳನ್ನು ಅರಸುತ್ತಾ ಇರುವಾಗ ಕೊಟ್ಟಿಗೆಯಲ್ಲಿರುವ ಹತ್ತಾರು ದನಕರುಗಳು ಹಸಿವೆಯಿಂದ 'ಅಂಬಾ...' ಎನ್ನುತ್ತಿದ್ದವು. ಮನೆಯಲ್ಲೇ ಮಲಗಿರುವ ಅಜ್ಜ ಅವುಗಳಿಗೆ ನೀರು, ಹುಲ್ಲು ನೀಡಲು, ಬೆಟ್ಟಕ್ಕೆ ಮೇಯಿಸಲು ಹೋಗಲು ಅಪ್ಪತ್ತೆಗಲ್ಲದೇ ಇನ್ಯಾರಿಗೆ ಹೇಳಲು ಸಾಧ್ಯ? ಶಾಲೆಗೆ ಹೋಗುವ ಪ್ರಾಯದಲ್ಲೇ ಅಪ್ಪತ್ತೆ ಊರ ಹುಡುಗರೊಂದಿಗೆ ಬೆಟ್ಟಗುಡ್ಡಗಳಲ್ಲಿ ಅಡ್ಡಾಡತೊಡಗಿದಳು. ಅವಳ ಬಾಲ್ಯ ಹಸಿರಿನ ಮಧ್ಯದಲ್ಲಿ ಅರಳಿ, ಯೌವ್ವನ ತೊರೆಯಂತೆ ಹರಿಯತೊಡಗಿತು.

"ಅಮ್ಮಾ, ಅಪ್ಪತ್ತೆಗೆ ಎಂಥಕ್ಕೆ ಮದುವೆಯಾಯ್ದಿಲ್ಲೆ?" ಮಕ್ಕಳ ಪ್ರಶ್ನೆಗೆ ಅಮ್ಮಂದಿರು ಬಿದ್ದುಬಿದ್ದು ನಗುತ್ತಿದ್ದರು. "ಅಪ್ಪತ್ತೆಯ ಮದುವೆ ಕಥೆ ಕೇಳಿದ್ರೆ ಯಾರಾದ್ರೂ ನಗಾಡುದೇಯ." ಎಂದು ಹಳೆಯದನ್ನೆಲ್ಲಾ ತಮ್ಮೆದುರು ಹರಡಿಕೊಳ್ಳುತ್ತಿದ್ದರು. ಬಿರುಗಾಳಿಗೆ ಸಿಕ್ಕ ಸಂಸಾರ ಒಂದು ಹದಕ್ಕೆ ಬಂದು ಅಕ್ಕ, ಅಣ್ಣಂದಿರ ಮಕ್ಕಳೆಲ್ಲ ಮದುವೆಗೆ ನೆರೆದಾಗ ಎಲ್ಲರಿಗೂ ಅಪ್ಪತ್ತೆಯ ಮದುವೆಯ ನೆನಪಾಗಿತ್ತು. ಲಘುಬಗೆಯಲ್ಲಿ ಅದೊಂದು ಶಾಸ್ತ್ರವನ್ನು ಮುಗಿಸಲು ಇಡಿಯ ಕುಟುಂಬವೇ ಟೊಂಕಕಟ್ಟಿ ನಿಂತರೆ, ಅಪ್ಪತ್ತೆ ಮಾತ್ರ ಇದ್ಯಾವುದೂ ತನಗೆ ಸಂಬಂಧಿಸಿದ್ದೇ ಅಲ್ಲವೆಂಬ ಭಾವದಿಂದ ದಿನಬೆಳಗಾದರೆ ಎದ್ದು ದನಗಳ ಹಿಂಡಿನೊಂದಿಗೆ ಬೆಟ್ಟಕ್ಕೆ ನಡೆದೇಬಿಡುತ್ತಿದ್ದಳು. ಅಂತೂ ಇಂತೂ ಗಂಡೊಂದನ್ನು

ಹುಡುಕಿ ಜಾತಕ ಮೇಳಾಮೇಳಿ ಮಾಡಿ ಹೆಣ್ಣು ನೋಡುವವರೆಗೆ ಮದುವೆಯ ಕಥೆ ಮುಂದುವರೆಯಿತು. ಆ ದಿನ ದನಗಳನ್ನು ಬಿಡಲು ಆಳೊಂದನ್ನು ಗೊತ್ತುಮಾಡಿ, ಗೋಡೆ, ನೆಲಕಿತ್ತ ಮನೆಯನ್ನು ಸಾರಿಸಿ ಒಪ್ಪವಾಗಿಸಿ, ಕಪ್ಪುಕೋಲಿನಂತಿದ್ದ ಅಪ್ಪತ್ತೆಯನ್ನು ಚೂರು ದಪ್ಪಕಾಣುವಂತೆ ಎರಡೆರಡು ಲಂಗಹಾಕಿ ಸೀರೆಯುಡಿಸಿ ಹೆಂಗಸರೆಲ್ಲಾ ಅಡುಗೆಮನೆಯ ತಯಾರಿಯಲ್ಲಿದ್ದರು. ಮನೆಯ ಹೊಳ್ಳಿಯ ತುಂಬ ಕಿತ್ತುಹೋದ ಗುರುತುಗಳು ಕಾಣದಂತೆ ಚಾಪೆಯನ್ನು ಹಾಸಿದ ಗಂಡಸರು ಕೊಟ್ಟುತೆಗೆದುಕೊಳ್ಳುವ ಮಾತುಕತೆಯ ಬಗ್ಗೆ ತಮ್ಮತಮ್ಮಲ್ಲೆ ಚರ್ಚಿಸುತ್ತಿದ್ದರು. ಆಗ ಬಂದ ಗಂಡಿನವರು ಕೊಟ್ಟ ತಿಂಡಿಯನ್ನೆಲ್ಲ ತಿಂದಶಾಸ್ತ್ರಮಾಡಿ ಯಾವುದಕ್ಕೂ ಖಚಿತ ಉತ್ತರ ನೀಡದೇ ಹ್ಯಾಪುಮೋರೆ ಹಾಕಿಕೊಂಡು ಹೊರಟುಹೋಗಿದ್ದರು. ಮದುವೆಯ ಅರ್ಜಂಟಿನಲ್ಲಿರುವ ಮನೆಯವರು ಮರುದಿನವೇ ಪುರೋಹಿತರ ಮೂಲಕ ವಿಚಾರಿಸಿದಾಗ ಶಕುನ ಸರಿಯಾಗಲಿಲ್ಲವೆಂಬ ನೆಪ ನೀಡಿ ಹೆಣ್ಣನ್ನು ನಿರಾಕರಿಸಿದರು. ಏನಾದರೂ ತೇಪೆಹಾಕುವೆನೆಂದು ಮನೆಯ ಹಿರಿಯ ಅಳಿಯನನ್ನು ಜತೆಮಾಡಿಕೊಂಡು ಗಂಡಿನ ಮನೆಯನ್ನು ಹುಡುಕಿಕೊಂಡು ಹೋದ ಅಣ್ಣ ಕುದಿಯುವ ಮುಖ ಹೊತ್ತು ಮನೆಗೆ ಬಂದಿದ್ದ. ಕಕ್ಕುಲತೆಯಿಂದ ವಿಚಾರಿಸಿದ ಮನೆಯ ಹೆಂಗಸರಿಗೆ ಮೊದಲು ಕುಡಿಯಲು ನೀರು ತರುವಂತೆ ಹೇಳಿ, ಅದಾಗ ತಾನೇ ದನಗಳನ್ನು ಕೊಟ್ಟಿಗೆಯಲ್ಲಿ ಕಟ್ಟಿ ಸ್ನಾನಕ್ಕೆಂದು ಅಣಿಯಾಗುತ್ತಿದ್ದ ಅಪ್ಪತ್ತೆಯ ಕೂದಲನ್ನು ಹಿಡಿದು ಎಳೆತಂದು ಅಲ್ಲೇ ಇರುವ ಕಸಬರಿಗೆಯಿಂದ ದನಕ್ಕೆ ಬಾರಿಸುವಂತೆ ಬಡಿದಿದ್ದ. ಏನಾಗುತ್ತಿದೆಯೆಂಬುದರ ಅರಿವಿಲ್ಲದೇ ಮನೆಮಂದಿಯೆಲ್ಲಾ ಗಾಬರಿಯಾಗಿದ್ದರೆ ಅಪ್ಪತ್ತೆ ಮಾತ್ರ ಏನೊಂದೂ ಪ್ರತಿಕ್ರಿಯಿಸದೇ ಪೆಟ್ಟು ತಿನ್ನುತ್ತಿದ್ದಳು. "ಹಡಬೆರಂಡೆ, ಮನೆಮರ್ಯಾದಿಯನ್ನು ಕಂಡೋರ ಮುಂದೆ ಕಳೀತ್ಯಾ? ನಿಂಗೆ ಆ ದಿನ ಮರಹತ್ತುವ ಕೆಲಸ ಎಂಥಕ್ಕೆ ಬೇಕಾಗಿತ್ತು? ಎಲ್ಲಾರ ಮುಂದೂ ನಿನ್ನ ಗಂಡಸುತನ ತೋರ್ಸೂದೆಯಾ? ಮದುವ್ಯಲ್ಲ ನಿಂಗೆ, ನರಕ ಕಾಣಿಸಿಕೊಡ್ತೆ." ಎಂದು ಕೈ ಸೋಲುವವರೆಗೂ ಹೊಡೆದಿದ್ದ. ನೆರೆ ಬಂದು ಇಳಿದಂತೆ ಎಲ್ಲವೂ ಶಾಂತವಾದ ಬಳಿಕ ಸ್ನಾನ ಮಾಡಿ ಬಂದ ಅಪ್ಪತ್ತೆ ಊಟವನ್ನೂ ಮಾಡದೇ ಮಲಗಿದ್ದಳು. ಮರುದಿನ ದೊಡ್ಡಕ್ಕ ಅನುನಯದಿಂದ ವಿಚಾರಿಸಿದಾಗ ಹೆಣ್ಣುನೋಡಲು ಬಂದ ದಿನದ ಪ್ರವರಗಳನ್ನೆಲ್ಲಾ ಬಿಡಿಸಿಟ್ಟಿದ್ದಳು. ಇವರೆಲ್ಲ ಗಂಡಿನವರನ್ನು ಸ್ವಾಗತಿಸುವ ಗಡಿಬಿಡಿಯಲ್ಲಿರುವಾಗ ಒಂದು ಕವಳ ಹಾಕಿಬಿಡುವ ಅಂತ ಕವಳದ ಪೆಟ್ಟಿಗೆಯಲ್ಲಿ ನೋಡಿದರೆ ಅವಳು ತಿನ್ನುವ ಅಂಬೊಡೆ ಎಲೆ ಇಲ್ಲವಾಗಿ ಸರಕ್ಕನೆ ಹೋಗಿ ತಂದುಬಿಡೋಣವೆಂದು ದಾರಿಯಂಚಿನಲ್ಲಿದ್ದ ಅಡಿಕೆಮರದ ಏಣಿಯನ್ನೇರಿ ಎಲೆಕೊಯ್ಯುತ್ತಿದ್ದಳು. ಹೊಳೆದಾಟಿ ತೋಟದ ದಾರಿಯಲ್ಲಿ ಬಂದ ಅಪರಿಚಿತರು ಮನೆಯ ದಾರಿ

ಹುಡುಕುವುದನ್ನು ಕಂಡು ಮರದ ಮೇಲಿನಿಂದಲೇ ದಾರಿಯನ್ನು ಹೇಳಿದ್ದಳು. ಸೀರೆಯುಟ್ಟು ಹೂಮುಡಿದ ಹುಡುಗಿ ಮರವೇರಿದ್ದನ್ನು ಕಂಡು ಅವರು ಬೆಕ್ಕಸ ಬೆರಗಾಗಿ ನಿಂತಿದ್ದರು. ಇವಳೇ ಮದುವೆಯ ಹುಡುಗಿಯೆಂದು ತಿಳಿದಾಗ ಸಂಪ್ರದಾಯಸ್ಥರಾದ ತಮ್ಮ ಮನೆಗೆ ಇವಳು ಬಿಲ್‌ಕುಲ್ ಬೇಡವೆಂದು ತೀರ್ಮಾನಿಸಿ ಹೋಗಿದ್ದರು. ಇಂದು ತನ್ನನ್ನು ಬಡಿದ ಇದೇ ಅಣ್ಣಂದಿರು ಅಪ್ಪ ತನಗೆ ಕವಳಕ್ಕೆ ಅಂಬೊಡೆ ಎಲೆ ಬೇಕೆಂದು ಹೇಳುವಾಗಲೆಲ್ಲ ತನ್ನನ್ನೇ ಕೊಯ್ಯಲು ಕಳಿಸುತ್ತಿದ್ದುದು ನೆನಪಾಗಿ ಅಪ್ಪತ್ತೆ 'ಇವರ ಕುರಿಕುಟ್ಲೋ' ಎಂದು ತನ್ನಲ್ಲೇ ಬೈದುಕೊಂಡಿದ್ದಳು. ಅಮ್ಮ ಕಥೆ ಹೇಳಿ, "ಅಲ್ಲಾ ಮಾರಾಯ್ತಿ, ಮದುವೆಯಾಗೋ ಹುಡುಗಿಯನ್ನು ಮೊದಲಬಾರಿಗೆ ಮರದ ಮೇಲೆ ನೋಡಿದ್ರೆ ಯಾರಾದ್ರೂ ಮದುವೆಯಾಗೋ ಧೈರ್ಯ ಮಾಡಗಾ ಹೇಳು. ಇದಾದ ಮೇಲೆ ಮನೆಯೋರಿಗೂ ಇವಳನ್ನ ತಿದ್ದುವ ಉಸಾಬರಿ ಬೇಡ ಹೇಳಾತು. ಹೆಂಗಾದ್ರೂ ನಮ್ಮ ನಮ್ಮ ಸಂಸಾರ ಬೇರೆ ಮಾಡ್ಕಂಡು ಮರ್ಯಾದೆ ಉಳಿಸ್ಕಂಬ ಹೇಳಿ ಎಲ್ಲರೂ ಪಾಲಾದೊ. ಅಪ್ಪತ್ತೆ ಅಪ್ಪನ ಜೊತೆಗೆ ಪಾಲು ತೆಕಂಡು ಉಳತ್ತು ನೋಡು. ಹೀಂಗೆಲ್ಲಾ ಕಥೆ ಅಪ್ಪತ್ತೆದು. ನೀನು ಅದ್ರ ಹತ್ರ ಕೇಳಡ ಮತ್ತೆ. ನನ್ನ ಜನ್ಮ ಜಾಲಾಡಿಬಿಡ್ಗು" ಎಂದು ಮುಗಿಸಿದ್ದಳು.

ಅಮ್ಮ ಹೇಳಿದಷ್ಟೇನೂ ಅಪಸವ್ಯದ ಪ್ರಸಂಗ ಅದು ಅಂತ ನನಗೆ ಅನಿಸದಿದ್ದರೂ ಅಪ್ಪತ್ತೆ ಹಾಗೆ ಮಾಡದಿದ್ದರೆ ಎಷ್ಟು ಒಳ್ಳೆಯದಿತ್ತು ಎಂದು ಆಗ ಅನಿಸಿತ್ತು. ಇದನ್ನೇ ಹದಿಹರೆಯದ ಮಗಳೊಂದಿಗೆ ಹಂಚಿಕೊಂಡಾಗ ಅವಳು, "ವಾವ್, ಎಂಥ ಗ್ರೇಟ್ ಪರ್ಸನಾಲಿಟಿ ಅಮ್ಮ. ಬರಿಯ ಹ್ಯಾಪು ಮೋರೆಗಳೇ ತುಂಬಿದ ಅಜ್ಜನ ಮನೆಯಲ್ಲಿ ನನ್ನ ಬೋರನ್ನು ಹೋಗಿಸಲಾದರೂ ಇಂತಹ ಡೇರ್ ಪರ್ಸನಾಲಿಟಿ ಇರಬೇಕಿತ್ತು. ಐ ಮಿಸ್ ಯೂ ಅಪ್ಪತ್ತೆ" ಎನ್ನುತ್ತಾ ಅವಳ ಫೋಟೋಗೆ ಫ್ಲೈಯಿಂಗ್ ಕಿಸ್ ಕೊಟ್ಟು ಎದೆಗೊತ್ತಿಕೊಂಡಿದ್ದಳು. "ಗಂಡುಬೀರಿ ನೀನು, ಹಾಗಾಗಿ ಅವಳು ಇಷ್ಟ ನಿಂಗೆ." ಎಂದು ಹುಸಿಮುನಿಸಿನಿಂದ ನುಡಿದ ನನಗೆ ಅಪ್ಪತ್ತೆ ಬೆಳೆದ ಪರಿಸರಕ್ಕೆ, ಅವಳಿಗೆ ಸಿಕ್ಕ ತಿಳುವಳಿಕೆಗೆ ಅವಳ ವರ್ತನೆ ಎಷ್ಟು ಸಾಮಾನ್ಯ ಎಂದು ಪಾಠ ಮಾಡಿದ್ದಳು.

ಅಲ್ಲೆಲ್ಲೋ ಒಂಟಿಹೆಣ್ಣಿನ ಮೇಲೆ ಅತ್ಯಾಚಾರ ನಡೆದ ಗಳಿಗೆಗಳಲ್ಲಿ ಖಿನ್ನರಾಗಿ ಕುಳಿತಾಗ ಮಗಳು ಕೇಳಿದ್ದಿತ್ತು, "ಅಮ್ಮಾ, ನಿನ್ನ ಅಪ್ಪತ್ತೆಗೆಲ್ಲ ಯಾವಾಗಲಾದರೂ ಈ ಥರಾ ಕಷ್ಟ ಬಂದಿತ್ತಾ ಹಳ್ಳಿಯಲ್ಲಿ?" ಅವಳು ಪ್ರಶ್ನೆ ಕೇಳಿದ ನಂತರ ಹೌದಲ್ಲ, ಎಂತಹ ಗಟ್ಟಿಗಾರ್ತಿಯಾದರೂ ಅಪ್ಪತ್ತೆ ಹೆಣ್ಣೆ ತಾನೆ? ಬೆಟ್ಟಗುಡ್ಡಗಳಲ್ಲಿ ಒಂಟಿಯಾಗಿ ತಿರುಗುವಾಗ, ಜಾತ್ರೆ, ಆಟ ಎಂದು ರಾತ್ರಿ ಹಗಲೆನ್ನದೇ ಅಲೆಯುವಾಗ ಅವಳಿಗೆ ಮುಜುಗರದ ಸನ್ನಿವೇಶಗಳು ಎದುರಾಗಿರಲಿಲ್ಲವೆ? ಎಂಬ ಪ್ರಶ್ನೆ ನನ್ನನ್ನೂ ಕಾಡಿತು. ನೆನಪಿನ ಕೋಶದಿಂದ

ಅಮ್ಮ ಹೇಳುತ್ತಿದ್ದ ಕಥೆಯೊಂದು ಮೇಲೆದ್ದು ಬಂದಿತ್ತು. ಊರಿಗೆಲ್ಲ ದೊಡ್ಡವರೆಂದು ಹೆಸರಾದ ಅಹೋಬಲ ಹೆಗಡೆಯವರ ಮಗನ ಹುಳಿಯನ್ನು ಅಪ್ಪತ್ತೆ ಇಳಿಸಿದ್ದ ಪ್ರಕರಣವದು. ಆಟದಲ್ಲಿ ಸಿಕ್ಕಿದ ಮಾಣಿ ಪರಿಚಯದವನೆಂದು ಅಪ್ಪತ್ತೆ ಮಾತನಾಡಿದಳು. ಅವಳ ಟಿಕೇಟನ್ನೂ ಅವನೇ ತೆಗೆದಾಗ ಬೇಡಬೇಡವೆಂದು ಹಣಕೊಡಲೂ ಹೋಗಿದ್ದಳು. ತನ್ನ ಹತ್ತಿರದ ಕುರ್ಚಿಯಲ್ಲೇ ಕುಳಿತ ಅವನು ತಂದುಕೊಟ್ಟ ಶೇಂಗಾ ಕೊಟ್ಟೆಯನ್ನು ನಿರಾಕರಿಸದೇ ತೆಗೆದುಕೊಂಡು ತಾನು ಹೊರಗೆ ಹೋದಾಗ ಅವನಿಗೊಂದು ಮಿರ್ಚಿಯನ್ನೂ ತಂದು ಕೊಟ್ಟಿದ್ದಳು. ರಂಗದ ಮೇಲೆ ಕಾರ್ತವೀರ್ಯಾರ್ಜುನನ ಜಲಕೇಳಿಯ ಸನ್ನಿವೇಶ ಬರುತ್ತಿದ್ದಂತೆ ಮೆಲ್ಲನೆ ಅವನು ಇವಳ ಸೆರಗಿನೊಳಗೆ ಕೈಯ್ಯನ್ನು ತೂರಿಸಿದ್ದ. ಅಪ್ಪತ್ತೆ ಕೆಂಗಣ್ಣು ಮಾಡಿ ದನಿಯೇರಿಸಿದ್ದಳು, "ಅಬ್ಬಾರೆ ಮಾಣಿ! ನನ್ನ ಕಣ್ಮುಂದೆ ಹುಟ್ಟಿ ಬೆಳದ್ದೆ. ಇಷ್ಟು ದೊಡ್ಡವ ಆದ್ಯಾ? ತಡೆ, ನಾಳೆ ನಿನ್ನ ಮನೆಗೇ ಬತ್ತೆ. ನಿನ್ನ ಅಮ್ಮನ ಹತ್ರಾನೆ ಹೇಳ್ತೆ, ನಿಂಗೊಂದು ಮದುವೆ ಮಾಡ್ಸು ಹೇಳಿ." ಎನ್ನುತ್ತಿರುವಂತೆಯೇ ಎಲ್ಲರೂ ಅವನನ್ನು ನೋಡಲು ಪ್ರಾರಂಭಿಸಿ, ಪರಿಚಯದವರ್ಯಾರಾದರೂ ಕಂಡರೆ ಎಂದು ಮಾಣಿ ಮುಖಮರೆಸಿಕೊಂಡು ಓಡಿದ್ದ. ಮಾತಿಗೂ ಮನಸ್ಸಿಗೂ ತಡೆಯಿರದ ಅಪ್ಪತ್ತೆ ಇದನ್ನೆಲ್ಲಿಯಾದರೂ ಯಾರಲ್ಲಿಯಾದರೂ ಬಾಯಿಬಿಡುತ್ತಾಳೇನೋ ಅಂದುಕೊಂಡು ಮರುದಿನ ಅವಳು ದನ ಮೇಯಿಸುವಲ್ಲಿಗೆ ಬಂದು ಕಾಲುಹಿಡಿದು ಕ್ಷಮೆಯನ್ನೂ ಕೇಳಿದ್ದ. ಅಪ್ಪತ್ತೆ ಇದನ್ನು ತನ್ನ ಕೊನೆಗಾಲದಲ್ಲೆಲ್ಲೋ ಅಮ್ಮನಿಗೆ ಹೇಳಿದ್ದಳಂತೆ. ಇದನ್ನು ಕೇಳಿದ ಮಗಳು, "ಅಮ್ಮಾ, ಅಪ್ಪತ್ತೆ ಈಸ್ ರಿಯಲ್ ಹೀರೋ" ಎಂದು ನಕ್ಕಿದ್ದಳು.

ಅಪ್ಪತ್ತೆಯ ಕುರಿತಾದ ಕೆಲವು ಕಥೆಗಳು ಹೀಗೆ ದೊಡ್ಡದನಿಯದ್ದಾಗಿದ್ದರೆ, ಇನ್ನು ಕೆಲವು ಪಿಸುದನಿಯ ಕಥೆಗಳು ಇದ್ದವು. ಮನೆಯಲ್ಲಿ ಬೆಳೆದ ಮುರುಗಲ ಹಣ್ಣನ್ನು ಒಡೆಯುವಾಗ ಅಮ್ಮ ತನ್ನ ಸುತ್ತಲಿನವರಿಗೆ, "ಮತ್ತೆ ಅಪ್ಪತ್ತೆ ಹಣ್ಣಿನ ಮೇಲೆ ಜಾರಿಬಿದ್ದ ಹಾಂಗೇ ಬೀಳುವೆ ಮಾರಾಯ್ತಿ" ಎಂದು ನಗುತ್ತಿದ್ದಳು. ಅವರಲ್ಲೊಬ್ಬರು, "ಅವಳೊಂದು ವಿಚಿತ್ರ ಮಾರಾಯ್ತಿ. ಸಂಸಾರದ ಹಂಗಿಲ್ಲೆ, ಸುತ್ತಲಿನವರ ಉಸಾಬರಿಯಿಲ್ಲೆ ಎಂಬಂತೆ ಬದುಕಿ ಹೋಗೇಬಿಟ್ಟಳು. ಎಷ್ಟೆಂದರೂ ಉಪ್ಪುಹುಳಿ ತಿಂದು ಬೆಳೆದ ಜೀವ. ಕರಿಕಲ್ಲಿನಂತಹ ಗೋಯ್ದಂಗೆ ಒಂದರೆಡು ಸಲ ಕರಗ್ತೇನೋ. ಮುಟ್ಟು ಮುಂದೆ ಹೋಗಿ ಅದೆಂಥದ್ದೋ ಸೊಪ್ಪುತಿಂದು ಜೀವವೇ ಕರಗಿ ರಕ್ತವಾದಂಗೆ ಸುರೀತು. ಅಂತಾ ಕಷ್ಟದಲ್ಲೂ ನೋವಿಗೆ ಹಾಂ, ಹೂಂ ಹೇಳೀದ್ದಿಲ್ಲೆ ನೋಡು. ಪರೀಕ್ಷೆ ಮಾಡೂಲೆ ಹೋದವರಿಗೆಲ್ಲ ತಾನು ಮುರಗಲ ಹಣ್ಣಿನ ರಾಶೀ ಮೇಲೆ ಜಾರಿಬಿದ್ದೆ ಎಂದು ಸಬೂಬು ಹೇಳಿ ಬಾಗಿಲು ಮುಚ್ಚಿಬಿಡ್ತು. ಬೇನೆ ಕಳೆದಮೇಲೆ ಅದರ ಮುಖ ನೋಡಿದ್ದು."

ಎಂದು ಪಿಸುಮಾತಿನಲ್ಲಿ ಹೇಳಿಕೊಂಡಿದ್ದರು. ಮುಟ್ಟಿನ ರಕ್ತ ಕೈಗೆ ಮೆತ್ತಿದಾಗಲೆಲ್ಲ ನನಗೂ ಮುರುಗಲ ಹಣ್ಣಿನ ರಸ ನೆನಪಾಗಿ ಅಪ್ರಜ್ಞಾಪೂರ್ವಕವಾಗಿ ಕೈ ಮೂಗಿಗೆ ಸಾಗುತ್ತಿತ್ತು. ಹಸಿರಕ್ತದ ವಾಸನೆ ಮೂಗಿಗಡರುವ ಗಳಿಗೆಯಲ್ಲೆಲ್ಲ ಅಪ್ಪತ್ತೆ ಮುಂದೆ ಬಂದು ನಿಂತಂತಾಗುತ್ತಿತ್ತು.

ತನ್ನ ಸಂಕಷ್ಟಗಳಿಗೆಲ್ಲಾ ತನ್ನನ್ನೇ ಹೊಣೆ ಮಾಡಿಕೊಳ್ಳುತ್ತಿದ್ದ ಅಪ್ಪತ್ತೆಯ ಈ ಪ್ರಕರಣ ಗಾಳಿಸುದ್ದಿಯಾಗಿ ಹರಡಿ, ಸೋದರಮಾವನವರೆಗೂ ತಲುಪಿ ಅವನೇ ಪ್ರಕರಣದ ವಿಚಾರಣೆಯ ಜವಾಬ್ದಾರಿಯನ್ನು ವಹಿಸಿಕೊಂಡು, ತಾನು ಕರೆದರೆಲ್ಲಿ ಇವಳು ಬಾರದೇ ಎಲ್ಲರೆದುರಿಗೆ ತನ್ನ ಘನತೆಗೆ ಕುಂದು ಬರುವುದೋ ಎಂದು ಮುಂದಿನ ತಿಂಗಳು ತಮ್ಮ ಮನೆಯಲ್ಲಿ ನಡೆಯುವ ವಾರ್ಷಿಕ ಪೂಜೆಗೆ ಹೇಗೂ ಬಂದೇ ಬರುವಳಲ್ಲ, ಆಗ ವಿಚಾರಿಸಿದರಾಯಿತೆಂದು ಸಮಯ ಕಾಯುತ್ತಿದ್ದರು. ಎಂದಿನಂತೆ ಪೂಜೆಯ ದಿನ ಊಟಕ್ಕಿನ್ನು ಅರ್ಧಗಂಟೆಯಿರುವಾಗ ಬಂದಿಳಿದ ಅಪ್ಪತ್ತೆ ಒಳಕೋಣೆಯಲ್ಲಿರುವ ಹೆಂಗಸರ ಲೋಕಕ್ಕೆ ಕಾಲಿಡದೇ ಹೊರಜಗುಲಿಯಲ್ಲಿ ಗಂಡಸರೊಂದಿಗೆ ಕುರ್ಚಿಯಲ್ಲಿ ಕುಳಿತು, ಟೇಪ್ ರೆಕಾರ್ಡರಿನಲ್ಲಿ ಭಿತ್ತರವಾಗುತ್ತಿದ್ದ ಕೃಷ್ಣಾರ್ಜುನರ ಕಾಳಗಕ್ಕೆ ಕಿವಿಯಾದಳು. ಅವಳಿಲ್ಲಿ ತಾನು ನೋಡಿದ ಶಂಭು ಹೆಗಡೆ ಮತ್ತು ಜಲವಳ್ಳಿಯವರ ಕೃಷ್ಣಾರ್ಜುನರ ಪಾತ್ರದ ಸನ್ನಿವೇಶವನ್ನು ಎಲ್ಲರಿಗೆ ವಿವರಿಸಿ ಹೇಳುತ್ತಲಿದ್ದರೆ, ಒಳಮನೆಯಲ್ಲಿ ಕುಳಿತ ಹೆಂಗಸರು ಹಣೆಮಂಡೆ ಗಟ್ಟಿಸಿಕೊಳ್ಳುತ್ತಿದ್ದರು. ಇನ್ನೇನು ಊಟ ಮುಗಿದು, ದೂರದ ನೆಂಟರೆಲ್ಲಾ ಖಾಲಿಯಾದಮೇಲೆ ಇವಳನ್ನು ವಿಚಾರಿಸಿದರಾಯಿತೆಂದು ಅವರೆಲ್ಲರೂ ಸುಮ್ಮನಾದರು. ಊಟ ಶುರುವಾಗಿ, ಕೊನೆಯಲ್ಲಿ ಪಾಯಸ ಬಂದಾಗ ಪುರೋಹಿತರು ರಾಗವಾಗಿ ಗ್ರಂಥ ಹೇಳಲು ಪ್ರಾರಂಭಿಸಿದರು. ಅವರು "ನಿತ್ಯಾನಂದಕರೀ, ಶುಭಕರೀ ಸೌಂದರ್ಯ ರತ್ನಾಕರೀ..." ಎಂದು ಹಾಡುತ್ತಿರುವಾಗಲೇ ಪಂಕ್ತಿಬಿಟ್ಟು ಕೈತೊಳೆಯಲು ಎದ್ದ ಅಪ್ಪತ್ತೆ ಬಾಗಿಲಲ್ಲಿ ನಿಂತು ತನ್ನ ನೈಲಾನ್ ದಾರದ ಚೀಲವನ್ನು ಹಿಡಿದುಕೊಂಡು ಪುರೋಹಿತರ ದನಿಯಲ್ಲಿಯೇ, "ಮಾವಜ್ಜನ ಮನೆಯ ಕೂಸೂ ಕರಿ" ಎಂದು ಹಾಡಿ ಕ್ಷಣಮಾತ್ರದಲ್ಲಿ ಅಲ್ಲಿಂದ ಜಾಗ ಖಾಲಿಮಾಡಿದ್ದಳು. ಕಪ್ಪು ಬಣ್ಣದಿಂದಾಗಿ ದೊಡ್ಡ ಮಗಳ ಮದುವೆ ಮಾಡಲಾಗದೇ ಒದ್ದಾಡುತ್ತಿದ್ದ ಮಾವ-ಅತ್ತೆ ಎಲ್ಲ ಬಂಧು-ಬಳಗದೆದುರು ತಮಗಾದ ಅವಮಾನಕ್ಕೆ ವರ್ಷಗಟ್ಟಲೆ ಯಾರೆದುರೂ ಮುಖವೆತ್ತಿರಲಿಲ್ಲ. ಪೂಜೆಯ ವೇಳೆಗೆ ಅವಳ ವಿಚಾರಣೆಯಾಗುವ ವಿಷಯವನ್ನು ಅವಳ ಕಿವಿಯೊಳಗೆ ಉಸುರಿದ್ದ ಅವಳಜ್ಜಿ ಒಳಗೊಳಗೆ ತನ್ನ ತಪ್ಪಿಗಾಗಿ ಮರುಗಿದ್ದಳು.

ಗುಂಪು ಸೇರಿದಾಗ ಅಪ್ಪತ್ತೆಯನ್ನು ದೂರುತ್ತಿದ್ದ ಹೆಂಗಸರೆಲ್ಲ ತಮ್ಮ ಹತ್ತಿರದವರು ಮಾತ್ರ ಇದ್ದಾಗ ಅವಳ ಮುಕ್ತತೆಗೆ ಒಳಗೊಳಗೆ ಮೆಚ್ಚುಗೆ

ಸೂಚಿಸುತ್ತಾ, ಮನೆಯ ಗಂಡುಗಳ ದುರಹಂಕಾರಕ್ಕೆ ಮರುಗುತ್ತಾ, ಇವರಿಗೆಲ್ಲ ಹದಹಾಕಲು ಅವಳೇ ಸೈ ಎಂದು ಮೆಚ್ಚಿಕೊಳ್ಳುತ್ತಿದುದೂ ಇತ್ತು. ಅದಕ್ಕೇ ಇರಬೇಕು, ಅವಳ ಕೊನೆಯ ಕಾಲದವರೆಗೂ ಕಣ್ಣಂಚಿನಲ್ಲಿಯೇ ಅವಳನ್ನು ಗಮನಿಸುತ್ತ ಕುಟುಂಬದ ಇಡಿಯ ಹೆಣ್ಣು ಬಳಗ ಅವಳನ್ನು ಕಾಯ್ದಿತ್ತು. ಅಪ್ಪತ್ತೆಗೆ ಇದು ಇಷ್ಟ, ಅಪ್ಪತ್ತೆಗೆ ಅದು ಕೊಡು, ಅಪ್ಪತ್ತೆಯನ್ನೊಮ್ಮೆ ನೋಡಿ ಹೋಗು, ಅಪ್ಪತ್ತೆಗೆ ಔಷಧ ತರಲು ಮರೆಯಬೇಡ ಎಂದೆಲ್ಲ ತಮ್ಮ ಮಕ್ಕಳನ್ನು ಎಚ್ಚರಿಸುತ್ತಾ ಅವಳನ್ನು ಕುಟುಂಬಿನಿಯಾಗಿಸಿದ್ದರು. ದನಗಳನ್ನು ಜೀವದಂತೆ ಪ್ರೀತಿಸಿದ್ದ ಅಪ್ಪತ್ತೆ ಗೋಪೂಜೆಯ ದಿನ ದನಕರುಗಳನ್ನು ಬಣ್ಣಬಣ್ಣದಿಂದ ಶೃಂಗರಿಸಿ, ನೈವೇದ್ಯಗಳನ್ನು ಕೊಟ್ಟಿಗೆಯ ಮುಂದಿಟ್ಟು, "ಪೂಜಿಪೆ ಗೋಮಾತೆಯಾ, ಜಗದಾದಿ ವಂದ್ಯಳ ಪೂಜಿಪೆ ಗೋಮಾತೆಯ..." ಎಂದು ಹಾಡುತ್ತಿದ್ದವಳು ಕ್ಷಣಮಾತ್ರದಲ್ಲಿ ಅಲ್ಲಿಯೇ ಕುಸಿದು ಸಾವನ್ನಪ್ಪಿದ್ದಳು. ತನ್ನ ನೆನಪಿಗೋ ಎಂಬಂತೆ ನನ್ನ ಅಲ್ಬಂನಲ್ಲಿ ಅವಳ ಒಂದೇ ಒಂದು ಫೋಟೋವನ್ನು ಉಳಿಸಿಹೋಗಿದ್ದಳು.

ಮಗಳ ಹೊಸಮೇಲ್ ಒಂದು ಮೊಬೈಲಿನಲ್ಲಿ ಮಿಂಚಿ ಮಾಯವಾಯಿತು. ಲಗುಬಗೆಯಿಂದ ತೆರೆದರೆ ಅವಳೊಂದಿಗೆ ಬಿಳಿಯ ಹುಡುಗನೊಬ್ಬನ ಫೋಟೋ ಇತ್ತು. "ಅಮ್ಮಾ, ವಿ ಆರ್ ಡಿಸೈಡೆಡ್ ಟು ಲಿವ್ ಟುಗೆದರ್. ಪ್ಲೀಸ್ ಕನ್ವಿನ್ಸ್ ಪಪ್ಪಾ. ಹಿ ಈಸ್ ರಾಬರ್ಟ, ವೆರಿ ಹಂಬಲ್ ಜಂಟಲ್‌ಮೆನ್. ವಿ ಹ್ಯಾವ್ ಸೋ ಮೆನಿ ಥಿಂಗ್ಸ್ ಇನ್ ಕಾಮನ್. ಪ್ಲೀಸ್ ಅಮ್ಮಾ."

ಅಪ್ಪತ್ತೆ ನನ್ನೆದುರು ನಿಂತು ನಗುತ್ತಿದ್ದಳು!

2

ಅಸ್ತಿತ್ವ

ಕೆಲವೊಮ್ಮೆ ಹೀಗಾಗುತ್ತದೆ, ನಡೆಯುತ್ತಿದ್ದ ದಾರಿ ಇದ್ದಕ್ಕಿದ್ದಂತೆ ಕೊನೆಗೊಂಡು ದಿಗಿಲು ಮೂಡಿಸುತ್ತದೆ. ಪರಿಚಿತ ದಾರಿಗಳನ್ನು ಅನಿರೀಕ್ಷಿತ ತಿರುವುಗಳು ಅಪರಿಚಿತವಾಗಿಸುತ್ತವೆ. ಶಾಂತ ಕೊಳದಲ್ಲಿ ನಿರುದ್ದಿಶ್ಯವಾಗಿ ಬಂದು ಬೀಳುವ ಕಲ್ಲೊಂದು ತಲ್ಲಣದ ಅಲೆಗಳನ್ನೇ ಎಬ್ಬಿಸುತ್ತದೆ. ಒಂದರಗಳಿಗೆ ನಿಂತು ಯೋಚಿಸುವ ಹೊತ್ತಿನಲ್ಲಿ ಮಾಗಿದ ಹಳೆಯ ಗಾಯಗಳು ಮತ್ತೆ ಚಿಗುರಿಕೊಳ್ಳುತ್ತವೆ. ಅಂದು ಹಾಗೆಯೇ ಆಯಿತು ಅಲಕಾಳಿಗೆ.

ತರಗತಿಯಲ್ಲಿರುವ ವಿದ್ಯಾರ್ಥಿನಿಯರ ಮುಖವನ್ನು ಓದುವ ಕ್ರಿಯೆ ಅವಳಿಗೆ ಬಹಳ ಪ್ರಿಯ. ಮಕ್ಕಳೆಲ್ಲ ಬೋರ್ಡಿನಲ್ಲಿ ಅವಳು ಬರೆದ ಘನಘೋರ ಗಣಿತದ ಸೂತ್ರಗಳನ್ನು ನಕಲು ಮಾಡುತ್ತಿರುವಾಗ ಸುಮ್ಮನೆ ಅವರ ಮುಖವನ್ನು ಗಮನಿಸುತ್ತಾ ಸಾಗುತ್ತಾಳೆ ಅವಳು. ಎಷ್ಟೊಂದು ಕತೆಗಳು ಕಣ್ಣೆದುರು ತೆರೆದುಕೊಳ್ಳುತ್ತವೆ! ದುಗುಡ, ಕೀಟಲೆ, ಮುಗ್ಧತೆ, ಹತಾಶೆ, ನೋವು ಎಲ್ಲವೂ ಮಕ್ಕಳ ಮುಖದಲ್ಲಿ ಎದ್ದುಕಾಣುವಂತೆ ಮಡುಗಟ್ಟಿರುತ್ತದೆ. ಏಕೆಂದರೆ ಅವರು ತೊಡುವ ಮುಖವಾಡಗಳು ತೆಳುವಾಗಿರುತ್ತವೆ. ಹಾಂ, ಇಂತಹ ಗಳಿಗೆಯೊಂದರಲ್ಲಿ ಅಲಕಾಳ ದೃಷ್ಟಿ ಶಿಲ್ಪಾಳ ಮೇಲೆ ನಿಂತುಬಿಟ್ಟಿತು. ಬೆಳದಿಂಗಳು ಕಡೆದಿಟ್ಟ ಶಿಲ್ಪದಂತಹ ಹುಡುಗಿಯವಳು. ಎಲ್ಲರಿಗಿಂತ ತುಸು ಹೆಚ್ಚೇ ಎತ್ತರ, ಅದಕ್ಕೆ ತಕ್ಕಂತೆ ನೀಳವಾದ ಮೈಮಾಟ, ಮಿರಿಮಿರಿ ಮಿಂಚುವ ಮೊಣಕಾಲಿನವರೆಗೂ ಚಾಚಿದ ಕೂದಲು, ನಕ್ಕಾಗ ಗುಳಿಬೀಳುವ ಕೆನ್ನೆ, ನಗೆಯ ಚಿಮ್ಮಿಸುವ ಕಪ್ಪು ಕಣ್ಣುಗಳು... ಇಡಿಯ ತರಗತಿಯಲ್ಲಿ ಎದ್ದು ಕಾಣುವ

ರೂಪು ಅವಳದ್ದು. ಯಾಕೋ ಇತ್ತೀಚೆಗೆ ಶಾಲೆಗೆ ಗೈರುಹಾಜರಾಗುತ್ತಿದ್ದಳು. ಕಣ್ಣಿನ ಸುತ್ತ ಕಪ್ಪುವೃತ್ತಗಳು ಮೂಡಿದ್ದವು. ಮೈಮೇಲೆಲ್ಲಾ ಗುಳ್ಳೆಗಳೆದ್ದು ಒಡೆದ ಗುರುತುಗಳಿದ್ದವು. ಕಷ್ಟಪಟ್ಟು ಕೆಲವು ಸಾಲುಗಳನ್ನು ಬರೆದು ಎಲ್ಲೋ ಕಳೆದುಹೋಗುತ್ತಿದ್ದವಳು, ಅಲಕಾ ತನ್ನನ್ನು ಗಮನಿಸುತ್ತಿರುವುದು ಅರಿವಿಗೆ ಬರುತ್ತಿದಂತೆ ಮತ್ತೆ ಎಚ್ಚೆತ್ತು ಬರವಣಿಗೆಯನ್ನು ಮುಂದುವರೆಸುತ್ತಿದ್ದಳು. ಯಾವುದಕ್ಕೂ ಒಮ್ಮೆ ಮಾತಾಡಿಬಿಡುವ ಎಂದು ಅವಳಿಗೆ ಸಂಜೆ ತರಗತಿ ಮುಗಿದೊಡನೆ ತನ್ನನ್ನು ಭೇಟಿಯಾಗುವಂತೆ ಹೇಳಿ ಅಲಕಾ ತರಗತಿಯಿಂದ ಹೊರಬಂದಳು.

ಸಂಜೆಯಾಗುತ್ತಿದ್ದಂತೆ ಶಿಲ್ಪಾ ಶಿಕ್ಷಕರ ಕೊಠಡಿಯೊಳಗೆ ಹಾಜರಿದ್ದಳು. ಉಳಿದ ಅಧ್ಯಾಪಕರೆಲ್ಲ ಜಾಗ ಖಾಲಿಮಾಡುವವರೆಗೆ ಅವಳು ಬರೆದ ಪುಸ್ತಕವನ್ನು ಸುಮ್ಮನೆ ತಿದ್ದುತ್ತ, ತಪ್ಪುಗಳ ಬಗ್ಗೆ ಗಮನ ಸೆಳೆಯುತ್ತಾ ಸಮಯ ಕಳೆದಳು ಅಲಕಾ. ಎಲ್ಲರೂ ಹೋದ ಮೇಲೊಂದು ಏಕಾಂತದ ಕ್ಷಣ ಬಂದಾಗ ಮೆಲ್ಲನೆ ಅವಳ ಕೈಯ್ಯನ್ನು ತನ್ನ ಕೈಗಳ ನಡುವೆ ಇಟ್ಟು, "ಏನಾಯ್ತು?" ಎಂದಳು. ಅವಳು ದೃಷ್ಟಿ ಸೇರಿಸದೇ, "ಅಮ್ಮನಿಗೆ ಹುಷಾರಿರಲಿಲ್ಲ, ರಾತ್ರಿಯೆಲ್ಲ ಆಸ್ಪತ್ರೆಯಲ್ಲಿ ಮಲಗಬೇಕು. ಹಾಗಾಗಿ ಎಲ್ಲ ಲೆಕ್ಕಗಳನ್ನು ಕಲಿಯಲಾಗಲಿಲ್ಲ. ನಾಳೆ ಮಾಡಿ ತೋರಿಸುವೆ." ಎಂದು ಲೆಕ್ಕ ತಪ್ಪಾದುದಕ್ಕೆ ಕಾರಣ ಕೊಡತೊಡಗಿದಳು. ಅಲಕಾ ವಿಷಯ ಬದಲಿಸುತ್ತಾ ಹೇಳಿದಳು "ಅದೆಲ್ಲ ಸರಿ. ಮೈಮೇಲೆ ಯಾಕೆ ಈ ರೀತಿಯ ಗುಳ್ಳೆಗಳು?" ಅವಳೀಗ ತುಸು ಮೃದುವಾದಳು. "ಅಮ್ಮ ಜನರಲ್ ವಾರ್ಡಿನಲ್ಲಿದ್ದಾಳೆ. ಅಲ್ಲಿ ಇನ್ನೊಬ್ಬರಿಗೆ ಮಲಗಲು ಜಾಗವಿಲ್ಲ. ಅವಳ ಮಂಚದ ಕೆಳಗೇ ಮಲಗಬೇಕು. ಫ್ಯಾನ್ ಗಾಳಿ ಅಲ್ಲಿಗೆ ತಲುಪುವುದಿಲ್ಲ. ಹಾಗಾಗಿ ಸೊಳ್ಳೆಗಳು ಕಡಿಯುತ್ತವೆ." ಅಲಕಾ ಅವಳ ಅಮ್ಮನ ಆರೋಗ್ಯದ ಬಗ್ಗೆ ವಿಚಾರಿಸಿದಳು. "ಅವರಿಗೆ ಯಾವಾಗಲೂ ದಮ್ಮು. ಆದರೂ ಬೇರೆಯವರ ಮನೆಗೆಲಸ ಮಾಡುತ್ತಾರೆ. ಅಪ್ಪನಿಗೆ ತೀರ ವಯಸ್ಸಾಗಿದೆ. ಕೆಲಸಕ್ಕೆ ಹೋಗಲು ಆಗುವುದಿಲ್ಲ. ಈಗ ಚಳಿಗಾಲವಾದ್ದರಿಂದ ಅಮ್ಮನ ಉಬ್ಬಸ ಉಲ್ಬಣಿಸಿದೆ. ಹಾಗಾಗಿ ಆಸ್ಪತ್ರೆ ಸೇರಿದ್ದಾರೆ. ನಾಡಿದ್ದು ಡಿಸ್ಚಾರ್ಜ ಮಾಡುವುದಾಗಿ ಡಾಕ್ಟರ್ ಹೇಳಿದ್ದಾರೆ." ಎಂದಳು. ಇವಳನ್ನು ಶಾಲೆಗೆ ಸೇರಿಸುವಾಗ ಅವರಿಬ್ಬರೂ ಬಂದುದು ನೆನಪಾಯಿತು. ಹೌದು, ತೀರ ಮುದಿಯಾಗಿದ್ದರು ತಂದೆ. ಅಮ್ಮ ಒಂದಿನಿತು ಪ್ರಾಯದವರಾಗಿದ್ದರೂ ಇವಳ ರೂಪಿಗೆ ಹೊಂದುತ್ತಿರಲಿಲ್ಲ. ಬಡತನ ಮತ್ತು ಜೀವನದ ಜಂಜಡ ಎಂಥಹ ರೂಪವನ್ನೂ ಮಾಸಲುಗೊಳಿಸಬಲ್ಲುದು ಎಂಬ ಅರಿವಿದ್ದುದರಿಂದ ಅಲಕಾ ಆ ಬಗ್ಗೆ ಯೋಚಿಸಿರಲೇ ಇಲ್ಲ. ಮನೆಯ ಆರ್ಥಿಕ ಸ್ಥಿತಿಯೂ ತೀರ ಕೆಟ್ಟಿರಬಹುದೆಂಬುದು ಅರಿವಿಗೆ ಬರುತ್ತಲೇ ಮನಸ್ಸು ಕರಗಿ, "ಮನೆಯಲ್ಲಿ

ತೋಟ, ಗದ್ದೆ ಏನಾದರೂ ಉಂಟಾ?" ಎಂದು ಕೇಳಿದಳು. "ಇಲ್ಲ, ಆದರೆ ಸಣ್ಣ ಮನೆಯಿದೆ. ರೇಶನ್‌ನಲ್ಲಿ ಅಕ್ಕಿ ಎಲ್ಲ ಸಿಗುತ್ತದೆ. ಹಾಗೆ ತೀರ ಕಷ್ಟವಾದರೆ ದೊಡ್ಡಮ್ಮನ ಮಗ ಸಹಾಯ ಮಾಡುತ್ತಾನೆ" ಎಂದಳು. ಹಾಗಾದರೆ ಇವಳಿಗೆ ಬೇಕಾದುದು ಸಾಂತ್ವನ ಮಾತ್ರವೆ ಎಂದುಕೊಳ್ಳುತ್ತಲೇ "ಹೆದರಬೇಡ, ಅಮ್ಮನಿಗೆ ಕಡಿಮೆಯಾಗುತ್ತದೆ. ಲೆಕ್ಕದ ಬಗ್ಗೆ ಸಧ್ಯ ತಲೆಕೆಡಿಸಿಕೊಳ್ಳಬೇಡ, ಅಮ್ಮನಿಗೆ ನಿನ್ನ ಆರೈಕೆ ಮುಖ್ಯ. ಇಂದು ಆಸ್ಪತ್ರೆಗೆ ಹೋಗುವಾಗ ಸೊಳ್ಳೆ ರಿಪಲೆಂಟ್ ತೆಗೆದುಕೊಂಡು ಹೋಗು" ಎನ್ನುತ್ತಾ ಅವಳಿಗೆ ಸ್ವಲ್ಪ ಹಣ ಕೊಡಲು ಬ್ಯಾಗಿನಲ್ಲಿ ಕೈ ಹಾಕಿದಳು. ಅವಳು ಹಣ ತನ್ನಲ್ಲಿ ಇದೆಯೆಂದು ನಾಚಿ ಹೇಳಿದಳಾದರೂ ಒತ್ತಾಯವಾಗಿ ನೋಟನ್ನು ಅವಳ ಕೈಯ್ಯೊಳಗೆ ತುರುಕಿದಳು.

ಅಲಕಾ ಹೊರಡುವ ತಯಾರಿ ನಡೆಸಿದರೂ ಶಿಲ್ಪಾ ಅಲ್ಲಿಯೇ ನಿಂತಿದ್ದಳು. ಇನ್ನೇನೋ ಹೇಳಲು ಅವಳು ಕಾತರಳಾಗಿದ್ದಂತೆ ಕಂಡಿತು. ಅಲಕಾ ಅವಳ ತಲೆಯನ್ನು ಸವರಿ ಹೇಳಿದಳು, "ಎಲ್ಲವೂ ಸರಿಯಾಗುವುದು ಬಿಡು. ಚೆನ್ನಾಗಿ ಓದಿ ಒಂದು ನೌಕರಿ ಹಿಡಿದು ಅಪ್ಪ, ಅಮ್ಮನನ್ನು ಸುಖವಾಗಿ ಸಾಕುವಿಯಂತೆ." ಮರುಕ್ಷಣದಲ್ಲಿ ಅವಳ ಉತ್ತರ ಬಂದಿತ್ತು, "ನಾನು ಈ ಅಪ್ಪ ಅಮ್ಮನ ಮಗಳಲ್ಲ!" ಅಲಕಾಳಿಗೆ ಸಾವರಿಸಿಕೊಳ್ಳಲು ಒಂದು ಕ್ಷಣ ಹಿಡಿಯಿತು. ಗಾಬರಿಯನ್ನು ಅವಳೆದುರು ತೋರಗೊಡದೇ, "ಮತ್ತೆ? ನೀನು ಯಾರ ಮಗಳು?" ಎಂದಳು. "ನನ್ನನ್ನು ದೂರದೂರಿನ ಬಸ್ ಸ್ಟ್ಯಾಂಡ್‌ನಿಂದ ಕದ್ದು ತಂದದ್ದಂತೆ. ಇವರು ಪ್ರಾಯದಲ್ಲಿ ಮಲೆನಾಡಿಗೆ ದುಡಿಯಲು ಹೋಗುತ್ತಿದ್ದರಲ್ಲ, ಅಲ್ಲೇ ವರ್ಷಗಟ್ಟಲೆ ನಿಲ್ಲುತ್ತಿದ್ದರಂತೆ. ಊರಿನವರೆಲ್ಲ ಮಕ್ಕಳಿಲ್ಲ, ಮರಿಯಿಲ್ಲ. ಯಾರಿಗಂತ ದುಡೀತಾರೋ? ಅಂತ ಹಂಗಿಸುತ್ತಿದ್ದರಂತೆ. ಹಾಗೊಮ್ಮೆ ಮಲೆನಾಡಿನ ದುಡಿಮೆ ಮುಗಿಸಿ ಊರಿಗೆ ಬರುವಾಗ ಅದೆಲ್ಲೋ ಬಸ್ ಸ್ಟ್ಯಾಂಡಿನಲ್ಲಿ ನನ್ನನ್ನು ನನ್ನ ತಂದೆ ತಾಯಿಯರ ಕಣ್ಣು ತಪ್ಪಿಸಿ ಕದ್ದು ತಂದರಂತೆ. ನನಗೆ ನನ್ನ ಅಪ್ಪ ಅಮ್ಮನನ್ನು ನೋಡಬೇಕು ಅನಿಸುತ್ತದೆ. ನನ್ನನ್ನು ಕದ್ದು ತಂದುದಕ್ಕೆ ಇವರ ಮೇಲೆ ಕೋಪ ಕೂಡ ಬರುತ್ತದೆ. ಇತ್ತೀಚೆಗೆ ಏನು ಮಾಡಿದರೂ ರಾತ್ರಿ ನಿದ್ದೆಯೇ ಬರುವುದಿಲ್ಲ" ಎಂದಳು. ಅಲಕಾ ಒಮ್ಮೆ ತಲ್ಲಣಿಸಿ ಹೋದರೂ ಮರುಗಳಿಗೆಯಲ್ಲಿ ಅವಳೊಳಗಿನ ಪಳಗಿದ ಶಿಕ್ಷಕಿ ಎಚ್ಚೆತ್ತುಕೊಂಡು, ಇಂತಹ ಸಂಬಂಧಗಳನ್ನೆಲ್ಲ ಇದ್ದಲ್ಲಿಯೇ ಬೆಸೆಯುವುದು ಸರಿಯೆಂದು, "ಯಾರು ಹೇಳಿದ್ದು ನಿನಗೆ ಇದನ್ನೆಲ್ಲ? ಮಕ್ಕಳನ್ನು ಕದಿಯೋದು ಸುಲಭವೇನು? ಅದೆಲ್ಲಾ ಸುಳ್ಳಿರಬಹುದು. ಯಾರೋ ಸಾಕಲಾರದವರು ನಿನ್ನಮ್ಮನಿಗೆ ಮಗುವನ್ನು ಕೊಟ್ಟಿರಬಹುದು. ಅವರು ನಿನ್ನ ಮೇಲೆ ಜೀವವೇ ಇಟ್ಟುಕೊಂಡಿದ್ದಾರೆ. ಈಗ ಹಿಂದಿನದನ್ನೆಲ್ಲ ಯೋಚಿಸಬಾರದು. ಒಳ್ಳೆಯ ಮಗಳಾಗಿ ಅವರೊಂದಿಗೆ ಇರಬೇಕು. ನಿನ್ನನ್ನು ಬಿಟ್ಟು ಅವರಿಗೆ ಇನ್ಯಾರು ತಾನೆ ಇದ್ದಾರೆ?" ಎಂದಳು.

ಅದಕ್ಕವಳು ಏನನ್ನೂ ಹೇಳದೇ ಬೇರೇನೋ ಯೋಚನೆಯಲ್ಲಿ ಮುಳುಗಿದ್ದಳು. ತುಸು ತಡೆದು ಅಲಕಾಳೆ ಪ್ರಶ್ನಿಸಿದಳು, "ನಿನಗೆ ಇದೆಲ್ಲವೂ ಹೇಗೆ ತಿಳಿಯಿತು?" ಶಿಲ್ಪಾ ಮುಂದುವರೆಸಿದಳು, "ಅದೇ ನನ್ನ ದೊಡ್ಡಮ್ಮನ ಮಗ ಅಂದೆನಲ್ಲ. ಅವನು ಆಗಾಗ ನಮ್ಮ ಮನೆಗೆ ಬರುತ್ತಾನೆ. ನನ್ನೊಂದಿಗೆ ಸಲುಗೆಯಿಂದ ಇರುತ್ತಾನೆ. ನಾನೂ ಅಣ್ಣನೆಂಬ ಪ್ರೀತಿಯಿಂದ ಮಾತನಾಡುತ್ತಿದ್ದೆ. ಕಳೆದ ವರ್ಷ ರಕ್ಷಾಬಂಧನದ ದಿನ ಅವನಿಗೆ ರಾಖಿ ಕಟ್ಟಲು ಹೋದೆ. ಆಗವನು, 'ನೀನು ನನಗೆ ರಾಖೀ ಕಟ್ಟಬೇಡ. ನಾನು ನಿನ್ನನ್ನು ಪ್ರೀತಿಸುತ್ತಿದ್ದೇನೆ' ಎಂದ. ನಾನು ಒಂದು ಕ್ಷಣ ಅವಾಕ್ಕಾದೆ. ತಂಗಿಗೆ ಹೀಗೆಲ್ಲ ಹೇಳಬಹುದೆ? ಎಂದು ಅವನೊಂದಿಗೆ ಜಗಳಕ್ಕೇ ನಿಂತೆ. ಆಗವನು ನನಗೆ ಇವೆಲ್ಲವನ್ನೂ ಹೇಳಿದ. ಅಂದಿನಿಂದಲೂ ಅಪ್ಪ, ಅಮ್ಮನ ಜೊತೆಗೆ ಸರಿಯಾಗಿ ಮಾತನಾಡಲಾಗುತ್ತಿಲ್ಲ. ಎಲ್ಲಿ ಹೋದರೂ ಅದೇ ನೆನಪಾಗುತ್ತದೆ. ಮೊನ್ನೆಯಿಂದ ಡಾಕ್ಟರ್‌ಗಳು ಅಮ್ಮನನ್ನು ಪರೀಕ್ಷಿಸಲು ಬಂದಾಗಲೆಲ್ಲ ಇವರಲ್ಲಿ ಯಾರಾದರೂ ನನ್ನ ತಾಯಿಯಿರಬಹುದೆ? ಎಂದು ಯೋಚಿಸುತ್ತಿದ್ದೆ. ನಂಗೆ ನನ್ನ ನಿಜವಾದ ಅಪ್ಪ ಅಮ್ಮನೇ ಬೇಕಿತ್ತು. ಯಾರೊಂದಿಗೋ ಇಡೀ ಜೀವನ ಬದುಕಬೇಕಾಯ್ತಲ್ಲ ಅನಿಸುತ್ತದೆ." ಮಾತು ಮುಗಿಸುವಾಗ ಅವಳು ಬಿಕ್ಕುತ್ತಿದ್ದಳು.

ಇಂತಹ ಸನ್ನಿವೇಶದಲ್ಲಿಯೇ ದಾರಿ ತಪ್ಪಿದ ಅನುಭವವಾಗುವುದು. ಹೊರಳು ದಾರಿಗಳ ಸುಳಿವೂ ಸಿಗದೇ ಮನಸ್ಸು ತಲ್ಲಣಿಸಿಬಿಡುವುದು. ಈಗಿನ್ನೂ ಬದುಕಿನ ಖಜಾನೆಯ ಬೀಗದ ಕೈಯ್ಯನ್ನು ತೆರೆಯುತ್ತಿರುವ ಅವಳಿಗೆ ಏನು ಹೇಳುವುದೆಂದು ಯೋಚಿಸತೊಡಗಿದಳು ಅಲಕಾ. "ನೋಡು, ಅವನು ನಿನ್ನನ್ನು ಪ್ರೀತಿಸುವುದಕ್ಕಾಗಿ ಸುಳ್ಳು ಕಥೆಗಳನ್ನು ಹೇಳುತ್ತಿರಬಹುದು. ಅದನ್ನೆಲ್ಲ ನಂಬಿ ಮನಸ್ಸನ್ನು ಕೆಡಿಸಿಕೊಳ್ಳಬೇಡ. ಈಗಿದು ಪ್ರೀತಿಯ ಬಂಧನದಲ್ಲಿ ಸಿಕ್ಕುವ ವಯಸ್ಸಲ್ಲ. ಮುಂದೆ ಓದಬೇಕು, ಯುನಿವರ್ಸಿಟಿಗಳಲ್ಲಿ ಅಡ್ಡಾಡಬೇಕು, ಅನೇಕ ಸ್ನೇಹಿತರೊಂದಿಗೆ ಒಡನಾಡಬೇಕು. ಸ್ವಂತವಾಗಿ ನಿನ್ನ ದುಡಿಮೆ ನೀನು ಮಾಡಿದ ನಂತರವಷ್ಟೆ ಬಾಳಸಂಗಾತಿಯ ಆಯ್ಕೆಯ ಬಗ್ಗೆ ಯೋಚಿಸಬೇಕು. ಹಾಗಾದಾಗಲೇ ಒಳ್ಳೆಯ ಸಾಂಗತ್ಯ ಸಿಗಲು ಸಾಧ್ಯ. ಅಪ್ಪ, ಅಮ್ಮ ಎಂದಿಗೂ ನಮ್ಮ ಆಯ್ಕೆಯಲ್ಲ ಹುಡುಗೀ, ಆದರೆ ನಮ್ಮ ಬದುಕನ್ನು ನಾವು ರೂಪಿಸಿಕೊಳ್ಳಬಹುದು. ಆ ನಿನ್ನ ಅಣ್ಣನಿಗೆ ಹೇಳು, ನನಗೆ ಇವರೇ ಅಪ್ಪ, ಅಮ್ಮ. ಹಾಗಾಗಿ ನೀನು ನನಗೆ ಅಣ್ಣ. ನನಗೆ ಬೇರೆ ಸಂಬಂಧಗಳು ಬೇಕಿಲ್ಲ ಅಂತ. ಅದರ ನಂತರವೂ ಅವನು ನಿಮ್ಮ ಮನೆಗೆ ಸಹಾಯ ಮಾಡಿದರೆ ಮಾತ್ರವೇ ಅವನು ನಿಜವಾದ ನಿನ್ನ ಹಿತೈಷಿ. ಇಲ್ಲವಾದಲ್ಲಿ ಅವನಿಂದ ದೂರವಿರುವುದೇ ಒಳಿತು." ಅವಳು ಒಂಚೂರು ಸಮಾಧಾನಗೊಂಡಂತೆ ತಲೆ ಆಡಿಸಿ ಮನೆಯೆಡೆಗೆ ಹೊರಟಳು.

ಅಲಕಾಳ ಮನಸ್ಸೀಗ ಗೊಂದಲದ ಗೂಡಾಗಿತ್ತು. ಹುಟ್ಟು, ಸಾವು, ಸಂಬಂಧಗಳ ಬಗೆಗಿನ ಸಂಕೀರ್ಣತೆಗಳು ಬಲೆಯಂತೆ ಹರಡಿ ಮನಸ್ಸನ್ನು ಕಾಡತೊಡಗಿದವು. ಮನದೊಳಗೆ ಎಂದೋ ದಾಖಲಾಗಿದ್ದ ಹಳೆಯ ನೋವೊಂದು ಮತ್ತೆ ತನ್ನ ಇರವನ್ನು ತೋರಿಸತೊಡಗಿತು. ಮಕ್ಕಳು ಮಡಿಲಿಂದ ಜಾರುವುದು ಎಂಥ ನೋವಿನ ಕಥನ! ಕರುವಿನಿಂದ ಬೇರ್ಪಟ್ಟು ಅನಿವಾರ್ಯವಾಗಿ ಮೇವು ಹುಡುಕಲು ಕಾಡಿಗೆ ಹೋಗುತ್ತಿದ್ದ ಕೆಂದಿಹಸು ಮರಳಿ ಕರುವಿನೆಡೆಗೆ ಬರುತ್ತಿರುವಂತೆ ಹೊರಡಿಸುವ ಉದ್ಗಾರಗಳು ನೆನಪಿಗೆ ಬಂದವು. ಹಾಸ್ಟೆಲ್‌ನಲ್ಲಿ ಉಳಿದು ಕಾಲೇಜು ಓದುತ್ತಿದ್ದ ಆ ದಿನಗಳು ಮನದ ಪರದೆಯ ಮೇಲೆ ಮೂಡತೊಡಗಿದವು. ಮಗನನ್ನು ಕಳಕೊಂಡ ಆ ತಾಯಿಯ ದುಗುಡದ ಮುಖ ಕಣ್ಣೆದುರು ತೇಲಿಬಂದು ಈಗವಳು ಹೇಗಿರುವಳೋ? ಬದುಕಿನ ಪಯಣವನ್ನು ಅದೇ ಬೇಗುದಿಯಲ್ಲಿ ಮುಗಿಸಿರುವಳೇನೋ? ಅಂದುಕೊಂಡಳು.

ಆ ತಾಯಿ ಕಾಲೇಜು ಹಾಸ್ಟೆಲ್ಲನ್ನು ಸ್ವಚ್ಛಗೊಳಿಸುವ ಕೆಲಸಕ್ಕೆ ಬರುತ್ತಿದ್ದಳು. ಸದಾ ಏನೋ ಧಾವಂತದಲ್ಲಿಯೇ ಇರುತ್ತಿದ್ದಳು. ಹಾಸ್ಟೆಲ್ಲಿನ ಪಕ್ಕದಲ್ಲಿಯೇ ಅವಳದೊಂದು ಸಣ್ಣ ಗುಡಿಸಲು. ಸುತ್ತ ಅವರದೇ ಸಂಬಂಧಿಕರ ಸಾಲು, ಸಾಲು ಮನೆಗಳು. ಜೀವನೋಪಾಯಕ್ಕೆ ದಿನಗೆಲಸ ಮಾಡುವ ಅವಳು ಚೂರೇ ಚೂರು ಸಮಯ ಸಿಕ್ಕರೂ ಸಾಕು, ಅನತಿ ದೂರದಲ್ಲಿರುವ ರಸ್ತೆಯ ಪಕ್ಕ ಬಂದು ನಿಲ್ಲುತ್ತಿದ್ದಳು. ಹಾದು ಹೋಗುವ ವಾಹನಗಳನ್ನು, ನಿಲ್ಲಿಸುವ ಬಸ್ಸಿನ ಬಾಗಿಲುಗಳನ್ನು ದಿಟ್ಟಿಸುತ್ತಿದಳು. ಹೌದು, ಅವಳ ಒಬ್ಬನೇ ಮಗನನ್ನು ಅವಳು ಕಳಕೊಂಡಿದ್ದಳು! ಆರನೆ ತರಗತಿಯಲ್ಲಿ ಓದುತ್ತಿರುವಾಗಲೇ ಅವರಪ್ಪ ಕುಡಿಯಲು ಕಾಸು ಗಿಟ್ಟಿಸುವ ಸಲುವಾಗಿ ಅವನನ್ನು ಹೋಟೆಲ್ ಕೆಲಸಕ್ಕೆ ಹುಡುಗರನ್ನು ಒದಗಿಸುವ ಪರವೂರಿನ ಏಜೆಂಟನೊಂದಿಗೆ ಕಳಿಸಿಬಿಟ್ಟಿದ್ದ. ಪ್ರತಿತಿಂಗಳೂ ಬರುವ ಪುಡಿಗಾಸಿಗಾಗಿ ಕಾಯುತ್ತಿದ್ದ. ಪಾಪದ ಅಮ್ಮ, ಇದ್ದ ಇನ್ನೊಬ್ಬಳು ಮಗಳನ್ನು ಎದೆಗೊತ್ತಿಕೊಂಡು ತನ್ನನ್ನು ತಾನೇ ಸಂತೈಸಿಕೊಳ್ಳುತ್ತಿದ್ದಳು. ಅಪರೂಪಕ್ಕೊಮ್ಮೆ ಮನೆಯೆಡೆಗೆ ಠಳಾಯಿಸುವ ಏಜೆಂಟನಿಗೆ ಮಗನನ್ನು ಒಮ್ಮೆ ಊರಿಗೆ ಕರೆಸಿಕೊಡಿ ಎಂದು ದುಂಬಾಲು ಬೀಳುತ್ತಿದ್ದಳು. ಹಾಗೆ ವರ್ಷ ಕಳೆಯುವಾಗ ಮಗ ಒಮ್ಮೆ ಊರಿಗೆ ಬಂದಿದ್ದ. ತಬ್ಬಿ, ಮುದ್ದಾಡಿ ಬಿಸಿ, ಬಿಸಿ ಮುದ್ದೆ, ಕೋಳಿ ಸಾರು ಬಡಿಸಿದರೂ ಮಗನೇನೂ ಸಂಭ್ರಮಿಸಿರಲಿಲ್ಲ. ಸದಾ ಏನೋ ಚಿಂತೆಯಲ್ಲಿರುವಂತೆ ಮೌನವಾಗಿರುತ್ತಿದ್ದ. ಕೆಲಸದ ಬಗ್ಗೆ ಏನು ಕೇಳಿದರೂ ಬಾಯಿಬಿಡುತ್ತಿರಲಿಲ್ಲ. ಕೈಕಾಲೆಲ್ಲ ಸಿಪ್ಪೆಯೆದ್ದು ಗಾಯವಾದಂತಿದ್ದುದನ್ನು ಗಮನಿಸಿ ಅವ್ವ ಪ್ರಶ್ನಿಸಿದರೂ "ಅಲ್ಲೆಲ್ಲ ಚಳಿಗೆ ಹಂಗೇ ಯಬ್ಬೇ" ಎಂದು ಹೇಳಿ ಸುಮ್ಮನಾಗಿದ್ದ. ದಪ್ಪ ಅಂಗಿಯಡಿಯಲ್ಲಿದ್ದ

ದೇಹ ಸೊರಗಿದ್ದು ಅವ್ವನಿಗೆ ಮಾತ್ರವೇ ಕಂಡಿತ್ತು. ಎರಡು ವಾರ ಕಳೆದು ಮತ್ತೆ ಏಜೆಂಟನೊಂದಿಗೆ ಹೊರಡುವ ಹೊತ್ತಿಗೆ ಮಾತ್ರ ಒಳಮನೆಯಲ್ಲಿರುವ ಅವ್ವನನ್ನು ತಬ್ಬಿ ಬಿಕ್ಕಳಿಸಿದ್ದ. ಹಾಗೆ ಹೋದ ಮಗನನ್ನು ಮತ್ತೆ ಆ ತಾಯಿ ಕಂಡುದಿಲ್ಲ. ಎಷ್ಟು ಗೋಗರೆದರೂ ಏಜೆಂಟ್ ಅವನನ್ನು ಮನೆಗೆ ಕರೆತರಲೇ ಇಲ್ಲ. ಇಡೀದಿನ ಮನೆಯಲ್ಲಿ ಜಗಳ ಕಾದು, ಅಡುಗೆ ಮಾಡದೇ ಮುಸುಕು ಹಾಕಿ ಮಲಗಿ ಗಂಡನನ್ನು ಒಡಂಬಡಿಸಿ ಏಜೆಂಟನ ಮನೆಗೆ ಹೋದರೆ ಅವನು ಉಡಾಫೆಯಾಗಿ ಹೇಳಿದ್ದ, "ನಿನ್ ಮಗನಿಗೆ ಸೊಕ್ಕು ಕಣ್ಲಾ. ಒಳ್ಳೆಯ ಹೋಟೆಲ್ಲಿನಲ್ಲಿ ಕೆಲಸಕ್ಕೆ ಸೇರಿಸಿದ್ರೆ ಅಲ್ಲಿಂದ ಓಡಿಹೋಗಿ ಇನ್ನೆಲ್ಲೋ ಸೇರ್ಕಂಡವ್ನೆ. ಮೀಸೆ ಬರ್ತಿದ್ದಂಗೆ ಈ ಗಂಡೈಕ್ಳು ಮಾಡೋದೇ ಹಾಗೆ. ಮನೆದಾರಿ ತಿಳೀದಷ್ಟು ದಡ್ಡ ಏನೆಲ್ಲ. ಆರನೇ ಕ್ಲಾಸಗಂಟ ಓದವ್ನೆ. ಮನೆ ನೆಪ್ಪಾದ್ರೆ ಬರ್ತಾನೆ ಬಿಡು." ಅವನ ಮಾತಿನಿಂದ ಅಮ್ಮ ಗರಬಡಿದು ಹೋಗಿದ್ದಳು! ಹೋ... ಎಂದು ಅಳುತ್ತಾ, "ಸಾಯೇಬ್ರೇ, ಹಾಂಗೊಂದು ಹೇಳಬೇಡಿ. ನನ್ನ ಮಗನ ನಂಗೆ ತಂದ್ಕೊಟ್ಬಿಡಿ. ನಿಮ್ಮ ದುಡ್ಡು, ಕಾಸು ಯಾವುದೂ ಬೇಡ. ನಾನು ಕೂಲಿ-ನಾಲಿ ಮಾಡಿ ನನ್ನ ಮಗನ್ನ ಸಾಕ್ತೆ. ನಿಮ್ಮ ದಮ್ಮಯ್ಯ" ಎಂದು ಕಾಲು ಹಿಡಿಯಲು ಹೋಗಿದ್ದಳು. ಇದಿನ್ನು ಕಾಲಿಗೆ ಸುತ್ತಿಕೊಳ್ಳುವುದೆಂದು ಅರಿತ ಏಜೆಂಟ್, "ಯಬ್ಬೇ, ಅದೇನ್ ಮಾತಾಡ್ತೀಯೆ? ಓಡಿಹೋದ ಮಗನ್ನ ನಾ ಹೇಂಗ್ ತಂದುಕೊಡ್ಲಿ? ಅವನೇ ಬರೋಗಂಟ ಕಾಯಬೇಕು ಅಷ್ಟೆ. ದೊಡ್ಡ ಶಹರ ಅದು. ಎಲ್ಲಂತ ಹುಡಕ್ಲಿ? ಸೊಕ್ಕು ಇಳಿದ ಮೇಲೆ ಬರ್ತಾನೆ ಬಿಡು." ಎಂದು ಜೋರಿನಲ್ಲೇ ಸುಧಾರಿಸಲು ನೋಡಿದ್ದರು. ಯಾವುದಕ್ಕೂ ಜಗ್ಗದೇ ಆ ತಾಯಿ ಅಲ್ಲೇ ಕುಸಿದು ಕುಳಿತಾಗ ತಿಂಗಳೊಪ್ಪತ್ತಿನಲ್ಲಿ ಅವನನ್ನು ಹುಡುಕಿಸುವೆನೆಂದು ಭರವಸೆ ನೀಡಿ ಸಾಗುಹಾಕಿದ್ದರು. ಹೊರಡುವಾಗ ಅವಳ ಗಂಡನನ್ನು ಬದಿಗೆ ಕರೆದು ಒಂದಿಷ್ಟು ನೋಟಗಳನ್ನು ಕಿಸೆಯಲ್ಲಿ ತುರುಕಿದ್ದಕ್ಕೆ ಅವಳು ಅಸಹ್ಯಪಟ್ಟಿದ್ದಳು. "ಮಕ್ಕಳನ್ನೂ ಮಾರಿ ಹೆಂಡ ಕುಡಿತೀರಿ, ನಿಮ್ಮ ಗಂಡಸ್ತನಕ್ಕಿಷ್ಟು ಬೆಂಕಿಬಿತ್ತು. ರಟ್ಟೆ ಹಿಡಿದು ನನ್ನ ಮಗನ್ನ ತಂದುಕೊಡು ಅಂತ ಅವರಿಗೆ ಜಬ್ಬರಿಸೋದು ಬಿಟ್ಟು ಅವರ ಎಂಜಲು ಕಾಸು ತಿನ್ನೋಕೆ ನಾಚಿಕೆಯಾಗಲ್ವ ನಿಮಗೆ? ನನ್ನ ಮಗ ಮನೆಗೆ ಬರದಿದ್ದರೆ ನಾನು ಉಳಿಯಲ್ಲ ಜಪ್ತಿಲಿರ್ಲಿ." ಎಂದು ಅಬ್ಬರಿಸಿದ್ದಳು. ಅದಕ್ಕವಳ ಗಂಡ, "ಅವರೇ ಹೇಳವ್ರಲ್ಲ, ಹುಡುಕಿಕೊಡ್ತೇನೆ ಅಂತ. ಮತ್ತಿನ್ನೆಂತ ರಗಳೆ ನಿಂದು?" ಎನ್ನುತ್ತಾ ಸೀದ ಮನೆಗೆ ಬರದೇ ಗಡಂಗಿನ ದಾರಿ ಹಿಡಿದಿದ್ದ.

ಇಂದು ಸಿಗುವ, ಅಲ್ಯಾರಿಗೋ ಸಿಕ್ಕಿದ್ದ, ನಾಳೆ ಬರುವ, ಅಲ್ಲಿ ಇರುವ, ಅಲ್ಲಿಲ್ಲವಂತೆ... ಹೀಗೆ ಉತ್ತರಗಳೊಂದಿಗೆ ಸಿಗದ ಆ ಮಗ ಮಾತ್ರ ತಾಯಿಯ ಮನಸ್ಸೊಳಗೆ ಬೆಳೆಯುತ್ತಾ ಹೋದ. ಪ್ರಾಯದ ಹದವಿಳಿದು, ಜೀವನದ ಬಗೆಗೆ

ಅರಿವು ಮೂಡಿದ ಗಂಡನಿಗೀಗ ನಿಚ್ಚಳವಾಗಿದೆ ತನ್ನ ಮಗ ಬದುಕಿಲ್ಲ. ಆದರೆ ಆ ತಾಯಿ ಹೃದಯಕ್ಕೆ ಅದನ್ನು ಮುಟ್ಟಿಸಲಾಗದು. ಅವಳೊಳಗೆ ಅವನಿನ್ನೂ ಬೆಳೆಯುತ್ತಲೇ ಇದ್ದಾನೆ. ಪ್ರತಿದಿನ ಕನಸಲ್ಲಿ ಬಂದು ನಗುತ್ತಾನೆ, ಚಂದದ ದಿರಿಸು ತೊಟ್ಟು ನಿಲ್ಲುತ್ತಾನೆ, ಅರಮನೆಯಂತಹ ಮನೆಯಲ್ಲಿ ತಿರುಗಾಡುತ್ತಾನೆ, ಎಂದಾದರೊಂದು ದಿನ ಈ ತಾಯಿಯನ್ನು ನೆನೆಸಿಕೊಂಡು ಬಂದೇ ಬರುತ್ತಾನೆ. ಅದಕ್ಕೇ ಅವಳು ತನ್ನೆಲ್ಲ ದೈನಂದಿನಗಳ ನಡುವೆಯೂ ಅವನ ಬರವಿಗಾಗಿ ಅನುಕ್ಷಣವೂ ಕಾಯುತ್ತಾಳೆ. ತುಸು ಪ್ರೀತಿಯಿಂದ ಮಾತಾಡಿಸಿದವರಿಗೆಲ್ಲ ತನ್ನ ಮಗನ ಕಥೆಯನ್ನು ಹೇಳುತ್ತಾಳೆ. ಅವನು ಬಂದೇ ಬರುತ್ತಾನೆ ಎನ್ನುತ್ತಾ ಅದಕ್ಕೆ ಒಪ್ಪಿಗೆಯ ಮುದ್ರೆ ಯಾಚಿಸುತ್ತಾಳೆ. ರಸ್ತೆಯಲ್ಲಿ ವಾಹನ ನಿಂತಾಗಲೆಲ್ಲ ಹಾಸ್ಟೆಲ್ಲಿನ ಕಿಟಕಿಯಿಂದ ಇಣುಕುವ ಅವಳನ್ನು ಕುತೂಹಲದಿಂದ ಅಲಕಾ ಪ್ರಶ್ನಿಸಿದಾಗ ಇಷ್ಟೆಲ್ಲವನ್ನೂ ಅವಳೆದುರು ಸುರಿದಿದ್ದಳು. ಅಂದಿನಿಂದ ಅವಳನ್ನು ಕಂಡಾಗಲೆಲ್ಲ ಅಲಕಾಳಿಗೆ ಜೀವಂತ ನೋವೊಂದು ಚಲಿಸುತ್ತಿರುವಂತೆ ಕಾಣುತ್ತಿತ್ತು. ಕಾಲ ಎಂಥ ನೋವನ್ನೂ ಮಾಯಿಸುತ್ತದೆ, ಆದರೆ ಕರುಳ ಕುಡಿಯ ಅಗಲಿಕೆಯನ್ನಲ್ಲ ಎಂದು ಅಲಕಾಳಿಗೆ ಅನಿಸುತ್ತಿತ್ತು.

ಕಾಲ ಯಾರಿಗೂ ಕಾಯುವುದಿಲ್ಲ. ಅಂದು ಆ ತಾಯಿಯ ಮಗಳ ಮದುವೆಯ ದಿನ. ಹಾಸ್ಟೆಲ್ಲಿನ ದಾರಿಯಲ್ಲಿಯೇ ಬಂಧುಬಳಗದವರೆಲ್ಲ ಹೋಗುವುದು, ಬರುವುದು ನಡೆದೇ ಇತ್ತು. ಮದುವೆಯ ಮುಹೂರ್ತ ಇನ್ನೇನು ಬಂತೆನ್ನುವಾಗ ಅವಳು ರಸ್ತೆಯೆಡೆಗೆ ಓಡಿ ಬಂದಿದ್ದಳು. ಅಲ್ಲಿ ನಿಂತ ದೂರದೂರಿನ ಬಸ್ಸೊಂದು ಚಲಿಸುವವರೆಗೂ ಅಲ್ಲಿದ್ದು ಹಿಂದಿರುಗುತ್ತಿದ್ದವಳ ಮುಖವನ್ನು ಕಿಟಕಿಯಂಚಿನಿಂದ ಇಣುಕಿ ನೋಡಿದಳು ಅಲಕಾ. ಆ ಕ್ಷಣ ತಾಯಿಯ ಮುಖದಲ್ಲಿ ಮೂಡಿದ್ದ ವಿಷಾದಭಾವ ಪದಗಳಿಗೆ ಸಿಗದ ಪ್ರತಿಮೆಯಾಗಿ ಅವಳ ಮನಸ್ಸಿನಲ್ಲಿ ಅಚ್ಚೊತ್ತಿಬಿಟ್ಟಿತು. ಅದೇನೇನೋ ದೇವರು, ದೈವಗಳ ಎದುರೆಲ್ಲ ಇದ್ದೊಬ್ಬ ಮಗಳ ಮದುವೆಯ ಪತ್ರವನ್ನು ಒಪ್ಪಿಸಿ ಮಗ ಬರಲೆಂದು ಹರಕೆ ಹೊತ್ತಿದ್ದಳೆಂದು ತೋರುತ್ತದೆ. ಆದರೂ ಮಗ ಬಾರದಿದ್ದಾಗ ಅವಳ ನಂಬಿಕೆಯ ಗೋಪುರ ಪೂರ್ತಿಯಾಗಿ ಕುಸಿದು ಹೋಗಿತ್ತು.

ದಿನಕಳೆದು ಹಾಸ್ಟೆಲ್ಲಿಗೆ ಬಂದವಳು ಅಲಕಾಳಲ್ಲಿ ಕೇಳಿದ್ದಳು, "ಅದೇನೊ ದೊಡ್ಡ ಮನುಸ್ರು ಸತ್ತಾಗ ಪೇಪರ‍್ನಾಗೆ ಫೋಟೋ ಹಾಕ್ತಾರಂತಲ್ಲವ್ವ. ಅದಕ್ಕೆ ಎಷ್ಟಾಯ್ತದೆ?" ಎಂದು. ಸೆರಗಿನ ತುದಿಯಲ್ಲಿ ಕಟ್ಟಿದ್ದ ಒಂದಿಷ್ಟು ಹಳೇನೋಟನ್ನು, ಎಂದೋ ಪಡಿತರ ಚೀಟಿಗೆಂದು ತೆಗೆಸಿದ್ದ ಭಾವಚಿತ್ರವನ್ನು ಅಲಕಾಳ ಕೈಗೆ ತುರುಕಿ, "ನನ್ನ ಮಗ ನಾನು ಸತ್ತಾಗ್ಲೇ ಬರೂದಂತ ಕಾಣ್ತದೆ ಕಣವ್ವಾ. ನಾನು ಸತ್ತೇಟಿಗೆ ನಂದೊಂದು ಪಟವ ಪೇಪರ‍್ನಾಗೆ ಹಾಕು ತಾಯಿ. ಹದಿನಾಲ್ಕನೇ ದಿನಕ್ಕೆ ಮೀಸಲಿಡಲಾದ್ರೂ ಬಂದಾನು ಮಗರಾಯ.

ಮ್ಯಾಲಿಂದ್ಲೇ ಅವನ್ನ ಕಂಡು ಹರಸೂವೆ." ಎಂದಾಗ ಉತ್ತರಿಸಲು ಅವಳಲ್ಲಿ ಮಾತುಗಳಿರಲಿಲ್ಲ. ಮೌನವಾಗಿ ನೋಟುಗಳನ್ನು ಅವಳಿಗೆ ಮರಳಿಸಿ, ಬಾತ್ ರೂಮಿಗೆ ಹೋಗಿ ಜೋರಾಗಿ ನಲ್ಲಿ ತಿರುಗಿಸಿದ್ದಳು. ಅವಳಿಗೂ ತನ್ನ ನೋವು ಅಲಕಾಳ ಎದೆಗೆ ದಾಟಿದ್ದು ಅರ್ಥವಾಯಿತೆಂದು ಕಾಣುತ್ತದೆ. ಮತ್ತೆಂದೂ ಆ ವಿಷಯವನ್ನು ಪ್ರಸ್ತಾಪಿಸಿರಲಿಲ್ಲ.

ಓದು ಮುಗಿದು ಹಾಸ್ಟೆಲ್ ಜೀವನ ಕೊನೆಗೊಂಡ ನಂತರವೂ ತಾಯಿ ಮಗುವಿನ ಅಗಲುವಿಕೆಯ ಇಂಥದೊಂದು ನೋವು ಅವಳೊಳಗೆ ಇಳಿದು ಆಗಾಗ ತನ್ನಿರವನ್ನು ತೋರುತ್ತಲೇ ಇರುತ್ತಿತ್ತು. ಮದುವೆಯಾದ ಹೊಸದರಲ್ಲೊಮ್ಮೆ ದಸರಾ ವಸ್ತುಪ್ರದರ್ಶನ ನೋಡಲು ಹೋದಾಗ ಅಲ್ಲಿ ಪ್ರತಿ ಮೂಲೆಯಲ್ಲಿಯೂ ತಮ್ಮದೇ ಅಂಗಿಯನ್ನು ನೆಲದ ಮೇಲೆ ಹಾಸಿ, ಉರಿಬಿಸಿಲಿನಲ್ಲಿ ಕುಳಿತು ಭಿಕ್ಷೆ ಬೇಡುವ ಪುಟ್ಟ ಕಂದಮ್ಮಗಳನ್ನು ಕಂಡು, ಅವರೆಲ್ಲರೂ ಯಾರದೋ ಮಡಿಲಿನಿಂದ ಜಾರಿದ ಕುಡಿಗಳೇ ಎನಿಸಿ, ಭಾಷೆ ಬಾರದ ಅವರನ್ನು ಮಾತನಾಡಿಸಲು ವ್ಯರ್ಥ ಪ್ರಯತ್ನ ಮಾಡಿ, ಅಲ್ಲಿರುವ ಪೋಲೀಸರಿಗಾದರೂ ಹೇಳಲೇಬೇಕೆಂದು ಗಂಡನೊಂದಿಗೆ ಹುಸಿಜಗಳ ತೆಗೆದಿದ್ದಳು. "ಇಲ್ಲಿರುವ ಇಷ್ಟು ಪೋಲೀಸರಿಗೆ ಕಣ್ಣಿಲ್ವಾ ಮಾರಾಯ್ತಿ? ನಾವು ಹೇಳಿಯೇ ಅವರು ಭಿಕ್ಷೆ ಬೇಡುತ್ತಿದ್ದಾರೆಂದು ಅರಿವಾಗಬೇಕಾ? ಅವರವರಲ್ಲಿ ಏನೇನೋ ಹೊಂದಾಣಿಕೆಗಳು ಇರತ್ತೆ. ನಾವು ಹೇಳಿದರೂ ಪವಾಡವೇನೂ ಘಟಿಸದು." ಎಂಬ ಅವನ ಮಾತು ಜಾರಿಕೆಯದು ಎನಿಸಿ, ಮನಸ್ಸು ಹಾಳಾಯಿತೆಂದು ವಸ್ತುಪ್ರದರ್ಶನವನ್ನು ನೋಡದೇ ಮರಳಿದ್ದಾಗಿತ್ತು. ಮುಂದೆ 'ಮಡಿಲ ಕಂದಮ್ಮ ಜಾರದಿರಲಿ' ಎಂಬ ತಾಯಂದಿರನ್ನು ಎಚ್ಚರಿಸುವ ಲೇಖನ ಬರೆದು ಕೊಂಚ ಹಗುರಾಗಿದ್ದರೂ ಹಳೆಯ ನೋವು ಮಾಸಿರಲಿಲ್ಲ.

ಶಿಲ್ಪಾಳೂ ಹೀಗೆ ಯಾವುದೋ ಸುವ್ಯವಸ್ಥಿತ ಕುಟುಂಬದ ಮಗುವಿರಬಹುದೆ? ಇನ್ಯಾರದೋ ಸಂಚಿಗೆ ಬಲಿಯಾಗಿ ಇವರ ಮಡಿಲು ಸೇರಿರಬಹುದೆ? ಬಸ್ ನಿಲ್ದಾಣದಿಂದ ಕಣ್ಮರೆ ಮಾಡಿ ತಂದು ಸಾಕಿದ ಕೂಸೆ? ಮಗುವ ಕಳಕೊಂಡ ಅವರ ಸ್ಥಿತಿ ಹೇಗಿರಬಹುದು? ಒಂದಾದಮೇಲೊಂದರಂತೆ ಪ್ರಶ್ನೆಗಳು ತೆರೆಗಳಂತೆ ಮನಸ್ಸಿನೊಳಗೆ ಅಪ್ಪಳಿಸುತ್ತಲೇ ಇದ್ದವು. ತಡರಾತ್ರಿಯಲ್ಲಿ ಅಲಕಾ ನಿದ್ದೆಗೆ ಜಾರಿದಳು.

ಬೆಳಗು ನಮ್ಮದೇ ಲೋಕದಲ್ಲಿ ನಮ್ಮನ್ನು ಕರಗಿಹೋಗಿರಲು ಬಿಡದು. ಎಲ್ಲಿ ಏನೇ ನಡೆದರೂ ದಿನದ ದಂದುಗ ನಡೆಯಲೇಬೇಕಲ್ಲ. ಎಲ್ಲ ತಲ್ಲಣಗಳಿಗೆ ಬೀಗ ಜಡಿದು ದಿನದ ಆಗುಹೋಗುಗಳಿಗೆ ತನ್ನನ್ನು ಒಪ್ಪಿಸಿಕೊಂಡಳು ಅಲಕಾ. ಅಂದು ಶಾಲೆಗೆ ಹೋಗುವಾಗ ದಾರಿಯಲ್ಲಿ ಪುಸ್ತಕದ ಅಂಗಡಿಗೆ ಭೇಟಿಯಿತ್ತು, ನೆಚ್ಚಿನ ವೈದ್ಯ ಸಾಹಿತಿಯೊಬ್ಬರು ಬರೆದ ದತ್ತುಮಕ್ಕಳ ಮನದಾಳವನ್ನು

ತೆರೆದಿಡುವ ಪುಸ್ತಕವನ್ನು, ಜೊತೆಯಲ್ಲೊಂದು ಚಂದದ ಡೈರಿಯನ್ನು ಮರೆಯದೇ ಖರೀದಿಸಿದಳು. ಅವಳ ನಿರೀಕ್ಷೆಯಂತೆ ಕಾಲೇಜು ಮುಗಿದ ನಂತರವೂ ತನ್ನ ಬರವನ್ನೇ ಕಾಯುತ್ತ ನಿಂತಿದ್ದ ಶಿಲ್ಪಾಳ ತಲೆಸವರಿ ಅಮ್ಮನ ಆರೋಗ್ಯದ ಬಗ್ಗೆ ವಿಚಾರಿಸಿದಳು. ಶಿಲ್ಪಾ ಅವಳನ್ನೇ ದಿಟ್ಟಿಸುತ್ತಾ ನುಡಿದಳು, “ನಾನು ಒಳ್ಳೆಮಾಡಿ ಓದ್ತೆ ಟೀಚರ್. ನಂಗೂ ನಿಮ್ಮ ಹಾಗೇ ಟೀಚರಾಗಬೇಕು.” ಅಲಕಾ ನಗುತ್ತಾ ಹೇಳಿದಳು, “ಮತ್ತೆ ಟೀಚರ್ ಥರಾನೇ ಸ್ಕೂಟಿ ಓಡಿಸಿಕೊಂಡು ಬರಬೇಕಲ್ವಾ?”ಹೌದೆಂಬಂತೆ ನಕ್ಕಳು ಅವಳು. ಪುಸ್ತಕವನ್ನು ಅವಳ ಕೈಗಿತ್ತು ಓದುವಂತೆ ಹೇಳಿದಳು. “ಓದಿದ ಮೇಲೆ ಮತ್ತೇನಾದರೂ ಬರೆಯಬೇಕು ಅನಿಸಿದರೆ ಇದರಲ್ಲಿ ಬರೆ. ಯಾರಾದರೂ ಓದಬೇಕು ಅನಿಸಿದರೆ ನನಗೆ ತಂದುಕೊಡು. ಇಲ್ಲವಾದರೆ ನಿನ್ನ ಗೆಳತಿಯಾಗಿ ಈ ಡೈರಿ ನಿನ್ನಲ್ಲಿಯೇ ಸದಾ ಇರಲಿ” ಎಂದಳು. ಅವಳು ಪ್ರೀತಿಯಿಂದ ಪುಸ್ತಕ ಮತ್ತು ಡೈರಿಯನ್ನು ಎದೆಗೊತ್ತಿಕೊಂಡಳು.

ಆ ಕ್ಷಣದ ಭಾವ ಅನುಗಾಲದ್ದಲ್ಲವೆಂಬುದು ಅಲಕಾಳಿಗೂ ಗೊತ್ತು. ಆದರೇನು ಮಾಡುವುದು? ಎಲ್ಲರ ಬದುಕಿನಲ್ಲಿಯೂ ಮಿತಿಯೆಂಬುದುಂಟು. “ಮಗುವೇ, ನೀನು ನನ್ನ ಒಡಲಿನಲ್ಲಿ ಮೊಳಕೆಯೊಡೆದ ದಿನ, ಜಗದ ಯಾವ ಮಗುವೂ ಅನಾಥವಾಗದಿರಲಿ” ಎಂದ ಕವಯತ್ರಿ ನೆನಪಾದಳು.

3

ರಾಮಾಯಣ ಕಥಾ ಪ್ರಸಂಗ

ಬಿಳಿಯ ಗಡ್ಡ ಬಿಟ್ಟು ದಾಸಯ್ಯನಂತೆ ಕಾಣುವ ಆ ವ್ಯಕ್ತಿ ಹೊಸೂರಿನ ನಿಲ್ದಾಣದಲ್ಲಿ ಬಸ್‌ನಿಂದ ಇಳಿದಾಗ ಕಾಲೇಜು ಹುಡುಗರು ಕೊಂಚ ಕಸಿವಿಸಿಗೊಂಡರು. ಅವರು ತಮ್ಮ ಹಳ್ಳಿಗೆ ಬರುವವರೆಂದು ಮೊದಲೇ ತಿಳಿದಿದ್ದರೆ ಬಸ್ಸಿನಲ್ಲಿ ಕ್ಷುಲ್ಲಕ ಕಾರಣಕ್ಕಾಗಿ ಅವರೊಂದಿಗೆ ಜಗಳ ತೆಗೆಯುತ್ತಿರಲಿಲ್ಲ ಎಂದುಕೊಳ್ಳುತ್ತಿರುವಂತೆ ಆ ವ್ಯಕ್ತಿ ಅಲ್ಲೇ ಬಸ್ ನಿಲ್ದಾಣದ ಬಳಿಯಿದ್ದ ಗೂಡಂಗಡಿಯಲ್ಲಿ ಸಿಗರೇಟ್ ಖರೀದಿಸಿ ಹೊಗೆಬಿಡುತ್ತಿದ್ದರು. ಪರವಾಗಿಲ್ಲ, ಆಸಾಮಿ ಸ್ವಲ್ಪ ಹರಾಮಿಯೇ ಎಂದು ತಮ್ಮೊಳಗೆ ಮಾತಾಡಿಕೊಂಡ ಹುಡುಗರು ಊರಿಗೆ ಹೊಸಬರಾದ ಅವರ ಪೂರ್ವಾಪರ ತಿಳಿದುಕೊಳ್ಳೋಣವೆಂದು ಅಲ್ಲಿಯೇ ಸುತ್ತತೊಡಗಿದರು.

ಹೊಸೂರಿಗೆ ಸಂಜೆಯ ವೇಳೆಗೆ ಬರುವ ಈ ಬಸ್ಸಿಗೆ 'ಕಾಲೇಜು ಬಸ್' ಎಂದೇ ಕರೆಯುತ್ತಿದ್ದರು. ಹೊಸೂರಿನಂತಹ ಮಲೆನಾಡಿನ ಕಾಡಿನೊಳಗಿಂದ ಮೊದಲ ಬಾರಿಗೆ ಕಾಲೇಜು ಮೆಟ್ಟಿಲು ಹತ್ತಿದ್ದ ಹಳ್ಳಿಯ ಹೈಕಳು ತಾವು ಊರನ್ನು ಸೇರಲು ಒಂದು ಹಾಲ್ಟಿಂಗ್ ಬಸ್ ಬೇಕೇಬೇಕೆಂದು ಕಾಲೇಜಿನ ಯೂನಿಯನ್ ಸೆಕ್ರೆಟರಿಯ ಬೆನ್ನಿಗೆ ಬಿದ್ದು, ವಾರಗಟ್ಟಲೆ ಬಸ್ ನಿಲ್ದಾಣದ ಎದುರು ಬಿಸಿಲಿನಲ್ಲಿ ಪ್ರತಿಭಟನೆಗೆ ಕುಳಿತು ಬಸ್ಸೊಂದನ್ನು ತಮ್ಮೂರಿಗೆ ಹಾಕಿಸಿಕೊಂಡಿದ್ದರು. ಸಂಜೆ ಆರರ ವೇಳೆಗೆ ತಾಲೂಕು ಕೇಂದ್ರವಾದ ಹೊನ್ನೂರನ್ನು ಬಿಡುವ ಬಸ್ ಎಂಟರ ಮೊದಲು ಹಳ್ಳಿಯನ್ನು ಸೇರಿ ರಾತ್ರಿ ಅಲ್ಲಿಯೇ ತಂಗುತ್ತಿತ್ತು. ಮಾರನೆಯ ದಿನ ಬೆಳಿಗ್ಗೆ ಏಳಕ್ಕೆ ಮತ್ತೆ ಕಾಲೇಜಿನ

ಹುಡುಗರು, ಹುಡುಗಿಯರ ದಂಡನ್ನು ಹತ್ತಿಸಿಕೊಂಡು ಸವಾರಿ ಹೊರಡುತ್ತಿತ್ತು. ಕಾಲೇಜಿನಲ್ಲಿ ಓದಿ ತಮ್ಮ ಮಕ್ಕಳು ಏನನ್ನಾದರೂ ಸಾಧಿಸುವರೆಂಬ ಬಗ್ಗೆ ಊರಿನವರಿಗೆ ಅಂತಹ ಭರವಸೆಯೇನೂ ಇಲ್ಲದಿದ್ದರೂ, ದಿನವೂ ತಮಗೆ ಬೇಕಾದ ಸಾಮಾನುಗಳನ್ನೆಲ್ಲ ಹೊನ್ನೂರಿನಿಂದ ತಂದುಕೊಡಲು ಒಂದಿಷ್ಟು ಜನರಿದ್ದಾರೆಂಬ ಪ್ರೀತಿಯಿಂದಲೇ ಅವರನ್ನು ಬಹಳ ಮರ್ಯಾದೆಯಿಂದ ಕಾಣುತ್ತಿದ್ದರು. ಅದಕ್ಕೆ ತಕ್ಕಂತೆ ಆ ಮಕ್ಕಳೂ ಕೂಡ ಸಂಜೆ ನಾಲ್ಕಕ್ಕೆ ಕಾಲೇಜು ಮುಗಿದೊಡನೆ ಸೀದಾ ಬಸ್ ನಿಲ್ದಾಣಕ್ಕೆ ಬಾರದೇ ಪೇಟೆಯ ದಾರಿ ಹಿಡಿದು ತಮ್ಮೂರಿನವರು ಹೇಳಿದ ಔಷಧ, ಹತಿಯಾರ, ಬೀಜ, ಗೊಬ್ಬರ ಹೀಗೆ ಎಲ್ಲವನ್ನೂ ತೆಗೆದುಕೊಂಡು ಸಂಜೆಯ ಬಸ್ ಹಿಡಿಯಲು ಧಾವಿಸುತ್ತಿದ್ದರು.

ಬಸ್ ನಿಲ್ದಾಣಕ್ಕೆ ಬರುತ್ತಿದ್ದಂತೆ ಈ ಗಂಡು ಹೈಕಳು ತಮ್ಮ ಕೈಯ್ಯಲ್ಲಿದ್ದ ಒಂದೇ ಒಂದು ನೋಟ್‌ಬುಕ್ಕನ್ನು ಬಸ್ಸಿನ ಕಿಟಕಿಯ ಮೂಲಕ ಗಿರ್ರನೆ ತಿರುಗಿಸಿ ಸೀಟಿಗೆ ಎಸೆಯುತ್ತಿದ್ದರು. ಅದು ಹೋಗಿಬಿದ್ದ ಸೀಟು ಅವರಿಗೆ ಎಂದು ಲೆಕ್ಕ. ಮತ್ತೆ ತಮ್ಮ ತಮ್ಮ ಮೂಟೆಯನ್ನು ಬಸ್ಸಿನ ಮೇಲಕ್ಕೆ ಏರಿಸಿ ಒಳಗೆ ಪ್ರವೇಶಿಸುತ್ತಿದ್ದರು. ಆ ವೇಳೆಯಲ್ಲಿ ತಮ್ಮ ಚೀಲದ ತುಂಬ ಪಾಠಪುಸ್ತಕ, ಗೈಡು, ಜರ್ನಲ್ ಎಂದೆಲ್ಲಾ ತುಂಬಿಸಿಕೊಂಡ ಹೆಣ್ಣುಮಕ್ಕಳು ಬಸ್ ಹತ್ತಿ ಸೀಟಿಗಾಗಿ ಹುಡುಕುತ್ತಿದ್ದರು. ಹುಡುಗರು ಬಸ್ಸೇರಿ ಒಂದೊಂದೇ ನೋಟ್ಸನ್ನು ತೆಗೆದು ಅವರಿಗೆ ಜಾಗಮಾಡಿಕೊಡುತ್ತಾ ಮಹದುಪಕಾರ ಮಾಡುವಂತೆ ಪೋಸು ಕೊಡುತ್ತಿದ್ದರು. ತಮ್ಮ ಕೈಯ್ಯಲ್ಲಿರುವ ನೋಟುಪುಸ್ತಕವನ್ನು ಅವರ ಕೈಗೆ ನೀಡಿ, ಹೆಣ್ಮಕ್ಕಳ ತೊಡೆಯ ಮೇಲೆ ಪವಡಿಸಿದ ಅದರ ಭಾಗ್ಯಕ್ಕೆ ಹೊಟೆಕಿಚ್ಚುಪಡುತ್ತಾ, ಅವರೆಲ್ಲಿಯಾದರೂ ಕೊನೆಯ ಪುಟದಲ್ಲಿ ಬರೆದ ತಮ್ಮ ಪ್ರೇಮ ನಿವೇದನೆಯ ಚಿತ್ರಗಳನ್ನು ನೋಡಿಬಿಡುವರೋ ಎಂದು ಪರಿತಪಿಸುತ್ತಾ ನಿರಂತರ ಚಡಪಡಿಕೆಯಲ್ಲಿರುತ್ತಿದ್ದರು. ನಡುನಡುವೆ ತಾವು ತರಗತಿಯಲ್ಲಿಂದು ಎಳೆಯ ಶಿಕ್ಷಕರನ್ನು ಗೋಳು ಹೊಯ್ದುಕೊಂಡದ್ದರ ಬಗ್ಗೆ ಚೂರು ಜೋರು ದನಿಯಲ್ಲೇ ಹೇಳುತ್ತಾ, ಡ್ರೈವರಣ್ಣನೊಂದಿಗೆ 'ಹೊಡಿ ಹಾರನ್' ಎಂದು ತಮಾಷೆ ಮಾಡುತ್ತಾ, ಪಾಸ್ ತೋರಿಸಲು ಹೇಳುವ ಕಂಡಕ್ಟರ್ ಕಡೆಗೆ ಕ್ರೂರ ನೋಟ ಬೀರುತ್ತಾ, ತಮ್ಮ ಸಂಗಡಿಗರು ಅವರವರ ಊರಿನಲ್ಲಿ ಇಳಿಯುತ್ತಿದ್ದಂತೆ ಕಿಟಕಿಯಿಂದ ಇಣುಕಿ 'ಬಾಯ್' ಎಂದು ಕಿರುಚುತ್ತಾ ಇಡಿಯ ಬಸ್ಸಿಗೆ ಯೌವ್ವನದ ಕಳೆಯೇರಿಸುತ್ತಿದ್ದರು. ಹೊನ್ನೂರಿನಲ್ಲಿ ಬಸ್ ಇನ್ನೇನು ಹೊರಡುವುದೆನ್ನುವಾಗ ಅವಸರದಲ್ಲಿ ಓಡಿಬಂದು ಬಸ್ ಹತ್ತಿದ ಈ ಬಿಳಿಗಡ್ಡದ ಜಂಗಮರು ಸೀಟಿಗಾಗಿ ಹುಡುಕಿ ನಿರಾಶರಾಗಿ ತಮ್ಮ ದೊಡ್ಡ ಜೋಳಿಗೆಯನ್ನು ಹೆಗಲಿಗೆ ನೇತಾಡಿಸಿಕೊಂಡು ನಿಂತೇ ಪ್ರಯಾಣಿಸುತ್ತಿದ್ದರು. ಅಲ್ಲೆಲ್ಲೋ ಮುರ್ಕಿಯಲ್ಲಿ ಬಸ್ ವಾಲಾಡಿತೋ ಅಥವಾ ಈ ಕಿಡಿಗೇಡಿ

ಹುಡುಗರೇ ಅವರ ಜೋಳಿಗೆಯನ್ನು ಚೂರು ದೂಡಿದರೋ ಅಂತೂ ಅವರ ಕೋಪವೆಲ್ಲ ಮಾತಾಗಿ ಹೊರಳಿ, ಇವರೂ ತಮ್ಮ ಹುಡುಗಿಯರೆದುರು ಸುಮ್ಮನಿರಲಾರದೇ ಜೋಳಿಗೆಯನ್ನು ಲಗೇಜಿನೊಂದಿಗಿಡಬೇಕಿತ್ತೆಂದು ವಾದಿಸತೊಡಗಿದರು. ಇನ್ನಿದು ವಿಕೋಪಕ್ಕೆ ತಿರುಗಬಹುದೆಂಬುದನ್ನು ತನ್ನ ಅನುಭವಗಳಿಂದ ತಿಳಿದ ಕಂಡಕ್ಟರ್ ಹೇಗೋ ದಾರಿ ಮಾಡಿಕೊಂಡು ಅವರ ನಡುವೆ ನುಸುಳಿ, ಜಂಗಮ ಜೋಗಿಯನ್ನು ಸಮಾಧಾನಗೊಳಿಸಿ ತನ್ನ ಸೀಟಿನಲ್ಲಿ ಅವರನ್ನು ಸ್ಥಾವರಗೊಳಿಸಿದ.

ಹಾಗೆ ತಮ್ಮೊಂದಿಗೆ ತಗಾದೆ ತೆಗೆದ ಈ ಅಪರಿಚಿತ ವ್ಯಕ್ತಿ ತಮ್ಮೂರಿಗೆ ಬಂದಿಳಿದಿದ್ದನ್ನು ಕಂಡು, ಊರಿನಲ್ಲಿ ಪರಮ ಸಾತ್ವಿಕರೆಂದು ನಾಮಾಂಕಿತರಾದ ಕಾಲೇಜು ಹುಡುಗರು ತಮ್ಮನ್ನೆಲ್ಲಿಯಾದರೂ ಎಲ್ಲರೆದುರು ನಿಂದಿಸಿಬಿಡುವರೇನೋ ಎಂದುಕೊಂಡು ಅವರ ಸುತ್ತಲೇ ಗಿರಕಿ ಹೊಡೆಯತೊಡಗಿದರು. ಆದರೆ ಬಿಳಿಗಡ್ಡದ ಜಂಗಮರು ಹುಡುಗರ ಕಡೆಗೂ ನೋಡದೇ ಗೂಡಂಗಡಿಯವನೊಡನೆ ಊರ ಹೆಗಡೆಯವರ ಮನೆಗೆ ಹೋಗುವ ದಾರಿ ಕೇಳುತ್ತಿದ್ದರು. ಅದೇ ದಾರಿಯಲ್ಲಿ ಮನೆಗೆ ಹೋಗುವ ಹುಡುಗಿಯರಿಬ್ಬರನ್ನು ಕರೆದ ಅವರು ಇವರಿಗೆ ದಾರಿ ತೋರಿಸಲು ಜತೆ ಮಾಡಿಕೊಟ್ಟರು. ಆ ಹುಡುಗಿಯರೋ ತಾವು ಏನು ಮಾತನಾಡಿದರೂ ಇವರು ತಪ್ಪು ತಿಳಿದಾರೆಂದು, ಕೀಲಿಕೊಟ್ಟ ಗೊಂಬೆಯಂತೆ ಅವರ ಮುಂದೆ ಸಾಗತೊಡಗಿದರು. ಬಸ್ಸನ್ನೇರಿ ತಮ್ಮೆಲ್ಲ ಸಾಮಾನುಗಳನ್ನು ಇಳಿಸಿಕೊಂಡ ಹುಡುಗರು ಅದನ್ನು ಮನೆಮನೆಗೆ ತಲುಪಿಸಿ, 'ಅರೆ! ಜೋಗೀ..ಜೋಗೀ... ಜೋಗೀ...' ಎಂದು ಸಿನೆಮಾ ಹಾಡು ಹಾಡುತ್ತಾ ತಮ್ಮ ಮನೆಯ ದಾರಿ ಹಿಡಿದರು.

ಊರ ಹೆಗಡೆಯವರ ಮನೆಯೆಂದರೆ ಅದೊಂದು ಅನ್ನಛತ್ರದಂತೆ ಇತ್ತು. ಊರಿಗೆ ಬರುವ ಜ್ಯೋತಿಷಿಗಳು, ಗಿಳಿಶಾಸ್ತ್ರದವರು, ಸಂಭಾವನೆಯ ಭಟ್ಟರು, ಬಸವನಾಡಿಸುವವರು, ಭಜನೆ ಹೇಳುವವರು ಎಲ್ಲರೂ ಅಲ್ಲಿ ಉಂಡು, ಮಲಗಿ, ಎದ್ದು ಹೋಗುತ್ತಿದ್ದರು. ಹೆಗಡೆಯವರ ಹೆಂಡತಿಯ ಆರೋಗ್ಯ ಅಷ್ಟಕಷ್ಟೇ ಆದರೂ ಅನ್ನಪೂರ್ಣೆಯೆಂದು ಊರಿಗೇ ಹೆಸರಾದ ಅವರ ಅಮ್ಮ ಆಳು-ಕಾಳುಗಳ ನೆರವಿನೊಂದಿಗೆ ಬಂದವರ ಹೊಟ್ಟೆ ತುಂಬಿಸುತ್ತಿದ್ದರು. ಇಂದು ಹೊಸದಾಗಿ ತಮ್ಮ ಮನೆಗೆ ಬಂದವರು ತೆಂಕಲದ ಪ್ರಸಿದ್ಧ ಹರಿಕಥೆದಾಸರೆಂದು ತಿಳಿದೊಡನೇ ಅವರ ಖುಶಿಗೆ ಪಾರವೇ ಇರಲಿಲ್ಲ. ಬಾಲ್ಯದಲ್ಲಿ ತವರಿನಲ್ಲಿ ಎಷ್ಟೊಂದು ಹರಿಕಥೆಗಳನ್ನು ಕೇಳಿ ಬೆಳೆದವರು ಅವರು. ಆದರೆ ತೀರ ಎಳವೆಯಲ್ಲಿ ಗಂಡನನ್ನು ಕಳಕೊಂಡು ಮಡಿಯಾದ ನಂತರ ಮನೆಯಿಂದ ಹೊರಗೆ ಕಾಲಿಟ್ಟವರಲ್ಲ. ಹಳ್ಳಿಕೊಂಪೆಯ ಈ ಊರಿನಲ್ಲಿ ಯಾವೊಂದು

ಕಾರ್ಯಕ್ರಮಗಳೂ ನಡೆದಿರಲಿಲ್ಲ. ಈಗಲಾದರೂ ದೇವರು ತನಗೊಂದು ಹರಿಕಥೆ ಕೇಳುವ ಅವಕಾಶವನ್ನು ತಾನಾಗಿ ಒದಗಿಸಿಕೊಟ್ಟ ಎಂದುಕೊಳ್ಳುತ್ತಲೇ ಅವರು ತಮ್ಮೂರ ದೇವಿಯ ಗುಡಿಯಲ್ಲಿ ಹರಿಕಥೆಯನ್ನು ಮಾಡಿಸುವುದು ಖಚಿತವೆಂದು ದಾಸರಿಗೆ ಮಾತುಕೊಟ್ಟು ವಿಶ್ರಾಂತಿಗೆ ಕಳಿಸಿದರು. ತನ್ನ ಮಾತನ್ನೆಂದೂ ಮಗ ತೆಗೆದುಹಾಕಲಾರನೆಂಬ ನಂಬಿಕೆಯಿಂದ ಕಂಡ ಕಂಡ ಕೆಲಸದವರಿಗೆಲ್ಲಾ ನಾಳೆಯಿಂದ ತಮ್ಮೂರ ಗುಡಿಯಲ್ಲಿ ಹರಿಕಥೆಯಿದೆಯೆಂದು ಡಂಗೂರವನ್ನೂ ಸಾರಿಬಿಟ್ಟರು. ಅಮ್ಮನಿಂದ ವಿಷಯ ತಿಳಿದ ಹೆಗಡೆಯವರು ಈ ಸುಗ್ಗಿಯ ಕೆಲಸದ ಕಾಲದಲ್ಲಿ ಊರಿನವರೆಲ್ಲ ಕಾರ್ಯಕ್ರಮವನ್ನು ನಡೆಸಲು ಒಪ್ಪುವರೋ ಇಲ್ಲವೋ ಎಂದು ಚಿಂತಿಸುತ್ತಾ, ಯಾವುದಕ್ಕೂ ನಾಳೆ ಬೀಣಗೌಡರನ್ನು ಕರೆಸಿ ಮಾತನಾಡಿ ನೋಡುವುದೆಂದು ತೀರ್ಮಾನಿಸಿ ಮಲಗಿದರು.

ಊರಿನವರಿಂದ ಮಾದೇವಿಯೆಂದು ಕರೆಸಿಕೊಳ್ಳುತ್ತಿದ್ದ ದೇವಿಯ ಮೂರ್ತಿ ಸಿಕ್ಕಿದ್ದು ಗದ್ದೆನೆಟ್ಟಿ ಮಾಡುತ್ತಿದ್ದ ಗೌಡರ ಮನೆಯ ಹೆಣ್ಣುಗಳಿಗಂತೆ. ಇಡೀ ದಿನ ಬೇಸಾಯ, ಸೊಪ್ಪು, ಸೌದೆ ಅಂತ ಅಲೆಯುವ ತಮಗೆ ಪೂಜೆಗೆಲ್ಲ ಸಮಯವೆಲ್ಲಿ ಎಂದು ಅದನ್ನು ಪೂಜಾರಿಗಳಿಗೆ ನೀಡಿದರಂತೆ. ಅವರು ಅದನ್ನು ಗುಡಿಯಲ್ಲಿಟ್ಟು ಪೂಜಿಸುತ್ತಿದ್ದರಾದರೂ ಹಣಕಾಸಿನ ನಿರ್ವಹಣೆಯೆಲ್ಲವೂ ಗೌಡರ ಕುಟುಂಬಕ್ಕೇ ಸೇರಿತ್ತು. ಹಾಗೆಂದು ಅದೇನೂ ಲಕ್ಷಗಟ್ಟಲೆಯ ಬಾಬ್ತಿನ ವಿಷಯವಲ್ಲ. ಪ್ರತಿವರ್ಷವೂ ಊರಿನ ಎಲ್ಲ ಮನೆಗಳಿಗೂ ತಲೆಗೊಂದಿಷ್ಟು (ಮನುಷ್ಯರ ಲೆಕ್ಕ) ಮತ್ತು ಬಾಲಕ್ಕೊಂದಿಷ್ಟು (ಜಾನುವಾರುಗಳ ಲೆಕ್ಕ) ಎಂದು ವರ್ಗಿಣಿ ಹಾಕುತ್ತಿದ್ದರು. ಊರೊಕ್ಕಟ್ಟಿನ ಮೀಟಿಂಗಿನಲ್ಲಿ ತಲೆ, ಬಾಲದ ಹಣ ನಿಗದಿಯಾಗುತ್ತಿತ್ತು. ಆ ಬಂಡವಾಳದಿಂದ ವರ್ಷದಲ್ಲಿ ಏನಾದರೊಂದು ಕಾರ್ಯಕ್ರಮವನ್ನು ನಡೆಸುತ್ತಿದ್ದರು. ಸಾಮಾನ್ಯವಾಗಿ ಭಜನೆಯ ಕಾರ್ಯಕ್ರಮ ನಡೆಯುತ್ತಿದ್ದುದರಿಂದ ಮತ್ತು ಹೊರಗಿನ ಭಜನಾತಂಡಗಳನ್ನು ಪ್ರತಿಸಲ ಕರೆಸಲು ಅಸಾಧ್ಯವಾದುದರಿಂದ ಹೆಗಡೆಯವರ ಮಕ್ಕಳಿಬ್ಬರು ತಬಲಾ, ಹಾರ್ಮೋನಿಯಂ ಖರೀದಿಸಿ ತಕ್ಕಮಟ್ಟಿಗೆ ಬಾರಿಸಲು ಕಲಿತಿದ್ದರು. ಜೊತೆಯಲ್ಲಿ ಹೊನ್ನೂರಿನ ಕಾಲೇಜಿನಲ್ಲಿ ಸಂಗೀತ ಕಲಿಯುತ್ತಿರುವ ಕಾಲೇಜು ಹುಡುಗರಿಗೆ ಭಜನೆಯಲ್ಲಿ ತಾಲೀಮು ಮಾಡಲು ಒಂದು ಅವಕಾಶವಾಗುತ್ತಿತ್ತು. ಹೀಗಿರುವಾಗ ಹುಡುಗರಿಗೂ ಊರಿನ ರೀತಿನೀತಿ ತಿಳಿದಿರಲೆಂದು ಈ ಸಲದ ಗ್ರಾಮಜನರ ಮೀಟಿಂಗಿಗೆ ಅವರನ್ನೂ ಕರೆಯಲಾಗಿತ್ತು. ಕಳೆದ ವರ್ಷ ಖೋತಾ ಬಜೆಟ್ ಆದ್ದರಿಂದ ಈ ಸಲ ತಲೆ, ಬಾಲದ ವರ್ಗಿಣಿಯನ್ನು ಸ್ವಲ್ಪ ಹೆಚ್ಚಿಸುವ ಮಾತನ್ನು ಗೌಡರು ತೆಗೆದಿದ್ದೇ ಈ ಹುಡುಗರು, "ಅದ್ಯಾಕೆ ತಲೆ, ಬಾಲಕ್ಕೆ ಮಾತ್ರ ಹಣ? ಪುಕ್ಕಕ್ಕೂ ಹಣ ಹಾಕೋಣ. ಕೋಳಿ ಸಾಕುವವರಿಗೆ

ದೇವಿಯ ರಕ್ಷಣೆ ಬೇಡವೆ?" ಎಂದು ವಿತಂಡವಾದ ಮಂಡಿಸಿದರು. ಮನುಷ್ಯರ ತಲೆಕಾಯುವುದು, ದನಕರುಗಳನ್ನು ಖಾಯಿಲೆಗಳಿಂದ ರಕ್ಷಿಸುವುದು ಮಾತ್ರವೇ ತಲೆತಲಾಂತರದಿಂದ ದೇವಿ ಮಾಡುತ್ತಿರುವ ಅನುಗ್ರಹವೆಂದು ಅವರ ಬಾಯಿ ಮುಚ್ಚಿಸಿದ ಮೇಲೂ, ವರ್ಗಿಣಿ ಹೆಚ್ಚು ಮಾಡುವುದಾದರೆ ಪಕ್ಕದೂರಿನಲ್ಲಿ ಮಾಡುವಂತೆ ತಮ್ಮ ಗುಡಿಯಲ್ಲಿಯೂ ಏನಾದರೊಂದು ವಿಶೇಷ ಕಾರ್ಯಕ್ರಮವನ್ನು ನಡೆಸೋಣವೆಂದು ಹಠಹಿಡಿದು ಕುಳಿತರು. ಪಕ್ಕದೂರಿನ ಗುಡಿಯಲ್ಲಿ ಅದೆಂಥದ್ದೋ ಭಯಂಕರವಾದ 'ಆರ್ಕೆಸ್ಟ್ರಾ' ಎಂಬ ಕಾರ್ಯಕ್ರಮ ನಡೆಯುವುದೆಂಬುದನ್ನು ಹಿರಿಯರೆಲ್ಲ ಕೇಳಿದ್ದರೇ ಹೊರತು ನೋಡಿರಲಿಲ್ಲ. ಅಂತೂ ಇವರನ್ನೆಲ್ಲ ಸೇರಿಸಿದ್ದೇ ತಪ್ಪಾಯಿತೆಂದುಕೊಳ್ಳುತ್ತಾ ಹಿರಿಯರು ಅವರ ಮಾತಿಗೆ ಹೂಂಗುಟ್ಟಿದ್ದರು.

ಮರುದಿನ ಹೆಗಡೆಯವರು ಬೀಣಗೌಡರಿಗೆ ಕೀರ್ತನೆದಾಸರು ಬಂದಿರುವ ವಿಷಯವನ್ನು ತಿಳಿಸಿ, ಅವರ ಕಾರ್ಯಕ್ರಮವನ್ನು ನಡೆಸುವುದರಿಂದ ಊರ ಹುಡುಗರ ಬಾಯಿ ಮುಚ್ಚಿಸುವ ಅವಕಾಶವೊಂದು ತಮಗೆ ಒದಗಿ ಬಂದಿದೆ ಎಂಬುದನ್ನೂ ಸೂಕ್ಷ್ಮವಾಗಿ ತಿಳಿಸಿದರು. ಅದೇನೋ ಯೋಚನೆಯಲ್ಲಿರುವಂತೆ ಕಂಡ ಗೌಡರನ್ನುದ್ದೇಶಿಸಿ, "ನೋಡಿ ಗೌಡ್ರೇ, ಕೊನೆಯ ತೀರ್ಮಾನ ಯಾವತ್ತಿದ್ರೂ ನಿಮ್ಮದೆ. ಸುಗ್ಗಿಯ ಕೆಲಸದ ಗಡಿಬಡಿಯಲ್ಲಿ ಈ ಕಾರ್ಯಕ್ರಮಗಳೆಲ್ಲ ಕಷ್ಟವೆಂದು ನನಗೂ ಗೊತ್ತು. ಆದರೆ ಹರಿಕಥೆಯ ವಿಷಯದಲ್ಲಿ ಮಾತ್ರ ಇವರು ಅಸಾಮಾನ್ಯರು. ಸ್ವಲ್ಪ ಮುಂಗೋಪಿ ಅನ್ನೋದನ್ನ ಬಿಟ್ರೆ ಹಣಕಾಸಿನಲ್ಲೆಲ್ಲ ತಕರಾರು ಮಾಡೋರಲ್ಲ ಅಂತ ನನ್ನ ಬಾವ ಯಾವತ್ತೋ ಹೇಳ್ತಿದ್ದದ್ದು ನೆನಪಿದೆ. ಮತ್ತೆ ನನ್ನ ಅಮ್ಮನೂ ಈ ಪ್ರಾಯದಲ್ಲಿ ಹರಿಕಥೆ ಕೇಳಬೇಕಂಬ ಆಸೆಯಲ್ಲಿದ್ದಾರೆ. ಕರೆದರೆ ಬಾರದವರು ದೇವಿಯ ಅನುಗ್ರಹವೋ ಎಂಬಂತೆ ಮನೆಬಾಗಿಲಿಗೆ ಬಂದಿದ್ದಾರೆ. ನೀವು ಹೂಂ ಅಂದ್ರೆ ಮುಂದಿನ ತಯಾರಿ. ಇಲ್ಲಾ ಅಂದರೆ ಅಮ್ಮನ ಸಮಾಧಾನಕ್ಕೆ ನಾಳೆ ನಮ್ಮನೆಯ ಅಂಗಳದಲ್ಲೊಂದು ಕಥೆ ಹೇಳಿಸಿ ಅವರನ್ನು ಕಳಿಸುತ್ತೇನೆ" ಅಂದರು. ಆಗ ಬೀಣಗೌಡರು ಸಂಕೋಚದಿಂದ "ಅದು ಹಾಂಗಲ್ರಾ, ಗದ್ದಿ ಕೆಲಸ ಅದನ್ನೆಲ್ಲ ಹೆಂಗಾದ್ರೂ ನಡೆಸಬಹುದು. ಆದರೆ ಗೇರುಬೀಜದ ಸೀಸನ್ ನೋಡಿ. ಹಾಂಗಾಗಿ ಒಂಚೂರ ಸಾರಾಯಿ ಇಳಿಸುವಾ ಅಂತ ಕೊಳೆಮಡಿಕೆ ಮಾಡಿಟ್ಟಿದ್ದೆ. ಇಂದು ನಾಳೆ ಅಂತ ದಿನಾ ಕಳೀತಾ ಹೋಯ್ತು. ನಾಳೆಯಿಂದ ನಾಕುದಿನಾ ಭಟ್ಟಿ ಇಳಿಸದಿದ್ರೆ ಅದೆಂಥಕ್ಕೂ ಬರೂದಿಲ್ರಾ. ಬರೂದು ಮಳಿಗಾಲ. ಔಷಧಕಾದ್ರೂ ಬೇಕಲ್ರಾ. ಅದೇ ಒಂದು ಯೋಚನೆ..." ಎಂದು ರಾಗವೆಳೆದರು. ಅದಕ್ಕೆ ಹೆಗಡೆಯವರು ನಗುತ್ತಾ, "ಅಯ್ಯ, ಅಷ್ಟಕ್ಕೆ ನೀವು ಇಷ್ಟು ಯೋಚನೆ ಮಾಡುದಾ? ಅದ್ಕೆ ಯವಸ್ಥೆ ಮಾಡುವ. ನಮ್ಮ ರಾಮ ಇಲ್ವಾ? ಭಾರೀ

ನಂಬುಗೆಯ ಜನ. ಮತ್ತೆ ಅದರಲ್ಲೆಲ್ಲ ಸೀದಾಸಾಫ್. ಅವನತ್ರ ಹೇಳ್ತೆ ಗೌಡ್ರೆ. ನೀವು ಏನೇನೂ ಯೋಚನೆ ಮಾಡೋದು ಬ್ಯಾಡ." ಎಂದು ಬೀಣಗೌಡರ ಚಿಂತೆಯನ್ನು ಕಳೆದು ಹರಿಕಥೆಯ ಪ್ರಸಂಗಕ್ಕೆ ದಾರಿ ಸುಗಮಗೊಳಿಸಿದರು. ರಾಮನ ಹೆಸರು ಹೇಳಿದ್ದೇ ಗೌಡರು ನಿರಾಳರಾದರು. ಇನ್ನುಳಿದದ್ದು ಹರಿಕಥಾ ಪ್ರಸಂಗದ ಆಯ್ಕೆ ಮಾತ್ರ. ಅದರ ಬಗ್ಗೆ ಗೌಡರನ್ನು ಕೇಳಿದಾಗ, "ಅದೆಲ್ಲ ನಂಗೆಲ್ಲಿ ಗೊತ್ತದೆರಾ? ಆಸೆ ಪಟ್ಟೋರು ನಿಮ್ಮ ಅಮ್ಮ. ಅವರನ್ನೇ ಕೇಳಿಬಿಡುವಾ" ಎಂದು ಅಡುಗೆ ಮನೆಯಲ್ಲಿರುವ ಅಮ್ಮನನ್ನು ಕರೆದುಬಿಟ್ಟರು. ಅಮ್ಮನ ಆಣತಿಯಂತೆ ರಾಮಾಯಣದ ಕಥೆಯನ್ನೇ ಹೇಳಿಸುವುದೆಂದು ನಿಗದಿಗೊಂಡು ಅದನ್ನು ದಾಸರಿಗೂ ತಿಳಿಸಿಯಾಯಿತು.

ಕಾರ್ಯಕ್ರಮ ನಿಗದಿಯಾಗುತ್ತಿದ್ದಂತೆ ದಾಸರು ಹೆಗಡೆಯವರ ಮಕ್ಕಳಿಬ್ಬರನ್ನು ಕೂಡಿಸಿಕೊಂಡು ತಮ್ಮ ಹಾಡುಗಳಿಗೆ ಪಕ್ಕವಾದ್ಯ ನೀಡಲು ತಾಲೀಮು ಪ್ರಾರಂಭಿಸಿದರು. ಆರ್ಥಿಕವಾಗಿ ಅಷ್ಟೇನೂ ಸ್ಥಿತಿವಂತರಲ್ಲದ ದಾಸರು ತಮ್ಮೊಂದಿಗೆ ಪಕ್ಕವಾದ್ಯದ ಪಟಾಲಂಅನ್ನು ಕಟ್ಟಿಕೊಂಡು ತಿರುಗುವವರಾಗಿರಲಿಲ್ಲ. ಹೆಗಡೆಯವರ ಮಕ್ಕಳು ತಮಗೆ ಸಿಕ್ಕ ಈ ಅಪರೂಪದ ಅವಕಾಶಕ್ಕೆ ಹೆಮ್ಮೆಪಡುತ್ತಾ, ಕಂಚಿನ ಕಂಠದ ಅವರ ದನಿಗೆ ತಮ್ಮ ಪಿಯಾನೋ ಮತ್ತು ತಬಲಾದ ನಾದವನ್ನು ಜೋಡಿಸುತ್ತಾ, ಎಲ್ಲಿಯಾದರೂ ಶ್ರುತಿ ತಪ್ಪಿತೇನೋ, ತಾಳ ಸೇರುತ್ತಿಲ್ಲವೇನೋ ಎಂದು ಅನುಮಾನಿಸುತ್ತಲೇ ಆಗಾಗ ದಾಸರ ಮೊಗವನ್ನು ನೋಡುತ್ತಿದ್ದರು. ಈ ದೃಶ್ಯವನ್ನು ನೋಡುತ್ತಾ ನಿಂತ ಹೆಗಡೆಯವರ ಅಮ್ಮ ತನ್ನ ಮೊಮ್ಮಕ್ಕಳು ವಿದ್ಯೆಯನ್ನು ಕಲಿತದ್ದು ಇಂದು ಸಾರ್ಥಕವಾಯಿತು ಎಂಬ ಭಾವದಿಂದ ಕಣ್ಣಂಚಿನ ನೀರನ್ನು ಒರೆಸಿಕೊಳ್ಳುತ್ತಿದ್ದರು. ಅಂಗಳದಲ್ಲಿ ಕೆಲಸ ಮಾಡುತ್ತಿದ್ದವರೆಲ್ಲ ದಿನದಂತೆ ತಮ್ಮ ಮಾತುಗಳನ್ನು ಬಯಲಿಗಿಡದೇ ಮನೆಯ ಸುತ್ತ ಹರಡಿದ ಹೊಸದೊಂದು ಶಬ್ದಲೋಕದಲ್ಲಿ ಮೈಮರೆತು ತಮ್ಮ ನಡಿಗೆಯ ವೇಗವನ್ನು ಅದರೊಂದಿಗೆ ಅವರಿಗರಿವಿಲ್ಲದಂತೆ ಶ್ರುತಿಗೊಳಿಸತೊಡಗಿದರು.

ಹರಿಕಥೆಯ ಸುದ್ದಿ ತಿಳಿದ ಕಾಲೇಜು ಹುಡುಗರು ಯಾಕೋ ತಮ್ಮ ಆರ್ಕೆಸ್ಟ್ರಾ ಕನಸು ಈ ಜಂಗಮನ ಜೋಳಿಗೆಯನ್ನು ಸೇರುವುದು ಖಚಿತವೆಂದುಕೊಂಡು ಹರಿಕಥೆಯನ್ನು ಬಹಿಷ್ಕರಿಸುವ ಅವಸರದ ತೀರ್ಮಾನಕ್ಕೆ ಬಂದಿದ್ದರು. ಆದರೆ ಅದಾಗಲೇ ಅವರ ಓರಗೆಯ ಹುಡುಗಿಯರು ಸಂಜೆಯ ಕಾರ್ಯಕ್ರಮಕ್ಕೆ ಮುಡಿಯಲು ಕನಕಾಂಬರವನ್ನು ಬಿಡಿಸುತ್ತಿದ್ದುದನ್ನು ಕಂಡಾಗ ಅದ್ಯಾಕೋ ತಮ್ಮ ತೀರ್ಮಾನ ಸರಿಯಲ್ಲ ಅನಿಸಿಬಿಟ್ಟಿತು. ಹೇಗಾದರೂ ಮಾಡಿ ಅವರನ್ನೂ ಕಾರ್ಯಕ್ರಮದಿಂದ ದೂರವಿಡಲು ಯತ್ನಿಸಿದರಾದರೂ ದಿನವೂ ಯುನಿಫಾರಂನಲ್ಲಿ ಕಾಲೇಜಿಗೆ ಹೋಗಿ ಬೇಸತ್ತಿದ್ದ ಕನ್ಯಾಮಣಿಗಳು

ತಮ್ಮ ಬಣ್ಣಬಣ್ಣದ ಬಟ್ಟೆಯನ್ನು ಧರಿಸಲು ಸಿಕ್ಕಿದ ಸಣ್ಣ ಅವಕಾಶವನ್ನು ಬಿಡಲು ಸುತಾರಾಂ ಸಿದ್ಧವಿರಲಿಲ್ಲ. ಅವರ ಉಡುಗೆಯ ಬಣ್ಣಗಳು ಹುಡುಗರ ಕಣ್ಣಿನೊಳಗೂ ಮಿನುಗಿ, ಬಹಿಷ್ಕಾರವನ್ನು ಬದಿಗಿಟ್ಟು ತಾವೂ ಹೊಸಬಟ್ಟೆಗಳನ್ನು ಹೊರತೆಗೆದರು.

ಇತ್ತ ಸಂಜೆಯಾಗುತ್ತಿದ್ದಂತೆ ಹೆಗಡೆಯವರ ಅಣತಿಯಂತೆ ರಾಮು ಸಾರಾಯಿ ಭಟ್ಟಿಯಿಳಿಸಲು ತಯಾರಿ ನಡೆಸತೊಡಗಿದ. ಹೊಳೆಯ ದಂಡೆಯಲ್ಲಿ ಹೂಡಿದ ದೊಡ್ಡ ಒಲೆಯ ಮೇಲೆ ಕೊಳೆಕಾಯಿಸುವ ಹಂಡೆಯನ್ನಿಟ್ಟು ಅದರ ಬಾಯಿಯನ್ನು ತಳಒಡೆದ ಮಣ್ಣಿನ ಗಡಿಗೆಯಿಂದ ಮುಚ್ಚಿ, ಸುತ್ತಲೂ ಉಗಿಹೋಗದಂತೆ ಹಸಿಮಣ್ಣಿನ ಅಂಟನ್ನು ಮೆತ್ತಿದ. ಕೊಡದ ಬಾಯಿಂದ ಹೊರಟ ಕೊಳವೆಯನ್ನು ಹೊಳೆಯಲ್ಲಿ ತಣ್ಣಗೆ ಮುಳುಗಿಸಿರುವ ಇನ್ನೊಂದು ಪಾತ್ರೆಗೆ ಜೋಡಿಸಿದ. ಹಂಡೆಯಿಂದ ಆವಿಯಾಗುವ ಹಬೆಯು ಹೊಳೆಯ ನೀರಿನಿಂದ ತಂಪಾಗಿ ಸುರೆಯಾಗಿ ಶೇಖರವಾಗುತ್ತಿತ್ತು. ಇವೆಲ್ಲವೂ ಅಬಕಾರಿ ಅಧಿಕಾರಿಗಳ ಕಣ್ಣಿಗೆ ಬೀಳದಂತೆ ಗುಪ್ತವಾಗಿ ನಡೆಯುತ್ತಿದ್ದರೂ, ಅದು ಹೇಗೋ ಇದರ ಬಗ್ಗೆ ತಿಳಿದುಕೊಂಡ ಹತ್ತಾರು ಜನರು ಅಲ್ಲಿಯೇ ಸುತ್ತ ಠಳಾಯಿಸುತ್ತ, ಒಲೆಗೆ ಬೆಂಕಿ ಮಾಡುವವರಂತೆ, ಕಟ್ಟಿಗೆ ಕಡಿಯುವವರಂತೆ ನಟಿಸುತ್ತ ತಾವೂ ಅದರ ಭಾಗವಾಗತೊಡಗಿದರು. ಕೊಳೆಯು ಇನ್ನೇನು ಕುದಿಯುತ್ತದೆಯೆನ್ನುವಾಗ ಗುಡಿಗೆ ಹೋಗುವ ತಯಾರಿಯೊಂದಿಗೆ ಮಖಮಲ್ಲು ಧೋತಿಯುಟ್ಟ ಗೌಡರು ಪರಿಶೀಲನೆಗೆಂದು ಅಲ್ಲಿಗೆ ಬಂದರು. ಎಲ್ಲ ಕೆಲಸಗಳೂ ಸುಸೂತ್ರವಾಗಿ ನಡೆಯುತ್ತಿರುವ ಬಗ್ಗೆ ಮೆಚ್ಚುಗೆ ಸೂಚಿಸಿದ ಅವರು, ಅಲ್ಲಿ ಸುಮ್ಮನೆ ಸೇರಿದವರನ್ನು ಕಂಡು, ಹೀಗೆ ಗುಂಪುಸೇರಿ ಅಬಕಾರಿಯವರ ಗಮನ ಸೆಳೆಯುವ ಬದಲು ಗುಡಿಗೆ ಹೋಗಿ ಹರಿಕಥೆ ಕೇಳಿ ಪುಣ್ಯಸಂಪಾದನೆ ಮಾಡಿರೆಂದು ಗದರಿಸಿ ಅಲ್ಲಿಂದ ಕಳಿಸಿದರು. ಭಟ್ಟಿ ಇಳಿಸಿದ ಬಿಸಿ ಸಾರಾಯಿಯನ್ನು ಗಂಟಲಿಗಿಳಿಸುವ ಸುಖದಿಂದ ವಂಚಿತರಾದ ಬಗ್ಗೆ ಗೊಣಗುತ್ತಲೇ ಅವರೆಲ್ಲ ಮನಸ್ಸಿಲ್ಲದ ಮನಸ್ಸಿನಿಂದ ಅನಿವಾರ್ಯವಾಗಿ ಗೌಡರನ್ನು ಹಿಂಬಾಲಿಸಿದರು.

ಊರ ಗುಡಿಯನ್ನು ಗೌಡರ ಆಣತಿಯಂತೆ ಬೆಳಿಗ್ಗೆಯೇ ಗುಡಿಸಿ, ಸಾರಿಸಿ ಓರಣಗೊಳಿಸಿಲಾಗಿತ್ತು. ಸಂಜೆ ಝಗಮಗಿಸುವ ವಿದ್ಯುತ್ತಿನ ಬೆಳಕಿನಲ್ಲಿ ಹೆಗಡೆಯವರ ಸ್ವಾಗತ ಮತ್ತು ಗೌಡರ ಮಾಲಾರ್ಪಣೆಯೊಂದಿಗೆ ಹರಿದಾಸರ ಕಥೆ ಆರಂಭಗೊಂಡಿತು. ಅಂದು ಬಸ್ಸಿನಲ್ಲಿ ಮುಂಗೋಪಿಯಂತೆ ಕಂಡಿದ್ದ ದಾಸರು ಇಂದು ಕಥೆ ಹೇಳಲು ನಿಂತೊಡನೆ ಪ್ರಾಜ್ಞರಂತೆ ಕಾಣತೊಡಗಿ ಕಾಲೇಜು ಹೈಕಳು ಮುಖ ಮುಖ ನೋಡಿಕೊಂಡರು. ಕಥಾ ಪ್ರಾರಂಭಕ್ಕೂ ಮೊದಲು ಲಘುಹಾಸ್ಯ ಧಾಟಿಯಲ್ಲಿ ಉಪಕಥೆಯನ್ನು ಹೇಳುವುದು ರೂಢಿ.

ಉಪಕಥೆಯನ್ನು ಹೇಳುತ್ತಲೇ ದಾಸರು ಕಾಲೇಜು ಹುಡುಗರಿಗೆ ಅಲ್ಲಲ್ಲಿ ಹಗುರಾಗಿ ಚುಚ್ಚಿದರೆ, ಇವೆಲ್ಲವನ್ನೂ ಬಲ್ಲ ಹುಡುಗಿಯರು ಹುಡುಗರ ಮುಖವನ್ನು ಕದ್ದುನೋಡಿ ನಕ್ಕರು. ತಮ್ಮ ಅಮ್ಮಂದಿರ ಸೆರಗಿನಡಿಯಲ್ಲಿ ಬಚ್ಚಿಟ್ಟು ಕುಸುಕುಸು ಮಾಡುವ ಮಕ್ಕಳನ್ನು ದಾಸರು ಕೆಂಗಣ್ಣು ಬಿಟ್ಟು ಹೆದರಿಸಿ ಸುಮ್ಮನಾಗಿಸಿದರೆ, ಹಗಲಿನ ದುಡಿಮೆಯಿಂದ ಅಲ್ಲೇ ಕಣ್ಮುಚ್ಚುವ ಮಂದಿಯನ್ನು ತಮ್ಮ ಕೈಯ್ಯ ಖಂಜರದ ಶಬ್ದದಿಂದಲೇ ಎಚ್ಚರಿಸಿದರು. ಹೀಗೆ ಮೊದಲ ದಿನವೇ ಪ್ರೇಕ್ಷಕ ವರ್ಗವನ್ನು ತನ್ನೆಡೆಗೆ ಸೆಳೆಯುವ ಸರ್ವ ಪ್ರಯತ್ನಗಳನ್ನೂ ಮಾಡುತ್ತಾ ರಾಮಾಯಣವೆಂಬ ಮಹಾ ಆಖ್ಯಾನವನ್ನು ಆರಂಭಿಸಿದರು. ದಶರಥನ ಮಕ್ಕಳಿಲ್ಲದ ಕೊರಗಿನೊಂದಿಗೆ ಆರಂಭವಾದ ಮೊದಲ ದಿನದ ಕಥೆ ರಾಮಲಕ್ಷ್ಮಣಾದಿಗಳ ಬಾಲಲೀಲೆಗಳೊಂದಿಗೆ ಕೊನೆಗೊಂಡಿತು. ದಾಸರು ಕಥೆ ಮುಗಿಸುವ ಮೊದಲು ಹರಿಕಥಾಶ್ರವಣದಿಂದ ಕೇಳುಗರಿಗೆ ಲಭಿಸುವ ಪುಣ್ಯ ಸಂಪಾದನೆಯ ಬಗ್ಗೆ ಹೇಳಲು ಮರೆಯಲಿಲ್ಲ.

ಪೂಜೆ ಮುಗಿದು ಮಂಗಳಾರತಿಯಾಗಿ ಎಲ್ಲರೂ ಮನೆಗೆ ತಲುಪುವ ದಾರಿಯಲ್ಲಿ ಹೆಂಗಸರು ತಮ್ಮ ಖಾತೆಗೆ ಜಮೆಯಾದ ಪುಣ್ಯದ ಬಗ್ಗೆ ಚರ್ಚಿಸಿದರು. ಮತ್ತದೇ ಭಟ್ಟಿ ಸಾರಾಯಿಯ ಮಾಯೆ ಸೆಳೆದು ಕೆಲವು ಗಂಡಸರು ಹೊಳೆ ದಂಡೆಯ ದಾರಿ ಹಿಡಿದರು. ಸಾರಾಯಿಯನ್ನೆಲ್ಲ ಆರಿಸಿ, ಬಾಟಲಿಗಳಲ್ಲಿ ತುಂಬಿ ರಾಮ ಅದಾಗಲೇ ಸೀಲು ಮಾಡಿದ್ದರಿಂದ ತಮಗಿನ್ನು ತೀರ್ಥ ದೊರಕದೆಂಬುದನ್ನು ಮನಗಂಡು, ತಾವು ಕೇಳಿದ ಹರಿಕಥೆಯ ವರ್ಣನೆಯನ್ನು ಇನ್ನಷ್ಟು ಹಿಗ್ಗಿಸಿ ಹೇಳಿದರು. ಗುಡಿಯಲ್ಲಿ ಅಂತಹ ಪುಣ್ಯಕಾರ್ಯ ನಡೆಯುವಾಗ ಈ ರೀತಿಯ ಹೀನ ಕೆಲಸದಲ್ಲಿ ಮುಳುಗಿಹೋದ ರಾಮನ ದುರ್ಗತಿಯ ಬಗ್ಗೆ ಕನಿಕರಿಸಿದರು. ರಾಮ ಅವರ್‍ಯಾರಿಗೂ ಏನೊಂದೂ ಉತ್ತರಿಸದೇ ಒಲೆಯ ಬೆಂಕಿ ಹೊರಗೆಲ್ಲೂ ಹರಡದಂತೆ ಪೂರ್ಣವಾಗಿ ನಂದಿಸುವ ಕೆಲಸದಲ್ಲಿ ಮುಳುಗಿದ. ಮನೆಗೆ ಬಂದು ಊಟ ಮಾಡುವಾಗ ಹೆಂಡತಿ ಮಂಜಿಯೂ ಅವರೆಲ್ಲ ಹೇಳಿದ್ದನ್ನೇ ಹೇಳುತೊಡಗಿದ್ದರಿಂದ ಕಿರಿಕಿರಿಯೆನಿಸಿ, ತಂಗಳೂಟ ಸರಿಯಿಲ್ಲವೆಂದು ತಗಾದೆ ತೆಗೆದು ಅರ್ಧ ಊಟಮಾಡಿ ಮುಸುಕೆಳೆದು ಮಲಗಿಬಿಟ್ಟ.

ಎಂದಿನಂತೆ ಹೆಗಡೆಯವರ ಮನೆಯಲ್ಲಿ ಮಧ್ಯಾಹ್ನದ ಊಟ ಬಡಿಸುತ್ತಿದ್ದ ಹೆಗಡೆಯವರ ಅಮ್ಮನಲ್ಲಿ ರಾಮ ತನ್ನ ಮನದಾಳವನ್ನು ತೋಡಿಕೊಂಡ. "ಅಲ್ರಾ ಅಮಾ, ಈ ಹೆಗಡೀರ ಚಡಂಗ ನೋಡಿ. ಊರೋರೆಲ್ಲ ಕಥಿ ಕೇಳಿ ಪುಣ್ಯ ಮಾಡೂದು. ನಾ ಮಾತ್ರ ಕಳ್ಳನಾಂಗೆ ಹೊಳಿ ದಂಡೀಲಿ ಸಾರಾಯಿ ಇಳಿಸೂದು. ನಂಗೂ ಒಂಚೂರು ಪುಣ್ಯ ಬ್ಯಾಡ್ವಾ?" ಎಂದ. ಅದಕ್ಕೆ ಅಮ್ಮ ಬೊಚ್ಚು ಬಾಯಗಲಿಸಿ, "ಹೌದಲ್ಲೋ ರಾಮಾ, ಆ ಗೌಡರಿಗೆ ಈಗ್ಲೇ ಸಾರಾಯಿ

ಕೊಳಿ ಕೊಳೀಬೇಕಾ? ನಿಂಗೊಂದು ಭಂಗಾ ಆಯ್ತು." ಎಂದವರೆ ಮತ್ತೇನೋ ನೆನಪಾದವರಂತೆ, "ಇಗಾ ರಾಮಾ, ಒಂದು ಕೆಲಸಾ ಮಾಡು. ಹೆಂಗೂ ಊಟಮಾಡಿ ಒಂದಗಳಿಗಿ ಇಲ್ಲೇ ಮಲಗ್ತ್ಯಲೋ. ನಾ ನಿಂಗೆ ದಿನಾ ಆ ದಾಸರು ಹೇಳಿದ ಕಥೇನಾ ಹೇಳ್ತೆ. ದಾಸರೇ ನಿನ್ನೆ ಹೇಳಿರು. ಯಾರ ಬಾಯಲ್ಲಾದರೂ ಸರಿಯೆ, ಕಥೀ ಕೇಳಿದವರಿಗೆ ಪುಣ್ಯ ಖಾತ್ರಿ ಅಂತಾ. ರಾಮಾಯಣದ ಕಥಿ ಅಂದ್ರೆ ಬೆಲ್ಲದಾಂಗೆ ಸಿಹಿ ಮಾರಾಯ. ಕೇಳ್ತಿದ್ರೆ ಇನ್ನೂ ಕೇಳ್ವ ಅಂಬಂಗಿತ್ತು. ನೀನು ಹೋಗೀ ಹೋಗೀ ರಾಮ ಅಂತ ಹೆಸರಿಟ್ಕಂಡಿದ್ದೆ, ಕಥಿ ಕೇಳದಿದ್ರೆ ಹೇಂಗೆ? ಹೋಗಿ ಹೆಗಡೇರ ಹತ್ರ ಕವಳ ತೆಕಂಡು ಹಾಕಿ ಬಾ. ನಾನೂ ಒಳಗಿನ ಕೆಲಸ ಎಲ್ಲ ಮುಗಿಸಿ ಬತ್ತೆ. ನಿನ್ನೆ ಹೇಳಿದ ಕಥೆ ಹೇಳ್ತೆ" ಎಂದು ಉತ್ಸಾಹದಿಂದ ಒಳಗೆ ಹೋದರು.

ಮಕ್ಕಳಿಲ್ಲದ ದಶರಥ ಪುತ್ರಕಾಮೇಷ್ಠಿ ಯಜ್ಞ ನಡೆಸಿ, ಯಜ್ಞ ಪುರುಷನಿಂದ ಪಾಯಸದ ಫಲ ಪಡೆದು ತನ್ನ ಮಡದಿಯರಿಗೆ ನೀಡಿದ್ದು, ಅದರ ಪ್ರಭಾವದಿಂದ ರಾಮಲಕ್ಷ್ಮಣಾದಿ ಮಕ್ಕಳು ಜನಿಸಿದ್ದು, ಅವರ ಬಾಲಲೀಲೆಗಳು ಎಲ್ಲವನ್ನೂ ಕಣ್ಣಿಗೆ ಕಟ್ಟಿದಂತೆ ಅಮ್ಮ ರಾಮನಿಗೆ ವಿವರಿಸಿದರು. ಅಂದು ಸಂಜೆ ರಾಮನಿಗೆ ಹೊಳೆದಂಡೆಯ ಒಲೆಯಲ್ಲಿ ಉರಿವ ಉರಿ ಯಜ್ಞದ ಜ್ವಾಲೆಯಂತೆ ಕಾಣಿಸಿ, ಅದನ್ನೇ ದಿಟ್ಟಿಸುತ್ತಾ ತನ್ನ ಅವ್ವನ ಮಾತುಗಳನ್ನು ನೆನಪಿಸಿಕೊಂಡ. "ಮದುವ್ಯಾಗಿ ಹತ್ವರ್ಸ ಆದರೂ ಬಸುರು ಹತ್ತಲಿಲ್ಲ ಕಾಣು. ಮತ್ತೆ ಗುಡ್ಡದ ಮೇಲಿನ ಸಿದ್ದರಾಮನ ಗುಡಿಗೆ ಹೋಗಿ ಅಮಾಸೆ ಸೇವೆಗಂತ ಕೂತೇಬುಟ್ಟೆ. ನಡುರಾತ್ರೀಲಿ ಸಿದ್ದಯ್ಯ ಬಂದು ನನ್ನ ಮೈದಡವಿ ಹರಸಿದ. ಮತ್ತೆ ನೀ ಹುಟ್ಟಿದ್ದು. ಹಂಗಾಗಿ ನಿನ್ನೆಸ್ರು ರಾಮ." ತಾನೂ ರಾಮನಂತೆ ದೇವರ ಪ್ರಸಾದದಿಂದಲೇ ಹುಟ್ಟಿದವನೆಂಬ ಹಮ್ಮು ಮೈತುಂಬ ತುಂಬಿ ಬೆಂಕಿಯ ಕೆನ್ನಾಲಿಗೆಗೆ ಇನ್ನಷ್ಟು ಸೌದೆಯ ಸಮಿದ ದೂಡಿದ.

ಹೀಗೆ ಇತ್ತ ಗುಡಿಯಲ್ಲಿ ರಾಮಾಯಣವೂ, ಹೊಳೆದಂಡೆಯಲ್ಲಿ ಸಾರಾಯಿಯ ತಯಾರಿಯೂ ನಡೆಯುತ್ತ ಮಧ್ಯಾಹ್ನದ ಅಮ್ಮನ ಕಥಾಸೃಷ್ಟಿಯೂ ಮುಂದುವರೆಯುತ್ತಲೇ ಹೋಯಿತು. ಅಂದು ವಾಲಿ ಮೋಕ್ಷದ ಕಥೆಯನ್ನು ಹೇಳುತ್ತಾ ಅಮ್ಮ, "ಏನು ಮಾಡೋದು ಹೇಳು ರಾಮ, ರಾಮ ಕಥೆಯಲ್ಲಿ ವಾಲಿ ಗುಹೆಯೊಳಗೆ ಹೋದರೂ ಮರಳಿ ಬಂದ. ನಮ್ಮನೆಯಲ್ಲಿ ಹಾಗಾಗಲೇ ಇಲ್ಲ ನೋಡು" ಎಂದು ನಿಡುಸುಯ್ದರು. ಅರೆ! ಇವರ್‍ಯಾಕೆ ಹೀಗೆನ್ನುವರು ಎಂದುಕೊಳ್ಳುತ್ತಲೇ, "ಅದ್ಯಾಕಮ್ಮ ಹಾಗಂತ್ರಿ? ವಾಲಿ ಬರಲಿಲ್ಲ ಅಂದ್ರೆ?" ಎನ್ನುತ್ತಿದ್ದಂತೆ ಅಮ್ಮ ಏನನ್ನೋ ಧ್ಯಾನಿಸುತ್ತಾ, "ಅದೆಲ್ಲ ಹಳೆಕತೆ ಬಿಡು ರಾಮ. ಹುಟ್ಟೋವಾಗ ಅಣ್ಣ, ತಮ್ಮ ಅಂಬೂದೆಲ್ಲ. ಬೆಳೆಯೋವಾಗ ದಾಯಾದಿಗಳೇ ಆಗಿಬಿಡೋದು ಲೋಕ ನಿಯಮ. ಸುತ್ತ ಹದಿನಾರಳ್ಳಿಗೆ ಒಳ್ಳೆಯ ಈಜುಗಾರರು

ಅಂತ ಹೆಸರು ಪಡೆದೋರು ನಿನ್ನ ಹಳೆಯ ಒಡಿದೀರು. ದಿನಾ ಬೆಳಗಾದ್ರೆ ಎತ್ತಿನ ಜತೆಗೆ ಹೊಳೆಯಲ್ಲಿ ಈಜಿ ಹೋಗಿ ಹೊಳೆಯಾಚೆಯ ಗದ್ದೆಯಲ್ಲಿ ಬಿಸಿಲು ಕಣ್ಬಿಡುವ ಮೊದಲೇ ನೇಗಿಲಿನ ಗೆರೆ ಎಳೆಯೋರು. ಅಂತವರು ಹೊಳೆಯ ಸೆಳವಿಗೆ ಸಿಕ್ಕೋದುಂಟಾ? ಎಲ್ಲಾ ವಿಧಿಯ ಬರಹ. ಸುಗ್ರೀವ ಕಲ್ಲಿಟ್ಟದ್ದೇ ಖರೆ." ಎನ್ನುತ್ತಾ ಇನ್ನೊಂದು ಮಾತನಾಡೆನೆಂಬಂತೆ ತಮ್ಮ ಮಲಗುವ ಕೋಣೆಗೆ ನಡೆದರು. ತನ್ನ ಹಳೆಯ ಒಡೆದೀರು ಹೊಳೆಯಲ್ಲಿ ಬಳಿದುಕೊಂಡು ಹೋಗಿದ್ದರು ಎಂಬುದಷ್ಟೇ ರಾಮನಿಗೆ ತಿಳಿದಿತ್ತು. ಇದೀಗ ಹೊಳೆಯಾಚೆಯ ಸಣ್ಣೊಡಿದೀರ ಮನೆಗೆ ಅಮ್ಮ ಎಂದಿಗೂ ಹೋಗದಿರುವುದರ ಹಿಂದಿನ ಸತ್ಯವೂ ಕಣ್ಣೆದುರು ಬಂದು, ಅಂತಹಾ ದುಃಖದ ಕಾಲದಲ್ಲಿಯೂ ಮಂಡೆ ಬೋಳಿಸಿಕೊಂಡು, ಸೊಂಟಕ್ಕೆ ಸೆರಗು ಬಿಗಿದು ತಮ್ಮ ಪಾಲಿನ ಆಸ್ತಿಯನ್ನು ಸರ್ಪದಂತೆ ಕಾಯ್ದ ಅಮ್ಮನ ಚುರುಕುತನದ ಬಗ್ಗೆ ಊರಿನವರು ಹೇಳುತ್ತಿದುದೆಲ್ಲ ನೆನಪಾಗತೊಡಗಿತು. ಯಾಕೋ ಈ ರಾಮಾಯಣವೇ ಬೇಡ ಎನಿಸಿ ಮಲಗದೇ ಎದ್ದು ಕೆಲಸಕ್ಕೆ ನಡೆದ.

ಐದು ದಿನಗಳು ಕಳೆದು ಗೌಡರ ಮನೆಯ ಕೊಳೆಯೆಲ್ಲಾ ಮುಗಿದು ಇನ್ನೇನು ಸಾರಾಯಿ ಭಟ್ಟಿಯನ್ನು ತೆರವುಗೊಳಿಸಬೇಕೆನ್ನುವಾಗ ಊರಿನ ಮರಿ ಪುಡಾರಿಗಳೆಲ್ಲ ಠಳಾಯಿಸಿ ತಮ್ಮದೊಂದಿಷ್ಟು ಕೊಳೆಯನ್ನು ನಾಳೆ ಭಟ್ಟಿ ಇಳಿಸಿಕೊಡು ಎಂದು ರಾಮನನ್ನು ಒತ್ತಾಯಿಸಿದರು. ಇರಲಿ, ಇವರದೊಂದು ಬಿಟ್ಟಿ ಚಾಕರಿ ಎಂದುಕೊಂಡ ರಾಮ ಗೌಡರಿಗೊಂದು ಮಾತು ತಿಳಿಸುವಂತೆ ಅವರಿಗೆ ಹೇಳಿ ತಯಾರಿ ಮಾಡತೊಡಗಿದ. ಎಲ್ಲರ ಮನೆಯ ಕೊಳೆಯನ್ನು ಒಟ್ಟಿಗೆ ಕಾಯಿಸುತ್ತಾ, ಸಾರಾಯಿ ಹಂಚಿಕೊಳ್ಳುವಾಗ ಜಗಳವೊಂದು ಆಗದಿದ್ದರೆ ಸಾಕು ಎಂದುಕೊಳ್ಳುತ್ತಲೇ ಬೆಂಕಿ ಜೋರುಮಾಡತೊಡಗಿದ. ಎಲ್ಲರೂ ಸೇರಿರುವುದರಿಂದ ದಿನದ ಮೌನ ಅಂದು ಇರಲಿಲ್ಲ. ಎಲ್ಲ ಲೋಕಾಭಿರಾಮ ಮಾತನಾಡುತ್ತ, ಮಾತುಕತೆಯ ನಡುವೆ ತಮ್ಮ ಹೆಂಡಿರು, ಅವರ ಅಪ್ಪ ಅಮ್ಮಂದಿರನ್ನೆಲ್ಲ ತರುತ್ತ ಮನಸಿಗೆ ಬಂದಂತೆ ಅವರನ್ನೆಲ್ಲ ತೆಗಳುತ್ತಿದ್ದರೂ ರಾಮ ಮಾತ್ರ ತುಟಿಪಿಟಕ್ಕೆನ್ನದೇ ತನ್ನ ಕೆಲಸದೊಳಗೇ ತಲ್ಲೀನನಾಗಿದ್ದ. ಇವನ ಮೌನ ಅವರನ್ನೆಲ್ಲ ಕೆಣಕಿ ಇವನನ್ನೇ ಲೇವಡಿ ಮಾಡತೊಡಗಿದರು, "ರಾಮನ ಹೆಂಡತಿ ಮಂಜಿ ಬಿಡು, ಕೈ ತೊಳೆದು ಮುಟ್ಟಬೇಕಾದ ಚೆಲುವೆ. ಮಾತಾಡಿದರೆಲ್ಲಿ ಬಿಟ್ಟುಹೋಗ್ತಾಳೇನೋ ಅಂತ ರಾಮ ಮೌನವ್ರತ ಹಿಡಿದವ್ನೆ" ಎಂದರೂ ರಾಮ ಮಾತ್ರ ಲಕ್ಷವೇ ಕೊಡದೇ ಕೆಲಸಮಾಡುತ್ತಿದ್ದ. ಸಾರಾಯಿಯ ಕೊಡದ ಮುಚ್ಚಳ ತೆರೆಯುತ್ತಿದ್ದಂತೆ ಸಾಗವಾನಿಯ ಎಲೆಯೊಂದಿಗೆ ಸುತ್ತ ನೆರೆದ ಅವರೆಲ್ಲರೂ ಅದಾಗಲೇ ತಂದಿದ್ದ ಉಪ್ಪಿನಕಾಯಿಯೊಂದಿಗೆ ಬಿಸಿ ಸಾರಾಯಿಯನ್ನೂ ಹೊಟ್ಟೆಗಿಳಿಸತೊಡಗಿದರು. ಜೊತೆಯಲ್ಲಿ ರಾಮನಿಗೂ

ಒತ್ತಾಯಿಸಿ ಒಂದಿಷ್ಟು ಕುಡಿಸಿದರು. ಬಿಟ್ಟರೆ ಇವರು ಇಡಿಯ ಕೊಡವನ್ನೇ ಇಂದು ಮುಗಿಸಿಬಿಟ್ಟಾರು, ಮತ್ತಿವರನ್ನು ತಾನೇ ಹೊತ್ತುಕೊಂಡು ಹೋಗಿ ಮನೆ ಮುಟ್ಟಿಸಬೇಕಾದೀತೆಂದು ಎಚ್ಚೆತ್ತುಕೊಂಡ ರಾಮು ಸಾರಾಯಿಯನ್ನು ಅವರೊಡ್ಡಿದ ಎಲೆಯೊಳಗೆ ಹಾಕದೇ ಬಾಟಲಿಗಳಲ್ಲಿ ತುಂಬಿಸತೊಡಗಿದ. ಅದಾಗಲೇ ಏರಿದ ಸಾರಾಯಿಯ ನಶೆ ಅವರ ನಾಲಿಗೆಗೂ ತಲೆಗೂ ನಡುವಿರುವ ವಿವೇಕದ ಎಳೆಯನ್ನು ಕಡಿದುಹಾಕಿತು. ಸಾರಾಯಿಯನ್ನು ತಮಗೆ ಕೊಡದ ರಾಮನ ಮೇಲೆ ತಮ್ಮ ಮಾತಿನ ಬಾಣವನ್ನು ಬಿಡತೊಡಗಿದರು. "ನೀ ರಾಮ ಖರೆ. ನಿನ್ನ ಹೆಂಡತಿ ಸೀತೆಯೇನೊ? ಅವಳೆಂತ ಸೀತೆ, ಅವಳು ಮಂಜಿ. ಚಂದದ ಮಂಜಿ.." ಎಂದೊಬ್ಬ ಹೇಳತೊಡಗಿದರೆ ಇನ್ನೊಬ್ಬ, "ಮಂಜಿ ಚಂದ ಅಂದರೆ ಚಂದ, ಎಷ್ಟು ಚಂದ ಅಂದರೆ ಅಷ್ಟು ಚಂದ." ಎಂದು ಅವಳ ರೂಪವನ್ನು ವರ್ಣಿಸತೊಡಗಿದ. ರಾಮನ ಸಿಟ್ಟು ನೆತ್ತಿಗೇರಿತಾದರೂ ತುಟಿಕಚ್ಚಿ ಸೈರಿಸಿ ಸಾರಾಯಿಯ ಬಾಟಲಿಗಳನ್ನು ಮುಚ್ಚತೊಡಗಿದ. ಇವನ ಪ್ರತಿಕ್ರಿಯೆ ಬಾರದಿರುವುದನ್ನು ಕಂಡ ಇನ್ನೊಬ್ಬ ಕೈಬಾಯಿ ತಿರುಗಿಸುತ್ತಾ, "ಇವನ ಹೆಂತಿ ಚಂದ. ಗೌಡರಿಗೂ ರಾಮ ಬೇಕು, ಹೆಗಡೇರಿಗೂ ರಾಮ ಬೇಕು. ಮಂಜಿ ಬೇಕು." ಎಂದು ಅಸ್ಪಷ್ಟವಾಗಿ ತೊದಲತೊಡಗಿದ. ರಾಮನ ಸಹನೆಯ ಕಟ್ಟೆಯೊಡೆದು ಅಬ್ಬರಿಸಿದ, "ಬಾಯಿ ಮುಚ್ರೋ ಕಳ್ಳ ನನ ಮಕ್ಕಳ್ರಾ. ಪಾಪ ಅಂತ ಸಾರಾಯಿ ಕಾಯಿಸಿಕೊಟ್ರೆ ಬಾಯಿಗೆ ಬಂದದ್ದು ಮಾತಾಡ್ತಾರೆ. ಇಗೊಳ್ಳಿ ನಿಮ್ಮ ಸಾರಾಯಿ ಬುಂಡೆ. ಕುಡಕಂಡು ಇಲ್ಲೇ ಸಾಯ್ರಿ" ಎನ್ನುತ್ತಾ ಸಾರಾಯಿಯ ಬಾಟಲಿಗಳನ್ನು ಅಲ್ಲಿಯೇ ಎಸೆದು ಮನೆಯ ಹಾದಿ ಹಿಡಿದ.

ಮಾರನೆಯ ದಿನ ಸಾರಾಯಿ ಕಾಯಿಸುವ ಕೆಲಸವಿಲ್ಲದ್ದರಿಂದ ಸಂಜೆಯಾಗುತ್ತಿದ್ದಂತೆ ರಾಮು ಗುಡಿಯ ದಾರಿ ಹಿಡಿದ. ಗುಡಿಯಲ್ಲಿ ಅಂದು ದಿನಕ್ಕಿಂತ ಹೆಚ್ಚು ಜನ ಸೇರಿದ್ದರು. ಎಲ್ಲರ ಬಾಯಲ್ಲೂ ದಾಸರ ಕೀರ್ತನೆಯ ಗುಣಗಾನವೆ. ಎಲ್ಲಕ್ಕಿಂತ ಆಶ್ಚರ್ಯವೆಂದರೆ ಈ ಏಳು ದಿನಗಳಲ್ಲಿ ಕಾಲೇಜು ಹುಡುಗರೊಂದಿಗೆ ದಾಸರಿಗೆ ಬೆಳೆದ ಸ್ನೇಹ. ಹರಿಕಥೆಯ ಎರಡನೆಯ ದಿನವೇ ಹೆಗಡೆಯವರ ಮಗನಿಗೆ ಮೈಬಿಸಿಯಾಗಿ ಪಿಯಾನೋ ನುಡಿಸಲು ಅಸಾಧ್ಯವಾದಾಗ ಅಲ್ಲೇ ಇರುವ ರವಿ ತಾನು ಪಿಯಾನೋ ಬಾರಿಸಲು ಒಪ್ಪಿಕೊಂಡಿದ್ದ. ಅವನೊಂದಿಗೆ ಅವನ ಸ್ನೇಹಿತರ ಬಳಗವೂ ಅಭ್ಯಾಸಕ್ಕೆಂದು ಹೆಗಡೆಯವರ ಮನೆಯಲ್ಲಿ ಸೇರಿತ್ತು. ಹೀಗೆ ಅವರ ನಡುವೆ ಸಂಗೀತವೆಂಬ ಕಲೆಯ ಬೆಸುಗೆಯಾಗಿ, ಅದರ ವಿವಿಧ ಸಾಧ್ಯತೆಗಳ ಬಗ್ಗೆ ಚರ್ಚಿಸುತ್ತಲೇ ಹೊಸದೊಂದು ಆವರಣ ಸೃಷ್ಟಿಯಾಗಿಬಿಟ್ಟಿತು. ಅಷ್ಟೇ ಅಲ್ಲ, ಮುಂದಿನ ತಿಂಗಳು ಪಕ್ಕದ ಊರಿನಲ್ಲಿ ನಡೆಯುವ ಹರಿಕಥಾ ಸಪ್ತಾಹಕ್ಕೆ ರವಿ ಮತ್ತು ಪಿಂಟೋವಿನದೇ ಪಕ್ಕವಾದ್ಯವೆಂದು ನಿಗದಿಯೂ ಆಗಿಹೋಯ್ತು. ಹಾಗೆ

ಕೊನೆಯ ದಿನ ನಡೆದ ಸನ್ಮಾನ ಸಮಾರಂಭದಲ್ಲಿ ದಾಸರ ಬಗ್ಗೆ ರವಿ ಬಹಳ ಭಾವುಕನಾಗಿ ಭಾಷಣವನ್ನೂ ಮಾಡಿದ. ಮೊದಲ ದಿನದ ಬಸ್ಸಿನ ಘಟನೆಯನ್ನು ಹೇಳಿ ಕ್ಷಮೆಯಾಚಿಸುವುದನ್ನೂ ಮರೆಯಲಿಲ್ಲ. ಅವನ ಮಾತಿನ ಮಾರ್ದವತೆಗೆ ಸೋತ ಹರಿದಾಸರು ಕಣ್ಣಂಚನ್ನು ತಮ್ಮ ಚಿನ್ನದ ಬಣ್ಣದ ಶಾಲಿನಿಂದ ಒರೆಸಿಕೊಂಡರು. ಮುಂದೆ ಹರಿವಾಣದಲ್ಲಿ ಸಂಭಾವನೆಯನ್ನಿಟ್ಟು ಅವರಿಗೆ ಅರ್ಪಿಸಿ, ಶಾಲು ಹೊದೆಸಿ, ದೇವಿಯ ಚಿತ್ರವನ್ನು ಕಾಣಿಕೆಯಾಗಿ ನೀಡಿ ಸನ್ಮಾನ ನಡೆಯಿತಲ್ಲದೇ ಪ್ರತಿವರ್ಷವೂ ಅವರು ತಮ್ಮೂರಿಗೆ ಬರಬೇಕೆಂಬ ಕಟ್ಟೊತ್ತಾಯದ ಆಹ್ವಾನವನ್ನೂ ನೀಡಲಾಯಿತು. ಮುಂದೆ ರಾಮಾಯಣದ ಕೊನೆಯ ಆಖ್ಯಾನವಾಗಿ ಅಗ್ನಿ ಪರೀಕ್ಷೆಯ ಕಥಾನಕವನ್ನು ದಾಸರು ಹೇಳತೊಡಗಿದರು. ಅಂಥಹಾ ಪತಿವ್ರತೆ ಸೀತೆಯೂ ತನ್ನ ಪಾತಿವ್ರತ್ಯದ ಸಾಬೀತಿಗಾಗಿ ಬೆಂಕಿ ಹಾಯಬೇಕಾಯಿತೆಂದು ದಾಸರು ಬಣ್ಣಿಸುವಾಗ ಎಲ್ಲ ಹೆಂಗಸರ ಕಣ್ಣಂಚು ಒದ್ದೆಯಾಯಿತು.

ಹಗಲಿಡೀ ಹೆಗಡೆಯವರ ಮನೆಯ ತೋಟದ ಕೆಲಸ, ರಾತ್ರಿ ಸಾರಾಯಿ ಭಟ್ಟಿಯ ಕಾವು, ನಿನ್ನೆ ನಡೆದ ಸಣ್ಣ ಜಗಳ ಹೀಗೆ ಎಲ್ಲವೂ ಸೇರಿ ರಾಮನಿಗೆ ಸಣ್ಣಗೆ ತಲೆನೋವು ಪ್ರಾರಂಭವಾಯಿತು. ಪೂಜೆಗೆ ನಿಲ್ಲದೇ ಮನೆಗೆ ಹೋಗಿ ಮಲಗೋಣವೆಂದು ಅಲ್ಲಿಂದ ಹೊರಟ. ಹೋಗುವ ದಾರಿಯಲ್ಲಿ ಸಾರಾಯಿ ಭಟ್ಟಿಯಿಳಿಸುವ ಜಾಗದಲ್ಲೇನಾದರೂ ವಸ್ತುಗಳನ್ನು ಮರೆತಿರುವೇನೋ ನೋಡಿಯೇ ಹೋಗೋಣವೆಂದು ಆ ಕಡೆಗೆ ಹೊರಟ. ಕುಡಿದ ಅಮಲಿನಲ್ಲಿ ಯಾರೋ ತುಂಬಿದ ಸಾರಾಯಿ ಬುರುಡೆಯನ್ನು ಅಲ್ಲೇ ಪೊದೆಗಳೆಡೆಯಲ್ಲಿ ಬೀಳಿಸಿ ಹೋಗಿದ್ದರು. ಮರಳಿ ಕೊಡೋಣವೆಂದರೆ ಯಾರದ್ದೆಂದು ಗುರುತು ಹತ್ತಲಿಲ್ಲ. ಸಾರಾಯಿ ಬುರುಡೆಯನ್ನು ಹಿಡಿದು ಒಂದರೆಗಳಿಗೆ ನಿಂತ ರಾಮ ತಲೆಭಾರ ಕಳೆದೀತೆಂದು ಒಂದಿಷ್ಟನ್ನು ತನ್ನ ಗಂಟಲಿಗೆ ಸುರುವಿಕೊಂಡ. ನಶೆಯೇರುವ ಮೊದಲೇ ಮನೆ ಸೇರುವ ಧಾವಂತದಿಂದ ಸರಸರನೆ ಹೆಜ್ಜೆಹಾಕತೊಡಗಿದ.

ರಾಮ ಮನೆ ಸೇರಿದರೂ ಮಂಜಿಯಿನ್ನೂ ಗುಡಿಯಿಂದ ಬಂದಿರಲಿಲ್ಲ. ಮನೆಯಲ್ಲಿದ್ದ ಮಕ್ಕಳು ಹಸಿವೆಯಿಂದ ಅಮ್ಮನನ್ನೇ ಕಾಯುತ್ತಿದ್ದವು. ನೀರೊಲೆಯಲ್ಲಿ ನೀರು ಕಾದಿರುವುದರಿಂದ ಮಿಂದು ಬರುವಂತೆ ಮಕ್ಕಳಿಗೆ ಹೇಳಿ ಊಟಕ್ಕೆ ತಾಟುಗಳನ್ನು ಇಡತೊಡಗಿದ. ಮೀಯಲು ಹೊರಟ ಮಕ್ಕಳು ಅದೇಕೋ ಅಂಗಿಯ ಜಗಳ ಶುರುಮಾಡಿಕೊಂಡಿದ್ದರು. ವರ್ಷಕ್ಕೊಂದರಂತೆ ಜತೆ ಜತೆಯಲ್ಲಿ ಹುಟ್ಟಿದ ಮೂವರು ಹುಡುಗರಿಗೆ ಅವರದೇ ಎಂಬ ಅರಿವೆಯೇನೂ ಇರಲಿಲ್ಲ. ಇದ್ದ ಒಂದಿಷ್ಟು ಅಂಗಿಯನ್ನು ಎಲ್ಲರೂ ತೊಟ್ಟುಕೊಳ್ಳುತ್ತಿದ್ದರು. ರಾಮನ ಎಚ್ಚರಿಕೆಗೂ ಹೆದರದೇ ಮುಂದುವರೆದ ಜಗಳ

ಅವನ ತಲೆನೋವನ್ನು ಇನ್ನಷ್ಟು ಹೆಚ್ಚಿಸಿತ್ತು. ಇಷ್ಟು ಹೊತ್ತಾದರೂ ಬಾರದಿರುವ ಮಂಜಿಯ ಬಗ್ಗೆ ಮನಸ್ಸಿನಲ್ಲೇ ಕೋಪ ಹೊಗೆಯಾಡತೊಡಗಿತು. ಅಕ್ಕಪಕ್ಕದ ಮನೆಯವರೆಲ್ಲ ಮನೆ ಸೇರುತ್ತಿದ್ದುದು ಸೂಡಿಯ ಬೆಳಕಿನಲ್ಲೇ ಕಾಣುತ್ತಿತ್ತು. ಅಷ್ಟರಲ್ಲಿ ಒಂದು ಅಂಗಿಯನ್ನು ಮೂವರೂ ಹಿಡಿದೆಳೆದ ರಭಸಕ್ಕೆ ಸಣ್ಣ ಮಗ ಮಾರು ದೂರ ಹೋಗಿಬಿದ್ದು ಗೋಳೋ ಎಂದು ಅಳತೊಡಗಿದ. ಉಳಿದವರಿಬ್ಬರು ಅವನನ್ನು ಒಂದಿನಿತೂ ಗಮನಿಸದೇ ಅಂಗಿಯ ಜಗಳ ಮುಂದುವರೆಸಿದ್ದರು. ಸಾರಾಯಿಯ ನಶೆ ರಾಮನ ತಲೆಯೊಳಗೆ ಕೆಲಸ ಮಾಡತೊಡಗಿತ್ತು. ನಿನ್ನೆ ಅವರೆಲ್ಲರೂ ಮಂಜಿಯ ಬಗೆಗೆ ಹೇಳಿದ ಮಾತುಗಳೆಲ್ಲ ತಲೆಯೊಳಗೆ ಸುಳಿಯತೊಡಗಿತು. ಎಲ್ಲರಂತೆ ಪೂಜೆ ಮುಗಿದೊಡನೇ ಮನೆಸೇರಲು ಏನು ದಾಡಿ ಇವಳಿಗೆ ಎನಿಸಿ, ಸರಕ್ಕನೆ ಸಿಟ್ಟು ನೆತ್ತಿಗೇರಿ ಮಕ್ಕಳ ಕೈಯ್ಯಲ್ಲಿರುವ ಅಂಗಿಯನ್ನು ಕಸಿದು ಅಂಗಳಕ್ಕೆಸೆದ. "ದರವೇಸಗೆಟ್ಟ ಮಕ್ಕಳೆ, ಮೀಯಿರೆಂದರೆ ಅಂಗಿ ಹಿಡಿದು ಜಗಳ ಮಾಡ್ತೀರಾ? ಇರಿ ನಿಮಗೆ ಒಂದು ಗತಿ ಕಾಣಿಸ್ತೇನೆ." ಎಂದವನೇ ಅವರು ಹಾಕಿಕೊಂಡಿದ್ದ ಬಟ್ಟೆಯನ್ನೂ ಮತ್ತು ಒಳಗಿರುವ ಅವರೆಲ್ಲರ ಬಟ್ಟೆಯ ಗಂಟನ್ನೂ ಅಂಗಳಕ್ಕೆಸೆದವನೇ ಗಂಜಿ ಬಿಸಿಮಾಡಲೆಂದು ಒಟ್ಟಿದ್ದ ಒಲೆಯ ಉರಿಗೊಳ್ಳಿಯೊಂದನ್ನು ತಂದು ಬಟ್ಟೆಯ ರಾಶಿಯ ಮೇಲೆ ಎಸೆದುಬಿಟ್ಟ. ಹೊಳೆಯ ದಂಡೆಯಿಂದ ತಂದಿದ್ದ ಸಾರಾಯಿಯ ಬುಂಡೆಯನ್ನೆತ್ತಿ ಹನಿಬಿಡದಂತೆ ಗಟಗಟನೆ ಗಂಟಲಿಗೆ ಸುರಿದು ಅಂಗಳದಲ್ಲಿ ಬೆಂಕಿಯೆದುರು ಬಂದು ನಿಂತ.

ಅಪ್ಪನ ಈ ಹೊಸ ಅವತಾರವನ್ನು ಕಂಡು ಬೆಚ್ಚಿದ ಮಕ್ಕಳು ಬೆತ್ತಲೆಯಾಗಿ ಗುಡಿಸಲಿನ ಮೂಲೆಯಲ್ಲಿ ಸೇರಿ, ಅವ್ವಿ ಆದಷ್ಟು ಬೇಗ ಬರಲೆಂದು ಪ್ರಾರ್ಥಿಸತೊಡಗಿದರು. ಗುಡಿಸಲಿನೆದುರು ಬೆಂಕಿಯೇಳುತ್ತಿರುವುದನ್ನು ದೂರದಿಂದಲೇ ಕಂಡ ಮಂಜಿ ತನ್ನ ನಡಿಗೆಯ ವೇಗವನ್ನು ಹೆಚ್ಚಿಸಿ ಓಡಿ ಬರತೊಡಗಿದಳು. ಗುಡಿಯಲ್ಲಿ ಪೂಜೆ ಮುಗಿದ ಮೇಲೆ ತನ್ನನ್ನು ಒಂಚೂರು ಸಂಕ ದಾಟಿಸಿ ಹೋಗು ಎಂಬ ಹೆಗಡೆಯವರ ಅಮ್ಮನ ಮಾತಿಗೆ ಒಪ್ಪಿ ಅವಳು ಸ್ವಲ್ಪ ತಡಮಾಡಿಯೇ ಗುಡಿಯಿಂದ ಹೊರಟಿದ್ದಳು. ಅಂಗಳದಲ್ಲಿ ಉರಿಯುತ್ತಿರುವ ಬಟ್ಟೆಯ ರಾಶಿ, ಕುಡಿದು ತೂರಾಡುತ್ತಿರುವ ಗಂಡ, ಬೆತ್ತಲೆಯಾಗಿ ಗುಡಿಸಲಿನ ತಟ್ಟಿಗೊರಗಿ ತನ್ನನ್ನೇ ಅಸಹಾಯಕರಾಗಿ ದಿಟ್ಟಿಸುತ್ತಿರುವ ಮಕ್ಕಳು ಎಲ್ಲವನ್ನು ಕಂಡು ಒಂದುಕ್ಷಣ ಗರಬಡಿದು ನಿಂತುಬಿಟ್ಟಳು! ಮರುಕ್ಷಣದಲ್ಲಿಯೇ ಇನ್ನೂ ಪೂರ್ತಿಯಾಗಿ ಸುಡದಿರುವ ಬಟ್ಟೆಗಳನ್ನಾದರೂ ಈಚೆಗೆಳೆಯೋಣವೆಂದು ಬೆಂಕಿಗೆ ಕೈಹಾಕಿ ತಡಕಾಡತೊಡಗಿದಳು. ನಶೆಯೇರಿದ ರಾಮನ ಮಸುಕು ಕಣ್ಣುಗಳಿಗೆ ಅವಳು ಬೆಂಕಿಯನ್ನು ಹಾಯುತ್ತಿರುವ ಸೀತೆಯಂತೆ ಕಂಡು ತನ್ನ ಪೌರುಷಕ್ಕೆ ಮತ್ತಿಷ್ಟು ಹೆಮ್ಮೆಪಟ್ಟು ಕಣ್ಮುಚ್ಚಿ ಕುಸಿದ.

4
ರೇಶನ್ ಸೀರೆ

"ಮಗಾ, ಒಂಚೂರು ಪಟ್ಟಿಸೆರಗು ಹಾಕಿಕೊಡೆ" ಎಂಬ ಅಮ್ಮನ ಮಾತು ಕೇಳಿದ ದಿವ್ಯಾ ಓದುತ್ತಿದ್ದ ಪುಸ್ತಕವನ್ನು ಬದಿಗಿಟ್ಟು ಅಮ್ಮ ಸೀರೆ ಉಡುತ್ತಿದ್ದ ಕೋಣೆಗೆ ಹೋದಳು. ಅಮ್ಮ ಅದಾಗಲೇ ನೆರಿಗೆ ಸಿಕ್ಕಿಸಿ ಸೀರೆ ಉಟ್ಟಾಗಿತ್ತು. ಇವಳನ್ನು ಕಂಡೊಡನೆಯೇ ಹೊದೆದಿದ್ದ ಸೆರಗನ್ನು ಕೆಳಗೆ ಹಾಕಿ, "ಇದೊಂದು ಸುಟ್ಟ ಸೀರೆ ಮಾರಾಯ್ತಿ. ಹೆಗಲ ಮೇಲೆ ಹಾಗೇ ಹಾಕಿದರೆ ನಿಲ್ಲೋದೇ ಇಲ್ಲ. ಆ ನಿನ್ನ ಪಟ್ಟಿಸೆರಗ ಹಾಕಲಿಕ್ಕೆ ನಂಗೆ ಬರೋದಿಲ್ಲ." ಎಂದು ಗೊಣಗತೊಡಗಿದಳು. ದಿವ್ಯಾ ಸೆರಗಿನ ತುದಿಯನ್ನು ಕೈಯಲ್ಲಿ ಹಿಡಿದು ತನ್ನ ಅಂಗೈಯ್ಯಗಲದ ಪಟ್ಟಿ ಮಾಡುತ್ತ, "ಅಮ್ಮಾ, ನಿಂಗೆಷ್ಟು ಸಲ ಹೇಳಿಲ್ಲ, ಪಟ್ಟಿಸೆರಗು ಹಾಕೋದಾದ್ರೆ ಸೆರಗು ಹಾಕಿದ ನಂತರವೇ ನೆರಿಗೆ ಸಿಕ್ಕಿಸಬೇಕು ಅಂತ. ಸೀರೆ ಎಲ್ಲ ಉಟ್ಟಾದ ಮೇಲೆ ಸೆರಗು ಹಾಕಿದ್ರೆ ಹಿಂದೆಲ್ಲ ಅಲೆಬಲೆ ಆಗುತ್ತೆ" ಎಂದು ತಗಾದೆ ತೆಗೆದಳು. "ಆಗ್ಲಿ ಬಿಡೆ, ನನ್ನನ್ಯಾರು ನೋಡ್ಬೇಕಾಗಿದೆ? ಸೆರಗು ಜಾರಿ ಬೀಳದಿದ್ದರೆ ಆಯ್ತು" ಎನ್ನುತ್ತಿರುವಂತೆ ದಿವ್ಯಾ ಸೆರಗನ್ನು ಪಿನ್ ಮಾಡಲು ನೋಡಿದರೆ ಪಿನ್ ಹಾಕಿ ಹಾಕಿ ಆ ಜಾಗವೇ ಪೂರ್ತಿಯಾಗಿ ಹರಿದು ಹೋಗಿತ್ತು. "ಇದೆಲ್ಲಿ ಪಿನ್ ಮಾಡೋಕೆ ಬರ್ತದೆ? ನೋಡಿಲ್ಲಿ, ಪೂರ್ತಿ ಹರಿದುಹೋಗಿದೆ. ಇದೊಂದೇ ಸೀರೆ ಎಷ್ಟು ಅಂತ ಉಡ್ತೀಯಾ? ಬೇರೆದು ಉಡಬಾರದಾ?" ಎಂದು ಕೋಪದಿಂದಲೇ ಅಮ್ಮನನ್ನು ಪ್ರಶ್ನಿಸಿದಳು. "ಅಯ್ಯೋ ಹೇಗಾದ್ರೂ ಹಾಕು ಮಾರಾಯ್ತಿ. ಬೇರೆ ಸೀರೆ ಉಡಲಿಕ್ಕೆ ಸೀರೆ ಎಲ್ಲಿದೆ? ಇರೋದೇ ಇದೊಂದು. ಮೊದಲೇ ತಡ ಆಯ್ತು ಇವಳದೊಂದು" ಎಂದು ಗಡಿಬಿಡಿ ಮಾಡಿದಳು.

ದಿವ್ಯ ಕಷ್ಟಪಟ್ಟು ನೆರಿಗೆ ಸಿಕ್ಕಿಸುತ್ತ ನುಡಿದಳು, "ಮತ್ತೆ! ಮೊನ್ನೆ ಅಪ್ಪ ಎಲ್ಲರಿಗೂ ವರ್ಷದ ಬಟ್ಟೆ ತರುವಾಗ ನಂಗೆ ಈ ಸಲ ಸೀರೆ ಬೇಡ, ಇದೆ ಎಂದೆ?" ಅಮ್ಮ ಸೀರೆಯನ್ನು ಸರಿಪಡಿಸಿಕೊಳ್ಳುತ್ತಾ ನುಡಿದಳು, "ಓ ಅದಾ? ನಿನ್ನ ಅತ್ತೆ ಒಂದು ಸೀರೆ ಬೇಕು ಅಂತ ಯಾವಾಗಲು ಹೇಳ್ತಾ ಇದ್ಲು. ಪಾಪ ಅವಳೂ ಇತ್ತೀಚೆಗೆ ಕಾರ್ಯಕ್ಕೆಲ್ಲ ಹೋಗುವಾಗ ಸೀರೇನೆ ಉಡೋದು. ಯಾರ ಹತ್ತಿರವಾದ್ರೂ ಎಷ್ಟು ಸಲ ಅಂತ ಕೇಳೋದು? ನಿನ್ನ ಅಪ್ಪನೋ ಹಣವಿಲ್ಲದಾಗ ದೂರ್ವಾಸ ಮುನಿ ಥರ ಆಡ್ತಾರೆ. ಅವಳಿಗೆ ಅಂಗೀನೂ ಬೇಕು, ಸೀರೇನೂ ಬೇಕು ಅಂದ್ರೆ ಇವರೆಲ್ಲಿ ತರ್ತಾರೆ? ಹಾಗಾಗಿ ನನಗೆ ಈ ಸಲ ಸೀರೆ ಬೇಡ, ಅವಳಿಗೊಂದು ತನ್ನಿ ಎಂದೆ. ನನಗೆ ಹೇಗಾದ್ರೂ ಇವತ್ತೊಂದು ಸೀರೆ ಸಿಗುತ್ತಲ್ಲ." ದಿವ್ಯಾಳಿಗೆ ಆಗ ನೆನಪಾಯಿತು. ಇವತ್ತು ಅಜ್ಜನ ಮನೆಯಲ್ಲಿರುವುದು ಅಜ್ಜಿಯ ಶ್ರಾದ್ಧವೆಂದು. ಪ್ರತಿವರ್ಷ ಅಜ್ಜಿಯ ಶ್ರಾದ್ಧದಂದು ಐವರು ಹೆಣ್ಣುಮಕ್ಕಳಿಗೂ ಸೀರೆ ತರುವುದು ಅನೂಚಾನವಾಗಿ ಅಜ್ಜನ ಮನೆಯಲ್ಲಿ ನಡೆದುಕೊಂಡು ಬಂದ ಪದ್ಧತಿ. ಕಳೆದ ವರ್ಷ ಸೀರೆ ತರುವುದು ಸಣ್ಣ ಮಾವನ ಬಾರಿಯಾಗಿತ್ತು. ಅವನೋ ನಮ್ಮಂತೆಯೇ ತುಂಡುಭೂಮಿಯ ಕೃಷಿಕ. ಹಾಗಾಗಿ ಎಲ್ಲರಿಗೂ ದಿನಾ ಉಡುವಂತಹ ವಾಯಿಲ್ ಸೀರೆ ತಂದಿದ್ದ. ಈ ವರ್ಷ ದೊಡ್ಡಮಾವನ ಬಾರಿ. ಹೇಗೂ ನೌಕರಿಯಲ್ಲಿರುವವ. ಹಾಗಾಗಿ ಒಳ್ಳೆಯ ಸೀರೆಯನ್ನೇ ತಂದಾನೆಂದು ಅಮ್ಮನ ಲೆಕ್ಕಾಚಾರವಿದ್ದೀತೆಂದುಕೊಂಡಳು ದಿವ್ಯ.

"ಅಯ್ಯೋ, ಪೂರ್ತಿ ಬೆಳಗು ಹರಿದೇ ಬಿಟ್ಟಿತಲ್ಲೇ. ಇನ್ನು ಆರು ಮೈಲಿ ನಡೆದು ಬಸ್ ಹಿಡಿದು ಹೋಗುವಾಗ ಗಂಟೆ ಹತ್ತು ಆಗಬಹುದೋ ಏನೋ? ನಿನ್ನೆ ಹೋಗುವ ಎಂದರೆ ಮನೆತುಂಬಾ ಆಳುಗಳು. ಇವತ್ತಂತೂ ಎಲ್ಲರಿಂದ ಬೈಸಿಕೊಳ್ಳುವುದೇ ಸೈ" ಎಂದು ಅಮ್ಮ ಚೀಲಗಳನ್ನು ತುಂಬಿಸತೊಡಗಿದಳು. ಬರೋಬ್ಬರಿ ತುಂಬಿರುವ ಎರಡು ಚೀಲಗಳು! ಒಂದರಲ್ಲಿ ಶ್ರಾದ್ಧದ ಅಡುಗೆಗೆಂದು ಮನೆಯಲ್ಲೇ ಬೆಳೆದ ಬಾಳೆಕಾಯಿಗಳು, ಮಕ್ಕಳಿಗೆ ತಿನ್ನಲೆಂದು ಎಳೆಯ ಸೌತೆಕಾಯಿಗಳು, ಮೇಲೋಗರಕ್ಕೆಂದು ದೊಡ್ಡದೊಂದು ಕುಂಬಳಕಾಯಿ, ಪಲ್ಯಕ್ಕೆಂದು ಎಳೆಯ ಹಲಸಿನ ಗುಜ್ಜೆ, ಇನ್ನೊಂದರಲ್ಲಿ ಊಟಕ್ಕೆಂದು ಬಾಳೆಲೆಯ ಕಟ್ಟು, ವೀಳ್ಯದೆಲೆಯ ಪಿಂಡಿಗಳು, ಹಣ್ಣಾದ ಕೆಂಪು ಅಡಿಕೆಗಳು. ಎಲ್ಲವನ್ನೂ ತನ್ನ ಗಡಿಬಡಿಯ ನಡುವೆಯೂ ಅಮ್ಮ ಹಿಂದಿನ ದಿನವೇ ಸಜ್ಜುಮಾಡಿಟ್ಟಿದ್ದಳು. "ಅಮ್ಮಾ, ಇಷ್ಟೆಲ್ಲ ಹೊತ್ತು ಅಷ್ಟು ದೂರ ಹೇಗೆ ನಡೆಯುತ್ತಿ?" ದಿವ್ಯಾ ಕಳವಳದಿಂದ ಪ್ರಶ್ನಿಸಿದಳು. "ಮತ್ತೆ ನಿನ್ನ ಹತ್ತಿರ ಬಾ ಅಂದ್ರೆ ನೀನೆಲ್ಲಿ ಕೇಳ್ತೀಯ? ದೊಡ್ಡವರಾದ ಹಾಗೆ ನಿಮಗೆ ನೆಂಟರು ಇಷ್ಟರು ಯಾರೂ ಬೇಡ. ನೀನು ಬಂದಿದ್ರೆ ಒಂದು ಚೀಲ ಹಿಡಿದುಕೊಳ್ಳಬಹುದಿತ್ತು." ಅಮ್ಮ ಆಕ್ಷೇಪಿಸುವ ಧ್ವನಿಯಲ್ಲಿ ಹೇಳಿದಳು. ದಿವ್ಯ ಅಮ್ಮನ ಸೆರಗಿನೊಂದಿಗೆ

ಆಟವಾಡುತ್ತ, "ನಿನ್ನೇನೆ ಹೇಳಿದೆನಲ್ಲಮ್ಮ, ನನಗೆ ಇವತ್ತು ಪರೀಕ್ಷೆ ಇದೆ ಅಂತ. ಇಲ್ಲದಿದ್ರೆ ಖಂಡಿತ ಬರುತ್ತಿದ್ದೆ" ಎಂದಳು. ಅಮ್ಮ ಬೇಗಬೇಗನೆ ಅಡುಗೆ ಮನೆಯೊಳಗೆ ಹೋಗಿ ಹೋಗಿಬರುತ್ತೇನೆಂದು ಅತ್ತೆ, ಅಪ್ಪನಿಗೆ ಹೇಳಿ ಎರಡು ಕೈಯಲ್ಲಿ ಎರಡು ಚೀಲಗಳನ್ನು ಎತ್ತಿಕೊಂಡು ಲಗುಬಗೆಯಿಂದ ಹೆಜ್ಜೆಹಾಕಿದಳು.

ನಿಜವಾಗಿ ಆ ದಿನ ದಿವ್ಯಾಳಿಗೆ ಪರೀಕ್ಷೆಯೇನೂ ಇರಲಿಲ್ಲ. ಅಸಲಿಗೆ ಅವಳಿಗೆ ಅಜ್ಜನ ಮನೆಗೆ ಹೋಗುವುದೇ ಇಷ್ಟ ಇರಲಿಲ್ಲ. ಅಲ್ಲಿ ಅಮ್ಮನ ಅಕ್ಕತಂಗಿಯರ, ಅಣ್ಣ ತಮ್ಮಂದಿರ ಮಕ್ಕಳೊಡನೆ ಸೇರುವಾಗಲೆಲ್ಲ ಅವಳಿಗೆ ಒಂದು ಬಗೆಯ ಕೀಳರಿಮೆ ಕಾಡುತ್ತಿತ್ತು. ಕಳೆದ ವರ್ಷ ಹೋದಾಗಲಂತೂ ಕಾನ್ವೆಂಟಿನಲ್ಲಿ ಓದುವ ಚಿಕ್ಕಿಯ ಮಕ್ಕಳು ತಮ್ಮದೇ ಗುಂಪು ಮಾಡಿಕೊಂಡು ಇಂಗ್ಲಿಷ್‌ನಲ್ಲಿ ಮಾತನ್ನಾಡುತ್ತಾ ಇವಳನ್ನು ಗೇಲಿ ಮಾಡಿದ್ದರು. ಇವಳು ಅಡುಗೆ ಮನೆಯಲ್ಲಿದ್ದ ಅಮ್ಮನ ಹಿಂದೆಯೇ ತಿರುಗುತ್ತಿದ್ದಳು. ಅಮ್ಮ "ಹೋಗಿ ಅವರೊಂದಿಗೆ ಆಟವಾಡಿಕೊ" ಎಂದರೆ ಚಿಕ್ಕಿಯ ಮಗಳು, "ಅವಳಿಗೆ ನಮ್ಮ ಆಟವೆಲ್ಲ ಎಲ್ಲಿ ಬರುತ್ತೆ? ನಾವೆಲ್ಲ ಇಂಗ್ಲಿಷ್ ಆಟವಾಡೋದು" ಎಂದು ಗೇಲಿ ಮಾಡಿದ್ದಳು. ಅದಕ್ಕೆ ಅಮ್ಮ, "ನಮ್ಮ ದಿವ್ಯಾನೂ ಕಲಿಯೋದರಲ್ಲಿ ಫಸ್ಟ್ ಗೊತ್ತಾ?" ಎಂದು ಇವಳನ್ನು ಏರಿಸಿದ್ದರೆ ಅವರೆಲ್ಲ, "ಕನ್ನಡದಲ್ಲಿ ಬರೆಯೋದಾದರೆ ನಾವೂ ಫಸ್ಟೇ, ನಮಗೆ ಎಲ್ಲಾನೂ ಇಂಗ್ಲಿಷ್‌ನಲ್ಲೇ ಕಲಿಸೋದು ಗೊತ್ತಾ?" ಎಂದು ಪೋಸು ಕೊಟ್ಟಿದ್ದರು. ಅದರಲ್ಲೂ ಅಮ್ಮನ ಕಿರಿಯ ತಂಗಿಯಂತೂ ಯಾರನ್ನಾದರೂ ಲೇವಡಿ ಮಾಡಲೆಂದೇ ಕಾದು ಕುಳಿತಿರುತ್ತಿದ್ದಳು. ಏನಿಲ್ಲವೆಂದರೆ ಇವಳು ಹಾಕಿರುವ ಡ್ರೆಸ್‌ನ ಬಗೆಗಾದರೂ ತಗಾದೆ ತೆಗೆಯದಿದ್ದರೆ ಅವಳಿಗೆ ನೆಮ್ಮದಿಯಿರಲಿಲ್ಲ. "ಅಕ್ಕಾ, ದಿವ್ಯಾ ಈಗ ದೊಡ್ಡೋಳಾಗ್ತಿದ್ದಾಳೆ, ಅವಳಿಗಾದರೂ ಒಂದು ಒಳ್ಳೆಯ ಡ್ರೆಸ್ ತಂದುಕೊಡಲು ಭಾವನಿಗೆ ಹೇಳಬಾರದಾ? ಅವಳ ಅಂಗಿ ನೋಡು. ನಮ್ಮ ಮನೆಯ ಕೆಲಸದ ಹುಡುಗಿಯಾದರೂ ಇದಕ್ಕಿಂತ ಒಳ್ಳೆಯ ಡ್ರೆಸ್ ಹಾಕ್ತಾಳೆ" ಎಂದಿದ್ದಳು. ಆಗೆಲ್ಲಾ ದಿವ್ಯಾಳಿಗೆ ಭೂಮಿಗೆ ಇಳಿದುಹೋದ ಅನುಭವವಾಗುತ್ತಿತ್ತು. ಅಮ್ಮ ಯಾವಾಗಲೂ ಹೇಳುತ್ತಿದ್ದಳು, "ಅವರವರ ಪ್ರಾರಾಬ್ಧ ಅವರವರೇ ಅನುಭವಿಸಬೇಕು. ಇಲ್ಲದಿದ್ದರೆ, ಇಡೀ ಊರೇ ನನ್ನ ಅಪ್ಪನದಾಗಿತ್ತು. ಅದೆಂಥದ್ದೋ ಗುಣವಾಗದ ಖಾಯಿಲೆ ಬಂದು ಚಿಕಿತ್ಸೆಗಾಗಿ ಎಲ್ಲವನ್ನೂ ಕಳಕೊಂಡಾಯಿತು. ಚಿಂತೆಯಲ್ಲಿ ಅಮ್ಮ ಹಾಸಿಗೆ ಹಿಡಿದಳು. ಕೆಲಸ ಮಾಡಲು ನಾನು ಶಾಲೆ ಬಿಟ್ಟಿದ್ದಾಯ್ತು. ತಂಗಿಯರೆಲ್ಲ ಕಲಿಯುವ ಹೊತ್ತಿಗೆ ಅಣ್ಣ ಕೆಲಸಕ್ಕೆ ಸೇರಿದ್ದ. ಅವರೆಲ್ಲ ಕಲಿತವರೆಂದು ಒಳ್ಳೆ ಸಂಬಂಧ ಸಿಕ್ಕಿತು. ನಾನೊಬ್ಬಳೇ ಹಳ್ಳಿಗೆ ಮದುವೆಯಾಗಿ ಬಂದೆ. ಇಲ್ಲೂ ಅದೇ ಕಥೆ. ಮಾವನ ಜಮೀನೆಲ್ಲ ಹತ್ತಾರು ಮಕ್ಕಳಿಗೆ ಹಂಚಿಕೆಯಾಗಿ ಸಿಕ್ಕಿದ್ದು ತುಂಡುಪಾಲು. ತುಂಡುಭೂಮಿಯಲ್ಲಿ

ಅಪ್ಪ ಎಷ್ಟಂತ ಗಳಿಸ್ತಾರೆ? ಅತ್ತೆಗೆ ಇನ್ನೂ ಮದುವೆ ಮಾಡ್ಬೇಕು. ಅವರ ಕಷ್ಟ ನೋಡಿ ಖರ್ಚು ಮಾಡಬೇಕು" ಎಂದು. ದಿನವೂ ಸಂಜೆ ದೇವರ ಮುಂದೆ ಕುಳಿತು ಭಜನೆ ಹೇಳುವಾಗ ಕೆಲವೊಮ್ಮೆ ಅಮ್ಮನ ಕಣ್ಣಿಂದ ನೀರಬಿಂದುಗಳು ಜಾರುವುದನ್ನು ದಿವ್ಯ ನೋಡಿದ್ದಾಳೆ. ಆದರೆ ಅಮ್ಮ ಯಾರಿಗೂ ಏನೊಂದನ್ನೂ ಹೇಳುವವಳಲ್ಲ. ಅಜ್ಜನ ಮನೆಯಲ್ಲಿಯೂ ಅಷ್ಟೆ. ಬೆಳಗಿನಿಂದ ಅಮ್ಮನಿಗೆ ಒರಳುಗಲ್ಲಿನಲ್ಲಿ ಅರೆಯುವ ಕೆಲಸ. ಒಂದಾದಮೇಲೊಂದರಂತೆ ರುಬ್ಬುತ್ತಲೇ ಇರುತ್ತಾಳೆ ಅಮ್ಮ. ಉಳಿದವರಿಗೆಲ್ಲ ಖಾರ ತಾಗಿದರೆ ಕೈ ಗಮೆಯುತ್ತದೆಯಂತೆ. ಅಮ್ಮನ ಕೈ ಮರಗಟ್ಟಿಹೋಗಿದೆಯೋ ಅಥವಾ ಅವರೆಲ್ಲ ಕೆಲಸ ತಪ್ಪಿಸಿಕೊಳ್ಳಲು ಅದೊಂದು ನೆವವೋ ಅವಳಿಗೆ ತಿಳಿಯದು. ಊಟವಾದಮೇಲೂ ಅಷ್ಟೆ, ಉಳಿದವರೆಲ್ಲ ನಡುಮನೆಯಲ್ಲಿ ಕುಳಿತು ಮಾವ ತಂದಿರುವ ಹೊಸಸೀರೆಗಳ ಗಂಟು ತೆಗೆದು ಅವರವರಿಗೊಪ್ಪುವ ಬಣ್ಣವನ್ನು ಆರಿಸಿಕೊಳ್ಳುತ್ತಾರೆ. ಅಮ್ಮ ಮಾತ್ರ ಎಲೆ ತೆಗೆದು ಸಾರಿಸಿ, ಕೆಲಸದವಳಿಗೆ ಊಟಬಡಿಸಿ, ಪಾತ್ರೆಗಳನ್ನೆಲ್ಲ ಹೊರಗಿಡುತ್ತಾಳೆ. ಎಲ್ಲ ಮುಗಿಸಿ ಬರುವಾಗ ಉಳಿದ ಸೀರೆ ಅಮ್ಮನ ಪಾಲು! ಹಾಗಾಗಿ ಅಮ್ಮ ಮೊದಲನೇ ದಿನವೇ ಬಾರದಿದ್ದರೆ ಅವರಿಗೆಲ್ಲ ಮುನಿಸು. ಅಮ್ಮನಿಗೆ ಹೇಳಿದರೆ ಏನೂ ಗೊತ್ತಾಗುವುದಿಲ್ಲ ಅಥವಾ ಹಾಗೆ ನಟಿಸುತ್ತಾಳೋ ತಿಳಿಯದು. ಎಲ್ಲಾರೂ ಒಳ್ಳೆಯವರೆ, ಕೈಲಾಗೋ ಕೆಲಸ ಮಾಡೋಕೆ ಉದಾಸೀನ ಮಾಡಬಾರದು ಮಗಾ ಎನ್ನುತ್ತಾಳೆ. ಆದರೆ ದಿವ್ಯ ಮಾತ್ರ ತಾನಿನ್ನು ಅಜ್ಜನಮನೆಯ ಯಾವುದೇ ಕಾರ್ಯಕ್ಕೂ ಹೋಗಬಾರದೆಂದು ನಿರ್ಧರಿಸಿಯಾಗಿದೆ. ಹಾಗಾಗಿಯೇ ಪರೀಕ್ಷೆಯೆಂಬ ಸುಳ್ಳು ನೆವ ಹೇಳಿದ್ದಳು.

ಸಂಜೆ ಶಾಲೆ ಮುಗಿಸಿ ಮನೆಗೆ ಬಂದಾಗ ಅಪ್ಪನೂ ಮನೆಯಲ್ಲಿರಲಿಲ್ಲ. ಅಜ್ಜನ ಮನೆಯ ಕಾರ್ಯಕ್ಕೆ ಸಂಜೆ ಹೋಗುವುದು ಅಪ್ಪನ ರೂಢಿ. ನಾಳೆ ಇಬ್ಬರೂ ಸೇರಿ ಬರುತ್ತಾರೆ, ಹಾಗೆ ಅಪ್ಪ ಅಮ್ಮ ಇಬ್ಬರೂ ಮನೆಯಲ್ಲಿರದ ರಾತ್ರಿಗಳು ತುಂಬಾ ಕಡಿಮೆ. ಹಾಗಾಗಿ ಮನೆಯಲ್ಲಿರುವವರಿಗೆಲ್ಲಾ ಇಂದು ವಿಶೇಷ ದಿನ. ಅತ್ತೆ, ಚಿಕ್ಕಪ್ಪ ಸೇರಿ ಏನಾದರೂ ವಿಶೇಷ ತಿಂಡಿಯ ಯೋಜನೆ ಹಾಕುತ್ತಾರೆ. ಅವರೊಂದಿಗೆ ದೊಡ್ಡಪ್ಪನ ಮಕ್ಕಳೂ ಬಂದು ಸೇರುತ್ತಾರೆ. ಮೊದಲೆಲ್ಲ ದಿವ್ಯನೂ ಅಜ್ಜನಮನೆಯಲ್ಲಿರುವುದರಿಂದ ಅವರಿಗೆ ನಿಶ್ಚಿಂತೆಯಾಗುತ್ತಿತ್ತು. ಈಗಿವಳು ಇಲ್ಲೇ ಇರುವುದು ಅವರಿಗೆ ಅಷ್ಟೇನೂ ಪಥ್ಯವಲ್ಲ. ಮೊದಲೆಲ್ಲ ದಿವ್ಯಾಳಿಗೆ ಏನೂ ಅರ್ಥವಾಗುತ್ತಿರಲಿಲ್ಲ. ಅಮ್ಮ ಬರುವುದನ್ನೇ ಕಾದು ಇವರು ಮಾಡಿರುವುದನ್ನೆಲ್ಲ ವರದಿ ಒಪ್ಪಿಸುತ್ತಿದ್ದಳು. ಅವರೆಲ್ಲ ಸೇರಿ 'ಚಾಡಿಪುಟ್ಟಿ' ಎಂಬ ಅಡ್ಡಹೆಸರು ಇಟ್ಟು ಕರೆಯತೊಡಗಿದಮೇಲೆ ಇವಳಿಗೆ ವಿಷಯದ ಅರಿವಾಗಿದೆ. ಅಂತಹ ದಿನಗಳಲ್ಲಿ ಅವಳು ತನ್ನ ಕೋಣೆಯನ್ನು ಬಿಟ್ಟು ಹೊರಬರುತ್ತಿರಲಿಲ್ಲ. ಓದುವ ನೆಪದಲ್ಲಿ ಕೋಣೆಯಲ್ಲೇ ಕುಳಿತು, ಕರೆದಾಗ ಹೋಗಿ ಕೊಟ್ಟುದನ್ನು

ತಿಂದು ಬರುತ್ತಿದ್ದಳು. ಅವಳ ಈ ನಡೆ ಮನೆಯವರಿಗೆಲ್ಲ ಇಷ್ಟವಾಗಿ, 'ಮಕ್ಕಳೆಂದರೆ ನಮ್ಮ ದಿವ್ಯನಂತಿರಬೇಕು, ಅವಳಾಯ್ತು, ಅವಳ ಓದಾಯ್ತು' ಎಂದು ಎಲ್ಲರೆದುರು ಪ್ರಶಂಸೆಯೂ ದೊರಕಿತ್ತು. ದಿವ್ಯಾ ಕೈಕಾಲು ತೊಳೆದು ಬಂದು ಅತ್ತೆ ಕೊಟ್ಟ ತಿಂಡಿಯನ್ನು ತಿಂದು ತನ್ನ ಕೋಣೆಯತ್ತ ನಡೆದಳು. ಅಡುಗೆ ಮನೆಯಲ್ಲಿ ಸೇರಿದವರ ಕಾರುಬಾರು ಜೋರಾಗಿ ಸಾಗಿತ್ತು. ನಾಳೆ ಮದ್ಯಾಹ್ನದ ಹೊತ್ತಿಗೆಲ್ಲ ಅಮ್ಮ ಅಪ್ಪ ಬಂದುಬಿಡುತ್ತಾರೆ. ಇನ್ನೊಂದು ಶ್ರಾದ್ಧ ಬರುವವರೆಗೆ ಎಲ್ಲವೂ ನಿರಾಳ ಎಂದುಕೊಂಡಳು ದಿವ್ಯ.

ಇನ್ನೇನು ಕತ್ತಲಾಗುವ ಹೊತ್ತು. ಒಳಗಿನಿಂದ ಈರುಳ್ಳಿಯ ಒಗ್ಗರಣೆಯ ಪರಿಮಳ ಗಾಢವಾಗಿ ತೇಲಿಬರುತ್ತಿತ್ತು. ಓದಿ ಬೇಸರವಾಗಿ ದಿವ್ಯ ಮನೆಯ ಮುಂದಿನ ಮೆಟ್ಟಿಲಮೇಲೆ ಬಂದು ಕುಳಿತು ಆಗಸ ದಿಟ್ಟಿಸತೊಡಗಿದಳು. ಮಸುಕಾದ ಬೆಳಕಿನಲ್ಲಿ ಯಾರೋ ಮನೆಯ ಕಡೆಗೇ ನಡೆದುಬರುತ್ತಿರುವುದು ಅವಳ ಕಣ್ಣಿಗೆ ಬಿತ್ತು. ಹತ್ತಿರಬರುತ್ತಿದ್ದಂತೆ ಅಮ್ಮನ ನಡಿಗೆಯೇ ಇದು ಎನಿಸಿತಾದರೂ ಅಮ್ಮ ಇವತ್ತು ಬರುವ ಪ್ರಮೇಯವೇ ಇಲ್ಲವೆಂದು ದಿವ್ಯ ನೇರವಾಗಿ ದಿಟ್ಟಿಸಿದಳು. ಪರಮಾಶ್ಚರ್ಯ! ಅಮ್ಮನೆ! ಎರಡು ಚೀಲ ಹಿಡಿದು ಹೋದವಳು ಅರೆತುಂಬಿದ ಒಂದೇ ಚೀಲ ಹಿಡಿದು ಬರುತ್ತಿದ್ದಾಳೆ. ದಿವ್ಯ ಏನು ಮಾಡುವುದೆಂದೇ ತಿಳಿಯದೇ ಅಮ್ಮನ ಮುಖ ದಿಟ್ಟಿಸಿದಳು. ಅಮ್ಮ ಅವಳ ದೃಷ್ಟಿಗೆ ದೃಷ್ಟಿ ಸೇರಿಸದೇ, ಒಳಬಂದವಳೇ ಚೀಲವನ್ನು ಬದಿಗಿಟ್ಟು ಕೈಕಾಲು ತೊಳೆಯಲು ಬಚ್ಚಲಿಗೆ ಹೋದಳು. ಅಡುಗೆ ಮನೆಯಲ್ಲಿ ಸೇರಿದವರೆಲ್ಲ ಒಂದು ಕ್ಷಣ ತಬ್ಬಿಬ್ಬಾಗಿ ಅವರವರ ಮನೆಗೆ ಹಿತ್ತಲ ಬಾಗಿಲಿನಿಂದಲೇ ಪರಾರಿಯಾದರು. ಅತ್ತೆ, ಚಿಕ್ಕಪ್ಪ ಮತ್ತೆ ಮಾಡಬೇಕೆಂದಿರುವುದನ್ನೆಲ್ಲ ಬಿರಬಿರನೆ ತುಂಬಿಸಿ ದೊಡ್ಡಪ್ಪನ ಮನೆಗೆ ಸಾಗಿಸಿದರು. ಮಾಡಿದ್ದನ್ನೆಲ್ಲ ಮುಚ್ಚಿಟ್ಟು ಏನೂ ನಡೆದಿಲ್ಲವೆಂಬಂತೆ ಹೊರಗೆ ಬಂದು ಕುಳಿತರು. ಅಮ್ಮ ದೇವರಿಗೆ ದೀಪ ಬೆಳಗಿಸಿ ಅಜ್ಜನಮನೆಯಿಂದ ತಂದ ಪ್ರಸಾದವನ್ನು ಎಲ್ಲರಿಗೂ ಕೊಟ್ಟು ಊಟಕ್ಕೆ ಅಣಿಮಾಡಲು ಒಳಗೆ ಹೋದಳು.

ರಾತ್ರಿಯ ಕೆಲಸವನ್ನೆಲ್ಲ ಮುಗಿಸಿ ಅಮ್ಮ ಮಲಗಲು ಬಂದಾಗ ದಿವ್ಯ ದೀಪದ ಬೆಳಕಿನಲ್ಲಿ ಅಮ್ಮನ ಮುಖವನ್ನೇ ದಿಟ್ಟಿಸಿದಳು. ಅಮ್ಮ ಯಾಕೋ ತುಂಬಾ ಸುಸ್ತಾದಂತಿದ್ದಳು. ಕೆಲಸ ಮಾಡಿ ದಣಿದಿರಬೇಕೆಂದುಕೊಂಡಳು ದಿವ್ಯ. ಹಾಸಿಗೆಯಲ್ಲಿ ಕುಳಿತ ಅಮ್ಮನ ಕಾಲಮೇಲೆ ಮಲಗಿ ದಿವ್ಯಾ ಅಮ್ಮನೊಂದಿಗೆ, "ಅಮ್ಮಾ, ಇವತ್ತೇ ಬಂದೆಯಲ್ಲ. ನಾನು ಯಾವಾಗಿನ ಥರಾನೆ ನಾಳೆ ಬರ್ತೀಯಾ ಅಂದುಕೊಂಡಿದ್ದೆ. ಆದ್ರೆ ಬಂದಿದ್ದು ಮಾತ್ರ ತುಂಬಾ ಒಳ್ಳೇದಾಯ್ತು. ಯಾಕೋ ನಿನ್ನನ್ನು ನೋಡಬೇಕೆಂದು ತುಂಬಾ ಅನಿಸ್ತಿತ್ತು" ಎಂದು ಮುದ್ದು ಮಾಡಿದಳು. ಮತ್ತೆ ತಟ್ಟನೆ ನೆನಪಾಗಿ ನುಡಿದಳು, "ಅಮ್ಮಾ, ಎಲ್ಲಿ ನಿನ್ನ ಸೀರೆ ತೋರಿಸು.

ಕಳ್ಳಿ! ಈ ಸಲ ದೊಡ್ಡಮಾವ ಅಲ್ವಾ ಸೀರೆ ತರೋದು? ಅದಕ್ಕೇ ಒಳ್ಳೆ ಸೀರೇನೆ ಸಿಗುತ್ತೆ ಅಂತ ಖಾತ್ರಿಯಾಗಿ ಅಪ್ಪನ ಹತ್ರ ಸೀರೆ ಬೇಡ ಅಂದಿದ್ದೀಯಲ್ವಾ? ತೋರಿಸು ನೋಡುವ" ಎಂದಳು. ಅಮ್ಮ ಅವಳ ತಲೆಯಲ್ಲಿ ಬೆರಳಾಡಿಸುತ್ತ, "ನಂಗೆ ಸಾಕಾಗಿದೆ. ಕಾಲೆಲ್ಲ ನೋವು. ಈಗ ಸುಮ್ಮನೆ ಮಲಗು" ಎಂದಳು ನಿರಾಸಕ್ತಿಯಿಂದ. ದಿವ್ಯ ತಟ್ಟನೆ ಅವಳ ಕಾಲಿಂದ ಎದ್ದವಳೆ "ಇರು ನಾನೆ ಚೀಲದಿಂದ ತೆಗೆದು ನೋಡ್ತೇನೆ" ಎಂದಳು. ಅಮ್ಮ ಅವಳನ್ನು ಹಿಡಿದು ಕೂರಿಸುತ್ತ ಹೇಳಿದಳು, "ಅದನ್ನು ನೋಡೋದಕ್ಕೇನಿದೆ? ಇಲ್ಲಿ ಹಾಸಿದೆಯಲ್ಲ, ಅಂಥದ್ದೇ ಸೀರೆ". ದಿವ್ಯಾ ಅರ್ಥವಾಗದೆ "ಅಂದರೆ...?" ಎಂದು ರಾಗವೆಳೆದಳು. "ಅದೇ ರೇಷನ್ ಸೀರೆ" ಅಮ್ಮ ತಣ್ಣಗೆ ನುಡಿದಳು. "ರೇಷನ್ ಸೀರೆ ತಂದಿದ್ದಾನಾ ಮಾವ? ದೊಡ್ಡಮ್ಮ, ಚಿಕ್ಕಿ ಎಲ್ಲ ಸುಮ್ಮನೆ ತೆಗೆದುಕೊಂಡ್ರಾ? ಸಣ್ಣಚಿಕ್ಕಿಯಂತೂ ಮಾವನ ಗ್ರಹಚಾರ ಬಿಡಿಸಿರಬೇಕು" ದಿವ್ಯ ಆಶ್ಚರ್ಯದಿಂದ ಕೇಳಿದಳು. ತಮ್ಮ ಮನೆಯಲ್ಲಿಯೇ ಹಾಸಲು ಹೊದೆಯಲು ಮಾತ್ರ ಉಪಯೋಗಿಸುವ ರೇಶನ್ ಸೀರೆಯನ್ನು ಅವರ್ಯಾರೂ ಖಂಡಿತವಾಗಿ ಒಪ್ಪಲಾರರು ಎಂಬುದು ಅವಳಿಗೆ ತಿಳಿದಿತ್ತು. ಅಮ್ಮ ಕಿಟಕಿಯಾಚೆ ದಿಟ್ಟಿಸುತ್ತ ನುಡಿದಳು, "ಮಾಸ್ತರ್ ಅಲ್ವಾ ಅವ? ಬುದ್ಧಿವಂತ ನೋಡು, ಅವರವರ ಯೋಗ್ಯತೆ ನೋಡಿ ತಂದಿದ್ದಾನೆ" ತುಟಿ ಕಚ್ಚಿ ಹಿಡಿದಿದ್ದರೂ ಅಮ್ಮನ ಕಣ್ಣಿನಿಂದ ನೀರ ಹನಿಗಳು ಪಟಪಟನೆ ಉದುರಿ ಕೆನ್ನೆಯ ಮೇಲೆ ಉರುಳತೊಡಗಿದವು. "ನನ್ನ ಯೋಗ್ಯತೆಗೆ ಅದು." ಅಮ್ಮ ಕೊನೆಯ ವಾಕ್ಯವನ್ನು ಕಷ್ಟಪಟ್ಟು ನುಡಿದಳು. ಅಮ್ಮ ಈ ದಿನವೇ ಬಂದಿದ್ದರ ಹಿಂದಿನ ಕಾರಣ ದಿವ್ಯಳಿಗೆ ಹೋಳೆಯಿತು. ಅಮ್ಮನ ಕಣ್ಣೀರನ್ನು ಒರೆಸುತ್ತಾ ಹೇಳಿದಳು, "ಅಮ್ಮಾ, ಚಿಂತೆ ಮಾಡಬೇಡ. ನಾನು ಓದಿ ಮಾವನಿಗಿಂತ ದೊಡ್ಡ ಮಾಸ್ತರ್ ಆಗಿ ನಿನಗೆ ಅವರೆಲ್ಲರಿಗಿಂತ ಚೆಂದದ ಸೀರೆ ತಂದುಕೊಡುತ್ತೇನೆ" ಅಮ್ಮ ಅವಳನ್ನು ತಬ್ಬಿ ದೀಪವಾರಿಸಿ ಮಲಗಿದಳು. ಅವಳ ಹೆರಳಲ್ಲಿ ತನ್ನ ಬೆರಳನ್ನಾಡಿಸುತ್ತ ಏಳು ಕೋಟೆಯಲ್ಲಿ ಬಂಧಿಯಾಗಿರುವ ಏಳುಮಲ್ಲಿಗೆ ತೂಕದ ರಾಜಕುಮಾರಿಯ ಕಥೆ ಹೇಳತೊಡಗಿದಳು.

5

ನಾನೋಗ್ತೆ ಬಾಂಬೇಗೆ

ಕಂಪ್ಯೂಟರ್ ಮೇಲೆ ಹರಿದಾಡುತ್ತಿದ್ದ ಅಲಕಾಳ ಬೆರಳು ಇದ್ದಕ್ಕಿದ್ದಂತೆ ಸ್ತಬ್ಧವಾದವು. ಬರೆಯುತ್ತಿದ್ದ ಪ್ರೋಗ್ರಾಮಿಂಗ್ ನಿಂತುಹೋಯಿತು. ತಲೆಯ ತುಂಬೆಲ್ಲಾ ಅದೇ ಕತ್ತಲ ಲೋಕ ತೆರೆದುಕೊಂಡಂತಾಗಿ ಎದುರಿಗಿದ್ದ ಪರದೆ ಮಸುಕಾಗುತ್ತಾ ಹೋಯಿತು. ಮತ್ತದೇ ಹಜಾರ, ಮುಂದೆ ಹರಡಿದ ಅಕ್ಕಿಯ ರಾಶಿ, ಪಕ್ಕದಲ್ಲೊಂದು ಹಿಡಿಸೂಡಿ, ಅಕ್ಕಿಯ ರಾಶಿಯೆದುರು ಕುಳಿತ ಅವಳು ಮತ್ತು ಅಮ್ಮ ಕಣ್ಣೆದುರು ತೇಲಿಬಂದರು. ಇದ್ದಕ್ಕಿದ್ದಂತೆ ಅಮ್ಮನ ಮುಖದ ಚಹರೆ ಬದಲಾಗತೊಡಗಿತು. ಅಕ್ಕಿ ಹೆಕ್ಕುತ್ತಿದ್ದ ಕೈ ಮುಷ್ಟಿ ಅಕ್ಕಿಯನ್ನು ತೆಗೆದು ಬಾಯೊಳಗೆ ತುಂಬಿಕೊಂಡಿತು. ಕರಕರನೆ ಅಕ್ಕಿಯನ್ನು ಜಗಿಯುತ್ತಾ ತನ್ನನ್ನು ನೋಡದೇ ತಲೆಬಗ್ಗಿಸಿ ಕುಳಿತ ಅಲಕಾಳನ್ನೇ ದಿಟ್ಟಿಸುತ್ತಾ ಅಮ್ಮ ಹಾಡು ಹೇಳತೊಡಗಿದಳು.

ನಾನೋಗ್ತೆ ಬಾಂಬೇಗೆ
ಬಾಂಬೇ ಶಹರಾ ನೋಡೋಕೆ
ಟಿಕ್ಕೇಟಿಲ್ದೆ ತೋಳಂಗ್ ಮಾಡ್ತೆ ಕಟ್ಟಂಕೆಲಸಂಗೆ
ಮುಂದೆ ಬಂದ ಪೋಲೀಸಾ
ಕೆನ್ನೆಗೊಂದು ಏಟಿಟ್ಟ
ಗಡಿಬಿಡೆಯಿಂದ ಹಿಂದೆ ಬಿದ್ದ ಗುಪ್ಪಾ...

ಪದ್ಯ ಮುಗಿದೊಡನೆ ಅಮ್ಮ ಕಿಸಕ್ಕನೆ ನಗತೊಡಗಿದಳು. "ನಾಳೆಯಿಂದ ಅಕ್ಕಿಗಿಕ್ಕಿ ಎಲ್ಲ ನೀನು ಹೆಕ್ತಾ ಇರು. ನಾನು ಸೀದಾ ಬಾಂಬೇಗೆ ಹೋಗ್ತೆ.

ನೋಡ್ತಿರು ರೈಲ್ ಹತ್ತಿ ಹೋಗೇಬಿಡ್ತೆ." ಎನ್ನುತ್ತಾ ಮತ್ತಿಷ್ಟು ಅಕ್ಕಿಯನ್ನು ಮುಕ್ಕತೊಡಗಿದಳು.

ಅಮ್ಮ ಅಕ್ಕಿಯನ್ನು ಅಗಿಯುವ ಕರಕರವೆಂಬ ಸದ್ದು ಕಿವಿಯೊಳಗೆ ಮಾರ್ದನಿಸಿದಂತಾಗಿ ಅಲಕಾ ಕಿವಿಯನ್ನು ಕೈಗಳಿಂದ ಗಟ್ಟಿಯಾಗಿ ಮುಚ್ಚಿಕೊಂಡು ಅಲ್ಲಿಯೇ ಟೇಬಲ್ಲಿಗೆ ಒಂದರೆಕ್ಷಣ ಒರಗಿದಳು. ಮರುಕ್ಷಣವೇ ಇದನ್ನೆಲ್ಲ ಸೀಮಾ ಗಮನಿಸಿಬಿಡುವಳೇನೋ ಎಂದು ಎಚ್ಚೆತ್ತು ಸಾವರಿಸಿಕೊಂಡು ಕಂಪ್ಯೂಟರ್ ಮೇಲೆ ಬೆರಳಾಡಿಸತೊಡಗಿದಳು. ಕಡೆಗಣ್ಣಿಂದ ಸೀಮಾಳೆಡೆಗೆ ನೋಡಿ ಅವಳು ತನ್ನನ್ನು ಗಮನಿಸಿಲ್ಲವೆಂಬುದನ್ನು ಖಾತ್ರಿಪಡಿಸಿಕೊಂಡಳು.

ಅಲಕಾಳಿಗೆ ಹೀಗೆ ಆಗುತ್ತಿರುವುದು ಇದೇ ಮೊದಲೇನೂ ಅಲ್ಲ. ಆದರೆ ಇತ್ತೀಚೆಗೆ ಮತ್ತೆ, ಮತ್ತೆ ಇಂಥಹ ಕ್ಷಣಗಳು ಮರುಕಳಿಸಿ ಮನಸ್ಸನ್ನು ಅಲ್ಲೋಲಕಲ್ಲೋಲಗೊಳಿಸುತ್ತಿದ್ದವು. ಗೆಳತಿ, ಸಹೋದ್ಯೋಗಿ ಸೀಮಾ ಅವಳನ್ನು ಗಮನಿಸಿ ಮನೋಚಿಕಿತ್ಸಕರ ಸಲಹೆ ಪಡೆಯುವಂತೆ ಹೇಳಿದ್ದಳು. ತನ್ನ ಗೆಳತಿಯೇ ಆಪ್ತ ಸಮಾಲೋಚಕಿಯಾಗಿದ್ದು, ತಾನೇ ಅವಳಲ್ಲಿಗೆ ಕರೆದುಕೊಂಡು ಹೋಗುವುದಾಗಿ ಕೂಡ ಒತ್ತಾಯಿಸಿದ್ದಳು. ಅಲಕಾಳಿಗೆ ಇವೆಲ್ಲವೂ ತೀರ ಮುಜುಗರದ ವಿಷಯಗಳಾಗಿದ್ದವು. ಬಾಲ್ಯದ ಘಟನೆಯೊಂದು ಪದೇ ಪದೇ ಕಣ್ಣೆದುರು ಬರುವುದನ್ನು ರೋಗವೆಂದು ಒಪ್ಪಲು ಅವಳು ಸುತಾರಾಂ ಸಿದ್ಧಳಿರಲಿಲ್ಲ. ಆದರೆ ಮೊದಲೆಲ್ಲ ಮನೆಯಲ್ಲಿ ಏಕಾಂಗಿಯಾಗಿರುವಾಗ ಮಾತ್ರವೇ ಜರುಗುತ್ತಿದ್ದ ಈ ವಿಭ್ರಮೆ ಇತ್ತೀಚೆಗೆ ಆಫೀಸಿನ ಕೆಲಸದ ನಡುವೆಯೂ ಘಟಿಸತೊಡಗಿರುವುದರಿಂದ ಅಲಕಾಳಿಗೂ ಕಿರಿಕಿರಿಯೆನಿಸುತ್ತಿತ್ತು. ಇದನ್ನೆಲ್ಲ ಯಾರೊಂದಿಗೆ ಹೇಳಿಕೊಳ್ಳುವುದೆಂದೂ ತಿಳಿಯುತ್ತಿರಲಿಲ್ಲ. ಊರಿನಲ್ಲಿರುವ ತಂದೆಗಂತೂ ಇವೆಲ್ಲ ಅರ್ಥವೇ ಆಗದ ವಿಷಯಗಳು. ಅವರಿಗರ್ಥವಾಗುವಂತೆ ಕೆಟ್ಟ ಕನಸು ಬೀಳುತ್ತಿದೆಯೆಂದು ಹೇಳಿದರೆ ತಮ್ಮೂರಿನ ಕೀಳು ದೆವ್ವಕ್ಕೊಂದು ಕೋಳಿಯ ಬಲಿ ಹೇಳಿಕೊಂಡಾರು. ಚಿಕ್ಕಮ್ಮನೋ ಮಹಾನ್ ದೈವಭಕ್ತೆ. ಜೊತೆಯಲ್ಲಿ ಸಂಪ್ರದಾಯ ಶರಣೆ ಕೂಡ. ಮುಟ್ಟು–ಕಿಟ್ಟು ಶಾಸ್ತ್ರವಿಲ್ಲದ ತನ್ನ ಆಧುನಿಕತೆಯೇ ಇದಕ್ಕೆ ಕಾರಣವೆಂದು ಬುದ್ಧಿಹೇಳಿ ಕೈಗೆ ಮಂತ್ರವಾದಿಗಳಿಂದ ತಾಯತ ಕಟ್ಟಿಸುತ್ತಾಳೆ. ತಮ್ಮ ಇನ್ನೂ ಓದುತ್ತಿರುವ ಚಿಗುರು ಮೀಸೆಯ ಹುಡುಗ. ಇತ್ತೀಚೆಗೆ ಸಹೋದ್ಯೋಗಿ ನಿಶಾಂತ್ ಹತ್ತಿರವಾಗುತ್ತಿದ್ದನಾದರೂ ಅವನೊಂದಿಗೆ ಇದನ್ನೆಲ್ಲ ಹಂಚಿಕೊಳ್ಳಲಾಗದು. ಸೀಮಾ ಹಾಗಲ್ಲ, ಕೆಲಸಕ್ಕೆ ಸೇರಿದಾಗಿನಿಂದಲೂ ಜೊತೆಯಾಗಿರುವ ಗೆಳತಿ. ತೀರ ಹಳ್ಳಿಯಿಂದ ಬಂದ ತನಗೆ ಶಹರದ ವ್ಯಾಕರಣಗಳನ್ನು ಕಲಿಸಿಕೊಟ್ಟವಳು. ಹಾಗಾಗಿ ಅಲಕಾ ತನ್ನ ಈ ಸಮಸ್ಯೆಯನ್ನು ಅವಳೊಂದಿಗೆ ಹೇಳಿಕೊಂಡಿದ್ದಳು. ಸೀಮಾ ಇದನ್ನು ಬಹಳ ಗಂಭೀರ ವಿಷಯವೆಂಬಂತೆ ಪರಿಗಣಿಸಿ, ತಕ್ಷಣ ಆಪ್ತ ಸಮಾಲೋಚಕರನ್ನು

ಸಂಪರ್ಕಿಸುವಂತೆ ಸಲಹೆ ನೀಡಿದ್ದಳು. ಅಲಕಾ ಅವಳ ಪ್ರತಿಕ್ರಿಯೆಗೆ ನಿರ್ಲಕ್ಷ್ಯ ತೋರಿ ಇವೆಲ್ಲವನ್ನೂ ಕಾಲವೇ ಸರಿಮಾಡುವುದೆಂದು ಕಾಲ ಕಳೆಯುತ್ತಲೇ ಬಂದಿದ್ದಳು. ಇಂದು ಮತ್ತಿದನ್ನು ಸೀಮಾ ಗಮನಿಸಿದರೆ ಅವಳಿಂದ ಬೈಗುಳಗಳ ಸುರಿಮಳೆಯನ್ನೇ ಎದುರಿಸಬೇಕಾಗುವುದೆಂದು ಅಲಕಾ ತನ್ನ ತಲ್ಲಣಗಳನ್ನು ಅಡಗಿಸಿಡಲು ಪ್ರಯತ್ನಿಸುತ್ತಿದ್ದಳು.

ಮಧ್ಯಾಹ್ನದ ಊಟದ ಬಿಡುವಿನಲ್ಲಿ ಸೀಮಾ ಇಬ್ಬರಿಗೂ ರಜೆಯ ಸ್ಲಿಪ್ ಹರಿದು ತಂದು ಬರೆಯತೊಡಗಿದಳು. ಪ್ರಶ್ನಿಸಿದ ಅಲಕಾಳಿಗೆ, "ನಾಳೆ ನಾವಿಬ್ಬರೂ ಕೌನ್ಸಿಲಿಂಗ್‌ಗೆ ಹೋಗ್ತಿದ್ದೇವೆ ಅಷ್ಟೆ" ಎಂದು ಹೇಳಿ ಬಾಯಿ ಮುಚ್ಚಿಸಿದಳು. ನಿನ್ನ ಪ್ರತಿಕ್ರಿಯೆಯೇನೂ ಬೇಕಾಗಿಲ್ಲವೆಂಬ ಭಾವವನ್ನು ಹೊತ್ತು ಊಟ ಮುಗಿಸಿ ಮಾತಾಡದೇ ಚೇಂಬರಿಗೆ ನಡೆದ ಅವಳಿಗೆ ಏನು ಹೇಳುವುದೆಂದು ಅಲಕಾಳಿಗೂ ಹೊಳೆಯಲಿಲ್ಲ. ಇಂದು ಅವಳು ತನ್ನನ್ನು ಗಮನಿಸಿದ್ದಾಳೆ ಎಂಬುದಂತೂ ಖಾತ್ರಿಯಾಗಿತ್ತು. ಸಂಜೆ ಹೋಗುವಾಗ ಸೀಮಾ ನಾಳೆ ತಾನೇ ಕಾರ್ ತಂದು ಕರೆದುಕೊಂಡು ಹೋಗುವುದಾಗಿ ಹೇಳಲು ಮರೆಯಲಿಲ್ಲ. ಆಸ್ಪತ್ರೆ, ಔಷಧ, ವೈದ್ಯರು ಎಂದರೆ ದಿಗಿಲುಗೊಳ್ಳುವ ಅಲಕಾಳಿಗೆ ರಾತ್ರಿ ಮಲಗಿದರೂ ನಿದ್ದೆ ಬರಲಿಲ್ಲ. ಅರೆ ಮಂಪರಿನಲ್ಲಿ ಮತ್ತದೇ ದೃಶ್ಯಗಳು ತೇಲಿ ಬರತೊಡಗಿದವು.

ಸುತ್ತ ಮುತ್ತಿದ ಕಾಡು, ನಡುವೆ ಹಸಿರಿನಿಂದ ಕಂಗೊಳಿಸುವ ತೋಟ, ಪುಟ್ಟ ಮನೆ, ಹತ್ತಿರದಲ್ಲೇ ಇರುವ ಕೊಟ್ಟಿಗೆ, ಮನೆಯಿಂದ ದೂರದಲ್ಲಿರುವ ಬಾವಿ, ಅದರ ಪಕ್ಕದಲ್ಲೇ ಬಚ್ಚಲು. ಬೆಳಗಿನಿಂದ ಅಲ್ಲಿ ದಿನವೂ ನಡೆಯುತ್ತಿದ್ದ ಚಟುವಟಿಕೆಗಳು ತೆರೆದುಕೊಳ್ಳತೊಡಗಿದವು. ಮಧ್ಯಾಹ್ನದ ಚಹಾದವರೆಗಿನ ಎಲ್ಲ ಘಟನೆಗಳೂ ಸಲೀಸಾಗಿಯೇ ನಡೆಯುತ್ತಿದ್ದವು. ಚಹಾದ ನಂತರ ಎಲ್ಲರೂ ತಮ್ಮ ತಮ್ಮ ದಿನದ ಕೆಲಸಗಳಿಗೆ ನಡೆದರೆ ಅಮ್ಮ ಮತ್ತು ತಾನು ಮಾತ್ರವೇ ಮನೆಯಲ್ಲಿ ಉಳಿಯುತ್ತಿದ್ದುದು. ಮನೆಯ ಕಸವನ್ನೆಲ್ಲ ಇನ್ನೊಮ್ಮೆ ಸ್ವಚ್ಛಗೊಳಿಸಿದ ಅಮ್ಮ ಒಳ ಮನೆಯಲ್ಲಿರುವ ಅಕ್ಕಿಯ ಚೀಲದಿಂದ ಗೆರಸಿಯ ತುಂಬಾ ಅಕ್ಕಿಯನ್ನು ತುಂಬಿಕೊಂಡು ತಂದು ಮನೆಯ ಜಗುಲಿಯ ಮೂಲೆಯಲ್ಲಿ ಸುರಿಯುತ್ತಿದ್ದಳು. ಒಂದೊಂದೆ ಬೊಗಸೆ ಅಕ್ಕಿಯನ್ನು ಗೆರಸಿಯಲ್ಲಿ ತುಂಬಿಕೊಂಡು ಅದರಲ್ಲಿರುವ ಧೂಳು, ಜೊಳ್ಳೆಲ್ಲ ಹೊರ ಹೋಗುವಂತೆ ಜರಜರನೆ ಗೇರುತ್ತಿದ್ದಳು. ಸ್ವಚ್ಛವಾದ ಅಕ್ಕಿಯನ್ನು ನೆಲದ ಮೇಲೆ ರಾಶಿ ಮಾಡಿ ಅದರೊಳಗಿರುವ ನೆಲ್ಲನ್ನು ಆರಿಸುವಾಗ ಅಲಕಾಳೂ ಅವಳೊಂದಿಗೆ ಸೇರಿಕೊಳ್ಳುತಿದ್ದಳು. ಆಗಲೇ ಅಮ್ಮ ಹೊಸಬಳಾಗಿ ಬದಲಾಗುತ್ತಿದ್ದುದು. ಅಕ್ಕಿಯನ್ನು ಬಾಯೊಳಗೆ ತುಂಬಿಕೊಂಡ ಅಮ್ಮ ಬಾಂಬೇಗೆ ತಾನು ಹೋಗುವುದಾಗಿ ಹೇಳುತ್ತಿದ್ದಳು. ಅಮ್ಮ ಎಲ್ಲಿಯಾದರೂ ಹೇಳಿದಂತೆ ಹೋಗಿಬಿಟ್ಟರೆ ತಾನು ಏಕಾಂಗಿಯಾಗುವೆನೆಂಬ

ಭಯ ಅಲಕಾಳಲ್ಲಿ ತುಂಬಿಕೊಂಡು ಅಳತೊಡಗಿದರೂ, ಅಮ್ಮ ಮಾತ್ರ ತನ್ನ ಪಟ್ಟನ್ನು ಸಡಿಲಿಸುತ್ತಿರಲಿಲ್ಲ. ಅಲಕಾಳ ಯಾವ ಪ್ರಶ್ನೆಗೂ ಉತ್ತರಿಸದೇ ಕೆಂಪು ಕಣ್ಣು ಮಾಡಿಕೊಂಡು, "ಸೊಕ್ಕು ಮಾಡ್ತೀರಲ್ಲ ನನ್ನ ಜೊತೆ? ನೋಡ್ತಿರಿ, ನಿಮ್ಮನ್ನೆಲ್ಲಾ ಬಿಟ್ಟು ಬಾಂಬೇಗೆ ಹೋಗಿಬಿಡ್ತೆ. ನೀ ಕಣ್ಣೀರು ಹಾಕಿದ್ರು ಅಷ್ಟೆ, ಬೇಡಾ ಅಂದ್ರೂ ಅಷ್ಟೆ. ನಾ ಹೋಗೇ ಹೋಗ್ತೆ." ಎನ್ನುತ್ತಿದ್ದಳು. ಅಮ್ಮನ ಮಾತುಗಳಿಂದ ಗಲಿಬಿಲಿಗೊಂಡ ಅಲಕಾ ತಲೆಯೆತ್ತದೇ ಅಕ್ಕಿ ಆರಿಸುತ್ತಿದ್ದಳು. ಅಮ್ಮ ಎಲ್ಲಿಯಾದರೂ ಬಾಂಬೇಗೆ ಹೊರಟೇ ಹೋದರೆ ಎಂಬ ಹೆದರಿಕೆಯಿಂದ ಮನೆಯಲ್ಲಿದ್ದಷ್ಟೂ ಹೊತ್ತು ಅಮ್ಮನ ಬಾಲದಂತೆ ಅವಳ ಹಿಂದೆ ತಿರುಗುತ್ತಿದ್ದಳು. ಇವೆಲ್ಲ ನಡೆದು ಎರಡು ದಶಕಗಳೇ ಕಳೆದುಹೋದರೂ, ಇಂದಿಗೂ ಮತ್ತದೇ ಘಟನೆಗಳು ಕಣ್ಣೆದುರು ಬಂದು ಮನಸ್ಸನ್ನು ಮಂಕಾಗಿಸುತ್ತಿದ್ದವು.

ಇದೆಲ್ಲ ಬೇರೆಯವರಲ್ಲಿ ಹೇಳಿ ಪರಿಹಾರ ಕಂಡುಕೊಳ್ಳುವ ವಿಷಯವೆಂದು ಅವಳಿಗೆ ಅನಿಸಿರಲೇ ಇಲ್ಲ. ಸೀಮಾ ಮಾತ್ರ ಇಂಥದ್ದಕ್ಕೆಲ್ಲ ಚಿಕಿತ್ಸೆಯೇ ಪರಿಹಾರವೆಂದು ದೃಢವಾಗಿ ನಂಬಿದವಳು. ಅಂದು ಅಮ್ಮನ ಕೈಯ್ಯಲ್ಲಿ ಸಿಕ್ಕಿಹಾಕಿಕೊಂಡಂತೆ ಇಂದು ಇವಳ ಕೈಯ್ಯಲ್ಲಿ ಸಿಕ್ಕಿಕೊಂಡೆ ಎಂದು ಅನಿಸಿದರೂ ಅವಳು ಹೇಳಿದಂತೆ ತನ್ನ ಸಮಸ್ಯೆಗಳಿಗೆ ಶಾಶ್ವತ ಪರಿಹಾರ ಸಿಕ್ಕರೂ ಸಿಕ್ಕೀತೆಂಬ ಭರವಸೆಯಿಂದ ನಾಳೆ ಹೊರಡುವ ನಿರ್ಧಾರ ಮಾಡಿ ಕಣ್ಮುಚ್ಚಿದಳು. ವೈದ್ಯರು ಮತ್ತು ಚಿಕಿತ್ಸೆಯ ಬಗೆಗೆ ಅಲಕಾಳಿಗಿದ್ದ ಧೋರಣೆಯನ್ನೇ ಬದಲಿಸುವಷ್ಟು ಆಕರ್ಷಕವಾದ ವ್ಯಕ್ತಿತ್ವದವರಾಗಿದ್ದರು ಡಾ|ಮಾನಸಿ. ಮೊದಲ ಭೇಟಿಯಲ್ಲಿ ನಗುನಗುತ್ತಾ ಮಾತನಾಡಿ ಅಲಕಾಳೆದುರು ಬರುವ ದೃಶ್ಯಗಳ ವಿವರಗಳನ್ನೆಲ್ಲ ಕೇಳಿಸಿಕೊಂಡು ಕೆಲವು ಮಾಹಿತಿಗಳನ್ನು ನೀಡಿದರು. ಅವರ ಪ್ರಕಾರ ಅಲಕಾ ಒಂದು ಡೈರಿಯಲ್ಲಿ ಬಾಲ್ಯದ ದಿನಗಳಲ್ಲಿ ಅವಳ ಮನೆಯಲ್ಲಿ ನಡೆಯುತ್ತಿದ್ದ ಎಲ್ಲ ದೃಶ್ಯಗಳನ್ನು ಮತ್ತು ಆಗ ಅಮ್ಮನ ಮುಖದಲ್ಲಿದ್ದ ಭಾವಗಳನ್ನು ಬರೆಯಬೇಕಿತ್ತು. ಹೀಗೆ ಒಂದು ವಾರದ ಟಿಪ್ಪಣಿ ಬರೆದ ನಂತರ ಅವುಗಳೊಡನೆ ಬರುವಂತೆ ಹೇಳಿ ಕಳಿಸಿದರು. ಮರೆಯಬೇಕೆಂದಿದ್ದ ಆ ಘಟನೆಗಳನ್ನೆಲ್ಲ ಮತ್ತೆ ನೆನಪಿಸಿ ಬರೆಯಲು ಹೇಳಿದ್ದು ಅಲಕಾಳಿಗೆ ಚೂರು ಬೇಸರವೆನಿಸಿತ್ತು. ಚಿಕಿತ್ಸೆಗೆ ಅದು ಅನಿವಾರ್ಯವೆಂದು ಅರಿವಾದೊಡನೆ ಅಲಕಾ ಅರೆಮನಸ್ಸಿನಿಂದ ಟಿಪ್ಪಣಿ ಬರೆಯತೊಡಗಿದಳು.

ಮೊದಲು:

ಚಹಾ ಕುಡಿದ ಅಪ್ಪ ಮುಂಡಾಸು ಕಟ್ಟಿ, ಕಚ್ಚೆಯ ಮೇಲೊಂದು ತುಂಡು ಪಂಚೆಯನ್ನು ಸುತ್ತಿಕೊಂಡು, ಕತ್ತಿಕೊಕ್ಕೆಯನ್ನು ಸೊಂಟಕ್ಕೆ ಬಿಗಿದು, ಅಂಗಳದ ಮೂಲೆಯಲ್ಲಿ ನೇತುಹಾಕಿದ್ದ ಕಂಬಳಿಯೊಂದನ್ನು ಹೆಗಲ ಮೇಲೆ

ಹಾಕಿಕೊಳ್ಳುತ್ತಾರೆ. ಅಪ್ಪ ಕಂಬಳಿ ಮುಟ್ಟಿದ್ದೇ ಅಮ್ಮ ಅಂಗಳದ ತುದಿಯಲ್ಲಿ ನಿಂತು ಎಂಜಲುಕುಪ್ಪೆಗೆ ತುಪಕ್ಕೆಂದು ಒಮ್ಮೆ ಉಗಿಯುತ್ತಾಳೆ. ಅಪ್ಪನ ಚಪ್ಪಲಿಯ ಕರಕರ ಸದ್ದು ನಿಧಾನವಾಗಿ ಕರಗುತ್ತಿದಂತೆ ಅಮ್ಮನ ನೆಲ ಗುಡಿಸುವ ಕಸಬರಿಗೆಯ ಸದ್ದು ಏರತೊಡಗುತ್ತದೆ. ಅಪ್ಪ ತೋಟದ ತುದಿಯ ಬೇಲಿಯ ಹತ್ತಿರ ನಿಂತು ಹೈ, ಹೈ ಎಂದು ದನವನ್ನು ಎಬ್ಬುತ್ತಿದ್ದರೆ ಇಲ್ಲಿ ಅಮ್ಮ ಹುಲ್ಲಿನ ಮಾಡಿನಲ್ಲಿ ಬಲೆ ಕಟ್ಟಿದ ಜೇಡವೊಂದನ್ನು ಸರಕ್ಕನೆ ಬಡಿದು ಕೊಲ್ಲುತ್ತಾಳೆ. ಬೇಸಿಗೆಯಲ್ಲೂ ಅಪ್ಪ ಕಂಬಳಿ ಹಿಡಿದು ಯಾಕೆ ಹೋಗುತ್ತಾರೆ? ಎಂದು ಕೇಳಿದರೆ "ಕಂಡಲ್ಲಿ ಮಲಗಲು" ಎಂದು ಮೂಗು ಮುರಿಯುತ್ತಾಳೆ.

ನಂತರ:

ಬೆವರಿ ತೊಪ್ಪೆಯಾಗಿ ಕಂಬಳಿಯೊಡನೆ ಬರುವ ಅಪ್ಪ ಕಂಬಳಿಯನ್ನು ಅಂಗಳದ ತುದಿಯಲ್ಲಿ ನೇತುಹಾಕಿ ಸೀದ ಬಚ್ಚಲಿಗೆ ನಡೆಯುತ್ತಾರೆ. ಕಾದ ನೀರನ್ನು ಮಿಂದು ಇನ್ನಷ್ಟು ಬೆವರಿ ಮನೆಗೆ ಬರುವ ಅಪ್ಪ ಮಂಚದ ಮೇಲೆ ಅಡ್ಡಾಗಿ ಮಲಗಿ ಸಣ್ಣಗೆ ಗೊರಕೆ ಹೊಡೆಯುತ್ತಿದ್ದರೆ, ಸಂಜೆಗತ್ತಲನ್ನು ಮನೆಗೆ ಸ್ವಾಗತಿಸಲೋ ಎಂಬಂತೆ ಹಣತೆಯೊಂದನ್ನು ಹೊಸಿಲಲ್ಲಿ ಹಚ್ಚಿಟ್ಟ ಅಮ್ಮ, "ಸಾಕೊ, ಸಾಕೊ ಕಷ್ಟಪಡಲಾರೆ, ಶ್ರೀರಾಮ ನಾನು ಯಾಕೆ ಕರುಣೆ ಬಾರದೋ ನಿನಗೆ" ಎಂದು ಹಾಡು ಹೇಳುತ್ತಾಳೆ.

ಬೆಳಗು:

ಅಂಗಳದ ಮೂಲೆಯಲ್ಲಿ ನಿಂತು ಹುಡುಗನೊಬ್ಬ ಕಾಯುತ್ತಿದ್ದಾನೆ. ಅಮ್ಮ ಅವನನ್ನು ನೋಡಿಯೂ ನೋಡದಂತೆ ಹಾಡುತ್ತ ಪಾತ್ರೆ ಬೆಳಗುವುದರಲ್ಲಿ ಮುಳುಗಿದ್ದಾಳೆ. ಸೊಪ್ಪಿನ ಹೊರೆಯನ್ನು ಕೊಟ್ಟಿಗೆಯಲ್ಲಿ ಇಳಿಸಿದ ಅಪ್ಪ ಅವನನ್ನು ನೋಡುತ್ತಾರೆ. ಮರು ಮಾತನಾಡದೇ ಮನೆಯೊಳಗೆ ಹೋಗಿ ಕೈಯಲ್ಲಿ ಏನನ್ನೋ ಮರೆಮಾಡಿ ಅವನಿಗೆ ನೀಡುತ್ತಾರೆ. ಅಮ್ಮ ತನಗೆ ತಾನೇ ಹೇಳಿಕೊಳ್ಳುತ್ತಾಳೆ, "ಹಾದರಗಿತ್ತಿ ಹೊಟ್ಟೆಯಲ್ಲಿ ಮಗು ಬೆನ್ನು ಮುಂದಾಗಿ ಬೆಳೀತದಂತೆ"

ಸಂಜೆ:

ಅದೆಲ್ಲಿಗೋ ಹೋದ ಅಪ್ಪ ಗಡಿಬಿಡಿಸಿ ಮನೆಗೆ ಬರುತ್ತಾರೆ. ನಾನು ಅಂಗಳದ ತುದಿಯಲ್ಲಿದ್ದ ಕರುವಿನೊಂದಿಗೆ ಆಡುತ್ತಿದ್ದೆ. 'ಛಟೀರ್' ಎಂಬ ಶಬ್ದ ಕಿವಿಗೆ ಬಿದ್ದು ಮನೆಯತ್ತ ತಿರುಗಿದರೆ ಚಾವಡಿಯ ಮೂಲೆಯಲ್ಲಿಯೇ ಇದ್ದ ಅರೆಯುವ ಕಲ್ಲಿನಲ್ಲಿ, ನಾಳೆಯ ತಿಂಡಿಗೆಂದು ಅಕ್ಕಿ ಅರೆಯುತ್ತಿದ್ದ ಅಮ್ಮನ

ಕೆನ್ನೆ ಕೆಂಪಾಗಿ ಬಾತಿತ್ತು. ಕಣ್ಣುಗಳೆರಡು ನೀರು ತುಂಬಿದ ಕೊಳಗಳಾಗಿದ್ದರೂ ಹನಿ ನೀರನ್ನು ಹೊರಗೆ ಬಿಡದಂತೆ ತುಟಿಕಚ್ಚಿ ಅಮ್ಮ ಇನ್ನಷ್ಟು ಸರಸರನೆ ಕಲ್ಲನ್ನು ತಿರುಗಿಸುತ್ತಿದ್ದರು. "ಇನ್ನೊಮ್ಮೆ ಆ ಸುದ್ದಿ ಎತ್ತಿದರೆ ಹಲ್ಲುಗಳನ್ನೆಲ್ಲ ಉದುರಿಸಿಬಿಡುತ್ತೇನೆ." ಎಂದ ಅಪ್ಪ ತಿರುಗಿಯೂ ನೋಡದೇ ಹಸುಗಳಿಗೆ ಹುಲ್ಲು ಹಾಕಲು ಕೊಟ್ಟಿಗೆಯತ್ತ ನಡೆಯುತ್ತಾರೆ.

ರಾತ್ರಿ:

"ಇನ್ನೊಮ್ಮೆ ದೆವ್ವ ಹಿಡಕೊಂಡು ಮನೆಗೆ ಬಂದರೆ ಕೆನ್ನೆಯ ಮೇಲೆ ಬಾರಿಸ್ತೇನೆ. ನೀನೂ ಬೇಡ, ನಿನ್ನ ದೆವ್ವವೂ ಬೇಡ. ಹೊರಡು ಮನೆಯಿಂದ." ಅಪ್ಪನ ದೊಡ್ಡ ದನಿಗೆ ನನಗೂ ಎಚ್ಚರವಾಗಿತ್ತು. ಅಮ್ಮ ಅಳುವ ದನಿಯಲ್ಲಿ ಹೇಳುತ್ತಿದ್ದಳು, "ಅಲ್ಲಿ ಅದೇ ಕಾಸರಕನ ಮರದ ಹೊಂಡದಲ್ಲಿ ಮತ್ತದೇ ಕೋರೆ ಹಲ್ಲುಗಳ ದೆವ್ವ ನನ್ನನ್ನು ಹಿಡಿದುಕೊಂಡಿತು. ತುಂಬಾ ಹೆದರಿಕೆಯಾಗ್ತಿದೆ. ಮೈಯ್ಯೊಳಗಿನ ಸಾಯದ ದೆವ್ವವೇ ನನ್ನನ್ನು ಬಿಟ್ಟು ಹೋಗಿದೆ." ಅಮ್ಮ ಮುಸುಮುಸು ಅಳುತ್ತಲೇ ತನ್ನ ಹಾಸಿಗೆಯಲ್ಲಿ ಒರಗಿದಳು. ಅಪ್ಪ ಮಂಚವೇರಿ ನಿದ್ದೆಗೆ ಜಾರಿದರು. ಈ ರಾತ್ರಿ ಅಮ್ಮ ಯಾಕೆ ಎದ್ದು ಕಾಸರಕನ ಮರದ ಹೊಂಡಕ್ಕೆ ಹೋದಳು ಎಂದು ಯೋಚಿಸುತ್ತಲೇ ನಾನು ನಿದ್ದೆಗೆ ಜಾರುತ್ತೇನೆ.

ಬೆಳಗು:

ಅಮ್ಮ ಮನೆಗೆಲಸದಲ್ಲಿರುವಾಗ ಮಗು ಹುಟ್ಟಿದ ಮೈಲಿಗೆ ಕಳೆಯಲು ಪಂಚಗವ್ಯಕ್ಕೆಂದು ಪಕ್ಕದ ಕೇರಿಯ ಮಂಜ ಬರುತ್ತಾನೆ. ಪಂಚಗವ್ಯ ನೀಡಿದ ಅಮ್ಮ ತೆಂಗಿನಕಾಯಿ ಬೇಕೆ? ಎಂದು ಮೆಲುದನಿಯಲ್ಲಿ ವಿಚಾರಿಸುತ್ತಾಳೆ. ಈಗಲೇ ಕೊಂಡೊಯ್ಯುವುದಾದರೆ ಕಡಿಮೆ ಬೆಲೆಯಲ್ಲಿ ನೀಡುವುದಾಗಿ ಹೇಳುತ್ತಾಳೆ. ಅವನು ಎಂಟು ತೆಂಗಿನ ಕಾಯಿಗಳನ್ನು ಅಟ್ಟದಿಂದ ತೆಗೆದು ಗೆಂಚಿಗೆ ಕಟ್ಟಿ ಹಿಡಿದುಕೊಂಡು ಹೋಗುತ್ತಾನೆ. ಹಣವನ್ನು ಅವನ ಮಗಳು ತಂದು ಅಡುಗೆ ಕೋಣೆಯ ಕಿಟಕಿಯಿಂದಲೇ ಅಮ್ಮನಿಗೆ ನೀಡುತ್ತಾಳೆ. ಅಮ್ಮ ಅದನ್ನು ಟ್ರಂಕಿನಲ್ಲಿರುವ ತನ್ನ ಹೊಸ ಸೀರೆಯ ಮಡಿಕೆಯಲ್ಲಿ ಜೋಪಾನವಾಗಿಡುತ್ತಾಳೆ.

ಹೀಗೆ ಟಿಪ್ಪಣಿಗಳು ಬೆಳೆಯುತ್ತ ಹೋದಂತೆ ಅರೆನಿದ್ರೆ, ಎಚ್ಚರಗಳಲ್ಲಿ ಮತ್ತೆ, ಮತ್ತೆ ಹಳ್ಳಿಯ ದೃಶ್ಯಗಳು ತೇಲಿಬರುತ್ತಿದ್ದವು. ಹಲವು ಘಟನೆಗಳು ಇದೀಗ ಹೊಸ ಅರ್ಥಗಳನ್ನು ಕಂಡುಕೊಳ್ಳುತ್ತ ಹುಡುಕಾಟದಲ್ಲಿ ಮನಸ್ಸು ತೊಡಗಿಕೊಳ್ಳತೊಡಗಿತು. ಬರೆದ ಟಿಪ್ಪಣಿಗಳ ಪುಸ್ತಕವನ್ನು ಅಳುಕುತ್ತಲೇ ಮಾನಸಿಯ ಕೈಯ್ಯಲ್ಲಿಟ್ಟಳು ಅಲಕಾ. ಅವುಗಳ ಮೇಲೆ ಕಣ್ಣಾಡಿಸುತ್ತಲೇ ಅವರು ಕೆಲವೊಂದು ಪ್ರಶ್ನೆಗಳನ್ನು ಕೇಳಿದರು, "ಬಾಂಬೇಯಲ್ಲಿ ನಿಮ್ಮ

ಸಂಬಂಧಿಕರು ಯಾರಾದರೂ ಇದ್ದರಾ? ಬೆಂಗಳೂರಿಗೆ ಹೋಗ್ತೇನಂತ ಅಮ್ಮ ಹೇಳ್ತಿರಲಿಲ್ಲವಾ? ಅಮ್ಮ ಯಾವತ್ತಾದರೂ ರೈಲು ಹತ್ತಿದ್ದರೇನು? ಅವರು ಹಾಗೆ ಹೇಳುತ್ತಿದ್ದಾಗ ನಿಮಗೆ ಏನನಿಸುತ್ತಿತ್ತು? ಅವರು ಹೇಗೆ ತೀರಿಕೊಂಡರು?" ಉತ್ತರಿಸಲು ಅಲಕಾ ತಡಕಾಡುತ್ತಿರುವಂತೆ, "ನಿಮ್ಮ ಟಿಪ್ಪಣಿಗಳು ನಿಜಕ್ಕೂ ಚೆನ್ನಾಗಿವೆ. ಒಳ್ಳೆಯ ನಿರೀಕ್ಷಕರು ನೀವು. ಗಡಿಬಿಡಿ ಬೇಡ. ಈ ಎಲ್ಲ ಪ್ರಶ್ನೆಗಳನ್ನು ಕೇಂದ್ರವಾಗಿಟ್ಟುಕೊಂಡು ಮತ್ತೊಂದಿಷ್ಟು ಟಿಪ್ಪಣಿಗಳನ್ನು ಬರೆದುಕೊಂಡು ಬನ್ನಿ." ಎನ್ನುತ್ತಲೇ ಅಲಕಾಳ ನಿದ್ದೆ, ದೈನಂದಿನ ಚಟುವಟಿಕೆಗಳ ಬಗೆಗೆಲ್ಲ ಮಾತನಾಡಿದರು. ಅಲಕಾ ಉತ್ತರಿಸುವ ಮೊದಲೇ ಸೀಮಾ ಅವಳೀಗ ಸ್ವಲ್ಪ ನಿರಾಳವಾಗಿದ್ದಾಳೆ ಎಂಬ ಉತ್ತರವನ್ನು ನೀಡಿದಳು. ಸಮಾಲೋಚನೆಗಳೆಲ್ಲ ಮುಗಿಯುವಾಗ ತಾನು ಬರಹಗಾರ್ತಿಯೇ ಆಗಿಬಿಡುವೆನೇನೋ ಎಂದು ಅಲಕಾಳಿಗೆ ಅನಿಸಿತಾದರೂ ಬರೆಯುವುದು ಒಂಥರಾ ಥ್ರಿಲ್ ಅನಿಸಿ ಟಿಪ್ಪಣಿಯನ್ನು ಮುಂದುವರೆಸಿದಳು.

ಆರಂಭ:

ಬಾಂಬೇ ಆಂಟಿ ಅಮ್ಮನನ್ನು ಹುಡುಕಿಕೊಂಡು ಬಂದಿದ್ದರು. ತೋಳಿಲ್ಲದ ನೈಟಿಯಂತ ಉಡುಗೆಯನ್ನು ಹಾಕಿಕೊಂಡಿದ್ದರು. ತುಟಿಗೆ ಬಣ್ಣ, ಕತ್ತರಿಸಿದ ಕೂದಲು, ಎತ್ತರದ ಚಪ್ಪಲಿ ಅಮ್ಮನಿಗೆ ಮೊದಲಿಗೆ ಅವರ ಗುರುತೇ ಸಿಕ್ಕಿರಲಿಲ್ಲ. ಅವರೇ ಪರಿಚಯಿಸಿಕೊಂಡು ಬಾಲ್ಯದ ಒಡನಾಟವನ್ನು ನೆನಪಪಿಸಿಕೊಂಡಾಗ ಅಮ್ಮ ಖುಶಿಯಿಂದ ಅವರನ್ನು ಮನೆಗೆ ಬರಮಾಡಿಕೊಂಡರು. ಓದುವುದರಲ್ಲಿ ಮಹಾನ್ ಜಾಣೆಯಾಗಿದ್ದ ಅಮ್ಮ ಈ ಹಳ್ಳಿ ಮೂಲೆಯ ಗುಡಿಸಲಿನಲ್ಲಿ ಹೀಗೆ ಬದುಕುತ್ತಿರುವ ಬಗ್ಗೆ ತೀರ ಬೇಸರವನ್ನು ವ್ಯಕ್ತಪಡಿಸುತ್ತಲೇ ತನ್ನ ಬಾಂಬೆ ವಾಸ, ರೈಲಿನಲ್ಲಿಯೇ ಓಡಾಟ, ಹೈಕ್ಲಾಸ್ ಗೆಳತಿಯರ ಒಡನಾಟ, ತಾವು ನಡೆಸುವ ಪಾರ್ಟಿಗಳು ಎಲ್ಲವನ್ನೂ ಅಮ್ಮನಿಗೆ ಕಣ್ಣಿಗೆ ಕಟ್ಟುವಂತೆ ವಿವರಿಸಿದ್ದರು. ಅವರೂ ಇದೇ ಊರಿಗೆ ಮದುವೆಯಾಗಿ ಬಂದಿದ್ದರೂ ಒಂದು ವರ್ಷದಲ್ಲಿಯೇ ಇಲ್ಲಿಯ ಸಹವಾಸ ಸಾಕೆಂದು ಬಾಂಬೇಗೆ ಹಾರಿದ ಕಥೆ ಹೇಳಿದರು. ಅವರ ಗಂಡ ಇಲ್ಲಿಯೇ ಅಂಗಡಿ ಇಟ್ಟುಕೊಂಡಿರುವುದರ ಬಗ್ಗೆ ಹೇಳಿ, "ಯಾರಿಗೆ ಎಲ್ಲಿರಬೇಕನಿಸುತ್ತೋ ಅಲ್ಲಿರಬೇಕು. ನಂಗೆ ಬಾಂಬೇ ಇಷ್ಟ ಅಲ್ಲಿರ್ತೀನಿ." ಎಂದು ಹೇಳಿ ಅಮ್ಮನಲ್ಲಿ ಅಚ್ಚರಿ ಮೂಡಿಸಿದ್ದರು. ತನ್ನ ವೈಭವವನ್ನೆಲ್ಲ ವಿವರಿಸಿಯಾದಮೇಲೆ ತನ್ನೊಡನೆ ತಂದಿದ್ದ ಬ್ಯಾಗಿನಿಂದ ವಿವಿಧ ನಮೂನೆಯ ಫ್ರಾಕ್‌ಗಳನ್ನು ಅಮ್ಮನೆದುರಿಗೆ ಹರಡಿ ನನಗಾಗಿ ಒಂದನ್ನು ಕೊಳ್ಳಲೇಬೇಕಾದ ಅನಿವಾರ್ಯವನ್ನು ಸೃಷ್ಟಿಸಿಬಿಟ್ಟಿದ್ದರು. ಅಮ್ಮನಿಗೊಂದು ಸೀರೆಯನ್ನೂ ಒತ್ತಾಯವಾಗಿ ಹಿಡಿಸಲು ನೋಡಿದರಾದರೂ ಅಮ್ಮ ಹೇಗೋ ಅದರಿಂದ

ತಪ್ಪಿಸಿಕೊಂಡಳು. ಇಂಥದೊಂದು ಫ್ರಾಕ್‌ನ್ನು ಧರಿಸುವುದರಿಂದ ನಿನ್ನ ಮಗಳು ಊರಿನ ಎಲ್ಲ ಮಕ್ಕಳಿಗಿಂತ ಬೇರೆಯೇ ಆಗಿ ನಿಲ್ಲುವಳೆಂಬುದನ್ನು ಅಮ್ಮನಿಗೆ ವಿವರಿಸಿದರು. ನೆರಿಗೆಗಳ ರಾಶಿಯಿದ್ದ ಆ ಫ್ರಾಕ್ ಧರಿಸಿದಾಗಲೆಲ್ಲ ನಾನು ಪಾಠ ಪುಸ್ತಕದಲ್ಲಿ ಇರುವ ಸಿಂಡರೆಲಾಳಂತೆ ಸಂಭ್ರಮಿಸುತ್ತಿದ್ದೆ. ಎರಡು ವರ್ಷಕ್ಕೊಮ್ಮೆ ನಿಯಮಿತವಾಗಿ ಊರಿಗೆ ಬಂದು ಹೆರುವ ಬಾಂಬೇ ಆಂಟಿ ತನ್ನ ಮಕ್ಕಳೆಲ್ಲ ಕಾನ್ವೆಂಟಿನಲ್ಲಿ ಓದುತ್ತಿದ್ದಾರೆಂದು ಹೇಳುತ್ತಿದ್ದರಾದರೂ, ಅವರು ಬಾಂಬೇಯ ಶ್ರೀಮಂತ ಕುಟುಂಬಗಳಿಗೆ ಮಕ್ಕಳನ್ನು ಮಾರುತ್ತಾರೆಂದು ಊರಿನವರು ಕಟಕಿಯಾಡುತ್ತಿದ್ದರು. ರೈಲು ಪ್ರಯಾಣವೆಂದರೆ ಮನೆಯ ಚಾವಡಿಯಲ್ಲಿ ಕುಳಿತು ಚಲಿಸುತ್ತಿರುವಂತಿರುತ್ತದೆ ಎಂದು ವರ್ಣಿಸುತ್ತಾ ಅಮ್ಮನನ್ನು ಒಮ್ಮೆಯಾದರೂ ರೈಲಿನಲ್ಲಿ ಕರೆದೊಯ್ಯುವ ಭರವಸೆಯನ್ನೂ ನೀಡುತ್ತಿದ್ದರು.

ಅಂತ್ಯ:

ಹೀಗಿರುವ ಬಾಂಬೇ ಆಂಟಿ ಒಂದಿನ ಹೆಣವಾಗಿ ಹಾರನ್ ಮಾಡುವ ವಾಹನದಲ್ಲಿ ಊರಿಗೆ ಬಂದಿಳಿದಿದ್ದರು. ಅವರ ಸಾವಿನ ಸುತ್ತ ಹುಟ್ಟಿಕೊಂಡ ನೂರಾರು ಕಥೆಗಳು ಊರಿನ ತುಂಬೆಲ್ಲಾ ಗಾಳಿಯೊಂದಿಗೆ ಹರಿದಾಡಿದ್ದವು.

ಆರಂಭ:

ಅಮ್ಮ ಕೆಲವೊಮ್ಮೆ ವಿಚಿತ್ರವಾಗಿ ವರ್ತಿಸುತ್ತಿದ್ದಳು. ಒಮ್ಮೆ ಪೆಟ್ಟಿಗೆಯಲ್ಲಿದ್ದ ಚಿಲ್ಲರೆ ಹಣವನ್ನೆಲ್ಲ ನನ್ನ ಕೈಗಿಟ್ಟು ಇದರಿಂದ ಏನೆಲ್ಲ ಬರುವುದೋ ಅದನ್ನೆಲ್ಲ ಖರೀದಿಸಿ ತಿನ್ನು ಎಂದಿದ್ದಳು. ಮುಟ್ಟಾಗಿ ಕುಳಿತ ಹದಿನೈದು ದಿನಕ್ಕೆಲ್ಲ ಮತ್ತೆ ಹೊರಗಾದೆನೆಂದು ಹೊರಗೆ ಕುಳಿತುಬಿಡುತ್ತಿದ್ದಳು. ಮನೆಗೆ ವಿದ್ಯುತ್ ಸಂಪರ್ಕ ಬರುವುದೆನ್ನುವಾಗ ಗೋಡೆಯ ಬಿರುಕುಗಳೆಲ್ಲ ಕಾಣುತ್ತವೆಯೆಂಬ ಕಾರಣಕ್ಕೆ ವಿರೋಧಿಸಿದ್ದಳು. ಒದ್ದೆ ಕೈಯ್ಯಿಂದ ಅದೆಷ್ಟೋ ಸಲ ಅರೆ ತೆರೆದ ಸ್ವಿಚ್ ಮುಟ್ಟಿ ಶಾಕ್ ಹೊಡೆಸಿಕೊಂಡು ಕಿರುಚಿದ್ದಳು. ಮನೆಯಿಡೀ ಮಸಿಯೆಂದು ಎಲ್ಲವನ್ನೂ ಇಡೀ ದಿನ ತಿಕ್ಕಿತಿಕ್ಕಿ ತೊಳೆಯುತ್ತಿದ್ದಳು. ಸೌದೆ ಉರಿಯುತ್ತಿಲ್ಲ, ಹಸಿಯೆಂದು ಅಡುಗೆ ಮಾಡದೇ ಕುಳಿತುಬಿಡುತ್ತಿದ್ದಳು. ಹಾಡುಗಳನ್ನೆಲ್ಲ ನಿಲ್ಲಿಸಿ ಶೂನ್ಯವನ್ನು ನೋಡುತ್ತ ಕುಳಿತುಕೊಳ್ಳುತ್ತಿದ್ದಳು. ಮನೆ ಬಿಟ್ಟು ಹೋದರೆ ಮತ್ತೆ ಹಿಂದಿರುಗಿ ಬರಲಾರೆ ಎಂದೆಲ್ಲ ಪದೇ ಪದೇ ಪ್ರತಿಜ್ಞೆ ಮಾಡುತ್ತಿದ್ದಳು. ನಾನು ಎಲ್ಲವೂ ಸರಿಯಾಗಿ ಅಮ್ಮ ಮೊದಲಿನಂತೆ ಕಳೆಕಳೆಯಾಗಿ ಓಡಾಡಲಿ ಎಂದು ಆಶಿಸುತ್ತಿದ್ದೆ. ಮನೆಮುಂದೆ ಪಾರಿಜಾತ, ಮಲ್ಲಿಗೆಯ ಗಿಡ ಬೆಳೆಸುತ್ತಾ, ತೋಟದ ತುಂಬ ಕನಕಾಂಬರದ ಗಿಡವೂರಿ ರಾಶಿ ಹೂಗಳನ್ನು ಗೆರಸಿಯಲ್ಲಿ ಕೊಯ್ದು ಮಾರುತ್ತಾ, ಹೊಸ ಮಣ್ಣು ಹೊಯ್ದು ಗದ್ದೆಯಲ್ಲಿ ಬೆಂಡೆ, ಹರಿವೆ,

ಅಳಸಂಡೆಗಳ ರಾಶಿಯನ್ನು ಬೆಳೆಯುತ್ತಾ, ಪುಡಿಗಾಸಿನಲ್ಲಿ ಮನೆಗೆ ಹೊಳೆಯುವ ಸ್ಟೀಲ್ ಪಾತ್ರೆಯನ್ನು ತಂದು ಜೋಡಿಸುತ್ತಾ, ಕಪ್ಪುಕಾಟನ್ ಸೀರೆಯ ಗಳಿಗೆ ಮುರಿಯಲು ಬುಧವಾರವನ್ನು ಕಾಯುವ ಅಮ್ಮ ನನ್ನೆದುರು ಬರಲೆಂದು ಕನಸು ಕಾಣುತ್ತಿದ್ದೆ.

ಅಂತ್ಯ:

ಅಮ್ಮ ಮನೆಯಲ್ಲಿರಲಿಲ್ಲ, ಎಲ್ಲರೂ ಹುಡುಕುತ್ತಿದ್ದರು. ಅವಳು ಬಾಂಬೇಗೆ ಹೋಗಿರಬಹುದು ಎಂದೇ ನಾನು ನಂಬಿದ್ದೆ. ಕೆಂಪು ನೀರಲ್ಲಿ ಕೊಚ್ಚಿಹೋದ ಅಮ್ಮ ಯಾರದೋ ಹೊಲದ ಬೇಲಿಗೆ ಸಿಕ್ಕಿಕೊಳ್ಳದಿದ್ದರೆ ನನ್ನ ನಂಬಿಕೆಯೇ ಸತ್ಯವಾಗುತ್ತಿತ್ತು. ಒದ್ದೆ ಸೀರೆಯಲ್ಲಿ ಅಂಗಳದಲ್ಲಿ ಮಲಗಿದ್ದ ಅಮ್ಮನನ್ನು ದಿಟ್ಟಿಸುತ್ತಲೇ ಕುಳಿತ ನಾನು...

ಬರೆದಿಟ್ಟ ಅಲಕಾ ಕಲ್ಲಿನಂತೆ ಹಾಗೆಯೇ ಕುಳಿತಿದ್ದಳು. ಮರುದಿನ ಮಾನಸಿಯ ಬಳಿಗೆ ಹೋಗುವವರೆಗೂ ಮಾತು ಬೇಡವೆನಿಸಿತು. ಅವರೊಂದಿಗಿನ ಪ್ರತಿ ಭೇಟಿಯೂ ಅಲಕಾಳ ಲೋಕವನ್ನು ಹೊಸದಾಗಿಸುತ್ತಲೇ ಹೋಯಿತು.

ಅಲಕಾಳ ಪುಟ್ಟ ಮನೆಯೆದುರು ಈಗ ಪಾರಿಜಾತದ ಗಿಡವೊಂದು ಚಿಗುರಿ ಹೂ ಬಿಡುತ್ತಿದೆ. ಗೆಳೆಯ ನಿಶಾಂತ್ ಮನಸ್ಸಾದಾಗಲೆಲ್ಲ ಮನೆಗೆ ಬಂದುಹೋಗುತ್ತಾನೆ. ಸಂಜೆ ಬಿಡುವಾದರೆ ಸಾಕು, ಅವಳು ಚಂದದ ಫ್ರಾಕ್‌ಗಳನ್ನು ಖರೀದಿಸಿ ಹತ್ತಿರದ ಅನಾಥಾಲಯಕ್ಕೆ ಓಡುತ್ತಾಳೆ. ಅಪರೂಪಕ್ಕೊಮ್ಮೆ ಏಕಾಂಗಿಯಾಗಿ ರೈಲನ್ನೇರಿ ಮನ ಬಂದಲ್ಲಿಗೆ ಹೋಗಿಬರುತ್ತಾಳೆ. ಸೀಮಾಳೊಂದಿಗಿನ ತನ್ನ ಫೋಟೋವೊಂದನ್ನು ಹಾಲಿನ ಮೂಲೆಯಲ್ಲಿ ಫ್ರೇಮ್ ಹಾಕಿಸಿ ಇಟ್ಟುಕೊಂಡಿದ್ದಾಳೆ. ಕೆಲಸದ ನಡುವೆಯೇ ಬಿಡುವು ಮಾಡಿಕೊಂಡು ಕೌನ್ಸಿಲಿಂಗ್ ಕೋರ್ಸ್ ಮಾಡಿಕೊಂಡಿದ್ದಾಳೆ. ವಾರಾಂತ್ಯದಲ್ಲಿ ತನ್ನನ್ನು ಸಂಪರ್ಕಿಸುವ ಯುವ ಮನಸ್ಸುಗಳಿಗೆ ಸಾಂತ್ವನದ ಸಿಂಚನ ಮಾಡುತ್ತಾಳೆ. ತನ್ನ ಹಳ್ಳಿಯ ಒಂದಿಷ್ಟು ಹುಡುಗಿಯರಿಗೆ ತನ್ನ ಕಂಪನಿಯ ನೆರವಿನಿಂದ ಓದಲು ಸಹಾಯ ಕೊಡಿಸಿದ್ದಾಳೆ. ಕಂಪ್ಯೂಟರ್ ಮೇಲೆ ಅವಳ ಬೆರಳುಗಳೀಗ ಸರಸರನೆ ತಡೆಯಿಲ್ಲದೇ ಓಡಾಡುತ್ತವೆ.

6

ಸಂಪಿಗೆ ಮರದ ಕೆಂಪಮ್ಮ

ಆಗಸದಲ್ಲಿ ಮುಂಗಾರು ಮೋಡಗಳು ಒತ್ತರಿಸಿ, ಧಡ್ ಧಡಾಲ್ ಎಂದು ಅಬ್ಬರಿಸುತ್ತ ಬೆಂಕಿಯುಗುಳುವುದಕ್ಕೆ ಸರಿಯಾಗಿ ಹೊನ್ನೂರಿನ ಹೊರಗಿರುವ ಸಂಪಿಗೆ ಮರದ ಕಟ್ಟೆಯೆದುರು ಕಚ್ ಕಚಕ್ ಎಂದು ಎರಡು ತಲೆಗಳುರುಳಿ ಇಡೀ ಹಳ್ಳಿಯೇ ನಿಬ್ಬೆರಗಾಗಿ ನಿಂತುಬಿಟ್ಟಿತು. ತಲೆ ಕತ್ತರಿಸಿ ಬಿದ್ದ ಹುಡುಗರ ದೇಹದಿಂದ ಹರಿದ ರಕ್ತದ ಕೋಡಿಯನ್ನು ಒರೆಸಲೋ ಎಂಬಂತೆ ಅಬ್ಬರಿಸಿ ಸುರಿದ ಮಳೆ ಎಲ್ಲವನ್ನೂ ತೊಳೆದು ಹೊಳೆಯ ಕೆಂಪಿನೊಂದಿಗೆ ಬೆರೆಸಿಬಿಟ್ಟಿತು. ಅಲ್ಲೆಲ್ಲೋ ನಡೆಯುತ್ತಿದ್ದ ಪುಂಡು ಹುಡುಗರ ನಡುವಿನ ಜಗಳ ಇಂಥದೊಂದು ಅನಾಹುತವನ್ನು ತಂದಿಡಬಹುದೆಂಬುದರ ಕಿಂಚಿತ್ ಮುನ್ಸೂಚನೆಯೂ ಇಲ್ಲದ ಊರ ಹಿರಿಯರಿಗೆಲ್ಲ ಏನು ನಡೆಯಿತೆಂಬುದು ಅರಿವಾಗುವ ಮೊದಲೇ ಊರಿಗಿದ್ದ ಒಂದೇ ಒಂದು ಮರದ ಸಂಕವನ್ನು ದಾಟಿ ಪೋಲೀಸರ ದಂಡು ಊರೊಳಗೆ ಕಾಲಿಟ್ಟಿತು. ಪೋಲೀಸರ ಎದುರು ಮಕ್ಕಳು, ಎಳೆಯ ಹೆಂಗಸರು ಸುಳಿಯುವುದು ಮಹಾಪರಾಧವೆಂಬ ಊರ ಕಟ್ಟಳೆಗಳಿಗನುಗುಣವಾಗಿ, ಗಂಡಸರು ಮತ್ತು ಅಜ್ಜಿಯಂದಿರು ಮಾತ್ರವೇ ಸಂಪಿಗೆ ಮರದಡಿಗೆ ನಿಂತರು. ಅವರಲ್ಲಿ ಕೆಲವರು ಇನ್ನೇನಾದರೂ ಈ ಮರ್ಡರ್ ಕೇಸಿನಲ್ಲಿ ತಮ್ಮನ್ನು ಸಿಕ್ಕಿಸಿದರೆ ಎಂಬ ಭಯದಲ್ಲಿ ಒಳಗೊಳಗೇ ನಡುಗುತ್ತಿದ್ದರು. ಪೋಲೀಸರು ಕತ್ತರಿಸಿ ಬಿದ್ದ ದೇಹದ ಹತ್ತಿರಕ್ಕೆ ಯಾರೊಬ್ಬರೂ ಸುಳಿಯದಂತೆ ಮೊದಲಿಗೆ ತಾಕೀತು ಮಾಡಿದರಾದರೂ, ಹತ್ತಿರ ಹೋಗಿ ನೋಡಿದಾಗ ಯಾವ ತಲೆಗೆ ಯಾವ ದೇಹವೆಂಬುದು ತಿಳಿಯದೇ ದೂರ ನಿಂತಿದ್ದ ಕೆಲವರನ್ನು

ಹತ್ತಿರ ಕರೆದರು. ಅವರೊಂದಿಗೇ ಬಂದ ಫೋಟೋಗ್ರಾಫರ್‌ಗಳು ಅವರ ನಿರ್ದೇಶನದಂತೆ ಅಲ್ಲಿಂದ, ಇಲ್ಲಿಂದ ಎಲ್ಲ ಕಡೆಯಿಂದಲೂ ಚಕಚಕನೆ ಚಿತ್ರ ತೆಗೆಯುತ್ತಿದ್ದರು. ತಕ್ಷಣವೇ ಹೆಣಗಳನ್ನು ತಾಲೂಕು ಆಸ್ಪತ್ರೆಗೆ ಕೊಂಡೊಯ್ದು ಪೋಸ್ಟ್ ಮಾರ್ಟಂ ಮಾಡಬೇಕೆಂದು ಅಲ್ಲಿ ನೆರೆದವರಿಗೆ ಹೇಳಿದವರೇ, ದೇಹಗಳನ್ನು ರಸ್ತೆಯಲ್ಲಿ ನಿಂತಿರುವ ಅಂಬುಲೆನ್ಸ್‌ಗೆ ಸಾಗಿಸಲು ಸಹಾಯ ಮಾಡುವಂತೆ ವಿನಂತಿಸಿಕೊಂಡರು. ಧೈರ್ಯಸ್ಥರಾದ ಅಥವಾ ಕೃತಕವಾಗಿ ಗಂಡಸುತನವನ್ನು ತಮ್ಮೊಳಗೆ ಆವಾಹಿಸಿಕೊಂಡ ಕೆಲ ಯುವಕರು ಬೇರಾದ ರುಂಡ, ಮುಂಡಗಳನ್ನು ಹತ್ತಿರವಿಟ್ಟು ಸ್ಟ್ರೆಚರ್‌ನಲ್ಲಿ ಮಲಗಿಸುವಾಗ ಅಲ್ಲೇ ನಿಂತಿದ್ದ ದ್ಯಾಮಜ್ಜಿ, "ಎಲಾ ಸಿವನೆ, ಇವ್ರೂ ನಿನ್ನ ಮಕ್ಳೇ ಅಲ್ವೇನೋ ದ್ಯಾವ್ರೆ? ನಿನ್ ಮಗ ಹೀಗೆ ತಲೆಕಡಿದು ಬಿದ್ದಾಗ ಆನೆಯ ತಲೆಕೂಡಿಸಿ ಜೀವ ಕೊಟ್ಟಲ್ಲೊ. ಈಗ್ನೋಡು, ಅವ್ರದ್ದೇ ತಲೆ, ಅವ್ರದ್ದೇ ದೇಹ, ಜೀವ ಇದೆ ಅನ್ನೋ ಥರಾ ಹಸಿಯಾಗೈತಲ್ಲೋ. ಜೀವ ನೀಡಿ ಕಾಪಾಡು ತಂದೆ" ಎಂದು ಗಟ್ಟಿಯಾಗಿ ಪ್ರಾರ್ಥಿಸುತ್ತ ಮುಗಿಲಿನ ಕಡೆಗೆ ನೋಡಿ ಕೈ ಮುಗಿಯತೊಡಗಿದಳು. ಅಜ್ಜಿಯ ಮಾತು ಕಿವಿಗೆ ಬಿದ್ದದ್ದೇ ಪೋಲೀಸರ ಆಗಮನದಿಂದ ದೈನಂದಿನ ಮಾತಿನ ಚಹರೆಯನ್ನೇ ಮರೆತಿದ್ದ ಕೆಲ ಗಂಡಸರು ಅವಳ ಮಾತಿಗೆ ಮಾತು ಸೇರಿಸುತ್ತ ಗದ್ಗದಿತರಾಗತೊಡಗಿದರು. ಅವರ ದುಃಖದ ಕಟ್ಟೆಯೊಡೆದರೆ ದುಃಖದ ಪ್ರವಾಹ ಇನ್ನಷ್ಟು ಬಿರುಸುಗೊಂಡು ಮತ್ತೇನಾದರೂ ಅನಾಹುತವಾದೀತೇನೊ ಎಂಬ ಭಯದಿಂದ ಅಲ್ಲಿದ್ದ ಪೋಲಿಸ್ ಆಫೀಸರ್ ತನ್ನ ಗಡಸು ದನಿಯನ್ನು ಇನ್ನಷ್ಟು ಗಡಸುಗೊಳಿಸುತ್ತಾ, "ಏಯ್, ಸೈಲೆನ್ಸ್, ಏನಾಗಿದ್ಯೋ ಅದು ಆಗಿಹೋಗಿದೆ. ಅದರ ಬಗ್ಗೆ ಇನ್ನು ನೀವ್ಯಾರೂ ಮಾತನಾಡೋದು ಬ್ಯಾಡ. ಎಲ್ಲ ಕಾನೂನು, ಕೋರ್ಟನಲ್ಲಿ ತೀರ್ಮಾನ ಆಯ್ತದೆ. ಅಲ್ಲಿತನಕ ಬಾಯಿ, ತಿಕ ಅಮಿಕಂಡು ಇರಬೇಕು ತಿಳೀತಾ? ಇಂದಿನಿಂದಲೇ ಇಡೀ ಊರಿನಲ್ಲಿ ಸೆಕ್ಷನ್ ಜಾರಿ ಮಾಡಿದ್ದೇವೆ. ಸಂಜೆ ಆರರ ನಂತರ ನರಪಿಳ್ಳೇನೂ ಮನೆಯಿಂದ ಹೊರಗೆ ಓಡಾಡಬಾರದು." ಎಂದು ಎಚ್ಚರಿಸಿದರು. ಸ್ಟ್ರೆಚರ್ ಮೇಲೆ ಎರಡೂ ದೇಹಗಳು ಆಚೆಗೆ ಸಾಗುತ್ತಿರುವಂತೆ ಎಲ್ಲರೂ ತಮ್ಮ ತಮ್ಮೊಳಗೆ ಚರ್ಚಿಸುತ್ತಾ ಮನೆದಾರಿ ಹಿಡಿದರು. ಸಂಬಂಧಿಸಿದ ಕೆಲವರು ಮಾತ್ರವೇ ತಾಲೂಕು ಆಸ್ಪತ್ರೆಯೆಡೆಗೆ ಹೊರಟರು.

ಆ ಕ್ಷಣದಿಂದಲೇ ಇನ್ನೊಂದು ಪ್ರವರ ಶುರುವಾಗಿತ್ತು. ಕಂಡು ಕೇಳರಿಯದ ಈ ಊರಿನ ದಾರಿಯನ್ನು ಅದು ಹೇಗೋ ಪತ್ತೆ ಹಚ್ಚಿದ ಟಿ.ವಿ.ಯ ಮಂದಿ ತಲೆಯುರುಳಿದ ಜಾಗದಲ್ಲಿ ನಿಂತು ಸುತ್ತೆಲ್ಲಾ ತಮ್ಮ ಕ್ಯಾಮರಾ ಕಣ್ಣನ್ನು ಹೊರಳಾಡಿಸುತ್ತಾ, ನೋಟಕ್ಕೆ ಸಿಲುಕಿದವರನ್ನೆಲ್ಲಾ, "ಬೈಟ್ ಪ್ಲೀಸ್" ಎಂದು ಹಳ್ಳಿಯವರಿಗೆ ಅರ್ಥವಾಗದ ಭಾಷೆಯಲ್ಲಿ ಕೇಳುತ್ತಾ, ಅವರ ಮುಂದೆ

ಮೈಕ್ ಹಿಡಿಯತೊಡಗಿದರು. ಟಿ.ವಿ.ಯಲ್ಲಿ ಕಾಣಿಸಿಕೊಳ್ಳುವ ಬಯಕೆಯ ಕೆಲ ಗಂಡು ಹೈಕಳು ಕೈಯ್ಯಲ್ಲಿಯೇ ತಮ್ಮ ಕೂದಲನ್ನು ಸರಿಪಡಿಸಿಕೊಂಡು, ತಮ್ಮದಲ್ಲದ ಪೇಟೆಯ ಭಾಷೆಯನ್ನು ಬಲಾತ್ಕಾರವಾಗಿ ನಾಲಿಗೆಯ ಮೇಲೆ ಬರಿಸಿಕೊಂಡು ನಡೆದ ಘಟನೆಯ ಬಗ್ಗೆ, ಸತ್ತ ತಮ್ಮ ಗೆಳೆಯರ ಬಗ್ಗೆ ಅಷ್ಟಿಷ್ಟು ಮಾತನಾಡತೊಡಗಿದರು. ಇಡಿಯ ಊರೇ ದುಃಖದಲ್ಲಿ ತೇಲಾಡಬೇಕಾದ ಹೊತ್ತಿನಲ್ಲಿ ಅಳುವುದಕ್ಕೂ ಬಿಡದೇ ನಡೆಯುತ್ತಿರುವ ಕ್ಷಣಕ್ಷಣದ ಬೆಳವಣಿಗೆಯ ಬಗ್ಗೆ ಊರ ಹೆಂಗಸರೆಲ್ಲರೂ ಭಯಗೊಳ್ಳುತಾ, ಬೆಳ್ಳಂಬೆಳಿಗ್ಗೆ ಎದ್ದು ತಂಬಿಗೆ ಹಿಡಿಗು ಪೊದೆಯ ಮರೆಯಲ್ಲಿ ಕುಳಿತಾಗಲೂ ಎಲ್ಲಿಯಾದರೂ ಕ್ಯಾಮೆರಾ ಕಣ್ಣಿಗೆ ತಾವು ಬಿದ್ದರೇನು ಗತಿಯೆಂದು ಒಳಗೊಳಗೇ ಬೆಚ್ಚುತ್ತಿದ್ದರು. ದೂರದ ಅದ್ಯಾವುದೋ ಊರಿನಲ್ಲಿ ಇಂತಹ ಘಟನೆಗಳು ನಡೆದಾಗ ಇಡೀದಿನ ಟಿ.ವಿ.ಯಲ್ಲಿ ಅದನ್ನೇ ತೋರಿಸುತ್ತಿದ್ದುದನ್ನವರು ಬಿಟ್ಟ ಕಣ್ಣು ಬಿಡದಂತೆ ನೋಡುತ್ತಿದ್ದರಾದರೂ, ಇಂದು ತಮ್ಮದೇ ಊರಿನ ವಿಷಯ ಪದೇ ಪದೇ ಬರುತ್ತಿದ್ದುದನ್ನು ಕಂಡು ಏನೆನ್ನಬೇಕೆಂದು ತಿಳಿಯದವರಾಗಿದ್ದರು. ತಾವು ದಿನವೂ ನೋಡುತ್ತಿದ್ದ ತಮ್ಮೂರಿನ ಜಾಗೆ ಇಷ್ಟೊಂದು ಸುಂದರವಾಗಿದೆಯೇ? ಅಥವಾ ಆ ಸುಡುಗಾಡು ಟಿ.ವಿ.ಯವರು ತೋರಿಸುವಾಗ ಬಣ್ಣ–ಗಿಣ್ಣ ತುಂಬಿ ಚಂದ ಮಾಡಿ ತೋರಿಸುವರೋ ಎಂದು ದಿಗಿಲುಗೊಂಡರು!

ಹೀಗೆ ರಾತ್ರಿ, ಬೆಳಗು ವ್ಯತ್ಯಾಸವಿಲ್ಲದೇ ಬೆರೆಸಿಹೋದ ದಿನವೊಂದು ಹೊರಳುವುದರೊಳಗಾಗಿ ಊರಿನಿಂದ ಹೊರಟ ದೇಹಗಳು ತಾಲೂಕು ಆಸ್ಪತ್ರೆಯಲ್ಲಿ ರುಂಡ, ಮುಂಡಗಳನ್ನು ಜೋಡಿಸಿಕೊಂಡು ಊರೊಳಗೆ ಬಂದು ತಮ್ಮ, ತಮ್ಮ ಕುಟುಂಬಗಳ ಮನೆಗೆ ಸೇರಿ ಎಲ್ಲರನ್ನೂ ಶೋಕಸಾಗರದಲ್ಲಿ ಮುಳುಗಿಸಿ, ಪಂಚಭೂತಗಳಲ್ಲಿ ಲೀನವಾಗಿಹೋದವು. ಅವರ ಶಿರಗಳುರುಳಿದ ಘಳಿಗೆಯಿಂದ ಮೊದಲುಗೊಂಡು ಒಂದರಗಳಿಗೆ ಬಿಡದೇ ಭೋರೆಂದು ಸುರಿದ ಮಳೆ ಊರಿಗೆ ಬರಲು ಇರುವ ಒಂದೇ ಒಂದು ಕಿರುದಾರಿಯನ್ನೂ ಮುಳುಗಿಸಿ ಊರನ್ನು ಜಗತ್ತಿನ ಸಂಪರ್ಕದಿಂದ ಬೇರ್ಪಡಿಸಿಬಿಟ್ಟಿತು. ಸುರಿದ ಮಳೆಗೆ ಭೂಮಿಯೊಳಗಡಗಿದ್ದ ಬಿತ್ತಗಳೆಲ್ಲ ಮಣ್ಣೊಡೆದು ಹೊರಚಾಚುವಂತೆ ಊರ ಮಕ್ಕಳಿಬ್ಬರ ಸಾವಿನ ಬಗ್ಗೆ ಸಾವಿರ ಕತೆಗಳು ಊರತುಂಬಾ ಹರಡಿ ಗಂಧ ಬೀರತೊಡಗಿದವು.

ಹೆಣವಾಗಿ ಉರುಳಿದ ಊರ ಗೌಡರ ಮಗ ಶರಣ, ದುಬಾಯಿಯಲ್ಲಿರುವ ಶ್ರೀಮಂತ ಅಬ್ಬು ಬ್ಯಾರಿಯವರ ಮಗ ಹುಸೇನ ಒಂದೇ ವರ್ಷದಲ್ಲಿ ಹುಟ್ಟಿದವರು. ಊರ ನಡುವಿರುವ ಸರಕಾರಿ ಶಾಲೆಯಲ್ಲಿ ಒಟ್ಟಿಗೆ ಕೈ, ಕೈ ಹಿಡಿದು ಕಲಿತವರು, ಬಿಡುವಿನಲ್ಲಿ ಹುಲಿ–ದನದ ಆಟವಾಡಿದವರು. ಇವರ ಮನೆಯಲ್ಲವರು, ಅವರ ಮನೆಯಲ್ಲಿವರು ರಾತ್ರಿಯನ್ನು ಕಳೆದವರು. ಅವರವ್ವನೂ, ಇವರವ್ವನೂ

ಮೀನು, ಮಸಾಲೆಗಳನ್ನು ಒಬ್ಬರಿಗೊಬ್ಬರು ಬದಲಾಯಿಸಿಕೊಂಡವರು. ಓದಲು ಶಾಣ್ಯಾರೆಂಬ ಇನಾಮು ಪಡೆದು ಇಬ್ಬರೂ ಪೇಟೆಯ ಕಾಲೇಜು ಸೇರಿದ್ದರು. ಹುಸೇನನ ತಂದೆ ಮಗನಿಗೆಂದು ಬೈಕು ಕೊಡಿಸಿದರೆಂದು ಶರಣನೂ ಬೈಕಿಗೆ ಹಣ ಕೇಳಿ ಅಪ್ಪನಿಂದ ಬೈಸಿಕೊಂಡ ಘಟನೆಯನ್ನು ಊರಿನವರೆಲ್ಲ ಜೋಕಿನಂತೆ ಹೇಳಿಕೊಂಡು ನಕ್ಕಿದ್ದರು. ಕಟ್ಟುನಿಟ್ಟಿನ ಮನುಷ್ಯರಾದ ದೊಡ್ಡೇಗೌಡರು ರಸ್ತೆಯೇ ಇಲ್ಲದ ಊರಿಗೆ ಬೈಕ್ ಎಂಬ ಶೋಕಿ ಏಕೆಂದು ಮಗನ ಬಾಯಿ ಮುಚ್ಚಿಸಿದ್ದರು. ಮೊದಲೆಲ್ಲ ಒಂದೇ ಬೈಕಿನಲ್ಲಿ ಒಬ್ಬರನ್ನೊಬ್ಬರು ತಬ್ಬಿಕೊಂಡು ಹೊಳೆಯಾಚೆಯವರೆಗೂ ಬರುತ್ತಿದ್ದವರು ಇತ್ತೀಚೆಗೆ ಬೇರೆ, ಬೇರೆಯಾಗಿ ಬಂದಿಳಿದುದನ್ನು ಊರಿನವರು ಗಮನಿಸಿದ್ದರೂ, ಏನೋ ಹುಡುಗು ಬುದ್ಧಿಯೆಂದು ಕಡೆಗಣಿಸಿದ್ದರು. ಅಲ್ಲೆಲ್ಲೋ ಕಾಲೇಜಿನ ಅಡ್ಡೆಯಲ್ಲಿ ಬೇರೆ, ಬೇರೆ ಸಂಘಗಳಲ್ಲಿ ಸೇರಿಕೊಂಡು ಗೆಳೆಯರನ್ನೆಲ್ಲಾ ಸೇರಿಸಿ, ಗುಂಪು ಜಗಳ ಮಾಡಿ ಒಂದು ದಿನದ ಮಟ್ಟಿಗೆ ಪೋಲೀಸ್ ಠಾಣೆಯಲ್ಲಿ ಇದ್ದರೆಂಬ ಸುದ್ಧಿಯೂ ಗುಸು, ಗುಸು ಊರಿನಲ್ಲಿ ಹರಡಿತ್ತು. ಹಳ್ಳಿಯ ಮಕ್ಕಳೆಲ್ಲ ಭೂಮಿ, ಕಾಣಿ ನೋಡಿಕೊಂಡು ಆರಾಮವಾಗಿರುವುದನ್ನು ಬಿಟ್ಟು ಕಾಲೇಜು ಕಟ್ಟೆ ಹತ್ತಿದರೆ ಇಂಥವೆಲ್ಲ ಆಗಿಯೇ ತೀರುತ್ತದೆಯೆಂದು ಕೆಲವು ಹಿರಿತಲೆಗಳು ಆಡಿಕೊಂಡು ನಕ್ಕಿದ್ದರು ಕೂಡ.

ಹೀಗೆ ಎಲ್ಲವೂ ಸಾಗುತ್ತಿರುವಾಗಲೇ ಆ ಬೇಸಿಗೆಯಲ್ಲಿ ನಡೆದ ಊರದೇವಿಯ ಹಬ್ಬದಲ್ಲಿ ಅವರಿಬ್ಬರ ನಡುವಿನ ಜಗಳದ ಕಾವು ಊರಿನವರಿಗೆಲ್ಲ ತಾಗಿತ್ತು. ಊರ ದೇವಿಯ ಉತ್ಸವವೆಂದರೆ ಇಡಿಯ ಊರೇ ಸಂಭ್ರಮದಿಂದ ಕಳೆಯೇರುತ್ತಿತ್ತು. ವಾರದ ಮೊದಲೇ ಊರಿನವರೆಲ್ಲ ಸೇರಿ, ವರ್ಗಿಣಿ ಹಾಕಿ ಒಂದಿಷ್ಟು ಹಣ ಸೇರಿಸಿ, ಗುಡಿಯ ಗೋಡೆಗಳಿಗೆ ಸುಣ್ಣ-ಬಣ್ಣವನ್ನು ಹೊಡೆಸುತ್ತಿದ್ದರು. ಅಲ್ಲಿಯೇ ಗುಡಿಯ ಆವರಣದಲ್ಲಿ ನಳನಳಿಸುತ್ತಿರುವ ಚಿಗುರು ಮಾವಿನ ಎಲೆಗಳನ್ನು ಪೋಣಿಸಿ ತೋರಣವನ್ನು ಕಟ್ಟುತ್ತಿದ್ದರು. ನಾಲ್ಕಾರು ಬಾಳೆಗಿಡಗಳನ್ನು ಗೊನೆಸಮೇತ ಕಡಿದು ತಂದು ಬಾಗಿಲಿಗೆ ಚಂದದ ಅಲಂಕಾರವನ್ನು ಮಾಡಿ, ದೇವಿಯ ಗುಡಿಯ ಮುಂದಿನ ಅಂಗಳವನ್ನು ಮಿದುಮಣ್ಣು ಹರಡಿ ಬಡಿದು ಹದಗೊಳಿಸುತ್ತಿದ್ದರು. ಊರ ಹೆಂಗಸರೆಲ್ಲರೂ ತಮ್ಮ, ತಮ್ಮ ಕೊಟ್ಟಿಗೆಯ ಸಗಣಿಯನ್ನು ಒಟ್ಟುಗೂಡಿಸಿ ತಂದು ಹರಡಿ, ಬಚ್ಚಲ ಒಲೆಯಲ್ಲಿ ಸುಟ್ಟ ತೆಂಗಿನ ಸಿಪ್ಪೆಯ ಕರಿಯನ್ನು ಸೇರಿಸಿ ಸಗಣಿಯನ್ನು ಕಡುಗಪ್ಪಾಗಿಸಿ, ಇಡಿಯ ಅಂಗಳವನ್ನು ಒಪ್ಪವಾಗಿ ಸಾರಿಸುತ್ತಿದ್ದರು. ಸಗಣಿಯ ನರುಗಂಪು ಸುತ್ತಲೆಲ್ಲ ಅರಳಿಸುವ ಹೂವಿನ ಸುಗಂಧದೊಂದಿಗೆ ಬೆರೆತು ಉತ್ಸವದ ವಾಸನೆಯನ್ನು ಇಡಿಯ ಊರಿಗೆ ಹರಡುತ್ತಿತ್ತು. ಉತ್ಸವದ ದಿನ ಇಡಿಯ ಊರಿಗೆ ಊರೇ ಅಲ್ಲಿ ನೆರೆದು ವರ್ಷವಿಡೀ ತಾವು ದೇವಿಗೆ

ಹೇಳಿಕೆ ಮಾಡಿಕೊಂಡ ಹರಕೆಯನ್ನೆಲ್ಲ ಸಲ್ಲಿಸುತ್ತಿತ್ತು. ಸಾಮಾನ್ಯ ಜ್ವರ, ದದ್ದು ಬಂದವರೆಲ್ಲ ದೇವಿಗೆ ಸುತ್ತು ಬಲಿಯ ಸೇವೆ ಹೇಳಿಕೊಂಡರೆ, ಜೀವಕ್ಕೆ ಕುತ್ತು ಬಂದು ಪಾರಾದವರು ದೇವಿಗೆ ಕೋಳಿಯೊಪ್ಪಿಸುತ್ತಿದ್ದರು. ವ್ಯವಹಾರದಲ್ಲಿ ನಷ್ಟ, ಮನೆ ಬಿಟ್ಟು ಹೋದ ಮಗನ ದುಃಖ, ಮದುವೆಯಾಗದ ಹೆಣ್ಣಿನ ಕಡೆಯವರೆಲ್ಲ ಕುರಿಯನ್ನು ಹರಕೆಯಾಗಿ ಹೇಳಿಕೊಳ್ಳುವುದೂ ಇತ್ತು. ಸಣ್ಣ ಮಕ್ಕಳ ಅಮ್ಮಂದಿರು ತಮ್ಮ ಮಕ್ಕಳ ಬಾಲಗ್ರಹದ ನಿವಾರಣೆಗೆಂದು ತೆಂಗಿನ ಕಾಯಿಯ ತುಲಾಭಾರದ ಹರಕೆಯನ್ನೂ ಹೊರುತ್ತಿದ್ದರು. ಹೀಗೆ ದೇವಿಯ ಕರುಣೆಯು ಕಾರುಣ್ಯದ ಆ ದಿನ ಮಧ್ಯಾಹ್ನದ ಊಟ ಅಲ್ಲಿಯೇ ಗುಡಿಯ ಆವರಣದಲ್ಲಿ. ಸಂಜೆ ಮಾತ್ರ ಎಲ್ಲರ ಮನೆಯಲ್ಲಿ ಬಲಿಕೊಟ್ಟ ಕೋಳಿ, ಕುರಿಗಳ ಸಮಾರಾಧನೆ. ಊರ, ಪರವೂರ ಸಂಬಂಧಿಕರೆಲ್ಲರೂ ಈ ಹಳ್ಳಿಗೆ ಬರಲು ಇಂತಹ ಪ್ರಶಸ್ತ ದಿನ ಬೇರೆಯಿರಲಿಲ್ಲ. ಈ ಸಲ ಊರ ಗೌಡರ ಮನೆ ವಿಶೇಷ ಅತಿಥಿಗಳಿಂದ ತುಂಬಿ ತುಳುಕುತ್ತಿತ್ತು. ಶರಣನೊಂದಿಗೆ ಬಂದ ಅವರ ಗೆಳೆಯರ ತಂಡ ಊರಿಡೀ ತಿರುಗಾಡುತ್ತ, ದೇವಿಯ ಉತ್ಸವದ ತಯಾರಿಯಲ್ಲಿ ಉತ್ಸಾಹದಿಂದ ಭಾಗವಹಿಸುತ್ತ, ಇಡಿಯ ಊರಿಗೆ ಯೌವ್ವನದ ಕಳೆಯೇರಿಸಿದ್ದರು. ಪೇಟೆಯ ಹುಡುಗರಾದರೂ ಹಳ್ಳಿಯವರೊಂದಿಗೆ ಅವರು ಬೆರೆಯುತ್ತಿದ್ದ ರೀತಿ ಎಲ್ಲರ ಮನಸ್ಸನ್ನೂ ಗೆದ್ದಿತ್ತು.

ಊರ ಉತ್ಸವದ ಊಟದ ತಯಾರಿಗೆಂದು ಸಾಮಾನು ಪಟ್ಟಿ ತಯಾರಿಸಿ, ಖರೀದಿಗೆಂದು ಹೊರಡುವಾಗಲೇ ಅಪಸ್ವರದ ಕರಿನೆರಳು ಕೈಚಾಚಿತ್ತು. ಎಲ್ಲ ಸಾಮಾನುಗಳನ್ನೂ ಊರಿನ ಅಲಿಸಾಹೇಬರ ಅಂಗಡಿಯಿಂದಲೇ ಖರೀದಿಸುವುದು ವಾಡಿಕೆ. ಅದಕ್ಕೆಂದೇ ಅವರು ವಾರದ ಮುಂಚೆಯೇ ಬೇಕಾಗುವ ಸಾಮಾನುಗಳೆಲ್ಲವನ್ನೂ ಲಾರಿಯಲ್ಲಿ ಊರ ಹೊಳೆಯವರೆಗೆ ತಂದು, ಕೂಲಿಗಳ ನೆರವಿನಿಂದ ಅಂಗಡಿಗೆ ಸಾಗಿಸಿ ಶೇಖರಿಸಿಡುತ್ತಿದ್ದರು. ಉತ್ಸವದ ದಿನ ಕಡಿಮೆ ಬಿದ್ದಿತೆಂದರೆ ತಕ್ಷಣ ಹೋದವರಿಗೆ ಎಷ್ಟೊತ್ತಿಗೆ ಬೇಕಾದರೂ ಅಂಗಡಿಯ ಬಾಗಿಲು ತೆರೆದು ದಿನಸಿ ನೀಡುತ್ತಿದ್ದರು. ಲಾಟುಗಳ ಲೆಕ್ಕದಲ್ಲಿ ತೆಗೆದುಕೊಂಡದ್ದಷ್ಟಕ್ಕೆ ಲೆಕ್ಕವಿಡುತ್ತಿದ್ದರೆ ವಿನಾ ಚಿಲ್ಲರೆಗಳ ಲೆಕ್ಕವನ್ನು ಅವರು ಮಾಡಿದ್ದಿಲ್ಲ. ಇಂತಿಪ್ಪ ಅಲಿಸಾಹೇಬರ ಅಂಗಡಿಯಿಂದ ಸಾಮಾನು ತರುವುದು ಬೇಡವೆಂದು ಶರಣನ ಬಳಗ ಪಟ್ಟುಹಿಡಿದು ಕುಳಿತುಬಿಟ್ಟಿತು. ಎಷ್ಟೇ ಕಷ್ಟವಾದರೂ ತಾವೆಲ್ಲರೂ ಹೋಗಿ, ಪೇಟೆಯಲ್ಲಿ ತಮಗೆ ಪರಿಚಿತವಿರುವ ಅಂಗಡಿಯಿಂದಲೇ ಸಾಮಾನು ತರುತ್ತೇವೆಂದು ಹಠ ಹಿಡಿದಾಗ ಕೆಲಸದ ಗಡಿಬಿಡಿಯಲ್ಲಿರುವ ಹಿರಿಯರು ಹೇಗಾದರೂ ಸರಿ, ಸಮಯಕ್ಕೆ ಸರಿಯಾಗಿ ಸಾಮಾನು ಬಂದರಾಯಿತೆಂದು ಸುಮ್ಮನಾದರು. ಸಾಮಾನುಗಳ ಮೂಟೆಯನ್ನು ಹೊತ್ತು ತಂದ ಊರಿನ ಕೆಲವು ಹುಡುಗರು

ಮಾತ್ರ, "ಶರಣಣ್ಣ ಹೇಳುವುದು ಸರಿಯಾಗಿಯೇ ಇದೆ. ನಮ್ಮ ಹಬ್ಬಕ್ಕೆ ಅವರ ಅಂಗಡಿಯಿಂದ ನಾವ್ಯಾಕೆ ಸಾಮಾನು ತರಬೇಕು? ಒಂದೇ ಊರಿನವನಾದರೂ ಅದ್ಯಾವುದೋ ಬೇರೆ ಸಂಘಟನೆಯೊಂದಿಗೆ ಸೇರಿ ಈ ಹುಸೇನ ಕಾಲೇಜಿನಲ್ಲಿಡೀ ಸೊಕ್ಕು ಹಾರಿಸುವುದು ನೋಡಬೇಕಂತೆ. ದುಬಾಯಿಯಿಂದ ಅದೆಷ್ಟು ದುಡ್ಡು ತರುತ್ತಾರೆ ನೋಡೇಬಿಡುವ. ಊರಿನವರು ಯಾಪಾರ ಮಾಡದಿದ್ರೆ ಅಂಗಡಿ ಬಾಗಿಲು ತಂತಾನೇ ಮುಚ್ಚಿಹೋಗ್ತದೆ. ಮತ್ತೆ ಉರಾಪೆಲ್ಲ ನಿಲ್ತದೆ ನೋಡಿ" ಎಂದು ತಾವೇನೋ ಹೊಸ ಸತ್ಯ ತಿಳಿದವರಂತೆ ಆಡತೊಡಗಿದರು.

ಮನೆಯ ಮಗುವೊಂದಕ್ಕೆ ಮೈಮೇಲೆ ಬೊಕ್ಕೆಯೆದ್ದುದಕ್ಕೆ ಊರ ದೇವಿಗೆ ಹರಕೆ ಹೊತ್ತ ಹುಸೇನನ ತಾಯಿ ಜುನೇದಮ್ಮ ಪೂಜೆಯ ಸಾಮಾನು ಹಿಡಿದು ಗುಡಿಗೆ ಬಂದಾಗ ಶರಣ ಬಾಗಿಲಲ್ಲೇ ತಡೆದು ಒಳಬರಲು ಅಡ್ಡಿಪಡಿಸಿದ. ಜುನೇದಮ್ಮ ಮೊದಲು ಇದು ಮಕ್ಕಳಾಟಿಕೆಯೆಂದು ನಗುತ್ತಲೇ, "ಅರೆ ಮಗಾ! ನಮ್ದು ನಿಮ್ಮ ದೇವಿಗೆ ಹರಕೆ ಒಪ್ಪಿಸಲಿಕ್ಕೆ ಬಂದಿದೆ. ನೀನು ಬ್ಯಾಡವೆಂದರೆ ದೇವಿ ಸಿಟ್ಟಾಗುತ್ತಾಳೆ ನೋಡು." ಎಂದಳು. ಅದಕ್ಕೆ ಶರಣ ತನ್ನ ಶರಟಿನ ತೋಳೇರಿಸುತ್ತ, "ಮೊದಲು ನಿಮ್ಮ ದೇವರಲ್ಲಿಗೆ ಹೋಗೋಕೆ ಪ್ರಯತ್ನಪಡಿ, ಮತ್ತೆ ನಮ್ಮ ದೇವರ ಉಸಾಬರಿ ಮಾಡೋರಂತೆ. ನಿಮ್ಮ ಮಗ ನೋಡಿದ್ರೆ ಕಾಲೇಜಿನಲ್ಲಿ ವಿಚಾರವಾದಿಗಳೊಡನೆ ಸೇರಿಕೊಂಡು ನಮ್ಮ ದೇವರನ್ನು ಅವಹೇಳನ ಮಾಡ್ತಾ ತಿರುಗ್ತಾನೆ, ನೀವು ನೋಡಿದ್ರೆ ಇಲ್ಲಿ ಪೂಜೆ ಮಾಡ್ತೀನಂತ ಬರ್ತೀರಿ. ನಿಮ್ಮ ರಂಗಿನಾಟವೆಲ್ಲ ಇಲ್ಲಿ ನಡೆಯೋದಿಲ್ಲ" ಎಂದು ನಿಷ್ಠುರವಾದ ಮಾತುಗಳಲ್ಲಿ ಹೇಳಿದ್ದ. ಜುನೇದಮ್ಮ ಕೈಯಲ್ಲಿ ಹಿಡಿದ ಪೂಜೆಯ ಸಾಮಾನುಗಳ ಕಡೆಗೊಮ್ಮೆ, ಸುತ್ತ ನೆರೆದಿರುವ ಜನರ ಕಡೆಗೊಮ್ಮೆ ನೋಡುತ್ತಾ ನಿಂತ ಹೊತ್ತಿನಲ್ಲಿಯೇ ಅಲ್ಲಿಗೆ ಬಂದ ಶರಣನ ತಾಯಿ ಕಮಲಮ್ಮ, "ಅಯ್ಯಾ ಜುನೇದಕ್ಕ, ಇಲ್ಲೇ ಯಾಕೆ ನಿಂತಿರಿ? ನಾವು ಬರಲಿ ಅಂತ ಕಾಯ್ತೀದ್ದೀರೇನು? ಎಷ್ಟು ಬೇಗ ಅಂದ್ರೂ ಮನೆಮಂದಿಯನ್ನೆಲ್ಲಾ ಸುಧಾರಿಸಿ, ಸ್ನಾನ ಮಾಡಿ ಬರುವಾಗ ಇಷ್ಟೊತ್ತಾಗಿಯೇ ಬಿಡ್ತು ನೋಡಿ" ಎಂದು ಅವಳನ್ನು ತನ್ನೊಂದಿಗೆ ಗುಡಿಯ ಒಳಗೆ ಕರೆತಂದಳು. ಅಮ್ಮನೆದುರು ಮಾತಾಡುತ್ತ ನಿಂತರೆ ಇನ್ನೆಲ್ಲಿ ಜುನೇದಮ್ಮನ ಎದುರೇ ಕಿವಿಯೆಳೆದು ತನ್ನನ್ನು ಅವಮಾನಿಸಿಬಿಟ್ಟಾಳೆಂಬ ಮುಜುಗರದಲ್ಲಿ ಶರಣ ಗುಡಿಯ ಹೊರಗಿರುವ ತನ್ನ ಗೆಳೆಯರೆಡೆಗೆ ನಡೆದ.

ರಸ್ತೆಯೇ ಇಲ್ಲದ ಊರಿನ ಹಬ್ಬಕ್ಕೆ ಹೊರಗಿನಿಂದ ಅಂಗಡಿಗಳು ಬರುವುದು ಸಾಧ್ಯವಿಲ್ಲವಾದರೂ, ಹತ್ತಿರದೂರಿನ ಕೆಲವರು ತಮ್ಮ ಲಟಾರಿ ಸೈಕಲ್‌ನಲ್ಲಿ ಒಂದೆರಡು ಪುಗ್ಗಿಗಳ ತೇರನ್ನು, ತಂಪುಪೆಟ್ಟಿಗೆಯಲ್ಲಿ ಐಸ್‌ಕ್ಯಾಂಡಿಗಳನ್ನು ತಂದು

ಮಾರುತ್ತಿದ್ದರು. ಇಷ್ಟು ವರ್ಷಗಳಲ್ಲಿ ಅವರ ಕುಲಗೋತ್ರಗಳನ್ನು ವಿಚಾರಿಸುವ ಗೋಜಿಗೆ ಯಾರೊಬ್ಬರೂ ಹೋಗಿರದಿದ್ದರೂ, ಶರಣನ ಬಳಗದವರು ಅವರು ತಮ್ಮವರಲ್ಲವೆಂದು ಅದು ಹೇಗೋ ಗುರುತಿಸಿದ್ದರು. ನಮ್ಮ ಉತ್ಸವದಲ್ಲಿ ನಿಮ್ಮದೇನು ವ್ಯಾಪಾರವೆಂದು ಅವರೊಂದಿಗೆ ಜಗಳಾಡಿ, ಅವರಿಗೇ ಗೊತ್ತಿಲ್ಲದಂತೆ ತಮ್ಮದೇ ಬಳಗದ ಅಂಗಡಿಯವರನ್ನು ಕರೆಸಿ ಒಂದಿಷ್ಟು ಉರಾಪು ತೋರಿಸಿದ್ದರು. ಉಳಿದವರೆಲ್ಲ ಸುಮ್ಮನೆ ಹಿಂದಿರುಗಿದರಾದರೂ ಐಸ್‌ಕ್ಯಾಂಡಿಯ ಮುದುಕ ಮಾತ್ರ ತಾನು ಇವರೆಲ್ಲರೂ ಹುಟ್ಟುವುದಕ್ಕಿಂತ ಮೊದಲೇ ಇಲ್ಲಿಗೆ ಬರುತ್ತಿದ್ದನೆಂಬುದನ್ನು ಹೇಳಿ ಹಠಹಿಡಿದು ನಿಂತಾಗ ಶರಣನ ಗೆಳೆಯರು ಅವನನ್ನು ಹಿಡಿದೆಳೆದು ತಳ್ಳಿದರೆಂದೂ, ಅದೇ ಹೊತ್ತಿಗೆ ಪ್ರತ್ಯಕ್ಷನಾದ ಹುಸೇನ ಇದನ್ನು ವಿರೋಧಿಸಿದನೆಂದೂ, ಮಾತಿಗೆ ಮಾತು ಬೆಳೆದು ಕೈ, ಕೈ ಮಿಲಾಯಿಸುವ ಹೊತ್ತಿಗೆ ಆ ಮುದುಕನೇ ಹುಸೇನನ್ನು ಅಲ್ಲಿಂದ ಬಲವಂತವಾಗಿ ಎಳೆದುಕೊಂಡು ಹೋದನೆಂಬ ವಿವರಗಳೆಲ್ಲ ಹುಡುಗರ ಸಾವಿನ ನಂತರವೇ ಊರಿನವರನ್ನು ತಲುಪಿದ್ದು. ದೇವಿಯ ಉತ್ಸವವನ್ನು ಪದ್ಧತಿಯಂತೆ ನಡೆಸಬೇಕಾದ ಒತ್ತಡದಲ್ಲಿರುವ ಅವರಿಗೆ ಇವೆಲ್ಲದರ ಬಗ್ಗೆ ಅರಿವೇ ಇರಲಿಲ್ಲ.

ಹಬ್ಬವಾಗಿ ತಿಂಗಳು ಕಳೆಯುವುದರೊಳಗೆ ಊರ ಮೂರು ದಾರಿ ಸೇರುವ ಸಂಪಿಗೆ ಮರದ ಅಡಿಯಲ್ಲಿ ಊರು ಎಂದೂ ಕಾಣದ ಧಾರುಣ ಘಟನೆಯೊಂದು ನಡೆದುಹೋಯಿತು. ಪ್ರಕರಣದ ವಿವರಗಳು ಊರಿನಲ್ಲಿ ಏನೇನೂ ದೊರೆಯದೇ ಪೋಲೀಸ್ ಪಡೆಯೀಗ ನಗರದ ಕಾಲೇಜಿನ ಕಡೆಗೆ ಮುಖಮಾಡಿತ್ತು. ಭೋರೆಂದು ಸುರಿದ ಮಳೆಗೆ ಊರದಾರಿ ಮುಚ್ಚಿಹೋಗಿ ಟಿ.ವಿ.ಯವರ ಕೂಗಾಟಕ್ಕೂ ಒಂದು ವಿರಾಮ ಸಿಕ್ಕಿತ್ತು. ಕಾಲೇಜಿನಲ್ಲಿ ಅವರಿಬ್ಬರ ಸಹಪಾಠಿಗಳಾಗಿದ್ದವರ ಮತ್ತು ಅವರ ಹಿಂದೆ ನಿಂತ ಸಂಘಟನೆಗಳ ಹೆಸರು ಒಂದೊಂದೇ ಬಯಲಾಗುತ್ತ ನಡೆಯಿತು. ದುಬಾಯಿಯಿಂದ ಮಗನ ಸಾವಿನ ಸುದ್ದಿ ಕೇಳಿ ಬಂದಿಳಿದ ಅಬ್ಬು ಬ್ಯಾರಿಗಳ ಕೇರಿಯಲ್ಲಿ ಏನು ನಡೆಯಿತೆಂಬ ವಿವರಗಳೂ, ಒಂದೇ ರಾತ್ರಿಯಲ್ಲಿ ಇಬ್ಬರನ್ನೂ ತುಂಡಾಗಿಸಿದ ಕೈಗಳು ಯಾವುದೆಂಬುದರ ಒಗಟು ಯಾರೊಬ್ಬರಿಗೂ ತಿಳಿಯದೇ ಒಳಗೊಳಗೆ ಬೇಯತೊಡಗಿದರು. ನಡುವೆಲ್ಲೋ ಹತ್ತಾರು ಮನೆಗಳಿರುವ ಅವರಿಗೇ ಅಷ್ಟು ಕೊಬ್ಬಾದರೆ ನಾವೇನು ಹುಲ್ಲು ತಿನ್ನುತ್ತೇವೆಯೇ ಎಂಬ ಮಾತೂ ಬಂದುಹೋಗಿ, ಸಂಪಿಗೆ ಮರದ ದಾರಿಯಲ್ಲಿ ಅವರಿನ್ನೆಂದೂ ಈಚೆಗೆ ಬರದಂತೆ ಬಂದೋಬಸ್ತಾದ ಬೇಲಿಯನ್ನು ಕಟ್ಟಬೇಕೆಂದು ಮಾತುಕತೆಯಾಯಿತು. ನಡುರಾತ್ರಿಯಲಿ ಓಡಾಡುವ ಆ ಕೇರಿಯ ಪುಂಡು ಮಕ್ಕಳನ್ನು ಹಿಡಿದು ನಾಲ್ಕು ತದಕದಿದ್ದರೆ ಬಿಸಿ ತಾಗಲಾರದೆಂದು, ಅದಕ್ಕೆಂದೇ ಊರಿನ ವೀರರ

ಪಡೆಯೊಂದು ತಯಾರಾಯಿತು. ಅಲ್ಲಿ, ಆ ಕೇರಿಯಲ್ಲಿಯೂ ಬಂದೂಕುಗಳ ರಾಶಿ, ರಾಶಿಯೇ ಬಂದಿದೆಯೆಂಬ ಸುದ್ದಿ ಅದು ಹೇಗೋ ಗಾಳಿಯಲ್ಲಿ ಸೇರಿಕೊಂಡು ಊರಿಡೀ ಹರಡಿಬಿಟ್ಟಿತು. ಇವೆಲ್ಲವನ್ನೂ ಮೂಕಗೊಂಬೆಯಂತೆ ನೋಡುತ್ತಿದ್ದ ಊರ ಹೆಂಗಸರ ಒಡಲಾಳದ ಬಯಕೆಯೆಂಬಂತೆ ಕೆಂಪಮ್ಮ ಮರುದಿನವೇ ಸುರಿವ ಮಳೆಯಲ್ಲಿ ಹೇಗೋ ಸಂಪಿಗೆ ಮರದವರೆಗೂ ಹೋಗಿ ಕಟ್ಟೆಯೇರಿ ಗಪ್ಪೆಂದು ಕುಳಿತುಬಿಟ್ಟಳು. ಹೊನ್ನೂರಿನಲ್ಲಿ ಊರ ದೇವಿಯನ್ನು ಬಿಟ್ಟರೆ ಜನರೆಲ್ಲ ಇನ್ನೊಂದು ಹೆಣ್ಣು ಜೀವಕ್ಕಿಷ್ಟು ಭಯ, ಭಕ್ತಿ ತೋರಿಸುತ್ತಿದ್ದರೆಂದರೆ ಅದು ಕೆಂಪಮ್ಮನಿಗೆ ಮಾತ್ರ. ಊರ ದೇವಿಯೊಂದಿಗೆ ಅವಳ ಚರಿತ್ರೆಯೂ ತಳುಕುಹಾಕಿರುವುದೇ ಇದಕ್ಕೆ ಕಾರಣವಾಗಿತ್ತು.

ಎಲ್ಲರಂತೆ ಸಾಮಾನ್ಯ ಹೆಣ್ಣಾಗಿ ಊರುಸೇರಿದ ಕೆಂಪಮ್ಮ, ಸಂಪಿಗೆಮರದ ಪ್ರಕರಣ ನಡೆದಾಗ ಇದ್ದಕ್ಕಿದ್ದಂತೆ ಊರಿನ ನಾಯಕಿಯಾಗಿ ಹೊರಹೊಮ್ಮಿದ್ದಳು. ಅದೆಷ್ಟೋ ಕಾಲದಿಂದ ಊರ ಮೂರು ದಾರಿಗಳು ಸೇರುವ ದಾರಿಯಲ್ಲಿ ಸಂಪಿಗೆ ಮರವೊಂದು ಉದ್ದಾನುದ್ದಕ್ಕೆ ಬೆಳೆದು ಬಾನಿಗೆ ಮುತ್ತುಕೊಡುವಂತೆ ಎದ್ದುನಿಂತಿತ್ತು. ಬೇಸಿಗೆಯಲ್ಲಿ ಎಲ್ಲ ಮರಗಳಂತೆ ಮೈತುಂಬ ಹೂವರಳಿಸುತ್ತಿತ್ತಾದರೂ ಬಾನೆತ್ತರದ ಆ ಮರವನ್ನು ಹತ್ತುವ ಧೀರರು ಯಾರೂ ಇರಲಿಲ್ಲವಾದ್ದರಿಂದ ಹೂವಿನ ಗಂಧ ಮಾತ್ರವೇ ಊರಿನವರ ಪಾಲಿಗಿತ್ತು. ಊರೊಳಗಿನ ಕುಟುಂಬದ ನಾಲ್ಕು ಅಣ್ಣ ತಮ್ಮಂದಿರು ಪಾಲುಪಟ್ಟಿ ಮಾಡುವಾಗ ಸಂಪಿಗೆ ಮರ ಬೆಳೆದಿರುವ ತಾವು ತಮ್ಮದೆಂಬುದು ಅರಿವಾಗಿ ಅಲ್ಲೊಂದು ಮನೆಕಟ್ಟುವುದೆಂದು ತೀರ್ಮಾನವಾಗಿಬಿಟ್ಟಿತ್ತು. ಇನ್ನೇನು ದಿನವೊಪ್ಪತ್ತಿನಲ್ಲಿ ಸಂಪಿಗೆ ಮರವನ್ನು ಕಡಿಯುತ್ತಾರೆನ್ನುವಾಗಲೇ ತೂಗಿ, ತೊನೆವ ಸಂಪಿಗೆ ಮರದ ಅಳಲು ತನ್ನೆದೆಯನ್ನು ಮುಟ್ಟಿತೋ ಎಂಬಂತೆ ಬೆಳಿಗ್ಗೆ ಎದ್ದ ಕೆಂಪಮ್ಮ ರಾತ್ರಿ ಕನಸಿನಲ್ಲಿ ಊರದೇವಿ ಬಂದು ಮರಕಡಿದರೆ ಶಾಪ ತಪ್ಪದೆಂದು ನುಡಿದಂತಾಯಿತೆಂದು ಕಂಡವರ ಮುಂದೆಲ್ಲಾ ಹೇಳಿಕೊಂಡು ಬಂದಳು. ಹೆಣ್ಣಿನ ಮಾತಿಗೆ ಕವಡೆ ಬೆಲೆಯಿಲ್ಲದ ಊರಿನಲ್ಲಿ ಅವಳ ಮಾತುಗಳು ಗಾಳಿಯಲ್ಲಿ ಹಾರಿಹೋಗಿ ಸಂಪಿಗೆ ಮರವನ್ನು ಕಡಿಯುವ ದಿನವೂ ನಿಗದಿಯಾಗಿಹೋಗಿತ್ತು. ಆ ರಾತ್ರಿ ಬೆಳಗಿನ ಜಾವದಲ್ಲಿ, ಊರಿಡೀ ಸಕ್ಕರೆಯ ಸವಿ ನಿದ್ದೆಯಲ್ಲಿರುವಾಗ 'ಬೊಳ್ಳು' ಕೂಗಿ ಎಲ್ಲರನ್ನೂ ಬೆಚ್ಚಿಬೀಳಿಸಿತ್ತು. ಯಾವುದಕ್ಕೂ ಇರಲಿ ಎಂದು ಬೆಳಿಗ್ಗೆ ದೇವಿಯ ಗುಡಿಗೆ ಹೋಗಿ ಪ್ರಸಾದವಿಟ್ಟರೆ ಎಡದಲ್ಲಿ ಬಡಲ್ಲನೆ ಹೂವುದುರಿ ಮರವನ್ನು ಕಡಿಯಬಾರದೆಂಬ ದೇವಿಯ ಫರ್ಮಾನು ಹೊರಬಿದ್ದಿತ್ತು. ಎಲ್ಲರ ಬಾಯಲ್ಲಿಯೂ ಕೆಂಪಮ್ಮನ ಮಾತುಗಳು ಪುನರಾವರ್ತನೆಯಾಗುತ್ತ ಅವಳ ಹೆಸರೇ 'ಸಂಪಿಗೆಮರದ ಕೆಂಪಮ್ಮ' ಎಂದಾಗಿಹೋಯಿತು. ಸಂಪಿಗೆ ಮರ ಉಳಿದ ಖುಶಿಯಲ್ಲಿ ಕೆಂಪಮ್ಮನೂ

ಊರ ದೇವಿಯ ಪುರಾಣವನ್ನು ಸಂಪಿಗೆ ಮರದ ತುದಿಯವರೆಗೂ ಹಬ್ಬಿಸಿ ತನ್ನ ಹೆಸರನ್ನು ಖಾಯಂ ಮಾಡಿಕೊಂಡಿದ್ದಳು. "ನಾ ಒಳ್ಳೇ ಮಾತಿನಲ್ಲಿ ಹೇಳಿದ್ರೆ ಕೇಳೂರ? ರಾತ್ರಿ ಬೊಳ್ಳು ಕೂಗಿ ಊರಿಗೆಲ್ಲ ಕೆಟ್ಟದಾಯ್ತದೆ ಅಂದಮೇಲೆ ಎಲ್ರೂ ಮರ ಕಡಿಯೂದ ಕೈಬಿಟ್ರು. ಅಲ್ಲಾ, ಅನ್ನ ತಿಂಬೂ ಮನಸರಿಗೆ ಅರ್ಥವಾಗೂದಿಲ್ವ ಇದೆಲ್ಲಾ? ದೇವಿಯ ಗುಡಿಯ ಸುತ್ತಲೂ ಇಂಥದ್ದೇ ಎಷ್ಟೊಂದು ಸಂಪಿಗೆ ಮರಗಳಿವೆ. ಊರಲ್ಲಿ ಮತ್ತೆಲ್ಲಾದರೂ ಸಂಪಿಗೆ ಮರ ಕಂಡೀರಾ ನೀವು? ಇಲ್ಲಿ, ಮೂರು ದಾರಿ ಸೇರುವಲ್ಲಿ ದೇವಿಯ ಗುಡಿಯಲ್ಲಿರುವ ಥರದ್ದೇ ಸಂಪಿಗೆ ಮರ ಬೆಳೆದು ನಿಂತದೆ ಅಂದರೆ ದೇವೀನೇ ಅದನ್ನ ತಂದು ನೆಟ್ಟದೆ ಅಂತರ್ಥ. ಮನುಷ್ಯರು ನೆಟ್ಟದ್ರೆ ಕುಡಿಮುರದು, ಚಿಗುರೊಡೆಯೋ ಹಾಗೆ ಮಾಡಿ ಹೂವ ಕೊಯ್ಯಲಾಗುವಂತೆ ಮಾಡದಿರೂರೆ? ದೇವಿಯ ಮರ ಇದು. ಊರ ನೋಡಲು ಬರುವ ದೇವಿ ಹಾಂಗೆ ಒಂದು ಸಲ್ಪ ಹೊತ್ತು ಮರದ ಮೇಲೆ ಕುಂತು ದಣಿವಾರಿಸಿಕೊಂಡು ಹೋಯ್ತಳಿರಬೇಕು. ಇಲ್ಲದಿದ್ರೆ ಇಷ್ಟ ಹೂವ ಬಿಟ್ಟ ಮರದ ಒಂದಾದ್ರೂ ಹೂಂಗ ಯಾರಾರೂ ಮುಡದೀರಾ?" ಎಂದು ತನ್ನದೇ ಭಾಷೆಯಲ್ಲಿ ಸಂಪಿಗೆ ಮರವನ್ನು ವರ್ಣಿಸುತ್ತಿದ್ದರೆ ಎದುರಲ್ಲಿರುವವರಿಗೆ ಅಲ್ಲಗಳೆಯಲಾಗುತ್ತಿರಲಿಲ್ಲ.

ಬದುಕಿನಲ್ಲೆದ್ದ ಚಂಡಮಾರುತಗಳನ್ನೆಲ್ಲ ಕೆಂಪಮ್ಮ ಸಂಪಿಗೆ ಮರವನ್ನು ತಬ್ಬಿಕೊಂಡೇ ಸಹಿಸಿದ್ದಾಳೆ. ಕುಡುಕ ಗಂಡನ ಸಾವು, ಎಳೆಯ ಪ್ರಾಯದ ಮಕ್ಕಳ ಮರಣ ಇವೆಲ್ಲವೂ ಎಲ್ಲರ ಮನೆಯಂತೆ ಅವಳ ಮನೆಯಲ್ಲೂ ನಡೆದಿವೆ. ಕಡುದುಃಖದ ಘಳಿಗೆಗಳಲ್ಲೂ ಅವಳು ತಾಸೆರಡು ತಾಸು ಮರದಡಿಯಲ್ಲಿ ಕುಳಿತವಳೇ ಹೊರತೂ ಮರಮರನೆ ಮರುಗಿಲ್ಲ. ಅಷ್ಟೇ ಅಲ್ಲ, ಸಂಪಿಗೆ ಮರದ ನೆರಳಲ್ಲಿ ಕುಳಿತು ಎದ್ದು ಬಂದು ನುಡಿದ ಅವಳ ಮಾತು ಕಾರಣಿಕವಾಗಿ ಅದೆಷ್ಟೋ ಹೆಣ್ಣುಗಳ ದುಃಖವನ್ನು ಕಳೆದಿದೆ. ಊರಿನ ಅನೇಕ ಸಿರಿವಂತರನ್ನು, ಹೆಂಡತಿಯನ್ನು ಹೊಡೆದು ಆಳುವೆನೆಂದು ಹೊರಟ ಹೊಂತಕಾರರನ್ನು ಕೆಂಡದುಂಡೆಗಳಾಗಿ ಸುಟ್ಟಿವೆ. ಸಿಂಗಾರದ ಗೊಂಬೆಯಂತಹ ಹೆಣ್ಣನ್ನು ಮದುವೆಯಾಗಿ ಬಂದು ಅವಳ ಸೆರಗು ಸಹ ಸರಿಸದೇ ಷಂಡತನವನ್ನು ಮೆರೆದ ಊರ ಗಂಡಿಗವಳು ಮಂಗಳಾರತಿಯನ್ನು ಮಾಡಿದ್ದಾಳೆ. ತನ್ನ ಮಡಿಲಲ್ಲಿ ತಲೆಯಿಟ್ಟು ಮಲಗಿ ಗಂಡಲ್ಲದ ಗಂಡನ ಬಗ್ಗೆ ಹೇಳಿ ಅತ್ತವಳನ್ನು ಸಂತೈಸಿ ತವರಿನ ದಾರಿ ತೋರಿದ್ದಾಳೆ. ತವರಿಗೆ ಹೋದವಳು ಬರದೆಲ್ಲಿಗೆ ಹೋಗುತ್ತಾಳೆಂದು ಗಂಡಿನವರ ಜಂಬರವ ಬಿಡದೇ ಕುಳಿತ ಹಿರಿಯರಿಗೆ ಅವಳ ಮದುವೆ ಇನ್ನೊಬ್ಬರೊಂದಿಗೆ ನಿಕ್ಕಿಯಾದ ಕಾಗದ ಸಿಕ್ಕಿ ಕೆರಳಿ ಕೆಂಡವಾಗಿದ್ದಾರೆ. ಇಷ್ಟೆಲ್ಲದಕ್ಕೂ ಕೆಂಪಮ್ಮನೇ ಕಾರಣವೆಂದು ಅಬ್ಬರಿಸಿ ವಿಚಾರಿಸಿದರೆ ಅವಳು ಮಾತ್ರ ತಣ್ಣಗೆ, "ನಿನ್ನ ಮಗ ಗಂಡಸೇ ಆಗಿದ್ದರೆ ಅವಳನ್ನು ಬಾ ಅನ್ನಲಿ,

ಇಲ್ಲವಾದರೆ ಅವಳ ಮದುವೆಗೆ ಹೋಗಿ ನಾಲ್ಕಕ್ಷತೆಕಾಳು ಹಾಕಿ ಹರಸಲಿ" ಎಂದು ಕೆನ್ನೆಗೆ ಹೊಡೆದಂತೆ ಎಲ್ಲರೆದುರು ಆಡಿದ್ದಾಳೆ. ಮೊಗ ಕೆಳಗೆ ಹಾಕಿ ನಿಂತ ಮಗನ ವರ್ತನೆ ಎಲ್ಲವನ್ನೂ ಬಿಡಿಸಿ ಹೇಳಿದೆ.

ಊರ ಗೌಡರ ಮಗನಿಗೆ ತಂದ ರತ್ನದಂತಹ ಹುಡುಗಿ ಕಮಲಿಯ ಒಡಲು ವರ್ಷ ಐದಾದರೂ ತುಂಬದಿದ್ದಾಗ ಅವಳು ಅರಸಿ ಬಂದದ್ದು ಕೆಂಪಮ್ಮನನ್ನೆ. ಅದೇನು ಮಾಯಕವಾಯಿತೋ ತಿಳಿಯದು, ವರ್ಷವಾಗುವುದರೊಳಗೆ ಮನೆಯ ಯಾರಿಗಿಲ್ಲದ ಬಣ್ಣ ಹೊತ್ತ ನೀಲಿ ಕಂಗಳ ಮಗು ಶರಣ ಭೂಮಿಗಿಳಿದು ಬಂದಿದ್ದ. ಮಗುವಿನ ನಾಮಕರಣಕ್ಕೆ ವಿಶೇಷವಾದ ಉಡುಗೊರೆಯೊಂದಿಗೆ ಬಂದ ಅಬ್ಬುಬ್ಯಾರಿಗಳು ಮಗುವನ್ನು ಹರಸಿ ಹೋಗಿದ್ದರು. ಹೊಸದಾಗಿ ಮದುವೆಯಾದ ಸಂಭ್ರಮಕ್ಕೆ ಅವರು ಒಂದು ವರ್ಷವಿಡೀ ಊರಿನಲ್ಲಿಯೇ ಉಳಿದಿದ್ದರು. ಒಂದೇ ಓರಗೆಯ ಹುಸೇನ, ಶರಣರು ಅವಳಿ ಜವಳಿಗಳಂತೆ ಒಟ್ಟಿಗೆ ಬೆಳೆದಿದ್ದರು. ಈಗ ಯಾರ ಹುನ್ನಾರದಿಂದಲೋ ಒಂದೇ ದಿನ ಇಬ್ಬರೂ ಸಂಪಿಗೆ ಮರದಡಿಯಲ್ಲಿಯೇ ಹೆಣವಾಗಿ ಮಲಗಿದ್ದ ಕೇಳಿದ ಮೇಲೆ ಕೆಂಪಮ್ಮ ಒಂದುಸಿರೂ ಎತ್ತದೇ ಮೌನವಾಗಿದ್ದಳು. ಇಷ್ಟೆಲ್ಲದರ ನಂತರ ಜನರೆಲ್ಲ ಸೇರಿ ಊರ ಎಲ್ಲರ ಕೇರಿಯನ್ನು ಹೆಣೆಯುವ ಸಂಪಿಗೆ ಮರದ ದಾರಿಯನ್ನು ಮುಚ್ಚುವ ಹುನ್ನಾರ ಮಾಡಿದ ದಿನವೇ ಮನೆಯ ಜಗುಲಿಯಲ್ಲಿ ಮಲಗಿದ್ದ ಕೆಂಪಮ್ಮ ಕಾಣೆಯಾಗಿದ್ದಳು.

ತೊಂಭತ್ತರ ಮುದುಕಿ ತನ್ನ ಜೀವವೇ ಆಗಿದ್ದ ಸಂಪಿಗೆ ಮರದ ಹತ್ತಿರವೇ ಹೋಗಿರಬಹುದೆಂಬ ಊಹೆಯಿಂದ ಹೋಗಿ ನೋಡಿದರೆ ಕೆಂಪಮ್ಮ ಸುರಿವ ಮಳೆಯಲ್ಲಿ ಮರದ ಕೆಳಗೆ ಕಲ್ಲಿನಂತೆಯೇ ಕುಳಿತುಬಿಟ್ಟಿದ್ದಳು. ಎಷ್ಟು ಅನುನಯಿಸಿದರೂ ಅಲ್ಲಿಂದ ಕದಲದೇ ಸತ್ಯಾಗ್ರಹಿಯಂತೆಯೇ ಹಠಹಿಡಿದುಬಿಟ್ಟಳು. ಊರ ಮಕ್ಕಳಿಬ್ಬರ ಮರಣ ಮುದುಕಿಯನ್ನು ಕಾಡಿರಬಹುದೆಂದು ಅಷ್ಟೋ, ಇಷ್ಟೋ ತಿಳಿದಿದ್ದ ಕೆಲವರು ತಿಳುವಳಿಕೆಯನ್ನು ಹೇಳಲು ಬಂದರೆ, "ಸತ್ತ ಹೆಣಕ್ಕೆ ಜೀವ ಬರಬಾರದು, ಮತ್ತೆ ಹೆಣ ಬೀಳಿಸುವುದನ್ನು ಕಾಣಲಾರೆನೊ" ಎಂಬ ಕಾರಣಿಕದ ಮಾತುಗಳನ್ನು ಹೇಳಿ ಮೌನಕ್ಕೆ ಜಾರಿದ್ದಳು. ಹಳೆಯ ಮುದುಕಿಗೆ ಎಲ್ಲೆಡೆ ನಡೆಯುತ್ತಿರುವ ಹೊಸ ಕಾಲದ ಹುನ್ನಾರಗಳು ತಿಳಿಯಲಾರದು ಎಂದು ಅಲವತ್ತುಕೊಂಡ ಹೊಂತಕಾರಿಗಳು ಅವಳನ್ನೆತ್ತಿ ಮನೆಗೆ ಬಿಸಾಕಲು ಸಿದ್ದರಿದ್ದರೂ, ಊರಿನ ಇಡಿಯ ತಾಯಂದಿರ ಲೋಕವೇ ಅವಳ ಜತೆಗಿದೆಯೆಂಬ ಹೆದರಿಕೆಯಿಂದ ಸುಮ್ಮನೆ ಮನೆಗೆ ಮರಳಿದರು. ಸುರಿವ ಮಳೆಯಲ್ಲಿ ಎಷ್ಟಂತ ಕೂತಾಳು, ಇಂದಲ್ಲ ನಾಳೆ ಎದ್ದು ಬಂದಾಳೆಂದು ಸೇರಿದ ಜನರೆಲ್ಲರೂ ತಮ್ಮ, ತಮ್ಮ ಮನೆ ಸೇರಿದರು.

ಎಲ್ಲರ ನಿರೀಕ್ಷೆಯನ್ನು ಹುಸಿಗೊಳಿಸುವಂತೆ ಕೆಂಪಮ್ಮ ವಾರವೊಂದಾದರೂ ಮರದಡಿಯಿಂದ ಅಲುಗಾಡದೇ ಕುಳಿತುಬಿಟ್ಟಳು. ಅವರಿವರು ನೀಡಿದ ತಿಳಿಗಂಜಿಯನ್ನು ಗಂಟಲೊಳಗೆ ಅಷ್ಟಿಷ್ಟು ಇಳಿಸುತ್ತಾ, ಹಗಲು ರಾತ್ರಿಯೆನ್ನದೇ ಅಲ್ಲಿಯೇ ಕುಳಿತ ಅವಳ ಅವಗಾಹನೆಗೆ ಹೊತ್ತು ಗೊತ್ತಿಲ್ಲದೇ ಎಲ್ಲ ಕೇರಿಯ ಜನರೂ ಬಂದುಹೋಗುತ್ತಾ ಊರಿನೊಳಗಿನ ಬೇಧಗಳನ್ನು ಕಲಸಿಹಾಕಿದರು. ಏಕಾಂತದ ಕ್ಷಣದಲ್ಲಿ ಕೆಂಪಮ್ಮನನ್ನು ಸಂಧಿಸಿದ ಕಮಲಮ್ಮನಂತೂ, "ತಾಯೇ, ನೀ ಕೊಟ್ಟ ಸುಖದ ತುಣುಕೊಂದು ನಿನ್ನದೇ ಪಾದ ಸೇರಿತಲ್ಲೆ" ಎಂದು ಭೋರೆಂದು ಅತ್ತಳು. ಸಂಪಿಗೆ ಮರದಡಿಯಲ್ಲಿ ಮೊಳೆತ ಬೀಜ ಅಲ್ಲಿಯೇ ಮಣ್ಣಾದ ಸತ್ಯಕ್ಕೆ ಸಾಕ್ಷಿಯಾದ ಮರವೂ ಎಲೆಯಲ್ಲಾಡಿಸಿ ಕಣ್ಣೀರು ಉದುರಿಸಿತು.

ವಾರವೊಂದು ಕಳೆದೊಡನೆ ಎಲ್ಲರ ಸಹನೆಯ ಕಟ್ಟೆಯೊಡೆದು, ಇನ್ನೆಲ್ಲಿಯಾದರೂ ಈ ಮುದುಕಿ ಚಟ್ಟ ಕಟ್ಟಿತೆಂದರೆ ಊರಿನಲ್ಲಿ ಇನ್ನೊಂದು ಚಿತೆಯುರಿಯುವುದು ಖಂಡಿತವೆಂದು ಅವಳಿರುವಲ್ಲಿಗೆ ದಾಂಗುಡಿಯಿಟ್ಟರು. ಅವರಿವರೆಂಬ ಬೇಧವಿಲ್ಲದೇ ಎಲ್ಲರೂ ಊರದೇವಿಯ ಹಬ್ಬಕ್ಕೆ ಸೇರುವಂತೆ ಸೇರಿ, ಮನೆಗೆ ಬರುವಂತೆ ಮುದುಕಿಗೆ ಮೊರೆಯಿಟ್ಟರು. ಕಾರಣಿಕವ ಹೇಳದೇ ಕೆಂಪಮ್ಮ ಕೆಳಗಿಳಿಯಲಾರಳೆಂದು ತಿಳಿದ ಜನರೆಲ್ಲ ಒಮ್ಮೆ ಕಣ್ಮುಚ್ಚಿ ಮೌನವಾಗಿ ನಿಂತು ಅವಳ ಮಾತುಗಳಿಗೆ ಕಾಯತೊಡಗಿದರು. ಊರೊಳಗಿನ ಹಗೆ, ಸುರಿವ ಮಳೆಗಳಿಂದ ಜಟ್ಟುಗಟ್ಟಿಹೋಗಿದ್ದ ಎಲ್ಲರ ಮನಸ್ಸು ಏನಾದರೊಂದು ಒಳ್ಳೆಯ ಒಸಗೆಗೆ ಹಾತೊರೆದು ನಿಂತಿದ್ದವು. ಬೆಂದ ಮನಕ್ಕೆ ತಂಪೆರೆಯುವಂತೆ ಕೆಂಪಮ್ಮನ ಮಾತುಗಳು ಮೌನವನ್ನು ಸೀಳಿ ಹೊರಬಂದವು. "ಯಾವ ಬೀಜ ಎಲ್ಲಿಗೆ ಹೋಗಿ ಮೊಳೆವುದೋ ಯಾರಿಗೆ ಗೊತ್ತು? ಬೀಜವುಗುಳಿದ ಹಕ್ಕಿಯ ಕೊಂದರೆ ಪಾಪ ಪರಿಹಾರವೆಂತು? ಆಗಸಕ್ಕೆ, ಬಯಲಿಗೆ ಗೋಡೆ ಕಟ್ಟುವುದೆಂತು? ನಮ್ಮೊಳಗಿನ ಕೆಡುಕಿಗೆ ಬೇಲಿಹಾಕಬೇಕು. ಕಳೆದುಹೋಯಿತೆಂದು ಹಿಂದಿರುಗಿ ಹೊರಟರೆ ಮುಂದಿನ ಗುರಿ ದೂರವಾಗುವುದು. ಎಲ್ಲರೊಂದೇ ತಾಯಿಯ ಮಕ್ಕಳು. ಹುಸೇನನೂ, ಶರಣನೂ ಸಹೋದರರು. ನೀವೆಲ್ಲರೂ ಸಂಬಂಧಿಗಳು." ಕಾರಣಿಕದ ಮಾತು ಮುಗಿದು ಅದೆಷ್ಟೋ ಹೊತ್ತು ಕಳೆದರೂ ನಿಂತ ಜನರೆಲ್ಲ ಹಾಗೆ ಕಲ್ಲಿನಂತೆ ನಿಂತೇ ಇದ್ದರು. ಕ್ಷಣಬಿಟ್ಟು ಎಚ್ಚರಗೊಂಡ ಜನರು ಕಣ್ಮುಚ್ಚಿ ಕುಳಿತಿದ್ದ ಕೆಂಪಮ್ಮನನ್ನು ಎತ್ತಲೆಂದು ಹೋದರೆ ಅವಳ ತಲೆ ಬದಿಯಲ್ಲಿ ವಾಲಿಕೊಂಡಿತು. ಪ್ರತೀಕಾರದ ಅಮಲಿನಲ್ಲಿದ್ದ ಎಲ್ಲರ ಕಣ್ಣುಗಳು ಮೋಡಗಟ್ಟಿದ ಮುಗಿಲಿನಂತೆ ತುಂಬಿಕೊಂಡವು.

7

ಎಲವೋ ಸಂಜಯ ಕೇಳು

"ಮಗಾ, ಒಂದು ಸಹಾಯ ಮಾಡು ನೋಡ್ವ, ಈ ಸಲ ಆಟದಲ್ಲಿ ಒಂದು ಪಾರ್ಟು ಮಾಡು. ಆ ಮೇಲಿನಮನೆ ಪೋರನ ಹುಳಿ ಎಲ್ಲ ಅಡಗಿಸಿಕೊಡ್ತೆ ಕಾಣ್ಲಕ್ಕು" ಎಂದು ಸದಾನಂದ ಹೆಗಡೆ ಮಗಳು ಜಾನಕಿಗೆ ಹೇಳುವಾಗ ಸುಭದ್ರಮ್ಮ ಕೊಟ್ಟಿಗೆ ಕೆಲಸದಲ್ಲಿದ್ದುದು ಆಕಸ್ಮಿಕವೇನೂ ಆಗಿರಲಿಕ್ಕಿಲ್ಲ. ಬೆಳೆದು ನಿಂತ ಮಗಳು ಊರ ಹುಡುಗರೊಂದಿಗೆ ಆಟದಲ್ಲಿ ಬಣ್ಣ ಹಚ್ಚುವುದು ಅವಳಿಗೆ ಇಷ್ಟದ ವಿಷಯವಲ್ಲ ಎಂಬುದು ಇಬ್ಬರಿಗೂ ತಿಳಿದಿತ್ತು. ಅದನ್ನೆಲ್ಲವನ್ನೂ ಸಂಭಾಳಿಸುವ ಜಾಣ್ಮೆ ತನ್ನ ಮಗಳಿಗಿದೆ ಎಂಬ ಹೆಮ್ಮೆಯೇ ಹೆಗಡೆಯವರಿಂದ ಈ ಮಾತನ್ನು ಆಡಿಸಿತ್ತು. ಕಟ್ಟಿಕೊಂಡಾಗಿನಿಂದ ಕೋಳಿಯ ಗೂಡಿನಂತಹ ಮನೆಯಲ್ಲಿ ಏಗಿ ಸಾಕಾಗಿದ್ದ ಸುಭದ್ರಮ್ಮ 'ಆಟ' ಎಂಬ ಪದ ಕಿವಿಗೆ ಬಿದ್ದರೂ ಸಾಕು ಸಿಟಾರನೆ ಸಿಡಿಯುತ್ತಿದ್ದಳು. ಆದರೆ ಇದ್ಯಾವುದರ ಪರಿವೆಯಿಲ್ಲದ ಸದಾನಂದ ಹೆಗಡೆ ಮಾತ್ರ ಆ ಮನೆಯ ಆಯಕಟ್ಟಿನ ಜಾಗದಲ್ಲಿ ತನ್ನ ಆಟದ ಪೆಟ್ಟಿಗೆಯನ್ನು ಜೋಪಾನವಾಗಿಡುತ್ತ, ಆಟಕ್ಕೆ ಜೀವನಾಡಿಯಾದ ತನ್ನ ಮದ್ದಲೆಯನ್ನು ಒಲೆಯ ಹತ್ತಿರದಲ್ಲಿಯೇ ಇರುವ ಗಿಳಿಗೂಟಕ್ಕೆ ನೇತಾಡಿಸಿ ಅದರ ಕಾವನ್ನು ಕಾಪಿಡುತ್ತ, ಸದಾ ಆಟದ ಗುಂಗಿನಲ್ಲಿಯೇ ಮೈಮರೆಯುತ್ತಿದ್ದರು. ಸುತ್ತಮುತ್ತಲ ಯಾವೂರಿನಲ್ಲಿ ಆಟವಾದರೂ ಶುಭ್ರ ಬಿಳಿಯ ದೋತರವುಟ್ಟು, ತನ್ನಲ್ಲಿರುವ ಬಂಗಾರವರ್ಣದ ಏಕಮಾತ್ರ ಶಾಲನ್ನು ಹೆಗಲಿಗೇರಿಸಿ, ತಲೆಗೊಂದಿಷ್ಟು ಅತ್ತರಿನೆಣ್ಣೆ ಬಳಿದುಕೊಂಡು, ನೆರೆಕೆರೆಯ ಹುಡುಗರ ಪಟಾಲಂನ್ನು ಕಟ್ಟಿಕೊಂಡು, ಸಂಜೆಯಾಗುತ್ತಿದ್ದಂತೆ ಹೊರಟುಬಿಡುತ್ತಿದ್ದರು.

ಆಗೆಲ್ಲ ಸುಭದ್ರಮ್ಮನ ಕೋಪ ನೆತ್ತಿಗೇರಿಬಿಡುತ್ತಿತ್ತು. "ಹೊರಟಾಯ್ತು ನೋಡು, ಸೂಳೆಮನೆಗೆ ಹೋಗುವವರಂತೆ ತಯಾರಿ ಮಾಡಿಕೊಂಡು. ಇಂಥೋರಿಗೆಲ್ಲ ಸಂಸಾರ ಬೇರೆ ಕೇಡು. ಇರುವುದು ಕೋಳಿ ಗೂಡಿನಲ್ಲಿ, ಕಾಣುವುದು ದೇವಲೋಕದ ಸ್ವಪ್ನ!" ಎಂದು ಕುಟುಕಿಯೇಬಿಡುತ್ತಿದ್ದಳು. ಅವಳ ಈ ಕುಟುಕುವಿಕೆಗೆ ಏನೇನೂ ಬೇಸರಿಸಿಕೊಳ್ಳದ ಹೆಗಡೆ, "ಹೌದೆ ಮಾರಾಯ್ತಿ. ಎಷ್ಟು ದಿನಾ ಹೇಳಿ ನಿಂದೇ ಮುಖ ನೋಡೂದು? ಚಂದಿ, ಚಂದಿ ಸೂಳೇರನ್ನಾದರೂ ನೋಡುವ ಹೇಳಿ" ಎನ್ನುವಾಗ ಜೊತೆಗಿದ್ದ ಹುಡುಗರ ಪಟಾಲಂ ನಗೆಗಡಲಿನಲ್ಲಿ ತೇಲಿಹೋಗುತ್ತಿತ್ತು. ಸುಭದ್ರಮ್ಮನಿಗೆ ಮುಂದೇನು ಹೇಳಲೂ ಹೊಳೆಯುತ್ತಿರಲಿಲ್ಲ. ಹಾಗೆಂದು ಗಂಡ ಆಟಕ್ಕೆ ಹೊರಡುವ ದಿನ ಸಂಜೆ ಬೇಗನೆ ಅಡುಗೆ ಮಾಡಿ, ಮುಸ್ಸಂಜೆಯೇ ಊಟ ಬಡಿಸಿ, ಹೊರಡುವ ಹೊತ್ತಿಗೆ ಇಡಿಯ ಪಟಾಲಂಗೆ ರಾತ್ರಿಯಿಡೀ ನಿದ್ದೆ ಬರಬಾರದಂತಹ 'ಖಡಕ್' ಚಹಾ ತಯಾರಿಸಿಕೊಡುವುದನ್ನು ಅವಳು ಎಂದಿಗೂ ಮರೆಯುತ್ತಿರಲಿಲ್ಲ. ತನ್ನ ತವರಿನವರೆದುರು ಕಡುಬಡವನೆಂಬ ತಾತ್ಸಾರಕ್ಕೆ ಒಳಗಾದ ಗಂಡ, ಈ ಆಟವೆಂಬ ಗಂಧರ್ವ ದರಬಾರಿನಲ್ಲಿ ಮಹಾರಾಜನಾಗಿ ಮೆರೆಯುವ ವೈಭವ ಅವಳನ್ನೂ ಕೆಲವೊಮ್ಮೆ ಪರವಶಗೊಳಿಸುತ್ತಿತ್ತು. ಆದರೂ ಬದುಕಿನ ಬವಣೆ ಅವಳಿಂದ ಬೇಡದ ಮಾತುಗಳನ್ನು ಆಡಿಸುತ್ತಿತ್ತಲ್ಲದೇ, ಆಗಾಗ ಚಾಟಿಯೇಟು ಬೀಳುತ್ತಿಲ್ಲದಿದ್ದರೆ ಕುದುರೆ ದಾರಿ ತಪ್ಪಬಹುದೆಂದು ತನ್ನ ಮಾತುಗಳಿಂದ ಸದಾ ಗಂಧರ್ವ ಲೋಕದಲ್ಲಿರುವ ಹೆಗಡೆಯನ್ನು ಆಗಾಗ ವಾಸ್ತವಕ್ಕೆ ಇಳಿಸುತ್ತಲೇ ಇರುತ್ತಿದ್ದಳು.

ಸದಾನಂದ ಹೆಗಡೆಯ ಪಟಾಲಂಗಳು ಬರಿಯ ಬಯಲಾಟ ಸುತ್ತುವುದಷ್ಟೇ ಅಲ್ಲ, ಬೇಸಿಗೆಯ ಬಿಡುವಿನ ಸಮಯದಲ್ಲಿ ಅವರಿಗೆ ದುಂಬಾಲು ಬಿದ್ದು ತಮ್ಮ ಹಳ್ಳಿಯಲ್ಲಿಯೂ ಒಂದು ಆಟ ಮಾಡುತ್ತಿದ್ದರು. ಹಾಗೇನಾದರೂ ತಾನು ಆಟಕ್ಕೆಂದು ಈ ಪಡ್ಡೆ ಹುಡುಗರನ್ನು ತರಬೇತುಗೊಳಿಸದಿದ್ದರೆ ಅವರು ತಮ್ಮ ಸಮಯವನ್ನು ಸುಮ್ಮನೆ ಕಳೆಯಲಾರದೇ ಹೊಡೆದಾಟವನ್ನಾದರೂ ಮಾಡುತ್ತಾರೆ ಎಂಬುದು ಹೆಗಡೆಯವರು ತಮ್ಮ ಆಟದ ತಯಾರಿಯ ಬಗ್ಗೆ ಹೆಂಡತಿಗೆ ನೀಡುವ ಸಮಜಾಯಿಸಿಯಾಗಿತ್ತು. ಇತ್ತೀಚೆಗೆ ಆಟದ ನಡುವೆಯೂ ಅಲ್ಲಲ್ಲಿ ಹೊಂದಾಣಿಕೆಯ ಕೊರತೆಯಿಂದ ಹೊಡೆದಾಟಗಳು ಶುರುವಾಗುವ ಲಕ್ಷಣಗಳು ಗೋಚರಿಸುತ್ತಿದ್ದವಾದರೂ ಹೆಗಡೆಯವರ ಗತ್ತಿಗೆ ಹೆದರಿ ಎಲ್ಲ ಕೈಬಾಯಿಗಳು ತೆಪ್ಪಗಾಗುತ್ತಿದ್ದವು.

ಊರಿನಲ್ಲಿ ಭತ್ತದ ಕೊಯ್ಲು ಮುಗಿದು, ಒಕ್ಕಣೆಯ ಕಾರ್ಯವೆಲ್ಲ ಸಮಾಪ್ತಿಗೊಂಡು, ಕಣ ಖಾಲಿಯಾದ ಮರುದಿನವೇ ಆಟದ ತರಬೇತಿ ಆರಂಭಗೊಳ್ಳುತ್ತಿತ್ತು. ಜನರೆಲ್ಲ ಅದನ್ನು ತಮ್ಮ ಆಡುಭಾಷೆಯಲ್ಲಿ 'ಟ್ರಯಲ್ಲು'

ಎಂದು ಕರೆಯುತ್ತಿದ್ದರು. ಕಣದ ಒಂದು ಬದಿ ಸಾರಣೆಗೊಂಡು, ನಾಲ್ಕು ಕಂಬಗಳನ್ನು ಹುಗಿದು, ಮೇಲೊಂದೆರಡು ಹೊರೆ ನೇಯ್ದ ಮಡಲನ್ನು ಹರಡಿದರೆ ಟ್ರಯಲ್ಲಿನ ರೂಮಿನ ಸಿದ್ಧತೆ ಮುಗಿದಂತೆಯೆ. ಹೆಗಡೆಯವರಿಗೆ ಕುಳಿತುಕೊಳ್ಳಲು ಒಂದು ಮಂಚ ಜಟ್ಟುಗೌಡನ ಮನೆಯಿಂದ ಬರುತ್ತಿತ್ತು. ಅದು ಗುರುಪೀಠವೆಂದು ಲೆಕ್ಕ. ಟ್ರಯಲ್ಲು ಶುರುವಾದಾಗಿನಿಂದ ಆಟ ಮುಗಿಯುವವರೆಗೂ ಅದರ ಮೇಲೆ ಹೆಗಡೆಯವರನ್ನು ಬಿಟ್ಟರೆ ಬೇರೊಬ್ಬರು ಕುಳಿತುಕೊಳ್ಳುವಂತಿರಲಿಲ್ಲ. ಅದನ್ನು ಮುಟ್ಟುವ ಸಾಹಸವನ್ನೂ ಯಾರೂ ಮಾಡುತ್ತಿರಲಿಲ್ಲ. ಟ್ರಯಲ್ಲು ಶುರುವಾಗುವ ದಿನ ಎಲ್ಲ ಪಾರ್ಟುದಾರರು ಬಂದು ಆ ಗುರುಪೀಠದೆದುರು ಸಾಲಾಗಿ ಕುಕ್ಕುರುಗಾಲಿನಲ್ಲಿ ಕುಳಿತುಕೊಳ್ಳಬೇಕು. ಸದಾನಂದ ಹೆಗಡೆಯವರು ತಮ್ಮ ಮದ್ದಲೆಯೊಂದಿಗೆ ಆಗಮಿಸಿ, ಮಂಚಕ್ಕೊಮ್ಮೆ ವಂದಿಸಿ ಅದರ ಮೇಲೇರಿ ಕುಳಿತು, ವೀಳ್ಯತಿಂದು ದಪ್ಪವಾದ ಬಾಯಲ್ಲಿ "ವಿಘ್ನೇಶಾಯ ಸರಸ್ವತ್ಯೈ ಪಾರ್ವತ್ಯೈ ಗುರವೇ ನಮಃ" ಎಂದು ಸಭಾಪೂಜೆಯ ಹಾಡು ಹೇಳಿದರೆಂದರೆ ಆ ವರ್ಷದ ಟ್ರಯಲ್ಲು ವಿದ್ಯುಕ್ತವಾಗಿ ಆರಂಭಗೊಂಡಿತೆಂದು ಲೆಕ್ಕ. ಮುಂದೆ ಆಡುವ ಆಟದ ಪ್ರಸಂಗ ನಿರ್ಧಾರ, ಮತ್ತೆ ಆ ಪ್ರಸಂಗದ ಕಥೆಗಳ ಬಗೆಗೊಂದಿಷ್ಟು ಮಾತುಕತೆ, ನಂತರ ಪಾರ್ಟುಧಾರಿಗಳ ಆಯ್ಕೆ. ಇವೆಲ್ಲವೂ ಸರಿಸುಮಾರಾಗಿ ಏಕಮುಖವಾಗಿ ಹೆಗಡೆಯವರ ತೀರ್ಮಾನದಂತೆಯೇ ನಡೆಯುತ್ತಿತ್ತು. ಪಾತ್ರವರ್ಗದ ಆಯ್ಕೆಯಲ್ಲಿ ಅಲ್ಲಲ್ಲಿ ಅಸಮಾಧಾನದ ಗೆರೆಗಳು ಕಂಡಾಗಲೆಲ್ಲ ಹೆಗಡೆಯವರು ಪಾರ್ಟುಧಾರಿಗಳನ್ನು ಕರೆದು ಒಂದು ತತ್ಕಾರ ಹೇಳಿ ಕುಣಿಸುತ್ತ, ಒಂದೆರಡು ಅರ್ಥದ ಸಾಲುಗಳನ್ನು ಹೇಳಿಸುತ್ತ, ತಮ್ಮ ಆಯ್ಕೆಯನ್ನು ಪರೋಕ್ಷವಾಗಿ ಸಮರ್ಥಿಸಿಕೊಳ್ಳುತ್ತಿದ್ದರು. ಕೆಲವೊಮ್ಮೆ ಸಣ್ಣ ಪಾತ್ರ ಸಿಕ್ಕಿತೆಂದು ಮುಖ ಬಾಡಿಸುವವರನ್ನು ಹತ್ತಿರ ಕರೆದು, "ನಿನ್ನ ಕಾಲಾಟ ನೋಡಿ, ಛಲೋ ಮಾಡ್ದೆ ಅಂದರೆ ಒಂದೆರಡು ಕೈಪದ್ಯ ಹಾಕಿ ಕುಣಿಸುವ. ಮೊದಲು ಪಾರ್ಟು ಮಾಡೂದು ಕಲಿ" ಎಂದು ಹುರಿದುಂಬಿಸುತ್ತಿದ್ದರು. ಅಂತೂ ಮೊದಲ ದಿನದ ಟ್ರಯಲ್ಲು ಎಂಬುದು ಹೆಗಡೆಯವರಿಗೆ ಒಂದು ಅಗ್ನಿಪರೀಕ್ಷೆಯೇ ಆಗುತ್ತಿದ್ದುದರಿಂದ ಅವರು ಅದಕ್ಕಾಗಿ ಸಾಕಷ್ಟು ಮುಂಜಾಗ್ರತೆಯನ್ನೂ ಮಾಡಿಕೊಂಡಿರುತ್ತಿದ್ದರು.

ಹೀಗೆ ಪ್ರಾರಂಭವಾದ ಟ್ರಯಲ್ಲಿನ ಸುದ್ದಿ ಮಾರನೇ ದಿನವೇ ಊರ ತುಂಬೆಲ್ಲ ಹರಡಿ, ಸಂಜೆ ಮದ್ದಲೆಯ ಶಬ್ದ ಕೇಳುತ್ತಿರುವಂತೆಯೇ ಊಟಕ್ಕಿಡಲು ಹೆಂಡಂದಿರಿಗೆ ದುಂಬಾಲು ಬೀಳುವ ಗಂಡಂದಿರು ಪ್ರತಿದಿನದಂತೆ ಸಾರಿನಲ್ಲಿ ಮೀನಿನತುಂಡು ಸಿಗದಿದ್ದುದಕ್ಕೆ ಬೈಯ್ಯುವುದನ್ನೂ ಮರೆತು, ಬಿರಬಿರನೆ ಉಂಡು ಟ್ರಯಲ್ಲಿನ ಅಂಗಳ ಸೇರುತ್ತಿದ್ದರು. ಅವರ ಹಿಂದೆಯೇ ಊರಿನ ಮುದುಕರು, ಮುದುಕಿಯರು ತಮ್ಮ ತಮ್ಮ ಕಂಬಳಿಯೊಡನೆ ಬಯಲಿನ

ದಾರಿ ಹಿಡಿಯುತ್ತಿದ್ದರು. ತಾವೂ ಹೋಗುತ್ತೇವೆಂದು ಚಂಡಿಹಿಡಿಯುವ ಸಣ್ಣ ಮಕ್ಕಳ ಕುಂಡೆಗೆ ಎರಡೇಟು ಬಾರಿಸಿ ಹಾಸಿಗೆಯಲ್ಲಿ ಬೀಳಿಸುವ ಅಮ್ಮಂದಿರು ಇನ್ನೊಂದೆರಡು ತಿಂಗಳು ನೆಮ್ಮದಿಯಲ್ಲಿ ಮಲಗುವ ಕನಸು ಕಾಣುತ್ತಿದ್ದರು.

ಇತ್ತ ಬಾಯಲ್ಲಿ ವೀಳ್ಯ ತುಂಬಿಕೊಂಡು ಟ್ರಯಲ್ ನೋಡುವ ಜನರು, ತಮ್ಮೆದುರೇ ಓಡಾಡುವ ಹೈಕಳೆಲ್ಲ ಆಟದ ತಾಳಕ್ಕೆ ಹೆಜ್ಜೆಹಾಕಿ ಕುಣಿಯುತ್ತಲೇ ಪುರಾಣದ ಪಾತ್ರವಾಗಿಬಿಡುವ ಕೌತುಕಕ್ಕೆ ಬೆರಗಾಗುತ್ತ, ನಡುನಡುವೆ ಕುಣಿತ, ಮಾತುಗಳಲ್ಲಿ ಪದೇ ಪದೇ ತಪ್ಪು ಮಾಡುವ ಹುಡುಗರು ಹೆಗಡೆಯವರಿಂದ ತಾರಾಮಾರ ಬೈಸಿಕೊಳ್ಳುವುದನ್ನು ನೋಡುತ್ತಾ ಒಳಗೊಳಗೇ ಆನಂದಿಸುತ್ತಿದ್ದರು. ಮೀಸೆ ಬಂದೇಟಿಗೆ ದೇಶ ಕಾಣದಂತೆ ತಿರುಗುವ ಯುವಕರು ಹೀಗಾದರೂ ಒಂದು ನೀತಿ ನಿಯಮಗಳ ಕಟ್ಟಳೆಗೆ ಒಳಪಟ್ಟರಲ್ಲ ಎಂದು ಖುಶಿಪಡುತ್ತಿದ್ದರು. ಹೀಗೇ ದಿನಗಳುರುಳುತ್ತಾ, ದಿನದಿನವೂ ಅದನ್ನೇ ನೋಡಿ ಬೇಸರವಾಗಿ ಆಕಳಿಕೆ ತೆಗೆಯುತ್ತಾ, ಕೆಲವೊಮ್ಮೆ ಅಲ್ಲೆ ಕಂಬಳಿ ಹಾಸಿ ಮಲಗುತ್ತಾ, ಮತ್ತೆ ಯುದ್ಧದ ಅಬ್ಬರದ ಸದ್ದಿಗೆ ಎಚ್ಚರಗೊಂಡು ಕುಳಿತು ಟ್ರಯಲ್ ನೋಡುತ್ತಾ ಸಮಯ ಕಳೆಯುವ ಊರಿನವರು ದಿನವೂ ಹಾಜರಿ ಹಾಕುವುದನ್ನು ಮಾತ್ರ ತಪ್ಪಿಸುತ್ತಿರಲಿಲ್ಲ.

ಆಟದ ಕುಣಿತವನ್ನು ಒಂದೆರಡು ವಾರಗಳಲ್ಲಿ ಕಲಿತುಬಿಡುವ ಹುಡುಗರಿಗೆ ಮಾತು ಕಲಿಸುವುದು ಬಹು ಪ್ರಯಾಸದ ಕೆಲಸವೇ ಆಗಿತ್ತು. ಬರೆದುಕೊಟ್ಟರೆ ಓದಲೂ ಬಾರದ ಅವರಿಗೆ ಎಲ್ಲವನ್ನೂ ಬಾಯಲ್ಲಿ ಹೇಳಿಕೊಟ್ಟೇ ಕಲಿಸಬೇಕಿತ್ತು. ಜೊತೆಗೆ ಪೌರಾಣಿಕ ಪಾತ್ರಗಳ ಹೆಸರುಗಳೆಲ್ಲ ಉಚ್ಚರಿಸಲು ಕಷ್ಟಕರವಾದ ಪದಗಳೇ ಆಗಿದ್ದರಿಂದ ಅವುಗಳನ್ನೆಲ್ಲ ಗ್ರಾಮ್ಯಕ್ಕಿಳಿಸಿ ಅಪಭ್ರಂಶಗೊಳಿಸುತ್ತಿದ್ದರು. ಅವರ ಮಾತಿನಲ್ಲಿ ದ್ರೌಪದಿ–ದುರುಪದಿಯಾಗಿಯೂ, ಅರ್ಜುನ–ಅರಿಜಿಣನಾಗಿಯೂ ಬದಲಾಗುವುದರಿಂದ ಅಂತಹ ಪಾತ್ರಗಳಿಗೆಲ್ಲ ಪಾಂಚಾಲಿ, ಕಿರೀಟಿ ಹೀಗೆ ಬದಲಿ ಪದಗಳನ್ನು ಜೋಡಿಸಬೇಕಿತ್ತು. ಇಷ್ಟಾಗಿಯೂ ಕುಣಿದು ಮುಗಿಯುತ್ತಿರುವಂತೆ ಎಲ್ಲ ಮರೆತುಹೋಗಿ ಬೆರ್ಚಪ್ಪನಂತೆ ನಿಂತು ಎಲ್ಲಿ ರಂಗಮರ್ಯಾದೆಗೆ ಚ್ಯುತಿ ತರುವರೇನೋ ಎಂಬ ಭಯ ಹೆಗಡೆಯವರನ್ನು ಕಾಡುತ್ತಲೇ ಇರುತ್ತಿತ್ತು. ಪ್ರತಿದಿನ ಹೇಳಿದ ಅರ್ಥವನ್ನೇ ನೆನಪಿಟ್ಟು ಹೇಳಲು ಹೆಗಡೆಯವರು ಮಗಳು ಜಾನಕಿಯನ್ನು ಕರೆದುಕೊಂಡು ಹೋಗಿ ಪಕ್ಕದಲ್ಲಿ ಕೂರಿಸಿಕೊಳ್ಳುತ್ತಿದ್ದುದುಂಟು. ಜಾಣೆಯಾದ ಅವಳು ಪದ್ಯ ಮುಗಿಯುತ್ತಿದ್ದಂತೆ ಅರ್ಥವನ್ನು ಅಪ್ಪನಿಗೆ ನೆನಪಿಸುತ್ತಿದ್ದಳು. ಕೆಲವರಂತೂ ತಮ್ಮ ದೃಶ್ಯ ಬರುವುದೆನ್ನುವಾಗ ಮೆಲ್ಲನೆ ಅವಳ ಹತ್ತಿರ ಬಂದು ತಾವು ಹೇಳಬೇಕಾದ ಅರ್ಥವನ್ನು ಕೇಳಿಕೊಳ್ಳುತ್ತಿದ್ದರು. ಹೀಗೆ ಪುರಾಣ ಪ್ರಪಂಚದ ಜ್ಞಾನವನ್ನು ತೀರ ಎಳೆವಯಸ್ಸಿನಲ್ಲಿಯೇ ಒಳಗಿಳಿಸಿಕೊಂಡಿದ್ದ ಜಾನಕಿ, ಮನೆಗೆ ಹಿಂದಿರುಗುವ

ದಾರಿಯಲ್ಲಿ, ಕೆಲಸವಿಲ್ಲದ ಸಂಜೆಗಳಲ್ಲಿ, ಮಡಲುನೇಯುವ, ಭತ್ತ ಹರಡುವ ಗಳಿಗೆಗಳಲ್ಲೆಲ್ಲ ಧರ್ಮ ಕರ್ಮಗಳ ಬಗ್ಗೆ ಚರ್ಚಿಸುತ್ತಾ ಹೆಗಡೆಯವರ ಬೌದ್ಧಿಕ ಸಂಗಾತಿಯೂ ಆಗಿದ್ದಳು. ಜೊತೆಯಲ್ಲಿ ವಿಪರೀತ ಓದಿನ ಹಸಿವಿರುವ ಅವಳು ತನ್ನ ಜ್ಞಾನದ ಪರಿಧಿಯನ್ನು ಪುರಾಣದಾಚೆಗೂ ವಿಸ್ತರಿಸಿಕೊಂಡಿದ್ದಳು.

ಆದರೆ ಊರಿನಲ್ಲಿ ನಡೆಯುವ ಬಯಲಾಟದಲ್ಲಿ ಚರ್ಚೆ, ಜಿಜ್ಞಾಸೆಗಳ ಹಂಗಿಲ್ಲದೆ ಇರುವುದರಿಂದ ಮೂರು ನಾಲ್ಕು ಪ್ರಸಂಗಗಳನ್ನು ಒಟ್ಟಿಗೆ ಇಟ್ಟರೂ ಶರವೇಗದಲ್ಲಿ ಎಲ್ಲವೂ ಮುಗಿದುಹೋಗುತ್ತಿದ್ದವು. ಹಾಗಾಗಿ ಅಷ್ಟೊಂದು ಸಂಖ್ಯೆಯ ಪಾರ್ಟುದಾರರಿಗೆ ವೇಷಭೂಷಣಗಳನ್ನು ಹೊಂದಿಸುವುದೇನೂ ಸುಲಭದ ಕೆಲಸವಾಗಿರಲಿಲ್ಲ. ಅದಕ್ಕೆ ಸದಾನಂದ ಹೆಗಡೆಯವರಿಗೆ ಜೊತೆಯಾಗುತ್ತಿದ್ದವನು ಗಣಪಯ್ಯ. ವ್ಯವಸಾಯಿಕ ಮೇಳಗಳಲ್ಲಿ ಬಣ್ಣಗಾರನಾಗಿ, ಕೆಲವೊಮ್ಮೆ ಒಡ್ಡೋಲಗದ ವೇಷಧಾರಿಯೂ ಆಗಿ ಬಹಳ ವರ್ಷ ಪಳಗಿದ್ದ ಅವನು 'ಆಟದ ಪೆಟ್ಟಿಗೆ ಗಣಪಯ್ಯ' ಅಂತಲೇ ಊರಿನಲ್ಲಿ ಪ್ರಸಿದ್ಧಿಯಾಗಿದ್ದ. ರಾತ್ರಿಯಿಡೀ ನಿದ್ದೆಗೆಡುತ್ತಿದ್ದುದರ ಪರಿಣಾಮವೋ ಅಥವಾ ವೇಷಧಾರಿಗಳಿಗೆ ತಮ್ಮೂರಿನಲ್ಲಿ ತಯಾರಾಗುತ್ತಿದ್ದ ಶುದ್ಧ ಗೇರುಹಣ್ಣಿನ ಸಾರಾಯಿಯನ್ನು ಪೂರೈಸುವಾಗ ಆಗಾಗ ತಾನೂ ರುಚಿನೋಡುತ್ತಿದ್ದುದರ ಪ್ರಭಾವವೋ ಅವನು ಹತ್ತು ವರ್ಷದ ಕೆಳಗೆ ಅನಾರೋಗ್ಯಕ್ಕೊಳಗಾಗಿ ಆಟದ ಮೇಳವನ್ನು ಬಿಟ್ಟಿದ್ದ. ಆದರೂ ಅವನ ಪ್ರಭಾವ ಎಷ್ಟಿತ್ತೆಂದರೆ ಅವನು ಕೇಳಿದರೆ ಒಂದು ದಿನದ ಮಟ್ಟಿಗೆ ವೇಷಭೂಷಣಗಳನ್ನು ಕೊಡದ ಮೇಳದ ಯಜಮಾನರಿರಲಿಲ್ಲ. ಹಳ್ಳಿಯ ಬಯಲಾಟಕ್ಕೆ ಅವರು ಸಾಮಾನ್ಯವಾಗಿ ನೀಡುವ ಹಳೆಯ, ಹರಿದ ವೇಷಭೂಷಣಗಳನ್ನು ತನ್ನ ಮಾತಿನ ರಂಗಿನಲ್ಲಿಯೇ ಬಣ್ಣ ತುಂಬಿ ಹೊಸದರಂತೆ ಝುಗಮಗಿಸುವ ತಾಕತ್ತು ಗಣಪಯ್ಯನಿಗಿತ್ತು. ಊರಿನ ಹೆಂಗಳೆಯರ ಬಣ್ಣದ ಸೀರೆಗಳನ್ನೇ ಉಡಿಸಲು, ಪಾಕ್ ಕಟ್ಟಲು ಉಪಯೋಗಿಸಿ ಎಷ್ಟು ವೇಷಗಳನ್ನು ಬೇಕಾದರೂ ತಯಾರಿ ಮಾಡಿಬಿಡುವ ಚಾಕಚಕ್ಯತೆಯೂ ಅವನಿಗಿರುವುದರಿಂದ ಗಣಪಯ್ಯನೇ ತನ್ನ ಬಲಗೈಯ್ಯ ಭಂಟನೆಂದು ಅವಕಾಶ ಸಿಕ್ಕಾಗಲೆಲ್ಲ ಸದಾನಂದ ಹೆಗಡೆಯವರು ಅವನನ್ನು ಹೊಗಳುತ್ತಿದ್ದರು. ಹೀಗೆ ನಡೆಯುವ ಆಟ ಬೆಳಗು ಹಾಯಿಸಲಾರದೆಂಬ ಅರಿವಿದ್ದೋ ಅಥವಾ ಇವರೆಲ್ಲರ ಎದುರಿನಲ್ಲಿ ತಮ್ಮದೂ ಒಂದು ಪ್ರದರ್ಶನವಿರಲಿ ಎಂಬ ಅಭೀಪ್ಸೆಯಿಂದಲೋ ಅಥವಾ "ನೀವು ರಂಗ ಏರೂದಿಲ್ಲ ಅಂದ್ರೆ ನಾವು ಸ್ಟೇಜ್ ಕಟ್ಟೂದಿಲ್ಲ ಕಾಣಿ" ಎಂಬ ಹುಡುಗರ ಪ್ರೀತಿಗೆ ತಲೆಬಾಗಿಯೋ ಇನ್ನೇನು ಬೆಳಗಾಗಲು ತಾಸೊತ್ತು ಇದೆಯೆನ್ನುವಾಗ ಹೆಗಡೆಯವರೂ, ಗಣಪಯ್ಯನೂ ಸೇರಿ ಯಾವುದಾದರೊಂದು ಸಣ್ಣ ಪ್ರಸಂಗವನ್ನು ಅಭಿನಯಿಸುವುದು ಪ್ರತಿವರ್ಷದ ರೂಢಿಯಾಗಿತ್ತು.

ಹಾಗೆ ಈ ವರ್ಷವೂ ಕೊನೆಯಲ್ಲಿ ಗದಾಯುದ್ಧವನ್ನು ಪ್ರದರ್ಶಿಸುವುದೆಂದು ತೀರ್ಮಾನವಾಗಿತ್ತು. ಹೆಗಡೆಯವರ ಕೌರವ ಮತ್ತು ಗಣಪಯ್ಯನ ಭೀಮನೆಂಬುದು ಮೊದಲೇ ನಿಗದಿಯಾದ ಸಂಗತಿಯಾಗಿದ್ದರೂ ಈ ಸಲ ವಿಶೇಷವಾಗಿ ಊರಿನ ಕೆಲವು ಹೊಸಬರು ಪಾರ್ಟು ಹಾಕಲು ಉತ್ಸಾಹ ತೋರಿಸಿದ್ದರಿಂದ, ಪ್ರಸಂಗ ಭೀಮ ಕೌರವರಾಚೆಗೂ ಚಾಚಿಕೊಂಡಿತ್ತು. ಆಟಕ್ಕೆ ತಗಲುವ ಅರ್ಧದಷ್ಟು ಖರ್ಚನ್ನು ಅಳುತ್ತಳುತ್ತಲೇ ಕೊಡುವ ಅಣ್ಣಪ್ಪ ಹೆಗಡೆಯವರು ಧರ್ಮರಾಜನಾಗುವ ಇಂಗಿತ ವ್ಯಕ್ತಪಡಿಸಿದ್ದರು. ಅವರನ್ನು ಟ್ರಯಲ್ಲಿನ ಜಾಗಕ್ಕೆ ಕರೆದು, ಎಲ್ಲರೆದುರು ಅವರಿಗೆ ಕಲಿಸಿ, ತಪ್ಪು ತಿದ್ದುವುದು ಸರಿಯಲ್ಲವೆಂದು ತೀರ್ಮಾನಿಸಿದ ಹೆಗಡೆಯವರು ಅವರ ಮನೆಗೇ ಹೋಗಿ, ಕೋಣೆಯೊಳಗೆ ಅವರ ಹೆಂಡತಿಯೂ ಬಾರದಂತೆ ಬಾಗಿಲು ಮುಚ್ಚಿ ತರಬೇತಿ ನೀಡಿದ್ದರು. ಎಷ್ಟು ಹೇಳಿದರೂ ಕುಣಿತಕ್ಕೆ ಕಾಲೆತ್ತಲೂ ಬಾರದ ಅವರನ್ನು ಸುಧಾರಿಸುವುದು ಕಷ್ಟವೆಂದು ಒಂದು ವಾರದ ಅನುಭವದಿಂದ ಹೆಗಡೆಯವರಿಗೆ ತಿಳಿದಿತ್ತು. ಆಟದ ಖರ್ಚಿನ ಬಾಬತ್ತಿಗೆ ಬೇರೆ ದಾರಿಯಿಲ್ಲವೆಂದು ತಿಳಿದಿದ್ದರಿಂದ ನಡೆಯುವುದನ್ನೇ ಕುಣಿತವಾಗಿಸುವುದು ಹೇಗೆ ಮತ್ತು ಸಾಕಾಯಿತೆಂದರೆ ಸಿಂಹಾಸನದ ಮೇಲೆ ಕುಳಿತೇ ಅರ್ಥ ಹೇಳುವುದು ಹೇಗೆ ಎಂಬುದನ್ನೆಲ್ಲ ಅವರಿಗೆ ಸೂಚ್ಯವಾಗಿ ಹೇಳಿ, "ನೀವು ಮಾರಾಯ್ರೆ ರಂಗದ ಮೇಲೆ ಬಂದರೆ ಧರ್ಮರಾಯನೇ ಬಂದಾಗಾಗ್ತು. ಏನು ಮಾಡದಿದ್ರು ರೈಸ್ತು ಬಿಡಿ. ಗಣಪಯ್ಯ ಇರ್ತನಲ್ರಾ. ಎಲ್ಲ ಸುಧಾರಿಸ್ತ" ಎಂದು ಧೈರ್ಯ ಹೇಳಿ, ಆತ್ಮವಿಶ್ವಾಸದೊಂದಿಗೆ ದೇಣಿಗೆಯ ಮಿತಿಯನ್ನು ಇನ್ನಷ್ಟು ಹೆಚ್ಚಿಸಿದ್ದರು.

ಇವೆಲ್ಲದರ ನಡುವೆ ಅವರ ಮನೆಗೆ ಬಂದಿದ್ದ ಹೊಸ ಡಾಕ್ಟರ್ ಅಳಿಯ ತಾನೂ ಒಂದು ಪಾತ್ರ ಮಾಡಬೇಕಲ್ಲ ಎಂದು ರಾಗವೆಳೆದಾಗ ಅವನಿಗೆ ಅರ್ಜುನನ ವೇಷವನ್ನು ಹೆಗಡೆಯವರು ನಿಗದಿಗೊಳಿಸಿದರು. ಬಾಲ್ಯದಿಂದಲೂ. ಆಟವೆಂದರೆ ಬಾಯಿಬಿಡುತ್ತಿದ್ದ ಅವನ ಓದಿಗೆ ಆಟವೊಂದು ನಿಶ್ಚಿತವಾದ ತಡೆಯೆಂದು ಭಾವಿಸಿದ್ದ ಅವನ ತಂದೆ, ಬಾರುಕೋಲಿನಿಂದ ಬಡಿದು ಆಟದ ಭೂತೋಚ್ಚಾಟನೆ ಮಾಡಿದ್ದರಂತೆ! ಈಗ, ಈ ಬಯಲಾಟದಲ್ಲಿ ಒಂದು ಸಣ್ಣ ವೇಷವನ್ನಾದರೂ ಹಾಕಿ, ಒಂದು ಫೋಟೋ ತೆಗೆಸಿಕೊಂಡು ಅದನ್ನು ತನ್ನ ಹೊಸಮನೆ ಮತ್ತು ಆಸ್ಪತ್ರೆಯಲ್ಲಿ ತೂಗುಹಾಕಬೇಕೆಂಬುದು ಅವನ ಮನದಾಸೆಯಾಗಿತ್ತು. ಜೊತೆಗೆ ಅವನು ತನ್ನದೇ ಖರ್ಚಿನಲ್ಲಿ ಆ ದಿನ ಎಲ್ಲರ ಫೋಟೋಗಳನ್ನು ತೆಗೆಸಿ ಪ್ರಿಂಟ್ ಹಾಕಿಸಿಕೊಡುವುದಾಗಿ ಹೇಳಿ ಆಟಕ್ಕೆ ಇನ್ನಿಲ್ಲದ ಕಳೆ ತಂದಿಟ್ಟಿದ್ದ. ಇಡಿಯ ಪ್ರಸಂಗದಲ್ಲಿ ಧರ್ಮರಾಯನೊಂದಿಗೆ ಬಹುತೇಕ ನಿಂತೇ ಇರಬೇಕಾದ ಅರ್ಜುನನ ಪಾತ್ರಕ್ಕೆ ತಯಾರಿಗಳೇನೂ ಬೇಕಿಲ್ಲವಾದ್ದರಿಂದ ಹೆಗಡೆಯವರು ನಿರಾಳರಾಗಿದ್ದರು.

ಊರಿನಲ್ಲಿ ಯುವಕ ಮಂಡಲ ಕಟ್ಟಿಕೊಂಡು, ನಾಟಕ-ಪಾಟಕ ಮಾಡಬೇಕೆಂದು ಓಡಾಡುತ್ತಿದ್ದ ಗಿರೀಶನನ್ನು ಹೆಗಡೆಯವರು ಗೌರವಪೂರ್ವಕವಾಗಿ ಕರೆದು ಅಶ್ವತ್ಥಾಮನ ವೇಷ ನೀಡಿದ್ದರು. ಮೊದಲಬಾರಿಗೆ ಆ ಊರಿನಿಂದ ಕಾಲೇಜು ಮೆಟ್ಟಿಲು ಹತ್ತಿ, ಒಳಹೋಗಲಾಗದೇ ಹೊರದೂಡಿಸಿಕೊಂಡು ಬಂದ ಗಿರೀಶ, ಈ ಆಟ-ಗೀಟವೆಲ್ಲ ಹಳೆಯ ಕಾಲದ್ದೆಂದು ಹಂಗಿಸುತ್ತಿದ್ದ. ಆದರೆ ನಾಟಕ ಮಾಡುವ ಎಂದರೆ ಯುವತಿ ಮಂಡಲದ ಬೆಂಬಲ ಸಾಲದು ಎಂದು ಆರೋಪ ಮಾಡುತ್ತ, ತನ್ನದೇ ಒಂದು ಪುಡಿ ರೌಡಿ ಪಡೆಯನ್ನು ಕಟ್ಟಿಕೊಂಡು ತಿರುಗುತ್ತಿದ್ದ. ಕಡೆಗೆಲ್ಲಿಯಾದರೂ ಅವನ ಆತ್ಮಕ್ಕೆ ಆಟದ ಸಂಭ್ರಮ ಮುಳ್ಳಾಗಿ ಚುಚ್ಚಿ, ತನ್ನ ಹುಡುಗರ ಬೆಂಬಲದೊಂದಿಗೆ ಇದ್ದಕ್ಕಿದ್ದಂತೆ ಆಟದ ದಿನ ರಾತ್ರಿ ತಗಾದೆ ತೆಗೆದು ಅಭಾಸವಾಗುವುದು ಬೇಡವೆಂದು ಹೆಗಡೆ ಮತ್ತು ಗಣಪಯ್ಯ ಸೇರಿ ನೇಯ್ದ ಜಾಲವಾಗಿತ್ತು ಇದು. "ಗದಾಯುದ್ಧದ ಅಶ್ವತ್ಥಾಮನೆಂದರೆ ಸುಮ್ಮನೇಯಾ? ಬೆಂಕಿಯ ಚೆಂಡಿನಂತಹ ಪಾತ್ರವದು" ಎಂಬ ಸದಾನಂದ ಹೆಗಡೆಯವರ ಮಾತಿನ ಓಘಕ್ಕೆ ಮೂರಿಂಚು ಜಾಸ್ತಿಯೇ ಹಾರಿ ಕುಣಿಯುತ್ತಿದ್ದ ಗಿರೀಶ, ಮದ್ದಲೆ ನಿಂತು ನಿಮಿಷವಾದರೂ ಕುಣಿತ ನಿಲ್ಲಿಸುತ್ತಿರಲಿಲ್ಲ. ಅವನೆದುರು ನಗಲಾರದೇ ಒಳಗೊಳಗೆ ನಗುವನ್ನು ಅದುಮಿಟ್ಟುಕೊಳ್ಳುತ್ತಿದ್ದ ಊರ ಯುವಕರು, ಕವಳ ತೂಪುವ ನೆವದಲ್ಲಿ ದೂರಹೋಗಿ ನಕ್ಕು ಬರುತ್ತಿದ್ದರು. ಇದನ್ನು ಗಮನಿಸಿದ ಹೆಗಡೆಯವರು ಯಾರಿಗೂ ಗೊತ್ತಾಗದಂತೆ ಮೀಸೆಯಂಚಿನಲ್ಲಿಯೇ ನಗುತ್ತಿದ್ದರು. ಇನ್ನುಳಿದ ದೂತ, ನಕುಲ, ಸಹದೇವನ ಪಾತ್ರಗಳನ್ನೆಲ್ಲ ಇಲ್ಲದೆಯೂ ಪ್ರಸಂಗ ಮುಗಿಸಬಹುದಾಗಿತ್ತು. ಕಥೆ ಸಾಗಿಸುವ ಪಾತ್ರವಾದ ಕೃಷ್ಣನ ವೇಷಕ್ಕೆ ಪಕ್ಕದೂರಿನ ಸಣ್ಣಯ್ಯನನ್ನು ಕರೆಸುವುದೆಂದು ನಿಗದಿಯಾಗಿತ್ತು.

ಮತ್ತೆ ಉಳಿದ ಪಾತ್ರವೆಂದರೆ ಸಂಜಯನದ್ದು ಮಾತ್ರ. ಮೇಲಿನ ಮನೆಯ ದೊಡ್ಡ ಹೆಗಡೆಯವರ ಮಗ ರಾಮಚಂದ್ರ ಸಂಜಯನ ಪಾತ್ರವನ್ನು ಮಾಡಲು ಒಪ್ಪಿ ತರಬೇತಿಯನ್ನೂ ಪಡೆದಿದ್ದ. ಪ್ರತಿಸಲದ ಆಟದಲ್ಲಿಯೂ ಅವನು ನಾರದ, ಮುನಿ, ದೂತ ಹೀಗೆ ಯಾವುದಾದರೂ ಒಂದು ಪಾತ್ರವನ್ನು ಮಾಡುತ್ತಲೇ ಇದ್ದ. ಮಳೆಗಾಲದ ಸಂಜೆಗಳಲ್ಲಿ ಸದಾನಂದ ಹೆಗಡೆ ಮದ್ದಲೆಯ ಬಿಸಿ ಆರದಿರಲೆಂದು ಬಾರಿಸತೊಡಗಿದರೆ, ಒಂದೇ ತುಂಡುಗುಪ್ಪಿಗೆ ಅವರ ಮನೆಯ ಪಾಗಾರ ಹಾರಿ ಇವರ ಮನೆಯ ಅಂಗಳಕ್ಕೆ ಧುಮುಕುತ್ತಿದ್ದ ರಾಮಚಂದ್ರ, ಮದ್ದಲೆಯ ಗಚ್ಚಿಗೆ ಕುಣಿಯಲು ಪ್ರಾರಂಭಿಸುತ್ತಿದ್ದ. ಹಾಗಾಗಿ ತಕ್ಕಮಟ್ಟಿಗೆ ಕಾಲಾಟವನ್ನೂ ಕಲಿತಿದ್ದ. ಆದರೆ ಸ್ವರ ಮಾತ್ರ ಹುಡುಗಿಯರ ಸ್ವರದಂತೆ ತೀರ ಕೀರಲಾದ್ದರಿಂದ ಅವನಿಗೆ ಪುಂಡುವೇಷವನ್ನು ಕೊಡಲಾಗದ ಸಂಕಟ

ಹೆಗಡೆಯವರಿಗಿತ್ತು. ತನ್ನನ್ನು ಹೆಗಡೆಯವರ ಶಿಷ್ಯ ಎಂದು ಗುರುತಿಸಿಕೊಳ್ಳುತ್ತಿದ್ದ ಸಜ್ಜನ ರಾಮಚಂದ್ರ ಆಟಕ್ಕೆ ಇನ್ನೇನು ವಾರವಿದೆಯೆಂಬ ಗಳಿಗೆಯಲ್ಲಿ ತಾನು ಈ ಸಲ ಪಾರ್ಟು ಮಾಡುವುದಿಲ್ಲವೆಂದು ಹೇಳಿ ಜಾರಿಕೊಂಡಿದ್ದ. ಇದ್ದಕ್ಕಿದ್ದಂತೆ ಬದಲಾದ ಅವನ ವರ್ತನೆಗೆ ಕಾರಣ ತಿಳಿಯದ ಹೆಗಡೆಯವರು ಅವರಿವರಲ್ಲಿ ವಿಚಾರಿಸಿದಾಗ ಪ್ರೇಮರೋಗವೇ ಇದಕ್ಕೆ ಕಾರಣವೆಂದು ತಿಳಿದುಬಂದಿತ್ತು. ಪಕ್ಕದ ಕೇರಿಯ ಕಮಲಳನ್ನು ಅವನು ಇತ್ತೀಚೆಗೆ ತೀರಾ ಹಚ್ಚಿಕೊಂಡಿದ್ದ. ಟ್ರಯಲ್ ನೋಡಲು ಬಂದ ಕಮಲಿ ಇವನ ಪೇಲವವಾದ ಸಂಜಯನ ಪಾತ್ರವನ್ನು ಕಂಡು, "ಮಾಡೂದಿದ್ದರೆ ಮುಂಡು ವೇಷ ಮಾಡು, ಇಲ್ಲವೆಂದರೆ ಸುಮ್ಮನೆ ಜಗುಲಿಯಲ್ಲಿ ಕೂಡು. ಆಟ ನೋಡಲು ಬರುವ ನನ್ನ ಗೆಳತಿಯರ ಎದುರಲ್ಲಿ ಮಾನ ಕಳೆಯಬೇಡ" ಎಂದು ತಾಕೀತು ಮಾಡಿದ್ದರಿಂದ ಮುಂಡುವೇಷ ಸಿಗುವ ಭರವಸೆಯಿಲ್ಲದ ಅವನು ಆಟ ಬಿಟ್ಟು ನಡೆದನೆಂಬ ವಿಷಯ ತಿಳಿದುಬಂದಿತ್ತು. ಸಂಜಯನಿಲ್ಲದೆಯೂ ಪ್ರಸಂಗ ಮುಗಿಸಬಹುದಾದರೂ ಕಾರಣ ಹೇಳದೇ ಕೊನೆ ಕ್ಷಣದಲ್ಲಿ ಕೈಕೊಟ್ಟ ಅವನ ಪಾತ್ರವನ್ನು ತನ್ನ ಮಗಳಿಂದಲೇ ಮಾಡಿ ತೋರಿಸಿ, ಅವನ ಮುಸುಡಿಗೆ ಮಂಗಳಾರತಿ ಎತ್ತಬೇಕೆಂಬುದು ಹೆಗಡೆಯವರ ಮನದಾಸೆಯಾಗಿತ್ತು. ಮಗಳು ಒಪ್ಪುವಳೋ ಇಲ್ಲವೋ ಎನ್ನುವ ಅನುಮಾನದಲ್ಲಿಯೇ ಹೆಂಡತಿಯಿಲ್ಲದ ಸಮಯವನ್ನು ನೋಡಿ ವಿಷಯವನ್ನು ಸೂಕ್ಷ್ಮವಾಗಿ ಪ್ರಸ್ತಾಪಿಸಿದ್ದರು.

ಜಾನಕಿ ಇದೇ ಮೊದಲೇನೂ ವೇಷ ಮಾಡುತ್ತಿರುವುದಲ್ಲ. ಹಿಂದೆ ಅನೇಕ ಸಲ ಸುಧನ್ವನಿಗೆ ಆರತಿ ಎತ್ತುವ ಕುವಲೆಯಾಗಿ, ಯುದ್ಧ ತಡೆಯುವ ನಾರದನಾಗಿ, ಪ್ರತ್ಯಕ್ಷವಾಗುವ ದೇವಿಯಾಗಿ ರಂಗವನ್ನು ಏರಿದ್ದಳು. ಆದರೆ ದೊಡ್ಡವಳಾಗುತ್ತ ಹೋದಂತೆ ಬರಿಯ ಗಂಡಸರೇ ಇರುವ ಚೌಕಿಯಲ್ಲಿ ಅವರೆದುರು ವೇಷ ಹಾಕಿಕೊಳ್ಳುವುದು, ಬಟ್ಟೆ ಬದಲಾಯಿಸುವುದು ಎಲ್ಲವೂ ಮುಜುಗರವೆನಿಸಿ ಪಾರ್ಟು ಮಾಡುವುದನ್ನೇ ನಿಲ್ಲಿಸಿದ್ದಳು. ಇದನ್ನೆಲ್ಲ ಅಪ್ಪನಿಗೆ ಹೇಗೆ ಹೇಳುವುದೆಂದು ತಿಳಿಯದೇ, "ನಂಗೆ ವೇಷ ಎಲ್ಲ ಹಾಕೂಲೆ ಕಷ್ಟ ಆಗ್ತು, ಬೇಡ" ಎಂದು ರಾಗವೆಳೆದಳು. ಅವಳ ರಾಗವನ್ನೇ ಒಪ್ಪಿಗೆಯ ದಾಟಿಯಲ್ಲಿ ಸ್ವೀಕರಿಸಿದ ಹೆಗಡೆ, "ಸಂಜಯನ ಪಾರ್ಟಿಗೆ ವೇಷ ಎಂಥದ್ದೆ? ಒಂದು ಉದ್ದ ಜುಬ್ಬ ನಾ ತೆಕಬತ್ತೆ ಪೇಟೆಯಿಂದ. ಕೂದಲು ತೆಗೆದು ಮೇಲೆ ಕಟ್ಟಿದ್ರೆ ಶಂಡಿಕೆ ಆತು. ಸೊಂಟಕ್ಕೊಂದು ಬಟ್ಟೆ, ಕೆಳಗೊಂದು ಕಸೆಸೀರೆ. ಗಣಪಯ್ಯಂಗೆ ಹೇಳಿ ನಾನೆ ತಯಾರಿ ಮಾಡಿಕೊಡ್ತೆ. ಒಂದು ಮನಸು ಮಾಡು. ಹಾಂಗೆ ನಿನ್ನ ಅಮ್ಮಂಗೊಂದು ಮಾತು ಹೇಳಿ ಒಪ್ಪಿಸು ಮಾರಾಯ್ತಿ. ಅವಳ ರಗಳೆ ಕೇಳೂಲಾಗ್ತಿಲ್ಲೆ." ಎನ್ನುತ್ತಾ ಆ ಕೆಲಸವನ್ನೂ ಜಾನಕಿಯ ಹೆಗಲಿಗೇ ದಾಟಿಸಿದರು. "ಅಪ್ಪ ಮಗಳ ಗಜಮೇಕು ಎಷ್ಟು ದಿನ ನಡೇತು

ನೋಡ್ತೆ" ಎಂದು ಕಟಕಿಯಾಡುತ್ತಲೇ ಸುಭದ್ರಮ್ಮ ತನ್ನದೊಂದು ಕಾವಿಬಣ್ಣದ ಸೀರೆಯನ್ನು ಮಗಳ ವೇಷಕ್ಕಾಗಿ ನೀಡಿದ್ದಳು.

ಆಟದ ದಿನ, ಬೆಳಿಗ್ಗೆಯೇ ಮೈಕ್ ಕಟ್ಟಿ, ಊರ ದಶದಿಕ್ಕುಗಳಲ್ಲೂ "ಮೂಷಕವಾಹನ ಮೋದಕ ಹಸ್ತ..." ಎಂಬ ಗಣಪತಿಯ ಹಾಡನ್ನು ಇದ್ದಷ್ಟು ದೊಡ್ಡದಾಗಿ ಮೊಳಗಿಸುವುದರೊಂದಿಗೆ ಊರಿಡೀ ಆಟದ ಕಳೆಯೇರಿತ್ತು. ಸುತ್ತಮುತ್ತಲ ನಾಲ್ಕಾರು ಊರುಗಳಿಂದ ನೆಂಟರು ಮನೆಮನೆಗೂ ಬಂದು ಸೇರತೊಡಗಿದರು. ಪಾರ್ಟು ಮಾಡುವ ಹುಡುಗರಂತೂ ಥೇಟ್ ಮದುಮಗನ ಕಳೆಯೇರಿಸಿಕೊಂಡು, ಹೆಗಲಿಗೊಂದು ಬಣ್ಣದ ಶಾಲು ಹಾಕಿ, ಕೆಲಸವಿಲ್ಲದಿದ್ದರೂ ಊರ ತುಂಬೆಲ್ಲ ತಿರುಗುತ್ತಿದ್ದರು. ಸಂಪ್ರದಾಯದಂತೆ ಮೊದಲೊಂದು ಭಕ್ತಿಗೀತೆಯ ಕ್ಯಾಸೆಟ್ ಹಾಕಿದ ನಂತರ ಧ್ವನಿವರ್ಧಕದ ಬಾಬು, ಪ್ರಚಲಿತವಿರುವ ಸಿನೆಮಾ ಹಾಡಿನ ಕ್ಯಾಸೆಟ್ ತುರುಕಿಸಿ ಅಲ್ಲೇ ಪಕ್ಕದಲ್ಲಿ ಬಿದ್ದು ನಿದ್ರಿಸತೊಡಗಿದ. ಶಾಲೆಗೆ ಆ ದಿನ ಅಘೋಷಿತವಾದ ರಜೆ ಪಡೆದುಕೊಂಡ ಕೇರಿಯ ಮಕ್ಕಳು ನಾಚುತ್ತಲೇ ವೇದಿಕೆಯೇರಿ ಆ ಹಾಡಿನ ತಾಳಕ್ಕೆ ಹೆಜ್ಜೆ ಹಾಕತೊಡಗಿದರು. ಹತ್ತಾರು ಯುವಕರು ಹೊಳೆಯಾಚೆಗೆ ಲಾರಿಯಲ್ಲಿ ಬಂದಿಳಿದ ವೇಷದ ಪೆಟ್ಟಿಗೆಗಳನ್ನು ತಂದು ಚೌಕಿಯಲ್ಲಿ ಸಾಲಾಗಿ ಇಡುತ್ತಲೇ, ಅವುಗಳನ್ನೇನಾದರೂ ಮುಟ್ಟಿದರೆ ಕುಂಡೆಗೆ ಬರಲಿನ ಸೇವೆ ನಡೆಯುತ್ತದೆಯೆಂದು ಅಲ್ಲಿರುವ ಮಕ್ಕಳಿಗೆ ತಾಕೀತು ಮಾಡಿ ತೆರಳಿದರು.

ರಾತ್ರಿ ನಿಗದಿತ ವೇಳೆಯಲ್ಲಿ ಆಟ ಶುರುವಾಯಿತು. ಗಣಪತಿ ಪೂಜೆ ಮುಗಿದು, ಕೋಡಂಗಿ ಕುಣಿತವಾಗಿ, ಒಡ್ಡೋಲಗದಿಂದ ಪ್ರಾರಂಭಗೊಂಡ ಪ್ರಸಂಗಗಳು ಒಂದಕ್ಕಿಂತ ಒಂದು ರಂಗು ಪಡೆದು ಸಾಗುತ್ತಲೇ ಹೋದವು. ಅದರ ನಡುವೆ ಪ್ರತಿವರ್ಷದಂತೆ ಸದಾನಂದ ಹೆಗಡೆಯವರನ್ನು ಒತ್ತಾಯವಾಗಿ ವೇದಿಕೆಗೆ ಕರೆತಂದು ಗುರುದಕ್ಷಿಣೆಯನ್ನು ಸಲ್ಲಿಸುವ ಸಂಪ್ರದಾಯವೂ ಸಾಂಗವಾಗಿ ನೆರವೇರಿತು. ಹಿಂದಿನ ದಿನ ಸಾಬರ ಅಂಗಡಿಯಿಂದ ಅವರಿಗೆಂದೇ ತಂದ ಮಖಮಲ್ಲಿನ ಪಂಚೆಯೊಂದಿಗೆ, ಒಂದು ಹಣದ ಕವರನ್ನೂ, ಗಂಧದ ಹಾರವನ್ನು ಗುರುಗಳಿಗೆ ಅರ್ಪಿಸಿ, ಶಿಷ್ಯರ ಗುಂಪು ಶಿರಸಾಷ್ಟಾಂಗವೆರಗಿತು. ಅವರನ್ನೆಲ್ಲ ಹರಸಿ ಮಾತನಾಡುವಾಗ ಸದಾನಂದ ಹೆಗಡೆಯವರ ಕಣ್ಣಂಚಲ್ಲಿಯೂ ಆನಂದಭಾಷ್ಪ ಸುರಿಯಿತು. ಎದುರು ಕುಳಿತ ರಾಮಚಂದ್ರ ಮೊದಲ ಬಾರಿಗೆ ಈ ಆಪ್ತ ಕ್ಷಣವನ್ನು ತಪ್ಪಿಸಿಕೊಂಡದ್ದಕ್ಕೆ ಮನಸ್ಸಿನಲ್ಲಿಯೇ ಕಮಲಿಗೆ ಶಪಿಸತೊಡಗಿದ.

ಗುರುವಂದನೆಯನ್ನು ಸ್ವೀಕರಿಸಿದ ಸದಾನಂದ ಹೆಗಡೆಯವರು, ಕೌರವನ ವೇಷದ ಬಣ್ಣಗಾರಿಕೆಗೆ ಕುಳಿತರು. ಅದಾಗಲೇ ಎಲ್ಲರಿಗೂ ವೇಷ ಕಟ್ಟಿ ಪೂರೈಸಿದ್ದ ಗಣಪಯ್ಯ ಅವರಿಗೆ ಮೀಸೆ ಅಂಟಿಸಿ, ಕಸೆಸೀರೆ ಉಡಿಸಿ, ಎದೆಹಾರ,

ಭುಜಕೀರ್ತಿಗಳನ್ನೆಲ್ಲ ಕಟ್ಟಿದ. ಕೌರವನಿಗೆಂದೇ ತರಿಸಿದ್ದ ದೊಡ್ಡ ಕಿರೀಟವನ್ನು ಹೆಗಡೆಯವರ ತಲೆಗಿಟ್ಟಾಗ ಅವರು, "ಅಯ್ಯಯ್ಯೋ, ಇದೆಂಥಾ ಕಿರೀಟ ತಂದಿದ್ಯೋ? ಇಷ್ಟು ದೊಡ್ಡ ಕಿರೀಟ ನಂಗೆ ಬ್ಯಾಡ ಮಾರಾಯ. ಮೊದಲೇ ಆಟದ ತಯಾರಿಗೆಂದು ತಿಂಗಳುಗಟ್ಲೆ ನಿದ್ರೆಗೆಟ್ಟು ಸಾಕಾಗದೆ. ಅದಕ್ಕೆ ಸರಿಯಾಗಿ ಆ ಮಂಜು ಇವತ್ತೇ ಅಡಿಕೆಕೊನೆ ಕೊಯ್ಯೂಕೆ ಬರಬೇಕಾ? ಬೆಳಗಿಂದ ಕೊನೆ ಹಿಡಿದು ಕುತ್ತಿಗಿ ಬ್ಯಾರೆ ನೋಯ್ತದೆ. ಒಂದು ಸಣ್ಣ ಕಿರೀಟ ಕಟ್ಟು ಮಾರಾಯ" ಎಂದು ವಿನಂತಿಸುವ ದನಿಯಲ್ಲಿ ಹೇಳಿದರು. ಅವರ ಮಾತು ಕೇಳಲೇ ಇಲ್ಲ ಎಂಬಂತೆ ಅದೇ ಕಿರೀಟವನ್ನು ತಲೆಯ ಮೇಲಿಟ್ಟ ಗಣಪಯ್ಯ, "ಸುಮ್ನೆ ಕೂತ್ಕಳ್ಳಿ ಮಾರಾಯ್ರೆ. ಗದಾಯುದ್ಧದ ಕೌರವನೇ ಬೀಳಾದ್ರೆ ಆಟ ಹ್ಯಾಂಗೆ ರೈಸೂದ್ರಾ? ಊರ ಮನಿ ಎದುರು ಮರ್ಯಾದೆ ಪ್ರಶ್ನೆ ಇದು. ನಿಮಗೆ ಸಣ್ಣ ಕಿರೀಟ ಕಟ್ಟಿ ನಾನು ದೊಡ್ಡ ಕಿರೀಟ ಕಟ್ಕಂಡು ಭೀಮನ್ನ ಮಾಡಿದರೆ ಭಾರೀ ಶಿಫಾರಸು ಕೊಡೂರು ನಂಗೆ. ನಾಯೇನ್ ಬೆಳಗಿಂದ ಮಲಕಂಡು ಈಗ ಆಟಕ್ಕೆ ಬಂದೆ ಅಂದಕಂಡ್ರಾ? ಮ್ಯಾಲಿನ ಮನೆ ಸಣ್ಣ ಹೆಗಡೇರ ವರಾತ ತಡೂಕಾಗ್ದೆ ಕೊನಿಕೊಯ್ಲು ಮಾಡಿಯೇ ಬಂದದ್ದು. ವರ್ಸಕ್ಕೊಂದು ಆಟ ನಡೂದಪ್ಪಾ. ಮೈಚಳಿ ಬಿಟ್ಟು ಕೆಲಸ ಮಾಡಬೇಕ್ರಾ" ಎನ್ನುತ್ತಾ ವೇಷ ಕಟ್ಟುವುದನ್ನು ಮುಗಿಸಿ, ಕನ್ನಡಿಯನ್ನು ಅವರೆದುರು ಹಿಡಿದ. ಹೆಗಡೆಯವರು ಗಣಪಯ್ಯನ ಕುಶಲತೆಗೆ ಒಂದು ಮೆಚ್ಚುಗೆಯ ನೋಟವನ್ನು ಬೀರಿದರು.

ಅವರ ಮಾತುಗಳನ್ನೆಲ್ಲ ಕೇಳುತ್ತ ಕುಳಿತಿದ್ದ ಸಂಜಯ ವೇಷಧಾರಿ ಜಾನಕಿಗೆ ಬೆಳಗಿನ ಜಾವದ ನಿದ್ದೆ ಕಣ್ಣನ್ನು ತುಂಬಿ ಬರುತ್ತಿತ್ತು. ಇದೀಗ ಗಣಪಯ್ಯನೂ ತನ್ನ ಭೀಮನ ವೇಷ ಮುಗಿಸಿ, ಕಣ್ಣಿನ ರೆಪ್ಪೆಗೆ ಇನ್ನಷ್ಟು ಕೆಂಪನ್ನು ಬಡಿಯತೊಡಗಿದ. ರೆಪ್ಪೆಗೆ ಬಡಿದ ಕೆಂಬಣ್ಣದಿಂದಾಗಿ ಅವನು ಕಣ್ತೆರೆದು ಮುಚ್ಚಿದಾಗಲೆಲ್ಲ ಕಣ್ಣಿಂದ ಕೆಂಡದ ಉಂಡೆಗಳು ಉರುಳುವಂತೆ ಕಾಣುತ್ತಿದ್ದವು. ಅಷ್ಟರಲ್ಲಿ ಕಿರೀಟದ ಭಾರಕ್ಕೆ ಕುತ್ತಿಗೆಯನ್ನು ಹಿಡಿದುಕೊಂಡ ಹೆಗಡೆಯವರು, "ನಿನ್ನ ಯಾಪಾರಲ್ಲ ಮಾರಾಯ. ಕೌರವನ ಪ್ರವೇಶಕ್ಕಿನ್ನೂ ಒಂದು ತಾಸು ಅದೆ ಕಾಣ್ತದೆ. ಹೀಗೆ ಕೂತ್ರೆ ಕುತ್ತಿಗಿ ಮುರಿದು ಹೋಕ್ಕು. ಹೊರಗೋಗಿ ಹಾಳಿಕಂಟಕ್ಕೆ ತಲೆಕೊಟ್ಟು ಚೂರು ಆರಾಮ ಮಾಡುವ, ಬಾ" ಎನ್ನುತ್ತಾ ಮಗಳು ಜಾನಕಿಯೊಂದಿಗೆ ಹೊರನಡೆದರು. ಅಲ್ಲೇ ಗದ್ದೆಯಂಚಿಗೆ ಜಮಖಾನವೊಂದನ್ನು ಹಾಸಿದ ಹೆಗಡೆಯವರು ಮಗಳಿಗೆ, "ನೀ ಮಲಕೊ ಮಗಾ. ನನ್ನ ಪ್ರವೇಶ ಆಗಿ ಸುಮಾರು ಹೊತ್ತಿಗೆ ನಿನ್ನ ಪ್ರವೇಶ. ನಾನು ಹೋಗುವಾಗ ನಿನ್ನ ಏಳಿಸ್ತೆ" ಎಂದರು. ಸುಮಾರು ವರ್ಷಗಳ ನಂತರ ವೇಷ ಮಾಡುತ್ತಿದ್ದ ಜಾನಕಿಗೆ ಮಾತು, ಕುಣಿತ ಎಲ್ಲಿಯಾದರೂ ಮರೆತರೆ ಎಂಬ ಚಿಂತೆಯಲ್ಲಿ ಕಣ್ಣು ಮುಚ್ಚಿದರೂ ನಿದ್ದೆ ಬರಲಿಲ್ಲ.

ಜಾನಕಿ ಮಲಗಿದಳೆಂಬುದನ್ನು ಖಾತರಿಪಡಿಸಿಕೊಂಡ ಹೆಗಡೆಯವರು ತನ್ನ ಕವಳದ ಚೀಲವನ್ನು ತೆಗೆದು, ಗಣಪಯ್ಯನಿಗೂ ಒಂದು ಕವಳ ಮಡಚಿ ಕೊಡುತ್ತಾ, ಮೆಲುದನಿಯಲ್ಲಿ, "ಅಲ್ಲಾ ಈ ಪ್ರಸಂಗವೊಂದು ಮುಗುಸೂದು ಹ್ಯಾಂಗೊ?" ಎಂದರು. ಕವಳವನ್ನು ಹದವಾಗಿ ಜಗಿಯುತ್ತಾ ಗಣಪಯ್ಯ, "ಅಯ್ಯಾ, ಎಷ್ಟು ಸಲ ಗದಾಪರ್ವ ಮಾಡಿಲ್ಲ ಮಾರಾಯ್ರೆ. ಇವತ್ತೊಂದು ಹೊಸದು ಅನ್ನು ಥರಾ ಹೇಳ್ತಪ. ನೀವು ಪ್ರವೇಶ ಒಂದು ಝುಂಗಿ ಮಾಡಿ. ಮುಂದಿಂದೆಲ್ಲ ನಂಗೆ ಬಿಡಿ. ಹುಡಿ ಹಾರೋಯ್ತದೆ ಕಾಣಿ" ಎಂದ. ತನ್ನ ಮಾತಿನ ಅರ್ಥ ಅವನಿಗಾಗದ್ದನ್ನು ತಿಳಿದ ಹೆಗಡೆಯವರು ಮತ್ತೂ ದನಿ ತಗ್ಗಿಸಿ, "ಇವನ ಮಳ್ಳು ಹಾಳಾಯ್ತು. ಅದಲ್ವಾ ನಾ ಹೇಳಿದ್ದು. ನಮ್ಮ ವಿಶುಮಾಣಿ ಪ್ರಸಂಗ" ಎಂದರು. ವಿಶುಮಾಣಿ ಎಂಬ ಶಬ್ದ ಕೇಳಿದ ಕೂಡಲೇ ಇದ್ದಕ್ಕಿದ್ದಂತೆ ಪುರಾಣದಿಂದ ವಾಸ್ತವಕ್ಕೆ ಬಂದ ಗಣಪಯ್ಯ, "ಎಂಥ ಹೇಳೂಕೂ ಕುಟ್ಟ ಜೈಲಿನಿಂದ ಬರಬೇಕಲ್ರ. ನಿನ್ನೆ ಮಾತಾಡಿ ಬರೋಣವೆಂದು ವಕೀಲರ ಮನೆಗೆ ಹೋಗಿದ್ದೆ. ಅವ್ರು ಹೇಳೂ ಪ್ರಕಾರ ಇನ್ನು ಒಂದು ತಿಂಗಳಲ್ಲಿ ಕುಟ್ಟ ಬಿಡುಗಡೆ ಆಗ್ತಾ. ಪೋಲೀಸರ ಕೈಗೆ ಐವತ್ತು ರೂಪಾಯಿ ಕೊಟ್ಟು ಕುಟ್ಟನ ಕೈಲೂ ಮಾತಾಡಿ ಬಂದೆ. ಅವ ರೆಡಿಯಿದ್ದ ಕಾಣಿ ವಿಶುಮಾಣಿ ಹಣೂಕೆ. ಅವನ ಹೆಂಡತೀದೆ ರಗಳೆ. ಇವ ಜೈಲಿಂದ ಬಂದವನೆ ಮತ್ತೆ ಇಂಥದ್ದೆ ಕೆಲಸ ಮಾಡಿ ಅಲ್ಲಿಗೇ ಹೋಪ್ದು. ಅವಳಿಗೆ ಮಕ್ಕಳ ಊಟದ ಚಿಂತೆ "ಎಂದು ಕುಟ್ಟನ ಕಷ್ಟವನ್ನು ವಿವರಿಸತೊಡಗಿದ. ಅದಕ್ಕೆ ಹೆಗಡೆಯವರು, "ನೀ ಆ ಚಿಂತೆ ಬಿಡು ಗಣಪಯ್ಯ, ನನ್ನದು ಮಾತು ಅಂದ್ರೆ ಮಾತು. ಅವ ಜೈಲಿಂದ ಬರೂವರೆಗೆ ಅವರ ಮನೆಗೆ ನಾ ಸಾಮಾನು ತಂದಾಕ್ತೆ. ಅವನಿಗೆ ಐದು ಕೊಡ್ತೆ ಕಾಣು. ಯಾರಿಗೂ ಗೊತ್ತಾಗದ ಹಾಂಗೆ ಕೆಲಸ ಮುಗಿಸಿದ್ರೆ ಆಯ್ತು. ಹಾಂಗೇನಾರೂ ಗೈರುಚೂಕು ಆದ್ರೆ ನನ್ನ ಹೆಸರು ಹೊರಗೆ ಬರದಿದ್ರೆ ಆಯ್ತು. ಅವನೆ ಎದಿಮ್ಯಾಲೆ ತೆಕಂಡು ಜೈಲಿಗೆ ಹೋಗಲಿ. ಅವನ ವಕೀಲರ ಖರ್ಚು, ಮನೆ ಖರ್ಚು ಎಲ್ಲಾ ನಂದು. ನನ್ನ ಮನೆ ಬೇಕಾದ್ರೆ ಮಾರಾಟ ಆಗೋಗ್ಲಿ. ಆ ವಿಶು ಮಾಣಿಗೊಂದು ಗತಿಕಾಣಿಸದಿದ್ರೆ..." ಉದ್ವೇಗದಿಂದ ಧ್ವನಿ ಜೋರಾಗಿಯೆ ಬಂದಿತ್ತು.

ಸಂಜಯನ ಪಾತ್ರದಲ್ಲಿ ಕರಗಿಹೋಗಿದ್ದ ಜಾನಕಿ ಅಪ್ಪನ ಉದ್ವೇಗದ ಮಾತುಗಳನ್ನು ಕೇಳುತ್ತಾ ವಾಸ್ತವಕ್ಕಿಳಿದಳು. ಮೊನ್ನೆಯಷ್ಟೇ ವಿಶು ಚಿಕ್ಕಪ್ಪನೊಂದಿಗೆ ಎಲ್ಲ ವ್ಯವಹಾರಗಳನ್ನೂ ಮುಗಿಸಿಕೊಂಡಿರುವ ಅಪ್ಪ, ಇಂದು ಅವನನ್ನೇ ಮುಗಿಸುವ ಮಾತಾಡುತ್ತಿರುವುದು ಅಚ್ಚರಿಯೆನಿಸಿತು. ಹಿಂದಿನ ಘಟನೆಗಳೆಲ್ಲಾ ಅವಳ ಮನಸ್ಸಿನಲ್ಲಿ ಹಾದುಹೋಗತೊಡಗಿದವು. ಇವರ ಮನೆಯಿಂದ ಹತ್ತು ಮೈಲುಗಳಾಚೆ ಕಾಡಿನಲ್ಲಿ ಹೊಸದಾಗಿ ಜಮೀನು ಮಾಡಿಕೊಂಡಿದ್ದ ವಿಶುಚಿಕ್ಕಪ್ಪ ಹೋಗುವಾಗ, ಬರುವಾಗಲೆಲ್ಲ ಇವರ ಮನೆಗೆ

ಹೊಕ್ಕಿಯೇ ಹೋಗುತ್ತಿದ್ದ. ದಗಾಕೋರನೆಂದು ಹೆಸರಾಗಿದ್ದ ಅವನ ಮೇಲೆ ಅಪ್ಪ ಅಮ್ಮನಿಗೆ ಮೊದಮೊದಲು ಅಂತಹ ನಂಬಿಕೆಯೇನೂ ಇರಲಿಲ್ಲ. ಆದರೆ ಎಲ್ಲ ಕೆಲಸಗಳಲ್ಲಿ ಅಪ್ಪನಿಗೆ ನೆರವಾಗುತ್ತ, ಅಪ್ಪನ ತೋಟದ ಬೆಳೆಗಳನ್ನೆಲ್ಲಾ ಸಂತೆಗೊಯ್ದು ಮಾರಿ ಸರಿಯಾದ ಬೆಲೆ ತಂದುಕೊಡುತ್ತಾ ಕ್ರಮೇಣ ಅಪ್ಪನ ವಿಶ್ವಾಸ ಗಳಿಸಿಕೊಂಡಿದ್ದ. ಒಂದು ವರ್ಷದ ಕೆಳಗೆ ಎಂದೋ ಮಾಡಿದ ಬ್ಯಾಂಕಿನ ಸಾಲದ ವಸೂಲಾತಿಗೆ ಕೆಂಪು ನೋಟೀಸು ಬಂದು ಈಗ ತಾನೆ ಫಲಕೊಡುತ್ತಿದ್ದ ಜಮೀನನ್ನು ಲೀಲಾವಿಗೆ ಕರೆಯುವ ಸ್ಥಿತಿಯನ್ನು ತಂದುಕೊಂಡಿದ್ದ. ಬ್ಯಾಂಕಿಗೆ ಕಟ್ಟುವ ಬಾಕಿ ತೀರಿಸುವ ಬಗ್ಗೆ ಅಪ್ಪನನ್ನು ಕರೆದುಕೊಂಡು ಹಣವಿರುವ ಎಲ್ಲರ ಮನೆಗೂ ಸಾಲಕ್ಕಾಗಿ ಸುತ್ತಿದ್ದ. ಎಲ್ಲರಿಂದಲೂ ನಕಾರದ ಪ್ರತಿಕ್ರಿಯೆ ಬಂದಾಗ ಕಂಗೆಟ್ಟು ಕಣ್ಣೀರು ಸುರಿಸುತ್ತ ಕುಳಿತಿದ್ದ. ಮತ್ತೇನೋ ನೆನಪಾದವನಂತೆ ಅಪ್ಪನನ್ನೊಬ್ಬನನ್ನೇ ತೋಟಕ್ಕೆ ಕರೆದುಕೊಂಡು ಹೋಗಿದ್ದ.

ಅಲ್ಲಿಂದ ಬಂದ ಅಪ್ಪ ಅಮ್ಮನಲ್ಲಿ ಅವಳ ಪವನ್ ಸರವನ್ನು ಕೊಡುವಂತೆ ಕೇಳಿದ್ದ. ಅಮ್ಮ ಅಪ್ಪನ ಮಾತನ್ನು ಕೇಳಿ ಹಾವು ತುಳಿದವಳಂತೆ ಬೆಚ್ಚಿ ಬಿದ್ದಿದ್ದಳು. ಆ ಸರ ಅವಳ ಜೀವನ್ಮರಣದ ಆಸ್ತಿಯಾಗಿ ಅವಳೊಂದಿಗಿತ್ತು. ಅಜ್ಜಿ ಸಾಯುವಾಗ ಮಗಳ ಮನೆಯ ದಾರಿದ್ರ್ಯಕ್ಕೆ ಮರುಗಿ, ತನ್ನ ಗಂಡುಮಕ್ಕಳಿಬ್ಬರನ್ನೂ ಒಪ್ಪಿಸಿ ತನಗೆ ತನ್ನ ತಾಯಿಯಿಂದ ಉಡುಗೊರೆಯಾಗಿ ಬಂದ ಅಮೂಲ್ಯವಾದ ಆ ಸರವನ್ನು ಅಮ್ಮನ ಕೈಗೆ ಒಪ್ಪಿಸಿದ್ದಳು. ಮಾವಂದಿರಿಬ್ಬರಿಗೂ ಹೆಣ್ಣು ಮಕ್ಕಳಿಲ್ಲದ್ದರಿಂದ ಅದು ತನ್ನ ಮದುವೆಗೆಂದು ನಿಗದಿಯಾಗಿತ್ತು. ಆ ಗುಡಿಸಲಿನಲ್ಲಿ ಅಂಥದೊಂದು ಸರವಿದೆಯೆಂದು ಯಾರೊಬ್ಬರೂ ಭಾವಿಸಲು ಸಾಧ್ಯವಿಲ್ಲವಾಗಿ ಇಲ್ಲಿಯವರೆಗೂ ಅದರ ಪ್ರಸ್ತಾಪವೇ ಬಂದುದಿಲ್ಲ. ಈಗ ಇದ್ದಕ್ಕಿದ್ದಂತೆ ಇಡೀ ಊರಿನಲ್ಲಿ ಘಟಿಂಗನೆಂದು ಹೆಸರಾದ ವಿಶುಹೆಗಡೆಗೆ ಅದನ್ನು ಹಸ್ತಾಂತರಿಸಲು ಅಮ್ಮ ಒಪ್ಪುವ ಪ್ರಶ್ನೆಯೇ ಇರಲಿಲ್ಲ. ಆದರೆ ಅಪ್ಪ ಪಟ್ಟು ಹಿಡಿದಿದ್ದ. ಅದನ್ನು ಅಡವಿಟ್ಟು ಬ್ಯಾಂಕ್ ಸಾಲವನ್ನು ಒಮ್ಮೆ ತೀರಿಸಿದರಾಯಿತು. ಮರುಕ್ಷಣವೇ ಬ್ಯಾಂಕಿನವರು ಹೊಸ ಸಾಲ ಮಂಜೂರು ಮಾಡುವುದರಿಂದ ಮರುದಿನವೇ ಸರ ಮತ್ತೆ ಅಮ್ಮನ ಪೆಟ್ಟಿಗೆ ಸೇರುತ್ತದೆ ಎಂಬುದು ಅಪ್ಪನ ಸರಳ ವಾದವಾಗಿತ್ತು. ಪಾಪ! ಅಮ್ಮನಿಗೆ ಈ ವಿಷಯವನ್ನೆಲ್ಲ ತನ್ನ ತಮ್ಮಂದಿರಲ್ಲಿ ಕೇಳಿ ಬರುವಷ್ಟು ಸಮಯವಿರಲಿಲ್ಲ. ಸರ ಸುಲಭವಾಗಿ ವಿಶುಹೆಗಡೆಯ ಪಾಲಾಗಿತ್ತು. ಮತ್ತಾರು ತಿಂಗಳು ಇದೇ ವಿಷಯದಲ್ಲಿ ಅಮ್ಮ ಅಪ್ಪನ ನಡುವೆ ಜಗಳದಂತಹ ವಾಗ್ವಾದಗಳು ನಡೆದದ್ದು ಅವಳಿಗೆ ಗೊತ್ತಿತ್ತು. ವಿಶುಚಿಕ್ಕಪ್ಪನಿಂದ ಒಮ್ಮೆ ಚೇಣುತಿಂದ ಬ್ಯಾಂಕಿನವರು ಮತ್ತೆ ಸಾಲ ಮಂಜೂರಿ ಮಾಡಲು ಬಿಲ್ಕುಲ್ ಒಪ್ಪಲಿಲ್ಲ. ಸಾಲ ವಸೂಲಿಗೆಂದು ಮನೆಯ ಬಾಗಿಲಿಗೆ ಬಂದಾಗ ಮೆಟ್ಟಿನಲ್ಲಿ ಹೊಡೆಯಲು ಮುಂದಾಗಿದ್ದ ವಿಶುಚಿಕ್ಕಪ್ಪನ ಮೇಲಿನ ಕೋಪಕ್ಕೆ

ಅಕ್ಕಪಕ್ಕದ ಬ್ಯಾಂಕಿನವರಿಗೂ ಅವನ ಮಹಿಮೆಯನ್ನು ಸಾರಿದ್ದರು. ಹಾಗಾಗಿ ಅಡವಿಟ್ಟಿದ್ದ ಪವನ್ ಸರ ಬಿಡಿಸುವವರಿಲ್ಲದೇ ಚಿನಿವಾರನ ಪಾಲಾಗುವ ಎಲ್ಲ ಚಹರೆಗಳೂ ಗಾಢವಾಗಿದ್ದವು. ಅಪ್ಪನೇ ಪದೇ ಪದೇ ಕಾಲ್ನಡಿಗೆಯಲ್ಲಿ ಅವನ ಮನೆಗೆ ಹೋಗಿ ಬರುತ್ತಿದ್ದ. ಇಂದಲ್ಲ ನಾಳೆ, ಈ ವಾರವಲ್ಲ ಮುಂದಿನ ವಾರ, ಈ ತಿಂಗಳಲ್ಲ ಮುಂದಿನ ತಿಂಗಳು ಎಂದು ದಿನಗಳು ಉರುಳುತ್ತಿರುವಾಗೆಲ್ಲ ಅಮ್ಮ ಹತಾಶೆಯಿಂದ ಒಬ್ಬಳೇ ಕುಳಿತು ಅಳುತ್ತಿದ್ದಳು. ಅಂತೂ ಎಲ್ಲವೂ ಮುಗಿಯಿತೆನ್ನುವಂತೆ ಈಗ ಎರಡು ತಿಂಗಳಿನ ಹಿಂದೆ ಸರ ಅಮ್ಮನ ಕೈಸೇರಿತ್ತು. ಅಮ್ಮ ನೆಮ್ಮದಿಯ ನಿಟ್ಟುಸಿರು ಬಿಟ್ಟಿದ್ದಳು. ಮತ್ತೆ ಇಲ್ಲಿ ಭೀಮ, ಕೌರವರ ನಡುವೆ ಈ ಸರವೇಕೆ ಬರುತ್ತಿದೆ? ವಿಶು ಚಿಕ್ಕಪ್ಪನಿಗೊಂದು ಗತಿಕಾಣಿಸಲು ಅಪ್ಪ ಪ್ರತಿಜ್ಞೆ ಮಾಡುತ್ತಿರುವುದೇಕೆ? ಏನೊಂದು ಅರ್ಥವಾಗದ ಜಾನಕಿ ಕಣ್ಮುಚ್ಚಿಯೇ ಅವರ ಮಾತಿಗೆ ಕಿವಿಯಾದಳು.

"ಅಲ್ಲಾ, ಈಗ ಸರದ ಕತಿ ಎಂಥ ಆಯ್ತು ಹೇಳಿ? ಸೊನಗಾರ ಎಂಥ ಹೇಳ್ದ? ಅದು ಫೇಲ್ ಅಂತ ಸಾಬೀತಾಯ್ತೋ ಹೆಂಗೆ? ಸೊನಗಾರ ಕಂಡು ಹೇಳೀದ್ನೋ ಇಲ್ಲಾ ಒರೆದು ನೋಡಿದ್ನೋ? ಬಡವರ ಕೈಯಲ್ಲಿ ಚಿನ್ನ ಕಂಡ್ರೂ ಕಬ್ಣವೇ ಅಂತ್ರೂ ಕಾಣಿ. ಮತ್ತೆ ಒಂದು ಹೋಗಿ ಒಂದು ಆಗೂದು ಬ್ಯಾಡ." ಎಂದು ಗಣಪಯ್ಯ ತನ್ನ ಸಂಶಯವನ್ನು ಮುಂದಿಟ್ಟ. "ಎಲಾ ಇವನ! ನಾ ಏನ್ ಅಷ್ಟು ಬುದ್ದಿಗೇಡಿ ಮಾಡಿದ್ಯನೊ? ಸರೀ ಹೇಳ್ತೆ ಕೇಳು. ಆ ದಿನ ಸರ ತಂದು ವಿಶುಮಾಣಿ ನನ್ನ ಹೆಂಡತಿ ಕೈಯಲ್ಲೇ ಕೊಟ್ಟ. ನೋಡೇ ಅತ್ಗೆ, ನಿನ್ನ ಹಳೇ ಕರಡಿಗೆ ತೆಗೆದು ಹೊಸ ಕರಡಿಗೇಲಿ ಸರ ಹಾಕಿ ಕೊಟ್ಟಿದ್ದೆ. ಹಾಂಗೆ ಒಂಚೂರು ಫಾಲಿಶ್ ಮಾಡಿಸ್ಕಂಡೇ ಬಂದೆ. ಮತ್ತೆ ಹೊಳೀತು ಹೇಳಿ ಗಿಲೀಟು ಅಂದ್ಕಳ್ಳಡ ಅಂತ ಪಾರ್ಸ ಮಾಡಿ ಹೋದ. ಇವಳೂ ಮೊದಲಿಗೆ ನಗಾಡ್ತಾ ತೆಕೊಂಡು ಇಟ್ಕೊಂಡ್ಲು. ಒಂದೆರಡು ದಿನ ಆದಮೇಲೆ ಇವಳಿಗೇನು ಸಂಶಯ ಬಂತೊ ಕಾಣೆ. ಪರೀಕ್ಷೆ ಮಾಡಿಸಿ ಬನ್ನಿ ಎಂದು ಒಂದೇ ಸಮ ಹಠ ಹಿಡಿದಳು. ನಾನೂ ರಗಳೆ ತೀರಲಿ ಎಂದು ಸೊನಗಾರನಲ್ಲಿ ಹೋದೆ. ಸರೀ ಪರೀಕ್ಷೆ ಮಾಡಿ ನೋಡಿ ಬಿಂಗ್ರಿ ಮಾಲು ಅಂದುಬಿಟ್ಟ. ನನ್ನ ಪರಿಸ್ಥಿತಿಯನ್ನು ಊಹಿಸು ನೀನು. ಹೇಳಿದರೆ ಇವಳು ಜೀವಂತ ಉಳೀಲಾರಳು. ಹೇಳದಿದ್ದರೆ ಉಮಿ ಒಳಗಿನ ಕೆಂಡ. ಯಾವಾಗ ಹೊತ್ತಿಕೊಳ್ಳುವುದೋ ತಿಳೀದು. ನನ್ನ ಜೀವಮಾನದಲ್ಲಿ ನಾನು ಪವನ್ ಸರ ಮಾಡಿಸೂದುಂಟಾ? ತಲೆಕೆಟ್ಟು ವಿಶುಮಾಣಿಯಿದ್ದಲ್ಲಿ ಓಡಿದೆ. ಹೀಂಗೆ ಕುತ್ತಿಗೆ ಕೊಯ್ಯುದಾ ಅಂದೆ? ಅದಕ್ಕೆ ಅಂವ ಎಂಥ ಹೇಳ್ದ ಬಲ್ಯಾ? 'ಪೆಟ್ಟಿಗೆಲಿ ಇಡೂಲೆ ಅಸಲಾದ್ರೇನು, ನಕಲಿ ಆದ್ರೇನು? ಬ್ಯಾಂಕಿನೋರು ಬಿಲ್ ಕುಲ್ ಸಾಲ ಕೊಡ್ಲಿಲ್ಲೆ ಅಂದುಬಿಟ್ರೊ. ಅದಕ್ಕೆ ಸರ ಬಿಡಿಸೋ ಮಾತು ದೂರಾತು ಹೇಳಿ ಅದನ್ನು ಸೊನಗಾರಂಗೆ ಮಾರಿ ಈ ಸರ ತಂದೆ. ಇದಕ್ಕೂ

ಚಿನ್ನದ ವರಕ ಹಾಕ್ಸಿದ್ದೆ. ಸುಲಭಕ್ಕೆ ಯಾರೀಗೂ ಗೊತ್ತಾಗ್ತಿಲ್ಲೆ ಬಿಡು' ಅಂದ್ಬುಟ್ಟ. ತಪ್ಪು ಮಾಡ್ದ ಸರಿ. ಹೆಂಗಾರೂ ಮಾಡಿ ವರ್ಷ ವರ್ಷ ದುಡ್ಡು ಒಟ್ಟುಮಾಡಿ ಸರ ಮಾಡಿಸಿಕೊಡ್ತೆ ಅಂತ ಒಂದು ಮಾತು ಇಲ್ಲ ಮಾರಾಯ. ನಾನು ಎಷ್ಟು ತಿಳಿಸಿ ಹೇಳ್ದೆ. ನಿನ್ನ ಅರ್ಧ ಜಮೀನು ಮಾರಿದ್ರೂ ಅಡ್ಡಿಲ್ಲ, ನಾಲಿಗೆ ತುಂಡು ಉಳಿಸ್ಕೊ. ಇಲ್ಲ ಅಂದ್ರೆ ತಿಂಗಳು, ತಿಂಗಳು ಇಂತಿಷ್ಟು ಅಂತ ತೆಗೆದಿಟ್ಟಾದ್ರೂ ಸರ ಮಾಡಿಸಿಕೊಡು ಅಂತ. ಅಡ್ಡಿಲ್ಲ ಅಂತ ತಲೆಯಾಡಿಸಿದವ ಎರಡು ತಿಂಗಳು ಪುಡಿಗಾಸು ತಂದುಕೊಟ್ಟ. ಈಗ, ನೋಡಿದ್ರೆ ಇಡೀ ಜಗತ್ತಿಗೆ ಕೇಳಿಸೂವಂತ ಚರ್ಮದ ಮೆಟ್ಟು ಹಾಕ್ಕಂಡು ನಮ್ಮನೆ ಎದುರು ರಸ್ತೆಯಲ್ಲಿ ಈಚೆ ನೋಡ್ದೆ ನಡಕಂಡು ಹೋಗ್ತಾ. ಅವ ಹ್ಯಾಂಗೆ ನಡೀತಾ ನಾನೂ ನೋಡೇ ಬಿಡ್ತೆ. ಜೀವ ತೆಗೆದು ಪಾಪ ಕಟ್ಕೊಳ್ಳೂದು ಬ್ಯಾಡ. ಸೊಟ್ಟೆಲಿ ಕೊಟ್ಟು ಒಂದು ತೊಡೆ ಮುರಿದ್ರೆ ಸಾಕು. ಕಾಲೆಳಕೊಂಡು ತಿರಗಬೇಕು ಅಷ್ಟೆ. ಅದನ್ನೊಂದು ಕುಟ್ಣಂಗೆ ಸರಿ ಹೇಳ್ಬಿಡು. ಐದಲ್ಲದಿದ್ದರೆ ಆರು. ದುಡ್ಡಿನ ಮೊಕಾ ನೋಡೂದಿಲ್ಲ. ತಾಪಡತೋಪ್ ಕೆಲಸ ಮುಗೀಬೇಕು ಅಷ್ಟೆ."

ಮಾತುಕತೆ ಮುಗಿಯುವಾಗ ಕೊನೆಯ ಪ್ರಸಂಗವೂ ಮುಗಿಯುವ ಹೊತ್ತಾಗಿತ್ತು.

"ಮಗಾ, ಏಳು. ಅಪ್ಪನ ಪ್ರವೇಶದ ಹೊತ್ತು ಬಂತು. ಮತ್ತೆ ಗಣಪಯ್ಯನ ಪ್ರವೇಶ. ಒಂದೆರಡು ಸುತ್ತು ಕೌರವನ ಬೆನ್ನತ್ತಿ ಭೀಮ ಬಪ್ಪುದು ಮುಗಿದ ಮೇಲೆ ನಿಂದೇ ಪ್ರವೇಶ. ಏನೂ ತಲೆಬಿಸಿ ಮಾಡ್ಕಳಡ. 'ಎಲವೊ ಸಂಜಯ ಕೇಳು' ಎಂಬ ಪದ್ಯಕ್ಕೆ ಮಾತ್ರ ಅಪ್ಪನ ಮಾತಿಗೆ ಸರೀ ಉತ್ತರ ಕೊಡ್ತಾ ಹೋಗು. ಅಲ್ಲಿ ನಿಂಗೆ ರೈಸುಲೆ ಒಳ್ಳೆ ಅವಕಾಶ ಇದ್ದು. ಒಂದ್ಸಲ ಎಲ್ಲ ನೆನಪು ಮಾಡ್ಕೊ" ಎನ್ನುತ್ತಾ ಹೆಗಡೆಯವರು ಕಿರೀಟವನ್ನು ಸರಿಪಡಿಸಿಕೊಂಡು ರಂಗಪ್ರವೇಶಕ್ಕೆ ಅಣಿಯಾದರು. ಜಾನಕಿ ಒಬ್ಬಳೇ ಕುಳಿತು ಯೋಚಿಸತೊಡಗಿದಳು. ಆಟದಲ್ಲಿ ನಡೆಯುವ ಕೌರವನ ಊರುಭಂಗಕ್ಕಿಂತ ಅವಳಿಗೀಗ ಮುಂದೆ ನಡೆಯಲಿರುವ ವಿಶುಚಿಕ್ಕಪ್ಪನ ತೊಡೆಯ ಮುರಿತವೇ ಕಾಡತೊಡಗಿತು. ವಿಶುಚಿಕ್ಕಪ್ಪನ ಮಗಳು ಅವಳ ಶಾಲೆಯಲ್ಲಿಯೇ ಓದುತ್ತಿದ್ದಳು. ಈಗ ಒಂದು ತಿಂಗಳಿನಿಂದ ಅವಳ ಅಮ್ಮನಿಗೆ ಆರೋಗ್ಯ ಸರಿಯಿಲ್ಲವೆಂದು ಪರದಾಡುತ್ತಿದ್ದರು. ಅದೆಂಥದ್ದೋ ಹೊಟ್ಟೆಯೊಳಗೆ ಗಡ್ಡೆ ಬೆಳೆದಿದೆಯಂತೆ. ಅಮ್ಮನಿಗೆ ಆಪರೇಶನ್ ಆಗಿ ಸರಿಯಾದರೆ ಸಾಕು ಎಂದು ಇವಳಲ್ಲಿ ಹೇಳಿ ಅತ್ತಿದ್ದಳು. ಕೈಯಲ್ಲಿ ಕಾಸಿಲ್ಲದಿದ್ದುದಕ್ಕೆ ಬಹುಶಃ ಚಿಕ್ಕಪ್ಪ ನಮ್ಮನೆಗೆ ಬರುವುದನ್ನೇ ತಪ್ಪಿಸುತ್ತಿದ್ದಾನೆ. ಇದರ ನಡುವೆ ಅವನ ಕಾಲನ್ನೂ ಮುರಿದು ಆಸ್ಪತ್ರೆ ಸೇರುವಂತಾದರೆ... ಎಂದು ನೆನೆಸಿಕೊಳ್ಳುವಾಗಲೇ ಜಾನಕಿಗೆ ಭಯವಾಯಿತು. ಕುಡುಕನಾದ ಕುಟ್ಣ ಕಾಲು ಮುರಿಯುವುದಂತೂ ಗ್ಯಾರಂಟಿ. ಆದರೆ ಕುಡುಕರ ಬಾಯಲ್ಲಿ ಗುಟ್ಟುಗಳು

ಉಳಿಯಲಾರವು ಎಂಬುದೂ ಅಷ್ಟೇ ಸತ್ಯ. ಸಧ್ಯಕ್ಕೆ ಅಮ್ಮ ನಿರಾಳವಾಗಿದ್ದಾಳೆ. ವಿಶು ಚಿಕ್ಕಪ್ಪನೂ ಮನೆಯ ಪರಿಸ್ಥಿತಿ ಸರಿಹೋದರೆ ಮತ್ತೆ ಸ್ಪಂದಿಸಿಯಾನು. ಅಮ್ಮನಾಗಲೀ, ನಾನಾಗಲೀ ಸರವೊಂದರ ಮೌಲ್ಯಕ್ಕೆ ಕಾಲು ಬೇಡುವಷ್ಟು ಕ್ರೂರಿಗಳೇನಲ್ಲ. ಅಪ್ಪನಿಗೆ ಇದೆಲ್ಲವನ್ನೂ ಇಂದೇ ಮನದಟ್ಟು ಮಾಡಿಸಬೇಕು. ಇಲ್ಲವಾದಲ್ಲಿ ಈ ಅಪ್ಪ ಮತ್ತೊಂದು ತೊಂದರೆಯಲ್ಲಿ ಸಿಕ್ಕಿಬೀಳುವುದು ಖಂಡಿತ. ಇದನ್ನು ಹೇಗಾದರೂ ಮಾಡಿ ತಡೆಗಟ್ಟಲೇಬೇಕು ಎಂದುಕೊಳ್ಳುತ್ತಲೇ 'ಎಲವೋ ಸಂಜಯ ಕೇಳು' ಎಂಬ ಪದ್ಯಕ್ಕೆ ಹೊಸದಾಗಿ ಅರ್ಥವನ್ನು ಪೋಣಿಸತೊಡಗಿದಳು.

ರಣರಂಗದಲ್ಲಿ ಏಕಾಂಗಿಯಾಗಿ ಹೆಣದ ಪರ್ವತವನ್ನು ಏರಿಳಿಯುತ್ತ ಸಾಗುವ ದೃಶ್ಯದಲ್ಲಿ ಹೆಗಡೆಯವರ ಅಭಿನಯ ಎಲ್ಲರ ಕಣ್ಣಲ್ಲಿ ನೀರು ತರಿಸಿತು. ಕೌರವನನ್ನು ಬೆನ್ನಟ್ಟಿ ಬರುವ ಗಣಪಯ್ಯನ ಭೀಮನ ಧ್ವನಿ ಮಲಗಿದವರನ್ನೆಲ್ಲ ಒಮ್ಮೆಲೆ ಬಡಿದೆಬ್ಬಿಸಿತು. ಮೂರು ಸಲ ಅವರಿಬ್ಬರ ಸುತ್ತುಬಲಿ ಮುಗಿದ ನಂತರ ಭಾಗವತರು, "ಗಾರುಗೆಡುತ್ತೈತರುವ ಕುರುಕುಲ ಲಲಾಮನನು ಕಾಣುತ್ತ ಸಂಜಯ..." ಎಂದು ಪದವನ್ನು ಹಾಡುತ್ತಿರುವಂತೆ ಜಾನಕಿ ರಂಗಪ್ರವೇಶ ಮಾಡಿದಳು. ಅಪ್ಪ ಮಗಳ ಸನ್ನಿವೇಶವನ್ನು ನೋಡಲು ಇಡಿಯ ಸಭೆ ಎಚ್ಚೆತ್ತುಕೊಂಡಿತು. ಜಾನಕಿ ತನ್ನ ಮಾತನ್ನು ಪ್ರಾರಂಭಿಸಿದಳು,

"ಓ ಪೊಡವಿಪಾಲಕ, ಭಾಗ್ಯದಾಯಕ, ಇಡಿಯ ಊರಿನ ಜನರು ನಿನ್ನನ್ನು ತಮ್ಮ ನಾಯಕನೆಂದು ನಂಬಿ ನಡೆಯುತ್ತಿದ್ದಾರೆ. ಆದರೆ ನಿನ್ನ ಇಂದಿನ ಸ್ಥಿತಿಯನ್ನು ನೋಡಿದರೆ ನನಗೆ ವಿಷಾದವೆನಿಸುತ್ತಿದೆ. ಛತ್ರ ಚಾಮರದಡಿಯಲ್ಲಿ ಬಾಳಿದ ನೀನು ಬರಿಗಾಲಿನಲ್ಲಿ ನಡೆಯುತ್ತಿರುವೆ. ತಮ್ಮಂದಿರ ನಾಶಕ್ಕೆ ಕಾರಣನಾಗಿರುವೆ. ನಿನ್ನನ್ನು ನಂಬಿಕೊಂಡಿರುವ ವೃದ್ಧ ತಂದೆ, ತಾಯಿ ಮತ್ತು ಹೆಂಡತಿಯ ಬಗೆಗೆ ಯೋಚಿಸಿರುವೆಯೇನು? ನಿನ್ನ ಯೋಜನೆಗಳೆಲ್ಲ ಅವರಿಗೆ ಭವಿಷ್ಯದಲ್ಲಿ ಕೇಡುಂಟುಮಾಡುವಂಥದ್ದೇ ಆಗಿದೆ. ಕೇಡು ನಿಶ್ಚಿತವೆಂದಾದ ಮೇಲೆ ಈ ದಾರಿಯಲ್ಲಿ ಮುಂದುವರೆಯುವುದರಲ್ಲಿ ಅರ್ಥವಿಲ್ಲ. ಹಿಂದಿರುಗು. ಬಾ ನನ್ನೊಡನೆ" ಎಂದಳು.

ಮಗಳ ಬಾಯಲ್ಲಿ ಹೊಸದೇನೋ ಅರ್ಥ ಕೇಳಿದಂತಾಯಿತಾದರೂ ಹೆಗಡೆಯವರು ಅವಳ ಸ್ವಂತಿಕೆಗೆ ತಲೆದೂಗುತ್ತಲೇ "ಆದಡೆಲೆ ಸಂಜಯನೇ ನೀ ಕೇಳು, ಆದಿ ಸುಕೃತ ವಿಶಾಲವನವದು..." ಎಂದು ತನ್ನ ಮುಂದಿನ ಪದ್ಯವನ್ನು ಎತ್ತುಗಡೆ ಮಾಡಿ ಶೋಕರಸದ ಅಭಿನಯವನ್ನು ಮುಗಿಸಿ, ಮಾತು ಪ್ರಾರಂಭಿಸಿದರು,

"ಸಂಜಯಾ, ನೀನು ಹೇಳುತ್ತಿರುವುದೆಲ್ಲವೂ ಸತ್ಯ. ಆದರೆ ಇದೆಲ್ಲದಕ್ಕೂ ಕಾರಣ ನಾನೆಂಬುದು ಮಾತ್ರ ಸರಿಯಾದುದಲ್ಲ. ಎಲ್ಲವೂ ವಿಧಿಲಿಖಿತ. ನನ್ನೆಲ್ಲ

ತಮ್ಮಂದಿರ ಸಾವು ಹಾಗೇ ಆಗಬೇಕೆಂದು ವಿಧಿ ಬರೆದಿದ್ದರೆ ನಾನಾದರೂ ಏನು ಮಾಡಬಲ್ಲೆ? ಬದುಕಿರುವ ನನ್ನ ತಂದೆ-ತಾಯಿ ಮತ್ತು ಹೆಂಡತಿಯ ನೆನಪನ್ನು ತಂದು ನನ್ನನ್ನು ಇನ್ನಷ್ಟು ದುಃಖಕ್ಕೆ ದೂಡಿದೆ. ಹೇಳು, ಅವರಿಗೆ ಒಳಿತಾಗಲು ನಾನೇನು ಮಾಡಲಿ?" ಎಂದು ಸಂಜಯನನ್ನೇ ಪ್ರಶ್ನಿಸಿದರು.

ಇದೇ ಅವಕಾಶಕ್ಕೆ ಕಾಯುತ್ತಿದ್ದ ಜಾನಕಿ ಹೇಳಿದಳು,

"ನಿನ್ನ ಮನಸ್ಸಿನಲ್ಲಿರುವ ದ್ವೇಷ ಭಾವನೆಗಳನ್ನು ಇಲ್ಲಿಗೇ ಬಿಡು. ನಿನ್ನ ಯೋಜನೆಗಳೆಲ್ಲ ನಿನಗೇ ತಿರುಗುಬಾಣವಾಗುವ ಎಲ್ಲ ಲಕ್ಷಣಗಳೂ ಸ್ಪಷ್ಟವಾಗಿ ಗೋಚರಿಸುತ್ತಿವೆ. ಎಲ್ಲವೂ ವಿಧಿಯಾಟವೆಂದಾದರೆ ತಪ್ಪುಗಳು ನಡೆಯುವುದೂ ವಿಧಿಯ ಆಟವೆ. ಕಾಲಕ್ಕೆ ಎಲ್ಲವನ್ನು ಮಾಯಿಸುವ ಗುಣವಿದೆ. ತಪ್ಪುಗಳನ್ನು ಎದೆಯಲ್ಲಿಟ್ಟುಕೊಂಡು ಅರಿವು ಮೂಡಿಸುವ ಸೃಷ್ಟಿಶೀಲ ಸಾಮರ್ಥ್ಯವಿದೆ. ನಾವೆಲ್ಲರೂ ಸಂಯಮದಿಂದ ಕಾಯಬೇಕು ಅಷ್ಟೆ. ರಾಜ್ಯ, ಕೋಶ, ದ್ರವ್ಯಗಳೆಲ್ಲ ಜಡ ಸಂಪತ್ತುಗಳು ಎಂಬುದನ್ನು ಅರಿತುಕೊ. ಈ ದೇಹವೊಂದೇ ಸಾಧನೆಗೆ ಒದಗುವ ಸಾಧನ. ಅದನ್ನು ಜತನದಿಂದ ಕಾಯ್ದುಕೊ. ಪಾಂಡವರೊಂದಿಗೆ ಹೊಂದಾಣಿಕೆ ಮಾಡಿಕೊ."

ತಾನು ಕಲಿಸಿದ ಎಲ್ಲ ಅರ್ಥವನ್ನು ಬದಿಗಿಟ್ಟು ಮಗಳು ಬೇರೇನೋ ಹೇಳುತ್ತಿರುವಳೆಂಬುದು ಅರಿವಿಗೆ ಬಂದರೂ ತನ್ನ ಪಟ್ಟನ್ನು ಸಡಿಲಿಸದೇ ಹೆಗಡೆಯವರು ಮುಂದುವರೆದರು.

"ಎಲವೋ ಸಂಜಯ ಕೇಳು, ಏನು ಹೇಳಲಿ ನಿನಗೆ? ನಿನ್ನ ಬುದ್ಧಿವಾದಕ್ಕೆಲ್ಲ ಕಿವಿಗೊಡುವ ಹೇಡಿ ನಾನಲ್ಲ. ಎಲ್ಲವನ್ನೂ ಸಾರಾಸಗಟಾಗಿ ಯೋಚಿಸಿಯೇ ಈ ತೀರ್ಮಾನಕ್ಕೆ ಬಂದಿರುವೆ. ಕೌರವನ ಧೋರಣೆಯಲ್ಲಿ ಎಂದಿಗೂ ಬದಲಾವಣೆಯಿಲ್ಲ. ಒಮ್ಮೆ ತೀರ್ಮಾನ ತೆಗೆದುಕೊಂಡ ನಂತರ ಇಡಿಯ ವಂಶ ನಿರ್ನಾಮವಾದರೂ ಸರಿಯೆ, ಅದರಿಂದ ಹಿಮ್ಮೆಟ್ಟುವ ಕಾರಣವೇ ಇಲ್ಲ. ನನ್ನ ತೊಡೆ ಮುರಿಯುವೆನೆಂದು ಪ್ರತಿಜ್ಞೆಗೈದ ಭೀಮನ ತೊಡೆಯನ್ನು ಮುರಿದೇ ಸಿದ್ಧ. ಇಂದಿನ ದಿನವನ್ನು ಸರೋವರದಲ್ಲಿ ಮುಳುಗಿ ಕಳೆದು ನಾಳೆಯಾದೊಡನೆ ನನ್ನ ಕಾರ್ಯ ಸಾಧನೆ ಮಾಡುವೆ."

ಜಾನಕಿ ಈಗ ಸಿಡಿದು ನಿಂತಳು.

"ಎಲವೋ ಕೌರವ, ನನ್ನ ಮಾತನ್ನು ಗಮನವಿಟ್ಟು ಕೇಳು. ನಿನ್ನ ಯೋಜನೆಗಳೆಲ್ಲವನ್ನೂ ನಾನು ಈಗ ತಿಳಿದುಕೊಂಡಿರುವೆ. ಈ ಇಡಿಯ ರಣಾಂಗಣದ ಎಲ್ಲ ಆಗುಹೋಗುಗಳನ್ನು ವಿವರಿಸಬಲ್ಲ ಕಾಲಜ್ಞಾನಿಯೂ ನಾನು ಎಂಬುದನ್ನು ನೀನು ಮರೆತಿರುವೆ. ಇಷ್ಟರವರೆಗೆ ಆಗಿರುವ ಅಧ್ವಾನವನ್ನು ನೀನು ಬದುಕುಳಿದರೆ ಹೇಗಾದರೂ ನಿವಾರಿಸಿಕೊಳ್ಳಬಹುದು. ಅಡಗಿಕೊಂಡು ಮಾಡುವ ನಿನ್ನ ಮುಂದಿನ ಯೋಜನೆಯಿದೆಯಲ್ಲ, ಅದು

ನಿಜಕ್ಕೂ ಅಪಾಯಕಾರಿಯಾದುದು. ಮುಂದಿನ ಎಲ್ಲ ಪರಿಣಾಮಗಳಿಗೂ ಬಾಧ್ಯಸ್ಥನಾಗಿರುವ ನಾನು ಅಂತಿಮವಾಗಿ ಹೇಳುವುದಿಷ್ಟೆ. ನಿನ್ನ ಇಂದಿನ ನಡೆ ಅನುಚಿತವಷ್ಟೇ ಅಲ್ಲ, ಆತ್ಮವಿದ್ರೋಹದ ಮಾದರಿಯೂ ಹೌದು. ಅದರಲ್ಲಿ ಪಾಲುದಾರನಾಗಲು ನಾನು ಸಿದ್ಧನಿಲ್ಲ. ಇಷ್ಟರವರೆಗಿನ ನಿನ್ನ ಬದುಕಿನ ಮೌಲ್ಯವನ್ನು ಕಾಪಾಡಬೇಕೆಂದರೆ ಮೊದಲು ಈ ಮಾರ್ಗದಿಂದ ಹಿಂದೆ ಸರಿ. ಇಲ್ಲವಾದರೆ ನಿನ್ನ ಇರವಿನ ಗುಟ್ಟನ್ನು ಜಗಜ್ಜಾಹೀರುಗೊಳಿಸಲೂ ಹಿಂದೆಮುಂದೆ ನೋಡುವವನಲ್ಲ ಈ ಸಂಜಯ. ಪರಿಣಾಮ ವ್ಯತಿರಿಕ್ತವಾದೀತು ಎಚ್ಚರ!"

ಹೆಗಡೆಯವರಿಗೀಗ ಮಾತನಾಡುತ್ತಿರುವುದು ಸಂಜಯನಲ್ಲ ಎಂಬುದು ಅರಿವಾಯಿತು. ತನ್ನೆಲ್ಲ ಯೋಜನೆಗಳು ಬಯಲಾದ ದಿಗಿಲು ಆ ಕ್ಷಣ ಆವರಿಸಿ, ರಂಗದಲ್ಲಿ ನಿಲ್ಲಲೂ ಪರದಾಡುವಂತಾಯಿತು. ಅವರ ಸ್ಥಿತಿಯನ್ನು ಗಮನಿಸಿದ ಭಾಗವತರು ಮತ್ತೆ ಇನಿದನಿಯಲ್ಲಿ "ಕುರುರಾಯ ಇದನೆಲ್ಲ ಕಂಡು ಸಂತಾಪದಿ, ಒಳಸರಿದ... ಒಳಸರಿದ... ಒಳಸಿದ..." ಎಂದು ಹಾಡತೊಡಗಿದರು. ಹೆಗಡೆಯವರು ಕಾಲೆಳೆಯುತ್ತ ರಂಗದಿಂದ ಹಿಂದೆ ಸರಿಯತೊಡಗಿದರು. ಸರೋವರದಲ್ಲಿ ಮುಳುಗಿದ ಕೌರವ ಆ ರಾತ್ರಿಯ ಚಳಿಯಲ್ಲೂ ಬೆವರತೊಡಗಿದ. ಮತ್ತೆ ಛಲದಿಂದ ರಂಗವೇರುವ ಸ್ಥಿತಿಯಲ್ಲಿರಲಿಲ್ಲ. ಜಲದಿಯಲ್ಲಿ ಮುಳುಗಿದ ಕೌರವನನ್ನು ಹೊರಗೆಳೆದು, ಯುದ್ಧದಲ್ಲಿ ತೊಡೆಮುರಿದು ಗೆಲುವನ್ನು ಸಂಪಾದಿಸಿದೆನೆಂದು ಬಾಯಿಮಾತಿನಲ್ಲಿ ಅಣ್ಣ ಧರ್ಮಜನಿಗೆ ಹೇಳುವ ಮೂಲಕ ಗಣಪಯ್ಯನ ಭೀಮ ಅಂದಿನ ಆಟವನ್ನು ಮುಗಿಸಿದ.

ಪಾರಿಭಾಷಿಕ ಪದಗಳು:

1. ಆಟ–ಯಕ್ಷಗಾನ
2. ಕಸೆಸೀರೆ–ಯಕ್ಷಗಾನಕ್ಕೆ ಕಚ್ಚೆ ಹಾಕಿ ಉಡಿಸುವ ಚೌಕಳಿ ಸೀರೆ
3. ಪಾಕು–ಯಕ್ಷಗಾನದಲ್ಲಿ ಪಗಡೆಯ ಹಿಂದೆ ನೆರಿಗೆ ಮಾಡಿ ಕಟ್ಟುವ ಸೀರೆ
4. ಪಾರ್ಟು–ಯಕ್ಷಗಾನದ ವೇಷ
5. ಬಿಲ್ ಕುಲ್–ಖಡಾಖಂಡಿತ
6. ತಾಪಡ್ ತೋಪ್–ತಕ್ಷಣ
7. ಕೈಪದ್ಯ–ಯಕ್ಷಗಾನದಲ್ಲಿಲ್ಲದ ಒಂದು ಪದ್ಯವನ್ನು ತಾವೇ ರಚಿಸಿ, ಸೇರಿಸುವುದು.
8. ತೂಪುವುದು–ಉಗಿಯುವುದು
9. ಕವಳ–ವೀಳ್ಯ

8

ಸನ್ಮಾನ

“ನಿಮಗೆ ಜಿಲ್ಲಾಡಳಿತದ ವತಿಯಿಂದ ಸನ್ಮಾನವಿದೆ. ಆದ್ದರಿಂದ ನಾಳೆ ನಡೆಯುವ ಜಿಲ್ಲಾ ಸ್ವಾತಂತ್ರ್ಯೋತ್ಸವ ಸಮಾರಂಭದಲ್ಲಿ ನೀವು ಸಮಯಕ್ಕೆ ಸರಿಯಾಗಿ ಉಪಸ್ಥಿತರಿರಬೇಕು” ಹೀಗೊಂದು ಟೆಲಿಫೋನ್ ಕರೆ ಬಂದಾಗ ನರಹರಿಗೆ ನಗುವುದೋ, ಅಳುವುದೋ ಗೊತ್ತಾಗಲಿಲ್ಲ. ಜಿಲ್ಲಾಡಳಿತದಿಂದ ಸನ್ಮಾನ ಸ್ವೀಕರಿಸುವುದು ಸಂತೋಷದ ಸಂಗತಿಯೇ ಆದರೂ ಅದಕ್ಕೆ ಕಾರಣ ಮಾತ್ರ ಅಷ್ಟೇನೂ ಖುಶಿ ನೀಡುವ ವಿಷಯವಾಗಿರಲಿಲ್ಲ. ಇಂಥದೊಂದು ಕಾರಣಕ್ಕಾಗಿ ಸನ್ಮಾನ ಸ್ವೀಕರಿಸಬೇಕಾಗಿ ಬರುವುದೆಂಬ ಸಣ್ಣ ಸುಳಿವೂ ಆ ಕ್ಷಣದವರೆಗೂ ಅವನಿಗಿರಲಿಲ್ಲ. ಕಳೆದೊಂದು ತಿಂಗಳಿನಿಂದ ನಡೆದ ವಿದ್ಯಮಾನಗಳೆಲ್ಲವೂ ಅಯೋಮಯವಾಗಿದ್ದು, ಅಂತೂ ಎಲ್ಲವೂ ಮುಗಿಯಿತೆಂದುಕೊಳ್ಳುವಾಗಲೇ ಹೀಗೊಂದು ಹೊಸ ಸುದ್ದಿ ಬಂದು ಹೇಗೆ ಸ್ವೀಕರಿಸಬೇಕೆಂಬುದೇ ಅವನಿಗೆ ತಿಳಿಯಲಿಲ್ಲ. ಅಂಚೆ ಬಟವಾಡೆಯ ಕೆಲಸ ಮಾಡುತ್ತಿದ್ದ ನರಹರಿಗೆ ಕೊರೊನಾ ಬಂದ ಹೊಸದರಲ್ಲಿ ಸ್ವಲ್ಪ ದಿನ ಮಾತ್ರವೇ ರಜೆ ಸಿಕ್ಕಿತ್ತು. ಗಂಟೆ, ಜಾಗಟೆ ಬಡಿದು, ದೀಪ ಬೆಳಗಿ, ಹೂವು ಚೆಲ್ಲಿದ ಮರುದಿನವೇ ಪೂಜೆ ಮುಗಿದ ಕೂಡಲೇ ಊರ ಪಲ್ಲಕ್ಕಿ ಹೊರಡುವಂತೆ ಅವನಿಗೂ ಮನೆಮನೆ ತಿರುಗುವ ಕೆಲಸ ಶುರುವಾಗಿಬಿಟ್ಟಿತ್ತು. ಸಾಲದ್ದಕ್ಕೆ ಕೊರಿಯರ್ ಗಳೆಂಬ ಆಧುನಿಕ ಅಂಚೆಮನೆಗಳೆಲ್ಲ ಕೊರೊನಾ ಭೀತಿಯಿಂದ ಮುಚ್ಚಿದ್ದರಿಂದ ಪತ್ರಗಳು ಮತ್ತು ಬಟವಾಡೆಯಾಗುವ ವಸ್ತುಗಳ ಸಂಖ್ಯೆಯೂ ಹೆಚ್ಚಿತ್ತು. ಮೊದಮೊದಲೆಲ್ಲ ಗಳಿಗೆಗೊಮ್ಮೆ ಕೈಗೆ ಸ್ಯಾನಿಟಸರ್ ಹಾಕಿಕೊಳ್ಳುತ್ತ,

ದಿನವಿಡೀ ಮಾಸ್ಕ್ ಸರಿಸದೇ ಕಷ್ಟಪಡುತ್ತಿದ್ದವನು ದಿನಗಳೆದಂತೆ ಕೆಲಸದ ಭಾರದಲ್ಲಿ ಇವೆಲ್ಲವೂ ಮರೆತುಹೋಗಿ ಒಮ್ಮೆ ಆ ದಿನದ ಬಟವಾಡೆ ಮುಗಿದರೆ ಸಾಕೆಂದು ಅಲವತ್ತುಗೊಳ್ಳತೊಡಗಿದನು. ಕೊರೊನಾದಿಂದ ಸೀಲ್ಡೌನ್ ಆದ ಮನೆಗೂ ಪತ್ರಗಳನ್ನು ಕೊಡಬೇಕಾದ ಅನಿವಾರ್ಯತೆ ಇರುವಾಗ ಇನ್ನೆಂತ ಮುನ್ನಚ್ಚರಿಕೆ ವಹಿಸುವುದೆಂದು ತಿಳಿಯದೇ ಎಲ್ಲ ದೇವರು ಮಾಡಿದಂತಾಗುತ್ತದೆಯೆಂದು ಭಯವಿಲ್ಲದೇ ಓಡಾಡುತ್ತಿದ್ದನು.

ಧೋ... ಎಂದು ಸುರಿವ ಮಳೆಯಲ್ಲಿ ಆ ದಿನದ ಬಟವಾಡೆ ಮುಗಿಸಿ ಬಂದ ನರಹರಿಗೆ ರಾತ್ರಿಯಿಡೀ ಜ್ವರ ಸುಡತೊಡಗಿತು. ಕೊರೊನಾ ಶುರುವಾದ ಹೊಸದರಲ್ಲಿಯೇ ಮುನ್ನೆಚ್ಚರಿಕೆಯಾಗಿ ತಂದಿಟ್ಟುಕೊಂಡಿದ್ದ ಪ್ಯಾರಾಸಿಟಮಲ್ ಮಾತ್ರೆ ನುಂಗಿ, ಹೆಂಡತಿ ಮಾಡಿಕೊಟ್ಟ ಅದೆಂಥದೋ ಸೊಪ್ಪಿನ ಕಷಾಯವನ್ನು ಕುಡಿದು ಕಂಬಳಿ ಹೊದ್ದು ಮಲಗಿದನು. ಮರುದಿನ ಏಳುವಾಗ ಇಡಿಯ ದೇಹವೆಲ್ಲ ನೋವಿನಿಂದ ಹಿಂಡುತ್ತಿದ್ದುದರಿಂದ ಆಫೀಸಿಗೆ ರಜೆ ಹೇಳಿದ್ದಾಯಿತು. ರಗ್ ಹೊದ್ದು ಮಲಗಿದರೂ ಒಳಗೊಳಗೇ ಕೊರೊನಾ ಇರಬಹುದೆ ಎಂಬ ಅನುಮಾನ ಕಾಡತೊಡಗಿತು. ಹಾಗೆಂದು ಬಾಯಿಬಿಟ್ಟರೆ ಮನೆಮಂದಿಯೆಲ್ಲ ಹೆದರಿ ದೂರಾಗುವ ಭಯ. ಪ್ರತಿವರ್ಷವೂ ಮಳೆಗಾಲದಲ್ಲೊಮ್ಮೆ ಇಂಥದ್ದೇ ಜ್ವರ ಬರುತ್ತಿತ್ತಲ್ಲ ಎಂದು ಸಮಾಧಾನಿಸಿಕೊಂಡು ಮಲಗಿದ್ದಾಯಿತು. ಊಟ, ತಿಂಡಿ ಮಾಡುವಾಗಲೆಲ್ಲ ಪರಿಮಳವನ್ನು ಮೂಗು ಗ್ರಹಿಸುತ್ತಿದೆಯೇ ಎಂದು ಮೂಗೆಳೆದುಕೊಂಡದ್ದೇ ಬಂತು. ಕಟ್ಟಿದ ಮೂಗಿನಿಂದ ಯಾವ ಪರಿಮಳವೂ ಮನಸ್ಸಿಗೆ ಇಳಿಯದೇ ಮತ್ತೆ ಮನಸ್ಸಿನೊಳಗೆ ಕೊರೊನಾ ಭೂತ ಕಾಡತೊಡಗಿತು. ಹಾಗೂ ಹೀಗೂ ಎರಡು ದಿನಗಳು ಕಳೆದ ಮೇಲೆ ಇದ್ದಕ್ಕಿದ್ದಂತೆ ರಾತ್ರಿ ಯಾರೋ ಎದೆಯ ಮೇಲೆ ಗಪ್ಪನೆ ಕುಳಿತು ಉಸಿರಾಡದಂತೆ ಕುತ್ತಿಗೆ ಒತ್ತಿದಂತಾಗಿ ಸರಕ್ಕನೆ ಎದ್ದುಕುಳಿತ ನರಹರಿ. ಎಷ್ಟು ಜೋರಾಗಿ ಉಸಿರೆಳೆದುಕೊಳ್ಳಬೇಕೆಂದು ಪ್ರಯತ್ನಿಸಿದರೂ ಉಸಿರಾಡಲಾಗದೇ, ಕಣ್ಣೆಲ್ಲ ಮಂಜಾದಂತಾಗಿ ಒದ್ದಾಡಿ ಹೋದ. ಪಕ್ಕದ ಕೋಣೆಯಲ್ಲಿ ಮಲಗಿದ್ದ ಹೆಂಡತಿಯನ್ನು ನಡುಗುವ ಸ್ವರದಲ್ಲಿ ಕೂಗಿ ಕರೆದ. ಎದ್ದು ಬಂದ ಹೆಂಡತಿಗೆ ಉಸಿರಾಡಲು ಕಷ್ಟವಾಗುತ್ತಿದೆ ಎಂದ. ಕೊರೊನಾಕ್ಕೆಂದು ಕುದಿಸಿಟ್ಟ ಕಷಾಯಕ್ಕೆ ಇನ್ನಷ್ಟು ತುಳಸಿ ಸೇರಿಸಿ ಸುಡುತ್ತಿರುವ ಕಡುಕಷಾಯವನ್ನು ತಂದ ಅವಳು ಇವನ ಕೈಯಲ್ಲಿಡದೇ ಟೇಬಲ್ ಮೇಲೆ ಇಟ್ಟದ್ದು ಅಚಾನಕ್ಕಾಗಿಯೋ ಅಥವಾ ಉದ್ದೇಶಪೂರ್ವಕವಾಗಿಯೋ ಅರ್ಥವಾಗಲಿಲ್ಲ. ಬಿಸಿಬಿಸಿಯಾದ ಕಷಾಯ ಕುಡಿದು, ಕುದಿಯುವ ನೀರಿಗೆ ವಿಕ್ಸ್ ಹಾಕಿ ತಲೆಯ ಮೇಲೊಂದು ಟವೆಲ್ ಮುಚ್ಚಿಕೊಂಡು ಉಗಿ ತೆಗೆದುಕೊಂಡಮೇಲೆ ಉಸಿರು ಚೂರು ಸರಾಗ ಎನಿಸಿತು. ಹೆಂಡತಿಗೆ ಮಲಗುವಂತೆ ಹೇಳಿ, ತಾನೂ ಮಲಗಿದನಾದರೂ

ನಿದ್ದೆ ಮಾತ್ರ ಹತ್ತಿರ ಸುಳಿಯಲಿಲ್ಲ. ಮೊನ್ನೆ ತಾನೆ ಬೆಂಗಳೂರಿನಲ್ಲಿ ತೀವ್ರ ಎದೆನೋವಿನಿಂದ ಬಳಲಿದ ಚಿಕ್ಕಪ್ಪನಿಗೆ ಕೊರೊನಾ ಪರೀಕ್ಷೆ ಮಾಡದೇ ಚಿಕಿತ್ಸೆ ನೀಡಲು ವೈದ್ಯರು ನಿರಾಕರಿಸಿದ್ದರಿಂದ ಅಂಬುಲೆನ್ಸಿನಲ್ಲಿಯೇ ಕೊನೆಯುಸಿರೆಳೆದ ಘಟನೆ ಪದೇ ಪದೇ ಮನಸ್ಸಿಗೆ ಬಂತು. ತನಗಿನ್ನೂ ಐವತ್ತು ದಾಟಿಲ್ಲ, ಯಾವುದೇ ದೀರ್ಘಕಾಲೀನ ರೋಗಗಳು ತನಗಿಲ್ಲ ಎಂದು ಎಷ್ಟು ಧೈರ್ಯ ಹೇಳಿಕೊಂಡರೂ ಎದೆಯೊಳಗೆಲ್ಲೋ ಕೊರೊನಾ ಮಾರಿ ಸವಾರಿ ಮಾಡುತ್ತಲೇ ಇತ್ತು. ಯಾವುದಕ್ಕೂ ಇರಲಿ, ನಾಳೆ ಕೊರೊನಾ ಟೆಸ್ಟ್ ಮಾಡಿಸಿಯೇಬಿಡೋಣ ಎಂದು ತೀರ್ಮಾನಿಸಿದ ಮೇಲೆಯೇ ನಿದ್ದೆಯ ಜೊಂಪು ಹತ್ತಿತು.

ಮರುದಿನ ಎದ್ದವನೇ ಸ್ನಾನಮಾಡಿ ತಯಾರಾಗತೊಡಗಿದ ಗಂಡನಿಗೆ ಹೆಂಡತಿ ಆಫೀಸಿಗೆ ರಜೆ ಹಾಕುವಂತೆ ಒತ್ತಾಯಿಸಿದಳು. "ಯಾಕೋ ರಾತ್ರಿ ಉಸಿರು ಕಟ್ಟಿದಂತಾಗುತ್ತದೆ. ಮತ್ತೆಲ್ಲಿಯಾದರೂ ಜೋರಾದರೆ ಯಾವ ಡಾಕ್ಟರ್ ಕೂಡ ಚಿಕಿತ್ಸೆ ನೀಡುವುದಿಲ್ಲ. ಒಂದು ಕೊರೊನಾ ಟೆಸ್ಟ್ ಮಾಡಿಸಿಬಿಡುತ್ತೇನೆ. ಪೊಸಿಟಿವ್ ಬಂದರೆ ಅವರೇ ಎಲ್ಲ ಮೆಡಿಕೇಶನ್ ಮಾಡ್ತಾರೆ, ಇಲ್ಲವಾದರೆ ನಿರಾಳವಾಗಿ ಡಾಕ್ಟರ್ ಹತ್ತಿರವಾದರೂ ಹೋಗಬಹುದು" ಎಂದ. "ನಾನೂ ಅದನ್ನೇ ಹೇಳುವ ಅಂತಿದ್ದೆ. ಈ ಸಲ ಜ್ವರ ಬಂದಾಗಿನಿಂದಲೂ ನೀವು ತುಂಬಾ ಕೆಮ್ಮುತ್ತಿದ್ದೀರಿ" ಎಂದು ಹೆಂಡತಿಯೂ ಅವನ ಮಾತನ್ನು ಅನುಮೋದಿಸಿದಳು. ಜೊತೆಯಲ್ಲಿ ತಾನೂ ಜೊತೆಯಲ್ಲಿ ಬರುವುದಾಗಿ ಹೇಳಿದಳು. ಕೊರೊನಾ ಆಸ್ಪತ್ರೆಗೆ ಅವಳು ಬರುವುದು ಅಷ್ಟೇನೂ ಒಳ್ಳೆಯದಲ್ಲವೆಂದೂ, ತಾನೇ ಸ್ಕೂಟರ್ ತೆಗೆದುಕೊಂಡು ಹೋಗಿ ತಿಂಗಳಿಗಾಗುವಷ್ಟು ದಿನಸಿಯನ್ನೂ ಹಾಕಿಕೊಂಡು ಬರುವುದಾಗಿ ಹೇಳಿದಾಗ ಅವಳೂ ಅನುಮೋದಿಸಿದಳು. ಹೀಗೆ ಹೋಗಿ ಟೆಸ್ಟ್‌ಗೆ ಒಳಗಾಗಿ ಬರುವಾಗ ಸಾಮಾನಿನ ಹೊರೆಯನ್ನು ತೆಗೆದುಕೊಂಡು ಬಂದ ನರಹರಿ ಆಫೀಸಿಗೆ ಫೋನಾಯಿಸಿ, ತಾನು ಕೊರೊನಾ ಟೆಸ್ಟ್‌ಗೆ ಒಳಗಾದ ವಿಷಯವನ್ನು ತಿಳಿಸಿ ರಜೆಯನ್ನು ನೀಡುವಂತೆ ವಿನಂತಿಸಿದ. ಜ್ವರ, ಕೆಮ್ಮು ಎಲ್ಲವೂ ಒಂದು ಸ್ಥಿಮಿತಕ್ಕೆ ಬಂದು ಇನ್ನು ಆಫೀಸಿಗೆ ಹೊರಡಬಹುದೇನೋ ಎಂದು ಯೋಚಿಸುವ ಗಳಿಗೆಯಲ್ಲಿ ಆರೋಗ್ಯ ಇಲಾಖೆಯಿಂದ ಬಂದ ಫೋನ್ ಅವನನ್ನು ಬೆಚ್ಚಿಬೀಳೀಸಿತು. ಅವನಿಗೆ ಕೊರೊನಾ ಪಾಸಿಟಿವ್ ಎಂಬ ರಿಪೋರ್ಟ್ ಬಂದಿತ್ತು. ಮನೆಯನ್ನು ತಕ್ಷಣವೇ ಸೀಲ್ ಮಾಡುವುದಾಗಿಯೂ, ಮನೆಯವರೆಲ್ಲರೂ ಎಲ್ಲಿಗೂ ಹೋಗದಿರುವಂತೆಯೂ ಅಧಿಕಾರಿಗಳು ಆದೇಶಿಸಿದ್ದರು.

ಅನಿರೀಕ್ಷಿತವಾಗಿ ಹೀಗೊಂದು ವರದಿ ಬಂದಾಗ ಮನೆಯವರೆಲ್ಲ ಸೇರಿ ಮುಂದಿನ ಕ್ರಮಗಳ ಬಗ್ಗೆ ಚರ್ಚಿಸಿದರು. ಜ್ವರ, ಕೆಮ್ಮು ಎಲ್ಲ ಮುಗಿದು ಇನ್ನೇನು ಹುಷಾರಾದೆ ಎಂಬ ಭಾವದಲ್ಲಿರುವ ನರಹರಿಗೆ ಹದಿನಾಲ್ಕು ದಿನಗಳ

ಆಸ್ಪತ್ರೆಯ ವಾಸವನ್ನು ಎಣಿಸಿಯೇ ಬೇಸರವಾಗತೊಡಗಿತು. ಅಧಿಕಾರಿಗಳಲ್ಲಿ ವಿನಂತಿ ಮಾಡಿಕೊಂಡು ಮನೆಯಲ್ಲಿಯೇ ಪ್ರತ್ಯೇಕವಾಗಿರುವುದೆಂದು ತೀರ್ಮಾನಿಸಿದನು. ಮಾಳಿಗೆಯಲ್ಲಿರುವ ಸಿಂಗಲ್ ರೂಮಿನಲ್ಲಿ ಎಲ್ಲ ವ್ಯವಸ್ಥೆಗಳು ಇರುವುದರಿಂದ ತನ್ನೆಲ್ಲ ಸಾಮಾನುಗಳೊಂದಿಗೆ ಅಲ್ಲಿಗೆ ತಕ್ಷಣವೇ ಸ್ಥಳಾಂತರ ಕ್ರಿಯೆ ನಡೆಯಿತು. ಎಲ್ಲ ವಸ್ತುಗಳನ್ನು ಅಲ್ಲಿ ಜೋಡಿಸಿಟ್ಟು ಕೆಳಗಿಳಿಯುತ್ತಿದ್ದಂತೆಯೆ ಹೆಂಡತಿ, "ಹೇಗೂ ನಿಮಗೆ ಕೊರೊನಾ ಇದೆಯೆಂದು ಖಾತ್ರಿಯಾಗಿದೆ. ಇನ್ನಾದರೂ ದೈಹಿಕಅಂತರ ಕಾಯ್ದುಕೊಳ್ಳೋಣ. ನೀವು ಹದಿನಾಲ್ಕು ದಿನ ಮೇಲೆಯೇ ಇರಿ." ಎಂದಾಗ ಅರೆ! ಈ ಕ್ಷಣದವರೆಗೆ ಒಟ್ಟಿಗೆ ಇದ್ದವರನ್ನು ಒಂದು ರಿಪೋರ್ಟ್ ಹೇಗೆ ಬೇರೆಯಾಗಿಸಿಬಿಡುತ್ತಿದೆಯಲ್ಲ ಅನಿಸಿದರೂ ವಾಸ್ತವವನ್ನು ಒಪ್ಪಿಕೊಳ್ಳಲೇಬೇಕಿತ್ತು. ಅಲ್ಲಿಂದ ಮುಂದೆ ಕಳೆದದ್ದು ಸ್ವಲ್ಪ ಆತಂಕದ ಕ್ಷಣಗಳನ್ನೆ. ಯೋಚಿಸಿದಂತೆಲ್ಲ ಗೊಂದಲಗಳ ಸರಣಿಯೇ ತೆರೆದುಕೊಳ್ಳತೊಡಗಿತು. ಅಕ್ಕಪಕ್ಕದವರಿಗೆ ಈಗಲೇ ಹೇಳಬೇಕೆ, ಬೇಡವೆ? ನಿನ್ನೆಯಷ್ಟೇ ಅವರ ಮನೆಗೆ ತಾನು ಕೆಸುವಿನ ಸೊಪ್ಪಿನ ಕರಗಲಿ ಕೊಟ್ಟಿದ್ದೆ, ಮನೆಯಲ್ಲಿ ಇವರಿಗೆ ಜ್ವರವಿದೆಯೆನ್ನುವಾಗ ಕೊಡಬಾರದಿತ್ತೇನೊ? ಎಂದೂ ಹೋಗದವಳು ಮೊನ್ನೆ ಪಕ್ಕದ ಮನೆಯ ಒಳಗೆ ಹೋಗಿ ಕುಳಿತು ಮಾತನಾಡಿ ಬಂದಿದ್ದೆ. ಈಗ ಏನೆನ್ನುವರೋ ಏನೋ? ಸೀಲ್ ಡೌನ್ ಮಾಡಲು ಬರುವವರು ಅದೇನೋ ಮುಸುಕು ಹಾಕಿಕೊಂಡು ಬರುತ್ತಾರೋ ಏನೊ? ಮನೆಯೊಳಗೆಲ್ಲ ಹೊಗೆಯಂತಹ ಔಷಧ ಸಿಂಪಡಿಸುತ್ತಾರೋ ಗೊತ್ತಿಲ್ಲ. ನಮ್ಮನ್ನೆಲ್ಲ ಪರೀಕ್ಷೆಗೆಂದು ಆಸ್ಪತ್ರೆಗೆ ಕರೆದೊಯ್ಯುವರೋ ಅಥವಾ ಇಲ್ಲೇ ಬಂದು ಪರೀಕ್ಷೆ ಮಾಡುತ್ತಾರೊ? ನಮ್ಮಲ್ಲಿ ಎಲ್ಲರಿಗೂ ಪಾಸಿಟಿವ್ ಬಂದರೆ... ಮಕ್ಕಳಿಗೆ ಮಾತ್ರ ಕೊರೊನಾ ಹರಡದಿದ್ದರೆ ಅವರನ್ನೆಲ್ಲಿಗೆ ಕಳಿಸುವುದು? ನೆಗೆಟಿವ್ ಆದರೂ ಅವರನ್ನು ಮನೆಯೊಳಗೆ ಸೇರಿಸಿಕೊಳ್ಳಬಲ್ಲ ಆತ್ಮೀಯ ಬಂಧುಗಳು ಯಾರಿದ್ದಾರೆ? ಸಂಬಂಧಗಳ ಬಂಧವನ್ನೂ ಈ ಒಂದು ಚಿಕ್ಕ ವೈರಾಣು ಅದು ಹೇಗೆ ಕಚಕಚನೆ ತುಂಡರಿಸಿಬಿಟ್ಟಿದೆ! ಹೀಗೆ ಯೋಚಿಸಿದಷ್ಟೂ ಬರೀ ಪ್ರಶ್ನೆಗಳೇ ತೆರೆದುಕೊಳ್ಳುತ್ತಿದ್ದವು. ಮಕ್ಕಳಿಬ್ಬರನ್ನೂ ಕರೆದು ಅಡುಗೆಗೆ ಬೇಕಾದ ಸಾಮಾನುಗಳನ್ನೆಲ್ಲ ತೋರಿಸಿಯಾಯಿತು. ಅನ್ನ ಮತ್ತು ಸುಲಭದಲ್ಲಿ ತಯಾರಿಸಬಹುದಾದ ಸಾರು ಮಾಡುವ ವಿಧಾನವನ್ನೂ ತಿಳಿಸಿಯಾಯಿತು. ಆಗಲೇ ರಾತ್ರಿಯಾಗುತ್ತ ಬಂದಿದ್ದರಿಂದ ಇನ್ನು ಯಾರೂ ಬರುವ ಸಂಭವವಿಲ್ಲವೆಂದು ಗೊಂದಲದಲ್ಲಿಯೇ ಎಲ್ಲರೂ ಮಲಗಿದರು.

ಮರುದಿನ ಎದ್ದಕೂಡಲೇ ಎಲ್ಲರೂ ಸ್ನಾನ, ತಿಂಡಿ ಎಲ್ಲವನ್ನೂ ಮುಗಿಸಿ ಶಬ್ದ ಮಾಡುತ್ತ ಬರುವ ವಾಹನಕ್ಕೆ ಕಾಯುತ್ತ ಕುಳಿತರು. ಹನ್ನೊಂದು

ಗಂಟೆಯಾಗುವಾಗ ನಿರೀಕ್ಷೆಯಂತೆ ವಾಹನವೊಂದು ಮೌನವಾಗಿಯೇ ಬಂದು, ವಾಹನದಿಂದಿಳಿದ ಜನರು ಗೇಟಿನ ಹೊರಗೆ ನಿಂತು ವಿಚಾರಣೆ ಪ್ರಾರಂಭಿಸಿದರು. ಮನೆಯಲ್ಲಿಯೇ ಇರುವ ಬಗ್ಗೆ ಒಂದು ಒಪ್ಪಂದ ಪತ್ರಕ್ಕೆ ಸಹಿ ಹಾಕಿಸಿಕೊಂಡು, ಈ ಮನೆಯನ್ನು ಮಾತ್ರವಲ್ಲದೇ ಅಕ್ಕಪಕ್ಕದ ಎರಡು ಮನೆಗಳಿಗೂ ಸೀಲಿನ ಮುದ್ರೆ ಇರುವ ಪಟ್ಟಿಯೊಂದನ್ನು ಗೇಟಿಗೆ ಅಂಟಿಸಿ, ಫೋಟೋ ತೆಗೆಸಿಕೊಂಡು ಬಂದ ವೇಗದಲ್ಲಿಯೇ ಕಣ್ಮರೆಯಾದರು. ರೋಗಿಯೊಂದಿಗೆ ಸದಾ ಸಂಪರ್ಕದಲ್ಲಿರುವ ತಮ್ಮನ್ನು ಪರೀಕ್ಷಿಸುವುದಿಲ್ಲವೆ ಎಂಬ ನರಹರಿಯ ಹೆಂಡತಿಯ ಪ್ರಶ್ನೆಗೆ ನಿರುತ್ಸಾಹದಿಂದ ಪ್ರತಿಕ್ರಿಯಿಸಿದ ಕಾರ್ಯಕರ್ತರು ಅದನ್ನೆಲ್ಲ ಹದಿನಾಲ್ಕು ದಿನಗಳ ನಂತರವೇ ಮಾಡುವುದಾಗಿ ಹೇಳಿದರು. ರೋಗಿಯನ್ನು ಪರೀಕ್ಷಿಸುವುದಂತಿರಲಿ, ನೋಡಲು ಒಳಬರದ ಅವರು ಚಿಕಿತ್ಸೆಯ ಬಗೆಗೆ ವೈದ್ಯಾಧಿಕಾರಿಗಳನ್ನು ಸಂಪರ್ಕಿಸುವಂತೆ ಹೇಳಿ ಅವರ ಫೋನ್ ನಂಬರ್ ನೀಡಿ ಶರವೇಗದಲ್ಲಿ ಕಣ್ಮರೆಯಾದರು. ಕನಿಷ್ಟ ತನ್ನನ್ನು ನೋಡಲೂ ಒಳಬರದ ಅವರ ಬಗ್ಗೆ ನರಹರಿಯ ಸಿಟ್ಟು ಸ್ಫೋಟಗೊಂಡಿತ್ತು. ಹೇಗೂ ಅಪರೂಪಕ್ಕೆ ದೊರೆತ ಬಿಡುವಿಗೆ ಜೊತೆಗಿರುವ ಫೋನ್ ಸಂಗಾತಿಯಾಗಿ ಸಂಬಂಧಿಕರಿಗೆ, ಗೆಳೆಯರಿಗೆ, ಸಹೋದ್ಯೋಗಿಗಳಿಗೆ ಎಲ್ಲರಿಗೂ ಫೋನ್ ಕರೆ ಹೋಯಿತಲ್ಲದೇ ವ್ಯವಸ್ಥೆ ಎಷ್ಟು ಬೇಜವಾಬ್ದಾರಿಯುತವಾಗಿದೆ ಎಂಬ ದೂರು ಕೂಡ ಎಲ್ಲರಿಗೂ ರವಾನೆಯಾಯಿತು. ಜೊತೆಯಲ್ಲಿ ಆ ಬದಿಯಿಂದ ಒಂದಿಷ್ಟು ಕಷಾಯಗಳ ರೆಸಿಪಿಯೂ, ಯೋಗಾಸನಗಳ ಮಾಹಿತಿಯೂ, ಧ್ಯಾನ, ಪೂಜೆಗಳ ವಿವರವೂ ಆವಕವಾಯಿತು. ಅವೆಲ್ಲವನ್ನೂ ತಯಾರಿಸುವ ತರಾತುರಿಯಲ್ಲಿ ಹೆಂಡತಿಗೆ ಕೊರೊನಾದ ವಿಷಯವೇ ಮರೆತುಹೋಗತೊಡಗಿತು.

ಇದ್ದಕ್ಕಿದ್ದಂತೆ ತಮ್ಮ ಬೀದಿಗೆ ಬಂದ ಅಂಬುಲೆನ್ಸ್ ತಮ್ಮ ಪಕ್ಕದ ಮನಗಳನ್ನೇ ಸೀಲ್ ಮಾಡಿಹೋದ ಘಟನೆಯನ್ನು ಎಲ್ಲರೂ ಬಾಗಿಲಿನಲ್ಲಿ ನಿಂತು ಅಚ್ಚರಿಯಿಂದ ವೀಕ್ಷಿಸಿ, ಮರುಕ್ಷಣವೇ ಯಾವುದೋ ಭೀತಿ ಮನದಲ್ಲಿ ಆವರಿಸಿ ಬಾಗಿಲನ್ನು ಮುಚ್ಚಿಕೊಂಡವರು ತೆರೆಯಲೇ ಇಲ್ಲ. ಬೆಳಿಗ್ಗೆ, ಸಂಜೆ ವಾಕಿಂಗ್ ಗೆಂದು ಹೊರಟ ಜನರಿಂದ, ಸೈಕಲ್ ಸವಾರಿ ಮಾಡುತ್ತಾ ಬರುವ ಮಕ್ಕಳಿಂದ ಗಿಜಿಗುಡುವ ಬೀದಿಗಳು ಬೀಕೋ ಎನ್ನತೊಡಗಿದವು. ದಿನವೊಂದು ಕಳೆದಮೇಲೆ ನಿಧಾನವಾಗಿ ಒಬ್ಬೊಬ್ಬರದೇ ಫೋನ್ ಕಾಲ್ ಗಳು ಬರಲಾಂಭಿಸಿ ಅಗತ್ಯ ಸಾಮಾನುಗಳ ನೆರವು ಬೇಕಿದ್ದರೆ ಹೇಳಿ ಎಂಬ ಸಹಾಯಹಸ್ತಗಳು ಚಾಚತೊಡಗಿದವು. ತಿಂಗಳು ಕಳೆದರೂ ಹಾಳಾಗದ ಹಾಲಿನ ಪ್ಯಾಕೆಟ್ಟಿನ ದೊಡ್ಡದೊಂದು ಬಾಕ್ಸ್ ಗೇಟಿನ ಮೇಲೆ ಬಂದು ಕುಳಿತಾಗ ಮನಸ್ಸು ಚೂರು ನಿರಾಳವಾಯಿತು. ರೋಗಿಯ ತಪಾಸಣೆಯ ಬಗ್ಗೆ ಫೋನಾಯಿಸಿದಾಗ ಉಸಿರಾಟಕ್ಕೆ ಕಷ್ಟವಾದರೆ ಬಿಸಿಹಬೆ ತೆಗೆದುಕೊಳ್ಳುವ ಯಂತ್ರ ಮತ್ತು ದೇಹದ

ಆಮ್ಲಜನಕದ ಮಟ್ಟವನ್ನು ಅಳೆಯುವ ಮಾಪಕವನ್ನು ಖರೀದಿಸುವಂತೆ ಸಲಹೆ ದೊರೆಯಿತಲ್ಲದೇ ಮತ್ತೆ ಯಾವ ವೈದ್ಯೋಪಚಾರದ ಭರವಸೆಯೂ ಸಿಗಲಿಲ್ಲ. ಇದರೊಂದಿಗೆ ಫೋನ್ ಮಾಡಿದ ಎಲ್ಲರೂ ತಮಗೂ ಈ ರೀತಿಯ ಜ್ವರ ಎಷ್ಟು ಸಲ ಬಂದಿತ್ತು, ಪರೀಕ್ಷೆಗೆ ಹೋಗದೆ ಕಡಿಮೆಯಾಯಿತು. ಪರೀಕ್ಷೆ ಮಾಡಿಕೊಂಡರೆ ಎಲ್ಲರಿಗೂ ಪಾಸಿಟಿವ್ ಬಂದೇ ಬರುತ್ತದೆ. ಇವೆಲ್ಲವೂ ಆಡಳಿತ ಯಂತ್ರದ ಕೈವಾಡ ಎಂದೆಲ್ಲ ಹೇಳುತ್ತಿದ್ದರೆ, ಮಾಳಿಗೆಯಲ್ಲಿ ಒಂಟಿಯಾಗಿ ದಿನವಿಡೀ ಕುಳಿತಿರುತ್ತಿದ್ದ ನರಹರಿಗೆ ತಾನು ತಪ್ಪು ಮಾಡಿದನೇನೋ ಅನಿಸತೊಡಗಿತ್ತು. ಹೆಂಡತಿಯಲ್ಲಿ ಈ ವಿಷಯವನ್ನು ಪ್ರಸ್ತಾಪಿಸಿದರೆ, "ಪರೀಕ್ಷೆ ಮಾಡಿಸಿಕೊಳ್ಳುವುದರಲ್ಲಿ ಏನು ತಪ್ಪು? ತಪ್ಪು ವರದಿ ನೀಡಲು ಅವರಿಗೇನು ತಲೆಕೆಟ್ಟಿದೆಯೆ? ಹೇಳುವವರಿಗೆ ತಲೆ ಸರಿಯಿಲ್ಲ ಅಷ್ಟೆ. ನೀವೀಗ ಆರಾಮಾಗಿದ್ದೀರಿ ಪರವಾಗಿಲ್ಲ. ಇಲ್ಲ ಅಂದ್ರೆ ಹಾಗೆ ಹೇಳುವವರು ಬರ್ತಿದ್ರಾ? ಹೀಗೆ ಪರೀಕ್ಷೆ ಮಾಡಿಸಿಕೊಳ್ಳುವುದರಿಂದ ಬೇರೆಯವರಿಗೆ ಹರಡುವುದಾದರೂ ತಪ್ಪಿತು." ಎಂದು ಸಾಮಾಜಿಕ ಜವಾಬ್ದಾರಿಯ ಪಾಠ ಮಾಡಿದಳು.

ಹದಿನಾಲ್ಕು ದಿನಗಳು ಮುಗಿಯುವುದರೊಳಗೆ ಆಫೀಸಿನಿಂದ ಹತ್ತಾರು ಸಲ ಫೋನು ಬಂದಿತ್ತು. ಕೊನೆಯ ಸಲವಂತೂ ಮೇಲಧಿಕಾರಿಗಳು, "ನೋಡಿ, ಹದಿನಾಲ್ಕು ದಿನಗಳಷ್ಟೇ ಕಾನೂನಿನ ಪ್ರಕಾರ ನಿಮಗೆ ರಜೆ. ಮೊದಲಿನ, ನಂತರದ ದಿನಗಳನ್ನೆಲ್ಲ ಪರಿಗಣಿಸಲಾಗುವುದಿಲ್ಲ" ಎಂದು ನರಹರಿಗೆ ಕೊರೊನಾ ಬಂದದ್ದೇ ತಪ್ಪೆಂಬಂತೆ ಮಾತನಾಡಿದ್ದರು. ಈ ಎಲ್ಲ ಗೊಂದಲಗಳ ನಡುವೆ ಹದಿನಾಲ್ಕು ದಿನಗಳೆಂಬುದು ಪಾಂಡವರ ಅರಣ್ಯವಾಸದ ಹದಿನಾಲ್ಕು ವರ್ಷಗಳಂತೆ ನರಹರಿಗೆ ಭಾಸವಾಗತೊಡಗಿತು. ನಾಳೆ ಹದಿನಾಲ್ಕು ದಿನವೆಂದಾಗಲೇ ಕೊರೊನಾ ಅಧಿಕಾರಿಗಳಿಗೆ ಫೋನ್ ಮಾಡಿ, "ನಾಳೆ ನಮ್ಮನೆಯ ಸೀಲ್ ಡೌನ್ ತೆಗೀತಿರಲ್ಲ?" ಎಂದು ಪ್ರಶ್ನಿಸಿದ. ಅದಕ್ಕೆ ಉತ್ತರವಾಗಿ ಅಧಿಕಾರಿ ಹೋಮ್ ಕ್ವಾರೈಂಟೈನ್ ಅವಧಿಯನ್ನು ಸರಕಾರ ಹದಿನೇಳು ದಿನಕ್ಕೆ ಹೆಚ್ಚಿಸಿದ್ದರಿಂದ ಇನ್ನೂ ಮೂರುದಿನ ಕಾಯಬೇಕೆಂದು ಹೇಳಿ ನರಹರಿಯ ಆತಂಕವನ್ನು ಹೆಚ್ಚಿಸಿದ್ದರು. ಮನೆಯವರ ಪರೀಕ್ಷೆಯನ್ನಾದರೂ ಮುಗಿಸಿರೆಂದು ವಿನಂತಿಸಿದರೆ ಅದು ಹದಿನೇಳನೇ ದಿನದ ನಂತರವೆ ಎಂದು ರಾಗವೆಳೆದು ಫೋನಿಟ್ಟರು. ಹದಿನೇಳನೇ ದಿನಕ್ಕೆ ಬಂದು ಎಲ್ಲರ ಗಂಟಲ ದ್ರವ ಪಡೆದ ಮುಸುಕುಧಾರಿಗಳು ಮುಖವನ್ನೂ ತೋರಿಸದೇ ಮರೆಯಾಗಿದ್ದರು. ಅವರ ವರದಿಯ ಫಲಿತಾಂಶಕ್ಕಾಗಿ ಕಾಯಬೇಕಾಯಿತು. ಇನ್ನೆಲ್ಲಿಯಾದರೂ ಒಬ್ಬರಿಗೆ ಪಾಸಿಟಿವ್ ಬಂದರೂ ಮತ್ತೆ ಹದಿನೇಳು ದಿನ ಸೀಲ್ ಡೌನ್ ಆಗುವ ಭೀತಿ ಮನೆಮಂದಿಯನ್ನೆಲ್ಲ ಒಂದು ಬಗೆಯ ಖಿನ್ನತೆಗೆ ದೂಡಿತ್ತು. ತಿಂಗಳಿಗೆಂದು ತಂದ ಸಾಮಾನಿನ ಡಬ್ಬಗಳಲ್ಲೂ ತಳಕಾಣತೊಡಗಿತ್ತು.

ಮೂರು ದಿನಗಳು ಕಾದರೂ ಯಾವ ವರದಿಯೂ ಸಿಗದಿದ್ದಾಗ ನರಹರಿ ಕಂಡ ಕಂಡವರಿಗೆಲ್ಲ ಫೋನ್ ಮಾಡಿದ. ಎಲ್ಲ ಕಡೆಯೂ ಒಂದೇ ಉತ್ತರ. "ಸಿಧಾನಿಸಿ, ಜಿಲ್ಲೆಯಲ್ಲಿ ಕೇಸ್ ಗಳ ಸಂಖ್ಯೆ ಮಿತಿಮೀರಿದೆ. ಹಾಗಾಗಿ ನಿಗದಿತ ಸಮಯಕ್ಕೆ ವರದಿ ನೀಡಲಾಗುತ್ತಿಲ್ಲ." ಆಫೀಸಿನಿಂದ ದಿನವೂ ಬರುವ ಫೋನ್ ಕಾಲ್ ಗಳು ಮತ್ತಿಷ್ಟು ತಲೆಕೆಡಿಸತೊಡಗಿದ್ದವು. ಸೀಲ್ ಡೌನ್ ಆದ ಮನೆಯವರು ಅವರೇ ಸೀಲ್ ತೆಗೆದು ಓಡಾಡುತ್ತಿರುವ ಸಂಗತಿಗಳ ಬಗ್ಗೆಯೂ ತಿಳಿಯಿತಾದರೂ ಸರಕಾರಿ ನೌಕರನಾದ ತಾನು ಹಾಗೆ ಮಾಡುವಂತಿಲ್ಲವೆಂಬ ಅಸಹಾಯಕತೆ ನರಹರಿಯನ್ನು ಬಾಧಿಸತೊಡಗಿತು. ಇಪ್ಪತ್ತೊಂದನೆಯ ದಿನ ಮುಂಜಾನೆ ಸ್ನಾನ ಮಾಡಿದವನೆ ಮೇಲಿನ ಎಲ್ಲ ವಸ್ತುಗಳನ್ನು ಶುದ್ಧಗೊಳಿಸಿ, ಹೊಸಬಟ್ಟೆ ಧರಿಸಿ ಕೆಳಗಿಳಿದು ಬಂದೇಬಿಟ್ಟ. ಮೊಬೈಲ್ ನಲ್ಲಿ ಗೂಗಲಿಸಿ ತನ್ನ ವಾರ್ಡಿನ ನಗರಪಾಲಿಕೆಯ ಸದಸ್ಯನ ನಂಬರ್ ತೆಗೆದವನೆ ಉಚ್ಚಸ್ಥಾಯಿಯಲ್ಲಿ ಮಾತನಾಡತೊಡಗಿದ. ಕಳೆದ ಇಪ್ಪತ್ತೊಂದು ದಿನಗಳ ಏಕಾಂತವಾಸದ ಸಿಟ್ಟೆಲ್ಲವೂ ಅವನ ಮಾತುಗಳಲ್ಲಿ ಮಡುಗಟ್ಟಿ, ಸುತ್ತಮುತ್ತಲ ಮನೆಯವರೆಲ್ಲ ಹೊರಬಂದು ಏನಾಯಿತೆಂದು ಕಿವಿಯರಳಿಸುವಂತೆ ಫೋನಿನಲ್ಲಿ ಕಿರುಚತೊಡಗಿದ. ಅವನ ಮಾತಿನ ಸಾರಾಂಶವಿಷ್ಟೇ ಆಗಿತ್ತು. ಸರಕಾರದ ನಿಯಮದ ಪ್ರಕಾರವೆ ನಡೆಕೊಂಡ ನಮ್ಮ ಮೇಲೆ ವ್ಯವಸ್ಥೆ ವಿನಾಕಾರಣವಾಗಿ ಒತ್ತಡವನ್ನು ಹೇರುತ್ತಿದೆ. ತಕ್ಷಣ ಮನೆಯವರೆಲ್ಲರ ವರದಿ ತರಿಸಿ, ಮನೆಗೆ ಹಾಕಿದ ಸೀಲ್ ಡೌನ್ ತೆಗೆದರೆ ಸರಿ, ಇಲ್ಲವಾದಲ್ಲಿ ತಕ್ಷಣ ಇಲಾಖೆಯ ಎಲ್ಲ ಅವ್ಯವಸ್ಥೆಯ ಬಗ್ಗೆ ಟಿ.ವಿ. ಚಾನೆಲ್ ನವರಿಗೆ ಈಗಲೇ ವರದಿ ಸಲ್ಲಿಸುತ್ತೇನೆ. ಅನೇಕ ಟಿ.ವಿ. ಚಾನೆಲ್ ನವರು ತನ್ನ ಸ್ನೇಹಿತರು. ವಾರ್ಡಿನ ಮರ್ಯಾದೆ ಹೋಗುವ ಮುನ್ನ ಇದಕ್ಕೆ ತಾವು ಸ್ಪಂದಿಸಬೇಕು. ಮೊದಲೇ ದಿನಕ್ಕೊಂದು ವರದಿಗಳ ಮೂಲಕ ಹೆಸರಾಗುತ್ತಿರುವ ಊರಿನಲ್ಲಿ ಇನ್ನೊಂದು ರಾದ್ಧಾಂತ ಬೇಡವೆಂದು ವಾರ್ಡ್ ಮೆಂಬರ್ ತಕ್ಷಣ ಸ್ಪಂದಿಸುವುದಾಗಿ ಭರವಸೆ ನೀಡಿದ. ಮಾತಿನಂತೆಯೇ ದಿನ ಕಳೆಯುವುದರೊಳಗಾಗಿ ಮನೆಯವರೆಲ್ಲರ ವರದಿ ನೆಗೆಟಿವ್ ಅಂತ ಬಂದು ಮನೆಯೂ ಬಂಧಮುಕ್ತವಾಯಿತು. ಮರುದಿನವೇ ಕೆಲಸಕ್ಕೆ ಹೊರಟ ನರಹರಿ ತನ್ನ ಬಿಡುವಿನ ಸಮಯದಲ್ಲೆಲ್ಲ ತನ್ನ ಸಾಹಸದ ಕಥೆಗಳನ್ನು ಸ್ನೇಹಿತರಿಗೆ ಹೇಳುತ್ತಾ ನಿರಾಳವಾಗಿದ್ದ.

ಹೀಗೆ ವಾರವೊಂದು ಉರುಳುವುದರೊಳಗಾಗಿ ಜಿಲ್ಲಾಡಳಿತದಿಂದ ಅವನಿಗೆ ಸನ್ಮಾನದ ಕರೆ ಬಂದಿತ್ತು. ತಾನು ಬೈದು ಭಂಗಿಸಿದವರೇ ತನ್ನನ್ನು ಸನ್ಮಾನ ಮಾಡುವುದನ್ನು ಕೇಳಿದ ಮೇಲೆ ಅವನಿಗೆ ಇದ್ದಕ್ಕಿದ್ದಂತೆ ಆರೋಗ್ಯ ಇಲಾಖೆಯ ಮೇಲೆ ಪ್ರೀತಿ, ಕಾಳಜಿಗಳು ಹುಟ್ಟಲು ಆರಂಭವಾಯಿತು. ತನ್ನನ್ನೇ ಯಾಕೆ ಸನ್ಮಾನಿಸುತ್ತಿದ್ದಾರೆ ಎಂಬುದಕ್ಕೆ ಕಾರಣ ಕೇಳಿ ಇನ್ನೊಮ್ಮೆ

ಫೋನಾಯಿಸಿದಾಗ ಆಚೆಯಿಂದ ಸಿಹಿಯಾದ ಹೆಣ್ಣು ಸ್ವರವೊಂದು ಕೊರೊನಾ ಬಂದು ಮನೆಯಲ್ಲಿಯೇ ಅಂತರ ಪಾಲಿಸಿದ ರೋಗಿಗಳ ಮನೆಯವರೆಲ್ಲರ ವರದಿ ನೆಗೆಟಿವ್ ಬಂದಿರುವುದು ನಿಮ್ಮ ಮನೆಯಲ್ಲಿ ಮಾತ್ರವೆಂದು ಸಮಜಾಯಿಸಿ ನೀಡಿದಾಗ ತನ್ನ ಸಾಧನೆಗೆ ಹೆಮ್ಮೆಯೆನಿಸಲು ಶುರುವಾಯಿತು. ಬರುವುದಾಗಿ ಒಪ್ಪಿಗೆಯನ್ನು ತಿಳಿಸಿ ಮನೆಯವರೆಲ್ಲರಿಗೂ, ಸ್ನೇಹಿತರಿಗೂ ಈ ಸುದ್ಧಿಯನ್ನು ತಲುಪಿಸಿದ.

ಜಿಲ್ಲಾಡಳಿತದಿಂದ ಪ್ರಾಯೋಜನೆಗೊಂಡ ಸರಳ ಸ್ವಾತಂತ್ರೋತ್ಸವ ಸಮಾರಂಭದಲ್ಲಿ ಧ್ವಜಾರೋಹಣದ ವಿಧಿವಿಧಾನಗಳು ಮುಗಿದ ನಂತರ ಸನ್ಮಾನ ಸಮಾರಂಭ ನಡೆಯಿತು. ವಿವಿಧ ಹಂತದಲ್ಲಿ ಕಾರ್ಯನಿರ್ವಹಿಸುತ್ತಿದ್ದ ವೈದ್ಯರು, ದಾದಿಗಳು, ಗುಣಮುಖರಾದ ವಿಶೇಷ ರೋಗಿಗಳೆಲ್ಲರಿಗೂ ಸನ್ಮಾನ ನಡೆಯಿತು. ಸನ್ಮಾನ ಸ್ವೀಕರಿಸುತ್ತಿರುವಾಗಲೇ ಎದುರು ಕುಳಿತ ಪರಿಚಿತ ಮುಖವೊಂದು ಮಾಸ್ಕಿನಡಿಯಿಂದಲೇ ಮುಗುಳ್ನಕ್ಕಿದ್ದು ನರಹರಿಯ ಗಮನಕ್ಕೆ ಬಂತು. ಕೆಳಗಿಳಿಯುತ್ತಿದ್ದಂತೆ ಇವನನ್ನು ತಬ್ಬಿಕೊಂಡ ವ್ಯಕ್ತಿ ತನ್ನೂರಿನ ಗೋಪಾಲನೆಂದು ತಿಳಿಯಿತು. ಅರಣ್ಯ ಇಲಾಖೆಯ ಅಧಿಕಾರಿಯಾದ ಅವನು ಇದೇ ಊರಿನಲ್ಲಿದ್ದಾನೆಂದು ತಿಳಿದಿದ್ದರೂ ಭೇಟಿಯಾಗಿರಲಿಲ್ಲ. ಉಭಯ ಕುಶಲೋಪರಿಯ ನಂತರ ಅಲ್ಲೇ ಹತ್ತಿರದಲ್ಲಿರುವ ತನ್ನ ಮನೆಗೆ ಬರಲೇಬೇಕೆಂದು ಅವನು ಹಠ ಹಿಡಿದ. ಕೊರೊನಾ ಕಾರಣದಿಂದ ಭೇಟಿಗಳೆಲ್ಲ ಸರಿಯಲ್ಲವೆಂದು ಹೇಳಿದರೂ ಊರಿನಿಂದ ಬಂದಿರುವ ತನ್ನ ತಂದೆಯನ್ನು ನೋಡಲಾದರೂ ಬಂದು ಹೋಗಬೇಕೆಂದು ಹಠಹಿಡಿದ. ಊರಿನ ಪಟೇಲರಾಗಿದ್ದ ಅವರ ಕೃಪೆಯಿಂದಲೇ ತನಗೆ ಈ ಉದ್ಯೋಗ ದೊರಕಿದ ಋಣದ ನೆನಪಾದೊಡನೆ ನರಹರಿ ಹಿಂದುಮುಂದು ಯೋಚಿಸದೇ ಅವರ ಮನೆಗೆ ಹೊರಟ. ಸರಕಾರವೇ ಕೊಡಮಾಡಿದ ಅರಮನೆಯಂತಹ ಬಂಗಲೆಯಲ್ಲಿ ಗೋಪಾಲ ತನ್ನ ಹೆಂಡತಿ ಮಕ್ಕಳೊಂದಿಗೆ ವಾಸವಾಗಿದ್ದ. ನರಹರಿಯನ್ನು ಕಂಡ ಪಟೇಲರ ಸಂತೋಷಕ್ಕೆ ಪಾರವೇ ಇರಲಿಲ್ಲ. ಚಹಾ ಮಾಡುವಂತೆ ಸೊಸೆಗೆ ಹತ್ತು ನಿಮಿಷಗಳಲ್ಲಿ ಮೂರು ಸಲ ಎಚ್ಚರಿಸಿದರು. ನಾಲ್ಕನೆಯ ಕರೆಯ ನಂತರ ಎಲ್ಲರಿಗೂ ಚಹಾ ಮತ್ತು ಬಿಸ್ಕಿತ್ತು ಬಂದಿತು. ಲೋಕಾಭಿರಾಮ ಮಾತುಕತೆ ಮುಗಿಸಿ ಮನೆಗೆ ಹೊರಟ ನರಹರಿಯನ್ನು ಪಟೇಲರು ಊಟಕ್ಕೆ ಒತ್ತಾಯಿಸಿದರೂ ಒಲ್ಲೆನೆಂದು ಅವನು ಮನೆಗೆ ಹೊರಟ. ಇನ್ನೇನು ಚಪ್ಪಲಿ ಧರಿಸಿ ಹೊರಗೆ ಕಾಲಿಡಬೇಕೆನ್ನುವಾಗ ಸೊಸೆ ಹೊರಗೆ ಬಂದು, "ಹೋಯ್, ನೀವು ಚಾ ಕುಡಿದ ಲೋಟವನ್ನು ತೊಳೆದಿಟ್ಟು ಹೋಗ್ತೀರಾ? ಕೊರೊನಾ ಬಂದವರೆಂದರೆ ನಮ್ಮನೆಯ ಕೆಲಸದವಳೂ ತೊಳೆಯೋದಿಲ್ಲ" ಎಂದಳು. ಜೊತೆಯಲ್ಲೇ ಬಂದ ಗೋಪಾಲ ಹೆಂಡತಿಯನ್ನು ಕೆಕ್ಕರಿಸಿ ನೋಡುತ್ತಾ, ಬೇಡ, ಬೇಡವೆಂದರೂ

ನರಹರಿ ಒಳಗೆ ಹೋಗಿ ತಾನು ಕುಡಿದ ಚಹಾದ ಲೋಟವನ್ನು ತೊಳೆದಿಟ್ಟು ಹಿಂದಿರುಗಿ ನೋಡದೇ ಬಿರಬಿರನೆ ಹೆಜ್ಜೆಹಾಕಿ ಬೀದಿಗಿಳಿದ.

ಅಪರೂಪಕ್ಕೆ ಬಂದ ಮಳೆಗಾಲದ ಬಿಸಿಲು ನೆತ್ತಿಯನ್ನು ಸುಡುತ್ತಿತ್ತು. ಅದಕ್ಕಿಂತಲೂ ಹೆಚ್ಚಾಗಿ ಲೋಟ ತೊಳೆಯಲು ಹೇಳಿದ ಮಾತುಗಳು ಮನಸ್ಸನ್ನು ಸುಡತೊಡಗಿದವು. ಒಂಟಿದಾರಿಯಲ್ಲಿ ಸಾಗುತ್ತಿರುವಂತೆಯೇ ಮನಸ್ಸು ಬಾಲ್ಯದಲ್ಲಿ ನಡೆದ ಘಟನೆಯೊಂದನ್ನು ಮೆಲುಕು ಹಾಕತೊಡಗಿತು. ಅಂದು ಎಷ್ಟು ಯೋಚಿಸಿದರೂ ಪ್ರಶ್ನೆಗೆ ಸಿಗದ ಉತ್ತರ ಇಂದು ಸಿಕ್ಕಿದಂತೆನಿಸಿ ಮನಸ್ಸು ಮತ್ತಷ್ಟು ಖೇದಗೊಂಡಿತು. ಹೌದು, ಅಂದು ಕೃಷ್ಣನಿಗೆ ಸನ್ಮಾನ ಸಮಾರಂಭವಿತ್ತು. ಆ ಹಳ್ಳಿಯ ದಲಿತ ಹುಡುಗ ಕೃಷ್ಣ ಎಸ್. ಎಸ್. ಎಲ್. ಸಿ. ಪರೀಕ್ಷೆಯಲ್ಲಿ ಇಡಿಯ ಜಿಲ್ಲೆಗೆ ಪ್ರಥಮ ಸ್ಥಾನ ಪಡೆದು ಉತ್ತೀರ್ಣನಾಗಿದ್ದ. ಕೃಷ್ಣ ವಿದ್ಯೆಯೆಂದರೆ ನೈವೇದ್ಯವಾಗಿದ್ದ ನರಹರಿಯ ಬಾಲ್ಯದ ಸ್ನೇಹಿತ. ರಜೆಯ ದಿನಗಳಲ್ಲಿ ಇವರ ಮನೆಯಲ್ಲೇ ತಂದೆಯೊಂದಿಗೆ ಬಂದು ಕೆಲಸ ಮಾಡುತ್ತಿದ್ದ. ಓದುವುದರಲ್ಲಿ ಮಾತ್ರ ಸದಾ ಮುಂದು. ಜಿಲ್ಲೆಗೆ ಪ್ರಥಮಸ್ಥಾನ ಪಡೆದ ಅವನನ್ನು ಮಂಡಲ ಪಂಚಾಯಿತಿನ ಅಧ್ಯಕ್ಷರಾದ ನರಹರಿಯ ತಂದೆಯೇ ಸನ್ಮಾನಿಸಿದ್ದರು. ನಂತರ ವಿದ್ಯೆಯ ಮಹತ್ವದ ಬಗ್ಗೆ ಉದ್ದವಾದ ಭಾಷಣವನ್ನೂ ಮಾಡಿದ್ದರಾದರೂ ಕೃಷ್ಣನ ಸನ್ಮಾನ ಪತ್ರವನ್ನು ಓದುತ್ತಾ, ಅವನಿಗೆ ಹೊದೆಸಿದ ಶಾಲಿನ ನುಣುಪನ್ನು ಸವರುತ್ತಾ ಕುಳಿತಿದ್ದ ನರಹರಿ ಅದನ್ನೆಲ್ಲ ಕೇಳಿಸಿಕೊಂಡಿರಲಿಲ್ಲ. ಎಲ್ಲರೂ ಚಪ್ಪಾಳೆ ತಟ್ಟುವಾಗ ಇವನೂ ತಟ್ಟಿದ್ದನಷ್ಟೇ. ಕಾರ್ಯಕ್ರಮ ಮುಗಿದಾಗ ಒತ್ತಾಯಮಾಡಿ ಕೃಷ್ಣನನ್ನು ತನ್ನ ಮನೆಗೆ ಕರೆದುಕೊಂಡು ಬಂದಿದ್ದ. ಊರಿನವರಿಂದ ಸನ್ಮಾನಗೊಂಡವನನ್ನು ತನ್ನೊಂದಿಗೆ ಕರೆದೊಯ್ಯುವ ಹೆಮ್ಮೆ ಅವನಿಗಿತ್ತು. ಮನೆಯಲ್ಲಿ ಅಮ್ಮನಿಗೆ ಹೇಳಿ ಕೃಷ್ಣನಿಗೆಂದು ಚಹಾ ಮಾಡಿಸಿದ್ದ. ಸಭೆ ಮುಗಿಸಿ ಬಂದ ಅಪ್ಪ ಯಾಕೋ ಗಂಭೀರ ಮುಖಮುದ್ರೆಯಿಂದ ಸ್ನಾನದ ಮನೆಗೆ ತೆರಳಿದ್ದರು. ಕೃಷ್ಣನ ಜಾತಿಯವರನ್ನು ಮುಟ್ಟಿದಾಗಲೆಲ್ಲ ಅವರು ಸ್ನಾನ ಮಾಡಿ ಮೈಲಿಗೆ ತೆಗೆಯುತ್ತಿದ್ದುದು ಪದ್ಧತಿಯಾಗಿದ್ದರೂ ಅವನನ್ನು ಸಭೆಯಲ್ಲಿ ಎಲ್ಲರೆದುರು ಅಷ್ಟೊಂದು ಹೊಗಳಿದ ಅಪ್ಪ ಅವನೆದುರೇ ಹೀಗೆ ಸ್ನಾನಕ್ಕೆ ಹೋದುದು ನರಹರಿಗೆ ಚೂರು ಇರುಸುಮುರುಸಾಗಿತ್ತು. ಅಮ್ಮ ನೀಡಿದ ಚಹಾವನ್ನು ಇಬ್ಬರೂ ಅಂಗಳದಲ್ಲಿರುವ ಮಂಚದಲ್ಲಿಯೇ ಕುಳಿತು ಕುಡಿದರು. ದಿನವೂ ಕೆಳಗೆ ನೆಲದಲ್ಲಿ ಕುಳಿತು ಚಹಾ ಕುಡಿಯುತ್ತಿದ್ದ ಕೃಷ್ಣ ಇಂದು ತನ್ನ ಬಿಗಿಯಾದ ಪ್ಯಾಂಟಿನ ಕಾರಣದಿಂದ ಎಲ್ಲಿ ಕುಳಿತು ಕುಡಿಯಬೇಕೆಂಬ ಗೊಂದಲದಲ್ಲಿರುವಂತೆ ಕಂಡ. ಅದನ್ನು ನರಹರಿ ಗ್ರಹಿಸಿದರೂ ಗ್ರಹಿಸದವನಂತೆ ಸುಮ್ಮನೆ ಅವನೊಂದಿಗೆ ಕುಳಿತು ಚಹಾ ಕುಡಿಯತೊಡಗಿದ. ಕೃಷ್ಣ ಮನೆಗೆ ಹೊರಟು ನಿಲ್ಲುವುದಕ್ಕೂ,

ಅಪ್ಪ ಸ್ನಾನಮುಗಿಸಿ ಬರುವುದಕ್ಕೂ ಸರಿಯಾಯಿತು. ಮಂಚದ ಮೇಲಿದ್ದ ಚಹಾದ ಲೋಟವನ್ನು ದಿಟ್ಟಿಸಿ ಅಪ್ಪ ಕೃಷ್ಣನೆಡೆಗೆ ಮುಖಮಾಡಿ, "ಹೂಂ" ಎಂದು ಸಂಜ್ಞೆ ಮಾಡಿದರು. ಕೃಷ್ಣ ತಕ್ಷಣ ಅರ್ಥವಾದವನಂತೆ ತನ್ನ ಸನ್ಮಾನದ ವಸ್ತುಗಳನ್ನು ಪಾಗಾರದ ಮೇಲಿಟ್ಟು ಲೋಟ ತೊಳೆದಿಟ್ಟವನೆ ಅಲ್ಲಿಂದ ಓಡುತ್ತ ಕಣ್ಮರೆಯಾಗಿದ್ದ. ಯಾವಾಗಲೂ ತಾನು ಕುಡಿದ ಲೋಟವನ್ನು ತೊಳೆದಿಡುತ್ತಿದ್ದ ಕೃಷ್ಣ ಬಹುಶಃ ಆ ದಿನ ಗೊಂದಲದಲ್ಲಿ ಅದನ್ನು ಮರೆತಿದ್ದ ಅನಿಸುತ್ತದೆ.

ಅದಾದ ನಂತರ ಕೃಷ್ಣ ನರಹರಿಯ ಮನೆಗೆ ಬಂದೇ ಇರಲಿಲ್ಲ. ಏನು ಮಾಡಿದರೂ ಕಾಲೇಜು ಮೆಟ್ಟಿಲೇರಲು ವಿಫಲನಾದ ನರಹರಿ ಊಟ ಪಟೇಲರ ನೆರವಿನಿಂದ ಅಂಚೆ ಇಲಾಖೆಯಲ್ಲಿ ಕೆಲಸ ಹಿಡಿದರೆ, ಕೃಷ್ಣ ತನ್ನ ಓದನ್ನು ಮುಂದುವರೆಸಿ ಕೃಷಿ ಅಧಿಕಾರಿಯಾಗಿದ್ದ. ನರಹರಿಗೆ ಇಂದಿನವರೆಗೂ ಕೃಷ್ಣ ಅಪ್ಪನ ಸೂಚನೆಗೆ ಅದೇಕೆ ಅಷ್ಟು ಮುನಿಸಿಕೊಂಡ ಅಥವಾ ಬೇಸರಿಸಿಕೊಂಡ ಎಂಬುದು ಅರ್ಥವಾಗಿರಲಿಲ್ಲ. ಪ್ರತಿದಿನವೂ ತೊಳೆದಿಡುತ್ತಿದ್ದವನಿಗೆ ಆ ದಿನದ ಮಾತು ಅಷ್ಟೇಕೆ ಬೇಸರ ತರಿಸಿತೆಂಬುದಕ್ಕೆ ಕಾರಣಗಳೇ ಹೊಳೆದಿರಲಿಲ್ಲ. 'ಮೇಲೆ ಹೋದಕೂಡಲೇ ಏಣಿ ಒದೆಯುವ ಜಾತಿ' ಎಂಬ ಅಪ್ಪನ ವಿವರಣೆಯೂ ಸಮಂಜಸವೆಂದು ಅನಿಸಿರಲಿಲ್ಲ. ಆದರೆ ಇಂದು ನಡೆದ ಘಟನೆ ಅಂದಿನ ಆ ಪ್ರಶ್ನೆಗೆ ಉತ್ತರವನ್ನೂ ಮತ್ತು ಶತಮಾನಗಳ ಕಾಲದ ತಮ್ಮ ನಡೆಗೆ ನಾಚಿಕೆಯನ್ನೂ ಒಟ್ಟಿಗೆ ಉಂಟುಮಾಡಿತ್ತು. ತೊಳೆಯುವುದು ಒಂದು ಕ್ರಿಯೆ ಮಾತ್ರವಲ್ಲ, ಪ್ರಕ್ರಿಯೆಯೂ ಹೌದು ಅನಿಸತೊಡಗಿತು. ಪಕ್ಕದ ಊರಿನಲ್ಲಿಯೇ ಕೆಲಸ ಮಾಡುತ್ತಿರುವ ಕೃಷ್ಣನನ್ನು ಒಂದು ದಿನ ಊಟಕ್ಕೆ ಕರೆದರೆ ಹೇಗೆ ಅಂದುಕೊಂಡನಾದರೂ ಅವನು ಬಂದಾನೆಯೆ ಎಂಬ ಸಂಶಯ ಹಾಗೆಯೇ ಉಳಿದುಕೊಂಡಿತು.

9

ಕೊನೆಯ ಕಂತು

"ಆಗಿಂದ ಫೋನ್ ಹೊಡಕೋತಿದೆ. ಯಾರು ಎಂದು ನೋಡಬಾರದಾ?" ಕಾದಂಬರಿಯ ಬರವಣಿಗೆಯಲ್ಲಿ ಮುಳುಗಿಹೋಗಿದ್ದ ಮಹಿಮಾಳನ್ನು ಮಗನೊಂದಿಗೆ ವಾಕಿಂಗ್ ಮುಗಿಸಿ ಬಂದ ಮಧು ಎಚ್ಚರಿಸಿದ. "ಅಲ್ಲಿ ಫೋನ್ ಹೊಡ್ಕೋತಿದೆ, ಇಲ್ಲಿ ನನ್ನ ಕಾದಂಬರಿಯ ಪಾತ್ರಗಳು ಹೊಡ್ಕೋತಿವೆ. ಯಾರನ್ನು ಅಂತ ಗಮನಿಸೋದು? ಒಂಚೂರು ನೀನೇ ಎತ್ತಿ ಮಾತಾಡು ಮಾರಾಯ" ಎಂದಳು ಮಹಿಮಾ. ಪುಟ್ಟನ ಕೈಕಾಲು ತೊಳೆಸುತ್ತಿದ್ದ ಮಧು ಅವಳನ್ನು ದುರುಗುಟ್ಟಿ ನೋಡುತ್ತಾ ಹೇಳಿದ, "ನಮಸ್ಕಾರ ಮಾರಾಯ್ತಿ. ನಿನ್ನ ಫೋನಲ್ಲಿ ನಾನು ಮಾತಾಡೋದುಂಟಾ? ನಿನ್ನೆ ಕಳಿಸಿದ ಕಥೆ ಹೀಗಿದೆ, ನಾಳೆ ಕಳಿಸಬೇಕಾದ ಕವನ ಹೀಗಿರಲಿ ಅಂತ ಆಚೆಯಿಂದ ಶುರುಮಾಡಿಯೇಬಿಡ್ತಾರೆ ನಿನ್ನ ಸಂಪಾದಕರು. ಇನ್ನು ನಿನ್ನ ಅಭಿಮಾನಿಗಳಂತೂ ನಾನವಳಲ್ಲ ಅಂದರೂ ಬಿಡದೇ ಮೇಡಂಗೆ ಹೀಗೆ ಹೇಳಿ, ಹಾಗೆ ಹೇಳಿ ಅಂತ ಪುರಾಣವನ್ನೇ ಶುರುಮಾಡ್ತಾರೆ. ಅದಕ್ಕಿಂತ ಪುಟ್ಟನ ಹೋಮ್ ವರ್ಕ ಮಾಡಿಸೋದು ಎಷ್ಟೋ ವಾಸಿ." ಎನ್ನುತ್ತಾ ಮಗನ ಕೈಹಿಡಿದು ಮಾಳಿಗೆಯ ಮೇಲಿರುವ ಓದುವ ಕೋಣೆಗೆ ನಡೆದ. ಮತ್ತೂ ಫೋನು ಎಡಬಿಡದೇ ಕರೆಯುತ್ತಿರಲಾಗಿ ಬರೆಯುತ್ತಿದ್ದ ಪುಟ ಮಡಚಿಟ್ಟು ಫೋನ್ ಎತ್ತಿದಳು. ಆಚೆಯಿಂದ ದೊಡ್ಡ ಸ್ವರದಲ್ಲಿ ವಿಶ್ವನಾಥರಾಯರು ಮಾತನಾಡತೊಡಗಿದರು. ಎಂಭತ್ತರ ಹರೆಯದ ಅವರಿಗೆ ಕಿವಿ ಮಂದವಾಗಿದ್ದರಿಂದ ತನ್ನಂತೆ ಪರರೆಂದು ಬಗೆದು ಕಿವಿಯ ತಮ್ಮಟೆ ಹಾರಿಹೋಗುವಷ್ಟು ಜೋರಾಗಿ ಮಾತನಾಡುತ್ತಿದ್ದರು. "ಹೋಯ್

ಮೇಡಂ, ಎಲ್ಲಾ ಆರಾಮವೋ? ಹೇಗೆ ಸಾಗಿದೆ ನಿಮ್ಮ ಕೆಲಸಗಳೆಲ್ಲ? ಮೊನ್ನೆ ಬ್ಯಾಂಕಿಗೆ ನನ್ನ ಅಳಿಯ ಬಂದಿದ್ದನಂತೆ. ನೀವು ಹಣ ಎಣಿಸುವುದರಲ್ಲಿ ಬಿಜಿಯಿದ್ದಿರೆಂದು ಮಾತನಾಡಿಸಲಿಲ್ಲ ಅಂದ. ಈಗೀಗ ಬ್ಯಾಂಕಿನಲ್ಲಿ ಭಾರೀ ಕೆಲಸ, ಅಲ್ಲವೊ? ಮತ್ತೆ ಅವರಿವರಲ್ಲಿ ಮಾತಾಡುತ್ತ ಒಂದು ನೋಟು ಜಾರಿದರೆ ಸಂಬಳಕ್ಕೆ ಕೊಕ್ಕೆ." ಎಂದವರೇ ತಮ್ಮ ಮಾತಿಗೆ ತಾವೇ ಕ್ಕೊಕ್ಕೊಕ್ಕೋ ಎಂದು ನಗುತ್ತಾ ಮಾತು ಮುಂದುವರೆಸಿದರು. ಕಾದಂಬರಿಯ ಲೋಕದಿಂದ ಲೌಕಿಕಕ್ಕಿಳಿಯಲು ನಿರಾಕರಿಸುವ ಮನಸ್ಸನ್ನು ಸಂಭಾಳಿಸುತ್ತ ಮಹಿಮಾ ಅವರ ಪ್ರಶ್ನೆಗಳಿಗೆ ಚುಟುಕು ಉತ್ತರಗಳನ್ನಷ್ಟೆ ನೀಡಿದಳು. ರಾಯರು ಅವಳ ಉತ್ತರಕ್ಕೆ ಕಾಯದೆ ಪ್ರಶ್ನೆಯ ಕೊನೆಯಲ್ಲಿ ಉತ್ತರವನ್ನೂ ತಾವೇ ಹೇಳಿಕೊಳ್ಳುತ್ತಿದ್ದರು. ರಾಯರು ಅವಳ ಬ್ಯಾಂಕಿನ ಆಡಳಿತ ಮಂಡಳಿಯ ಸದಸ್ಯರು, ಹತ್ತಿರದ ಕಾಲೇಜಿನಲ್ಲಿ ಸಂಸ್ಕೃತ ಉಪನ್ಯಾಸಕರಾಗಿ ನಿವೃತ್ತಿ ಹೊಂದಿದವರು, ಒಳ್ಳೆಯ ತಾಳಮದ್ದಲೆಯ ಅರ್ಥಧಾರಿಗಳು. ಅನೇಕ ಸಾಂಸ್ಕೃತಿಕ ಕಾರ್ಯಕ್ರಮಗಳನ್ನು ಊರಿನಲ್ಲಿ ಸಂಘಟಿಸುತ್ತಾ ಜನಮನ್ನಣೆಗೆ ಪಾತ್ರರಾಗಿದ್ದರು. ಅವರ ಕಲೆಯ ಪ್ರೀತಿ ಮಕ್ಕಳು, ಮೊಮ್ಮಕ್ಕಳವರೆಗೂ ಹರಿದಿತ್ತು. ಭರತನಾಟ್ಯವನ್ನು ಕಲಿಯುತ್ತಿರುವ ಮೊಮ್ಮಗಳಿಗಾಗಿ ಮಹಿಮಾ ಬರೆದ ಕಥೆಯೊಂದನ್ನು ಆರಿಸಿ ಏಕವ್ಯಕ್ತಿಯನ್ನು ಸಿದ್ಧಪಡಿಸಿದ್ದರು. ಅದರಲ್ಲಿ ಅವಳು ಅಭಿನಯಿಸುವ ಅಂಬೆಯ ಪಾತ್ರಕ್ಕೆ ಎಲ್ಲೆಡೆಯಿಂದ ಪ್ರಶಂಸೆಗಳು ಹರಿದುಬಂದಿದ್ದವು. "ಈ ಭರತನಾಟ್ಯದವರಿದ್ದಾರಲ್ಲ, ಭಯಂಕರ ಒಳ್ಳೆಯ ಅಭಿನಯವನ್ನು ಕಲಿಸ್ತಾರೆ. ಆದರೆ ಎಂಥ ಗೊತ್ತುಂಟಾ? ಅವರ ಪ್ರಯೋಗದ ಪದ್ಯಗಳೆಲ್ಲ ಅದ್ಯಾವುದೋ ಅರ್ಥವಾಗದ ಭಾಷೆಯಲ್ಲಿರ್ತದೆ ಮಾರಾಯ್ರೆ. ಹಾಗಾಗಿ ಅವರ ಮುಖಭಾವ, ಕಣ್ಣಿನ ಚಲನೆ, ಹಸ್ತಾಭಿನಯಗಳಿಂದ ಕಥೆಯನ್ನು ಅರ್ಥ ಮಾಡಿಕೊಳ್ಳೋದರಲ್ಲಿ ಸಾಮಾನ್ಯ ಪ್ರೇಕ್ಷಕರಿಗೆ ಸಾಕುಸಾಕಾಗ್ತದೆ. ಹಾಗಂತ ನಾನು ಕಲೆಯನ್ನು ದೂರುತ್ತಿದ್ದೇನೆ ಅಂದುಕೊಳ್ಳಬೇಡಿ. ಅದರ ಆಳ, ಅಗಲ ಅರಿತವರಿಗೆ ಎಲ್ಲ ಚಂದ ಅರ್ಥವಾಗ್ತದೆ. ನಮ್ಮಂಥ ಸಾಮಾನ್ಯರ ಪಾಡಿನ ಬಗ್ಗೆ ಹೇಳಿದ್ದು ನಾನು. ಎಲ್ಲ ಕಲೆಯೂ ಹಾಗೇ ಅಲ್ಲವೊ? ರಾಮಾಯಣ, ಮಹಾಭಾರತ, ಭಾಗವತದ ಗಂಧಗಾಳಿಯಿಲ್ಲದವರು ನಮ್ಮ ತಾಳಮದ್ದಳೆಗೆ ಬಂದು ಕುಳಿತರೆ ಹೇಗಾದೀತು ಹೇಳಿ? ವಿಷಯ ಅದಲ್ಲ, ಈಗ ನನ್ನ ಮೊಮ್ಮಗಳಿಗೆ ಪೂರ್ಣಪ್ರಮಾಣದ ಅಭಿನಯವನ್ನು ಮಾಡಲು ಒಂದು ಆಖ್ಯಾನ ಬೇಕು. ಮೊನ್ನೆ ಪತ್ರಿಕೆಯ ವಿಶೇಷಾಂಕದಲ್ಲಿ ನಿಮ್ಮ 'ಅಂಬೆಯ ಸ್ವಗತ' ಎಂಬ ಕಥೆ ಓದಿದೆ. ನಂಗೆ ಬಹಳ ಹಿಡಿಸ್ತು ನೋಡಿ. ಅದನ್ನೇ ಇಟ್ಟುಕೊಂಡು ಒಂದು ಏಕವ್ಯಕ್ತಿ ಮಾಡೋಣ ಅಂತ. ಕಥೆಯಲ್ಲಿ ನಡುನಡುವೆ ಯಕ್ಷಗಾನದ ಹಾಡುಗಳ ಸಾಲುಗಳನ್ನೂ ಸೇರಿಸಿಬಿಟ್ಟಿದ್ದೀರಿ. ಆದರೆ ನಿಮ್ಮ ಅಂಬೆ ನಮ್ಮ ಯಕ್ಷಗಾನದ ಅಂಬೆಗಿಂತ

ಒಂದು ತೂಕ ಹೆಚ್ಚೇ ನೋಡಿ. ಪುರಾಣ ಪಾತ್ರಗಳನ್ನು ವರ್ತಮಾನದ ನಿಕಷಕ್ಕೆ ಒಡ್ಡಿದಾಗ ಅಂತದ್ದೊಂದು ಅದ್ಭುತ ಹುಟ್ತದೆ. ನಾವೂ ತಾಳಮದ್ದಲೆಯಲ್ಲಿ ಹೀಗೆಲ್ಲ ಪ್ರಯತ್ನ ಮಾಡ್ತೇವೆ, ಆದರೆ ನಮಗೆ ಒಂದು ಚೌಕಟ್ಟು ಅಂತ ಇರ್ತದೆ. ಅದನ್ನು ಮುರಿದು ಹೋಗುವ ಸ್ವಾತಂತ್ರ್ಯ ನಮಗಿಲ್ಲ. ನೀವು ಕಥೆಗಾರರು ಏನು ಬೇಕಾದರೂ ಮಾಡಿಬಿಡ್ತೀರಿ. ನಿಮ್ಮ ಕಥೆಯನ್ನು ಒಂದು ಅಭಿನಯ ಮಾಡೋಣ ಅಂತ. ಏನಂತೀರಿ?" ಎಂದು ಎದುರು ನಿಂತು ಸವಾಲು ಎಸೆಯುವಂತೆ ಕೇಳಿದ್ದರು. ತನ್ನ ಕಥೆಯೊಂದು ಪಾತ್ರವಾಗಿ ರಂಗಕ್ಕೇರುವ ವಿಷಯ ಅವಳಲ್ಲೂ ಪುಳಕ ಹುಟ್ಟಿಸಿ ಪುರುಮಾತನಾಡದೇ ಒಪ್ಪಿಗೆ ಕೊಟ್ಟಿದ್ದಳು. ಮೊದಲ ಪ್ರದರ್ಶನಕ್ಕೆ ಆಹ್ವಾನಿತಳಾಗಿ ಹೋಗಿ, ಕಥೆಯೊಂದು ರಂಗದಲ್ಲಿ ಉಂಟುಮಾಡುವ ವಿಸ್ಮಯವನ್ನು ಕಣ್ತುಂಬಿಕೊಂಡು, ಸನ್ಮಾನದ ಭಾರವನ್ನು ಹೊತ್ತು ಬಂದಿದ್ದಳು. ಈಗೊಂದು ವರ್ಷದಿಂದ ಊರು, ಪರವೂರಿನಲ್ಲಿ ಅನೇಕ ಯಶಸ್ವಿ ಪ್ರದರ್ಶನಗಳಾದ ವಿವರಗಳು ಬರುತ್ತಲೇ ಇದ್ದವು. ಮೊದಮೊದಲು ಪ್ರದರ್ಶನಗಳ ನಂತರ ಫೋನ್ ಮಾಡುತ್ತಿದ್ದ ವಿಶ್ವನಾಥರಾಯರು ಇತ್ತೀಚೆಗೆ ನಿಲ್ಲಿಸಿದ್ದರು. ಒಂದೆರಡು ತಿಂಗಳ ಬಿಡುವಿನ ನಂತರ ಮತ್ತೆ ಇಂದೇ ಅವರು ಕರೆಮಾಡಿದ್ದು.

"ಮೊನ್ನೆ ಹೊನ್ನೂರಿನಲ್ಲಿ ಮೊಮ್ಮಗಳ ಅಂಬೆಯಿತ್ತು ಹೋಯ್. ನಿಮಗೇ ಗೊತ್ತಲ್ಲ, ಹೊನ್ನೂರು ಅಂದರೆ ಸಾಂಸ್ಕೃತಿಕ ಕಾರ್ಯಕ್ರಮಗಳ ದೊಡ್ಡಾ ಅಡ್ಡೆ. ನೋಡುಗರೆಲ್ಲ ಮಹಾನ್ ಕುಳಗಳೆ. ಆದರೆ ಇವಳು ಚೂರು ಹರಡಿಬಿಟ್ಲು ನೋಡಿ. ಇವಳ ಪ್ರದರ್ಶನದ ಮೊದಲು ಭೀಷ್ಮ ವಿಜಯ ತಾಳಮದ್ದಲೆ, ಅದರಲ್ಲಿ ನನ್ನದೇ ಪರಶುರಾಮ. ಅಪರೂಪಕ್ಕೆ ಪರಶುರಾಮನ ಅರ್ಥ ಜಪ್ಪಿಯೇಬಿಟ್ಟೆ ನೋಡಿ. ಮಹಾನ್ ಪಂಡಿತರೆಲ್ಲ ಅರ್ಥ ಹೇಳಿಯಾದಮೇಲೆ ಇವಳ ಅಭಿನಯ ಹೇಗಾಗ್ತದೋ ಅಂತ ಒಳಗೊಳಗೇ ಹೆದರಿಕೆಯಿತ್ತು. ಆದ್ರೆ ರೈಸಿಬಿಟ್ಲು ಹೋಯ್. ಅಂಬೆ ಬೆಂಕಿಗೆ ಹಾರಿದ ಮೇಲೆ ಒಂದು ಶಬ್ದ ಇದ್ರೆ ಕೇಳಿ. ಮೌನ... ಮತ್ತೆ ಚಪ್ಪಾಳೆಯೋ ಚಪ್ಪಾಳೆ. ನಿಮ್ಮ ಅಂಬೆ ಗೆದ್ದುಬಿಟ್ಲು ಮಾರಾಯ್ರೇ" ಎಂದವರೇ ಮತ್ತೊಮ್ಮೆ ಗಹಗಹಿಸಿ ನಕ್ಕರು. ಇವರ ಅಂಬೆಯ ಆಖ್ಯಾನ ಯಾವಾಗ ಮುಗಿಯುವುದೋ ಎಂದು ಕಾಯುತ್ತಿರುವ ಮಹಿಮಾ. "ಭಾರೀ ಖುಶಿಯಾಯ್ತು ರಾಯರೇ. ನನ್ನದೂ ಒಂದು ಅಭಿನಂದನೆಯನ್ನು ನಿಮ್ಮ ಮೊಮ್ಮಗಳಿಗೆ ಹೇಳಿಬಿಡಿ" ಎಂದು ಮಾತುಕತೆಯನ್ನು ಮುಗಿಸುವ ಹಂತಕ್ಕೆ ಹೋದಳು. ರಾಯರು ಮಾತ್ರ ಇನ್ನೂ ಪೀಠಿಕೆಯ ಉಮೇದಿನಲ್ಲಿದ್ದರು. "ಹಾಂ, ಈಗ ಕೇಳಿ, ಯಾಕೆ ಫೋನ್ ಮಾಡಿದ್ದು ಅಂತ. ಪ್ರದರ್ಶನವೆಲ್ಲ ಮುಗಿದ ಮೇಲೆ ಕಥೆ ಚರ್ಚೆಗೆ ಬಂತು ನೋಡಿ. ಅದೇ ನೀವು ನಿಮ್ಮ ಕಥೆಯಲ್ಲಿ ಹೇಳಿದ್ದೀರಲ್ಲ, ಭೀಷ್ಮನೊಡನೆ ನಡೆದ ಯುದ್ಧ ಸಂಧಾನದಲ್ಲಿ ಕೊನೆಗೊಂಡ

ನಂತರ ಪರಶುರಾಮರು ಅಂಬೆಗೆ ಕಾಡಿಗೆ ಹೋಗಿ ತಪಸ್ಸು ಮಾಡುವಂತೆ ಹೇಳಿದರೆಂದು. ಅದರ ಬಗ್ಗೆ. ಪರಶುರಾಮರು ಹಾಗೆಲ್ಲ ಹೇಳಿದ್ದಲ್ಲವಂತೆ ಮಾರಾಯರೇ. ಅಂಬೆ ತಾನೇ ತಾನಾಗಿ ಕಾಡಿಗೆ ಹೋದದ್ದಂತಲ್ಲವಾ? ವಿದ್ವಾನ್ ಗಣಪತಿ ಶರ್ಮರು ಆ ವಾಕ್ಯವನ್ನು ಹಿಡಿದೇಬಿಟ್ಟರು ನೋಡಿ. ಮತ್ತೆ ನಮ್ಮ ಯಕ್ಷಗಾನದಲ್ಲಿಯೂ ಕಥೆಯಿರುವುದು ಹಾಗೆಯೆ. ಈಗ ಚಂಡು ನಿಮ್ಮ ಅಂಗಳಕ್ಕೆ ಬಂದು ಬಿದ್ದಿದೆ. ನೀವು ಕಥೆಯನ್ನ ಇನ್ನೊಂದು ಸಲ ಓದಿ ನೋಡಿ. ಅದೊಂದು ವಾಕ್ಯ ಸರಿಮಾಡಬಹುದೇ ಎಂದು. ಇಲ್ಲ ಅಂದರೆ ಅದನ್ನು ಬರೆಯೋದಕ್ಕೆ ನಿಮಗೊಂದು ಆಧಾರ ಅಂತ ಇರತ್ತಲ್ಲ, ಆ ಮೂಲವನ್ನೊಂಚೂರು ನನಗೆ ಹೇಳಿಬಿಡಿ. ಹಾಗೆಲ್ಲಾ ಆಧಾರವಿಲ್ಲದೇ ಬರೆಯೋರಲ್ಲ ನೀವು ಅಂತ ಗೊತ್ತು. ಮುಂದಿನ ಪ್ರದರ್ಶನಗಳಲ್ಲಿ ಹೀಗೇನಾದರೂ ಚರ್ಚೆ ಬಂದರೆ ನಮಗೂ ಒಂದು ಆಧಾರ ಅಂತ ಆಗ್ತದೆ ನೋಡಿ." ಅವರ ಮಾತು ಮುಗಿಯುವ ಸೂಚನೆ ಕಾಣದ ಮಹಿಮಾ, "ಆಯ್ತು, ನಾನು ಇನ್ನೊಂದು ಸಲ ಓದಿ ನೋಡಿ ನಿಮಗೆ ಹೇಳ್ತೇನೆ" ಎಂದು ಫೋನಿಟ್ಟಳು.

ಮಗನನ್ನು ಬರೆಯಲು ಹಚ್ಚಿ ಕೆಳಗೆ ಬಂದ ಮಧು ವಿಷಯವೇನೆಂದು ಕೇಳಿದ. ಮಹಿಮಾ ಸಂಕ್ಷಿಪ್ತವಾಗಿ ವಿವರಿಸುತ್ತಿದ್ದಂತೆ, "ನಿಂಗೆ ನಾನು ಆ ದಿನವೇ ಹೇಳಿದ್ದೆ, ಆವಯ್ಯನ ಸಹವಾಸ ಬೇಡ ಅಂತ. ನಮ್ಮ ಬ್ಯಾಂಕಿನಲ್ಲಿ ಜಗಳವಾಡಿ ನಿಮ್ಮ ಬ್ಯಾಂಕಿಗೆ ಹೋದ ಕುಳ ಅವರು. ಎಲ್ಲದರಲ್ಲೂ ಚರ್ಚೆ, ಒರಟು. ಈ ತಾಳಮದ್ದಲೆಯಲ್ಲಿ ಅರ್ಥ ಹೇಳುವವರೇ ಹೀಗೆ. ಸೀದಾ ಸಾದಾ ಮಾತಾಡಿಯೇ ಗೊತ್ತಿಲ್ಲ. ಈಗ ನೀನು ಅವರಿಗೆಂದು ಕಥೆಯನ್ನು ಹೊಸದಾಗಿ ಬರೆದುಕೊಡಬೇಕು ನೋಡು." ಎನ್ನುತ್ತಾ ತನ್ನ ತಕರಾರನ್ನು ದಾಟಿಸಿದ. ಮಹಿಮಾ ಅವನ ಮಾತನ್ನು ಕಿವಿಯ ಮೇಲೆ ಹಾಕಿಕೊಳ್ಳದೇ ಮತ್ತೆ ತನ್ನ ಕಾದಂಬರಿಯ ಪುಟಗಳ ಮೇಲೆ ದೃಷ್ಟಿ ಹಾಯಿಸಿದಳು. ನಾಳೆಯೇ ಕೊನೆಯ ಕಂತು ಅಚ್ಚಿಗೆ ಹೋಗಬೇಕಿತ್ತು. ಆದರೆ ಕಾದಂಬರಿಯ ಪಾತ್ರಗಳೆಲ್ಲವೂ ಅವಳ ಯಾವ ತೀರ್ಮಾನಗಳಿಗೂ ಕಿಂಚಿತ್ತೂ ಕಿಮ್ಮತ್ತು ಕೊಡದೆ ಮುನಿಸಿಕೊಂಡಿದ್ದವು. ಅವುಗಳನ್ನು ಸಂಭಾಳಿಸುವುದರಲ್ಲಿ ಹೈರಾಣಾಗುತ್ತಿದ್ದವಳ ತಲೆಯಲ್ಲಿ ಇದೀಗ ಅಂಬೆ ಬೇರೆ ಬಂದು ಕೂತಿದ್ದಳು. ಇದೀಗ ಅವಳ ಸಿಟ್ಟು ಗೌರವನ ಮೇಲೆ ತಿರುಗಿತು. ಪಟ್ಟುಹಿಡಿದು ಕಾದಂಬರಿಯ ಬರವಣಿಗೆಯನ್ನು ಪ್ರಾರಂಭಿಸುವಂತೆ ಮಾಡಿದ ಅವನೇ ಇವೆಲ್ಲವುಗಳಿಗೂ ಕಾರಣವೆಂದು ಅನ್ನಿಸಿ, ಅವನಿಗೊಂದಿಷ್ಟು ಬೈದಾದರೂ ಹಗುರಾಗಬೇಕೆಂದು ಫೋನ್ ಎತ್ತಿಕೊಂಡಳು. ಥಟ್ಟನೆ ಅವನೂರಿನಲ್ಲೀಗ ನಡುರಾತ್ರಿಯೆಂದು ಅರಿವಾಗಿ ಹಾಗೆಯೇ ಫೋನಿಟ್ಟಳು. ಬ್ಯಾಂಕಿನಲ್ಲಿ ದುಡ್ಡೆಣಿಸಿ ಆದ ಬೇಸರವನ್ನು

ನೀಗಲು ಆಗೀಗ ಕಥೆ, ಕವನಗಳನ್ನು ಬರೆದು ಪತ್ರಿಕೆಗಳಿಗೆ ಕಳಿಸಿಕೊಂಡು ಆರಾಮವಾಗಿದ್ದಳು ಮಹಿಮಾ. ಚಿಕ್ಕಂದಿನಲ್ಲಿ ಅಪ್ಪನೊಂದಿಗೆ ನೂರಾರು ಯಕ್ಷಗಾನವನ್ನು, ಕೀರ್ತನೆಗಳನ್ನು, ತಾಳಮದ್ದಲೆಗಳನ್ನು ಕೇಳಿ ಬೆಳೆದ ಅವಳಿಗೆ ಕಥೆಯನ್ನು ಹೇಳುವ ಕಲೆ ತಾನಾಗಿಯೇ ದಕ್ಕಿತ್ತು. ಪುರಾಣ ಪಾತ್ರಗಳನ್ನು ವರ್ತಮಾನದ ಬೆಳಕಿನಲ್ಲಿ ತುಸು ಅಡ್ಡಾಡಿಸಿ ಅವಳು ಬರೆಯುವ ಕಥೆಗಳು ಓದುಗರ ಮೆಚ್ಚುಗೆಗೆ ಪಾತ್ರವಾಗಿದ್ದವು. ಸಮೃದ್ಧವಾದ ಹಳ್ಳಿಯ ಬಾಲ್ಯದ ಅನುಭವಗಳೂ ಅಲ್ಲಲ್ಲಿ ಇಣುಕಿ ಕಥೆಯನ್ನು ಇನ್ನಷ್ಟು ಆಪ್ತವಾಗಿಸುತ್ತಿದ್ದವು. ತಾನು ಬರೆದುದೆಲ್ಲವನ್ನೂ ತನ್ನ ಬಾಲ್ಯದ ಗೆಳೆಯ ಗೌರವನಿಗೆ ಮೊದಲ ಓದಿಗೆಂದು ಕಳಿಸುವುದು ಅವಳ ರೂಢಿಯಾಗಿತ್ತು. ಅವನಿಂದ ಪ್ರತಿಸಲವೂ ನೂರಾರು ತಕರಾರುಗಳ ಸುರಿಮಳೆಯಾಗುತ್ತಿತ್ತಾದರೂ ಅಪರೂಪಕ್ಕೊಮ್ಮೆ ಅವನಿಂದ ಸಿಗುವ ಶಹಬ್ಬಾಸ್‌ಗಿರಿಗಾಗಿ ಅವಳು ಕಾಯುತ್ತಿದ್ದಳು. ಇದ್ದಕ್ಕಿದ್ದಂತೆ ಒಂದು ದಿನ ಇವಳು ಬರೆದ ಪ್ರೇಮಕಥೆಯೊಂದನ್ನು ಓದಿದ ಗೌರವ್ ನೀನೊಂದು ಕಾದಂಬರಿ ಬರೆ ಎಂದು ಒತ್ತಾಯಿಸತೊಡಗಿದ. ಮೊದಮೊದಲು ಮಹಿಮಾ, "ಕಾದಂಬರಿಯೆಲ್ಲ ನಿಮ್ಮಂಥ ಗಂಡಸರಿಗೆ ಕಣೋ, ಕೂತು ಬರೆಯಲು ನಾವು ಅಷ್ಟೆಲ್ಲ ಸಮಯವನ್ನೆಲ್ಲಿಂದ ತರೋದು?" ಎಂದು ಅವನ ಬಯಕೆಯನ್ನು ತಳ್ಳಿಹಾಕಿದ್ದಳು. ಆದರೆ ಗೌರವ್ ಹಲಸಿನ ಮೇಣದಂತೆ ಅವಳನ್ನು ಹಿಡಿದುಬಿಟ್ಟಿದ್ದ, "ಅರೆ! ಇಡಿಯ ಕಾದಂಬರಿಯನ್ನು ಒಮ್ಮೆಲೇ ಬರೆಯಬೇಕೇನು? ಕಥೆಯಂತೆ ವಾರಕ್ಕೊಂದು ಅಧ್ಯಾಯ ಬರೆದರಾಯಿತು. ನನ್ನ ಫ್ರೆಂಡ್‌ಗೆ ಹೇಳಿ ವಾರಪತ್ರಿಕೆಯಲ್ಲಿ ಪ್ರಕಟಣೆಗೆ ವ್ಯವಸ್ಥೆ ಮಾಡ್ತೇನೆ. ಮಹೀ, ನಿಂಗೊತ್ತಾ? ಇಲ್ಲೆಲ್ಲ ನೊವೆಲಿಸ್ಟ್ ಅಂದರೆ ಅವರ ಅಂತಸ್ತೇ ಬೇರೆ. ನೀನು ನಿನ್ನೆ ಬರೆದ ಕಥೆಯನ್ನೇ ಇನ್ನೊಂಚೂರು ಹಿಗ್ಗಿಸಿದರೆ ಕಾದಂಬರಿಯಾಗತ್ತೆ. ಒಂದೊಳ್ಳೆ ಪ್ರೇಮಕಾದಂಬರಿಯನ್ನು ಬರೆ. ನನ್ನ ಫ್ರೆಂಡ್ಸ್‌ಗಳಲ್ಲಿ ಅನೇಕರು ಅನುವಾದಕರಿದ್ದಾರೆ. ಇಂಗ್ಲಿಷ್‌ಗೆ ಅನುವಾದ ಮಾಡಿಸೋಣ. ಒಳ್ಳೆಯ ಪ್ರಕಾಶಕರು ಪ್ರಕಟಿಸಿದರೆ ವರ್ಲ್ಡ್‌ವೈಡ್ ಫೇಮಸ್ ಆಗ್ತಿಯ. ಯಾರಿಗೆ ಗೊತ್ತು? ಆ ಕಾದಂಬರಿಯ ಕಾರಣಕ್ಕಾಗಿ ನೀನು ಇಲ್ಲಿಗೂ ಬರಬಹುದೇನೊ?" ಎಂದೆಲ್ಲಾ ಹೇಳಿ ಕನಸಿನ ವಿಮಾನವನ್ನು ಹತ್ತಿಸಿದ್ದ.

ಮೊದಮೊದಲು ಕಾದಂಬರಿಯ ಬರವಣಿಗೆ ಮಹಿಮಾಳಿಗೆ ಖುಶಿಕೊಟ್ಟಿದ್ದಂತೂ ಖರೆ. ಅವಳು ಹೇಳಿದಂತೆ ಕೇಳುತ್ತ, ಅವಳಾಡಿಸಿದಂತೆ ಆಡುತ್ತ, ಅವಳು ಹೇಳಿದಲ್ಲಿಗೆಲ್ಲ ಹೋಗಿ ಮುದ್ದಾಡುತ್ತಿದ್ದ ಕಾದಂಬರಿಯ ಯುವಪ್ರೇಮಿಗಳಿಬ್ಬರ ಒಡನಾಟ ಅವಳಲ್ಲಿಯೂ ಹೊಸ ಹುರುಪೊಂದನ್ನು ಹುಟ್ಟಿಸಿತ್ತು. ಕಾದಂಬರಿಯ ಪ್ರೇಮಿಗಳಿಬ್ಬರೂ ಕವಿಗಳೇ ಆಗಿದ್ದರಿಂದ ಆಗಾಗ

ಅವರಿಬ್ಬರೂ ಬರೆಯುತ್ತಿದ್ದ ಪ್ರೇಮದ ಸಾಲುಗಳು ಓದುಗರಿಗೂ ಪ್ರೀತಿಯ ಅಮಲೇರಿಸುತ್ತಿತ್ತು.

"ನೀನೊಂದು ಮಹಾಬೆಳಗು
ನಿನ್ನ ಕೈ ಹಿಡಿದಾಗ ಕಂಪಿಸಿದೆ"

ಎಂಬ ನಾಯಕನ ಸಾಲುಗಳಿಗೆ ಸಂವಾದಿಯಾಗಿ ನಾಯಕಿ

"ನೀನೊಂದು ಪರ್ವತದ ಬೆರಗು
ನಿನ್ನೊಡಲಿಂದ ನಾ ನದಿಯಾಗಿ ಹರಿದೆ"

ಎಂದೆಲ್ಲ ಬರೆದು ಕಥೆಗೆ ಕಾವ್ಯದ ಮೋಹಕತೆಯನ್ನು ತಂದಿದ್ದಳು. "ಪ್ರೇಮದಲ್ಲಿ ಮುಳುಗು, ಬೇರೆಲ್ಲವೂ ತನ್ನಷ್ಟಕ್ಕೇ ಘಟಿಸುವುದು" ಎಂದು ನಾಯಕಿಯೆಂದರೆ ನಾಯಕ, "ಪ್ರೇಮವೆಂದರೆ ಸಾಗರ, ಹನಿನೀರು ಕುಡಿದುಬಿಡು, ಜೀವನವಿಡೀ ನಶೆಯಲ್ಲಿರುವೆ" ಎಂದು ಬರೆದು ನಶೆಯೇರಿಸುತ್ತಿದ್ದ. ಇಬ್ಬರೂ ಒಬ್ಬರನ್ನೊಬ್ಬರು ಭೇಟಿಯಾಗಲು ಹುಡುಕುತ್ತಿದ್ದ ಉಪಾಯಗಳೂ ಹೊಸತಾಗಿದ್ದವು. ವಿಜ್ಞಾನದ ನವನವೀನ ಪ್ರಾತ್ಯಕ್ಷಿಕೆಗಳು, ತಮ್ಮೂರಿನ ಔಷಧೀಯ ಸಸ್ಯಗಳ ಸಂಗ್ರಹಗಳು, ವಿಶ್ವವಿದ್ಯಾನಿಲಯದ ಉಪನ್ಯಾಸಗಳು, ಭಾಷಣಗಳು ಎಲ್ಲದರಲ್ಲಿಯೂ ತಮ್ಮನ್ನು ತೊಡಗಿಸಿಕೊಂಡು ಒಟ್ಟಿಗೆ ಹೊರಹೋಗುವ ಸಂದರ್ಭಗಳನ್ನು ಕಾಲೇಜಿನ ನಿಯಮಾನುಸಾರವೇ ಅವರು ಸೃಷ್ಟಿಸಿಕೊಳ್ಳುತ್ತಿದ್ದರು. ಕಾಲೇಜು ಪ್ರವಾಸದ ದಿನಗಳಲ್ಲಿ ಪ್ರವಾಸಕ್ಕೆ ಕೊಕ್ ಕೊಟ್ಟು ಇಬ್ಬರೇ ಹಂಪಿಯ ಕಲ್ಲುಗಳ ನಡುವೆ ಸುತ್ತಿ ಬಂದಿದ್ದರು. ತಮ್ಮ ಆಸಕ್ತಿಯ ಬಗ್ಗೆ ಮಾತ್ರ ಒಬ್ಬರಿಗೊಬ್ಬರು ರಾಜಿಯಾಗದೇ ಬೇರೆಬೇರೆ ಯುನಿವರ್ಸಿಟಿಗಳಲ್ಲಿ ಸ್ನಾತಕೋತ್ತರ ಅಧ್ಯಯನಕ್ಕೆಂದು ಸೇರಿದ್ದರು. ನಾಯಕಿಯ ಕನಸಿಗೆ ಆಗಸದ ಹರಹೂ ಕಿರಿದಾದರೆ, ನಾಯಕ ಭೂಮಿಯಿಂದ ಕಾಲು ಕೀಳದಷ್ಟು ಸರಳ. ಮೊಬೈಲ್ನಲ್ಲಿ ಪ್ರೀತಿಯ ಸಾಲುಗಳನ್ನು ಟಂಕಿಸುತ್ತಲೇ 'ಸುಪರ್ ಕಂಡಕ್ಟರ್'ಗಳ ಬಗ್ಗೆ ಮಹಾಪ್ರಬಂಧವನ್ನು ಬರೆಯುವಷ್ಟು ಜಾಣೆ ಅವಳು. ಒಂದು ಸಾಲಿಗೆ ಉತ್ತರಿಸಲು ಇಡೀ ದಿನ ತಲೆಕೆಡಿಸಿಕೊಳ್ಳುವ ಭಾವುಕ ಇವನು. ಹೀಗೆ ಅವರಿಬ್ಬರ ಪ್ರೀತಿಯ ಯಾನ ಓದುಗರನ್ನು ಬೆರಗಿನಿಂದ ಆವರಿಸಿಕೊಂಡಿತ್ತು. ಇದೀಗ ಕಾದಂಬರಿ ಮುಗಿಯುತ್ತ ಬಂದಿದೆ. ಕಥೆಗೊಂದು ಅಂತ್ಯವನ್ನು ಮಹಿಮಾ ಯೋಚಿಸುತ್ತಿದ್ದಾಳೆ. ನಾಯಕಿ ಇದೀಗ ದೂರದ ಅಂತರಾಷ್ಟ್ರೀಯ ವಿಶ್ವವಿದ್ಯಾಲಯದಲ್ಲಿ ಜನಪ್ರಿಯ ಉಪನ್ಯಾಸಕಿ. ದೇಶ, ವಿದೇಶಗಳಲ್ಲಿ ಅವಳ ಉಪನ್ಯಾಸಕ್ಕೆ ವಿದ್ಯಾರ್ಥಿಗಳು ಮುಗಿಬೀಳುತ್ತಾರೆ. ನಾಯಕನಿಲ್ಲಿ ತಾನು ಹುಟ್ಟಿಬೆಳೆದ ಹಳ್ಳಿಯಲ್ಲಿಯೇ ಒಂದು ಔಷಧೀಯ ಸಸ್ಯಗಳ

ವನವನ್ನು ಮತ್ತು ಔಷಧ ತಯಾರಿಕಾ ಘಟಕಗಳನ್ನೂ ನಡೆಸುತ್ತಿದ್ದಾನೆ. ಅವನು ಅಲ್ಲಿಗೆ ಹೋಗಲಾರ, ಅವಳು ಇಲ್ಲಿರಲಾರಳು. ಇಬ್ಬರಿಗೂ ಒಬ್ಬರನ್ನೊಬ್ಬರನ್ನು ಅಗಲುವ ಇರಾದೆಯಿಲ್ಲ. ಇಬ್ಬರೂ ಒಬ್ಬರೆಂಬಂತೆ ಬದುಕಿದ್ದಾರೆ ಇಲ್ಲಿಯವರೆಗೂ. ಅವನಿಗೀಗ ಅವಳ ಸಾಂಗತ್ಯ ಬೇಕು, ಸನಿಹವಿರದ ಶಬ್ದಗಳ ಪ್ರೀತಿ ಅವನನ್ನು ಸಂತೈಸಲಾರದು. ಅವಳಿಗೋ ಎಲ್ಲವನ್ನೂ ತನ್ನೊಳಗೇ ಸೃಷ್ಟಿಸಿಕೊಳ್ಳುವ ಉಮೇದು. ಪ್ರೇಮ ದೇಹದ ಬಯಕೆಯನ್ನು ಮೀರಿದ್ದು ಎಂಬಷ್ಟು ತನ್ಮಯಿ ಅವಳು. ಒಟ್ಟಿಗಿರುವ ವಿಷಯದಲ್ಲಿ ಇತ್ತೀಚೆಗೆ ಅಂಕದ ಕೋಳಿಗಳಂತೆ ಕಿತ್ತಾಡುತ್ತಾರೆ ಇಬ್ಬರೂ. ಆಧಾರ, ಉಪಮೆ, ರೂಪಕಗಳಿಗೇನೂ ಕೊರತೆಯಿಲ್ಲ ಇಬ್ಬರಲ್ಲೂ. ಗಿಬ್ರಾನ್, ರೂಮಿ, ಕಾಳಿದಾಸ, ಅಕ್ಕ, ಅಲ್ಲಮ, ಮಜನೂ, ಪಾರೋತಿ ಎಲ್ಲರೂ ಬಂದುಹೋಗುತ್ತಾರೆ ನಡುನಡುವೆ. ಮಹಿಮಾಳೂ ದಣಿದಿದ್ದಾಳೆ ಇವರಿಬ್ಬರ ಜಗಳದಲ್ಲಿ. ಇಲ್ಲಿಗೇ ಬಂದುಬಿಡು ಎಂದು ನಾಯಕಿಗೆ ಮಹಿಮಾ ಬುದ್ಧಿವಾದ ಹೇಳುತ್ತಾಳೆ. ಶತಶತಮಾನದಿಂದ ಗಂಡನ ಆಸಕ್ತಿಗೆಂದು ತಮ್ಮ ಬಯಕೆಗಳೆಲ್ಲವನ್ನೂ ಬದಿಗಿಟ್ಟು ಬಾಳಿಲ್ಲವೆ ನನ್ನ ಅಕ್ಕಂದಿರು? ಇನ್ನೂ ಹಾಗೆಯೇ ಇರು ಎನ್ನುವ ನೀನೆಂಥ ಬರಹಗಾರ್ತಿ? ಎಂದು ಇವಳ ಮೋರೆಗೆ ಹೊಡೆದಂತೆ ಹೇಳಿಹೋಗಿದ್ದಾಳೆ ಅವಳು. ಹೋಗಲಿ, ನೀನಾದರೂ ಅವಳಿರುವಲ್ಲಿಗೆ ಹೋಗಿ ಏನಾದರೂ ಮಾಡು ಎಂದರೆ ಈ ನಾಯಕ ಹಸಿರಿನಿಂದ ನಳನಳಿಸುವ ತನ್ನ ತೋಟವನ್ನೂ, ಅದರ ನಡುವೆ ಕುಳಿತು ತಮ್ಮ ಬಾಳಿನ ಸವಿಯನ್ನು ಮೆಲುಕು ಹಾಕುವ ಅಮ್ಮ-ಅಪ್ಪನನ್ನೂ, ತಾನು ಉದ್ಯೋಗ ನೀಡಿರುವ ಊರಿನ ಹತ್ತಾರು ಹುಡುಗ-ಹುಡುಗಿಯರನ್ನೂ ಮೌನವಾಗಿಯೇ ತೋರಿಸುತ್ತಾನೆ. ಹೋಗಲಿ ಎಂದು ಹೊಸದೊಂದು ತಂತ್ರ ಹೆಣೆಯುತ್ತಾಳೆ ಮಹಿಮಾ. ನಾಯಕನ ಫ್ಯಾಕ್ಟರಿಯಲ್ಲಿ ಕೆಲಸ ಮಾಡುವ ಹುಡುಗಿಯನ್ನು ಅವನಿಗೂ, ನಾಯಕಿಯ ಸಂಶೋಧನೆಯಲ್ಲಿ ಜತೆಯಾಗಿರುವ ಫರಂಗಿಯವನೊಬ್ಬನನ್ನು ಅವಳಿಗೂ ತೋರಿಸಿ ಆಸೆ ಹುಟ್ಟಿಸುತ್ತಾಳೆ. "ಸಂಗಾತವೆಂದರೆ ಬರಿಯ ಅನುಕೂಲಸಿಂಧುವೆಂದುಕೊಂಡೆಯಾ?" ಇಬ್ಬರೂ ಸೇರಿಯೇ ಅಬ್ಬರಿಸುತ್ತಾರೆ! ಮಹಿಮಾ ಸಮಯದ ಸಂಯಮವನ್ನು ಬದಿಗೊತ್ತಿ ಗೌರವನಿಗೆ ಕರೆ ಮಾಡುತ್ತಾಳೆ, "ಮಲಗಿದ್ದೇನೆ ಕಣೇ. ಏನೇ ನಿಂದು ವರಾತ ನಡುರಾತ್ರಿಯಲ್ಲಿ? ಎಷ್ಟೊಳ್ಳೆಯ ಕನಸು ಬೀಳ್ತಿತ್ತು ಗೊತ್ತಾ? ಇನ್ನೊಂದು ಕ್ಷಣ ತಡೆದರೆ ಅವಳಿಗೆ ಮುತ್ತು ಕೊಟ್ಟಾಗಿರುತ್ತಿತ್ತು" ಅವನ ಲೇವಡಿಗೆ ಕುದಿದು ಹೋಗುವ ಮಹಿಮಾ ಕಾದಂಬರಿಯ ಪಾತ್ರಗಳ ಗೋಜಲನ್ನು ನಿದ್ದೆಗಣ್ಣಿನಲ್ಲಿರುವ ಅವನ ತಲೆಯೊಳಗೆ ತುಂಬುತ್ತಾಳೆ. ನಿನ್ನಿಂದಲೇ ಶುರುವಾದ ಕಾದಂಬರಿಯಿದು, ನೀನೇ ಮುಗಿಸು ಎಂದು ಹಠ ಹಿಡಿಯುತ್ತಾಳೆ. "ಕಂಗ್ರಾಟ್ಸ್ ಕಣೇ, ಕಾದಂಬರಿಯ ಪಾತ್ರಗಳು ನಿನ್ನೊಂದಿಗೆ

ಹಠ ಶುರುಮಾಡಿವೆಯೆಂದರೆ ನೀನು ಯಶಸ್ವಿ ಕಾದಂಬರಿಕಾರ್ತಿ ಎಂದರ್ಥ. ಜಗತ್ತಿನ ದೊಡ್ಡ ದೊಡ್ಡ ಕಾದಂಬರಿಕಾರರಿಗೆ ಮಾತ್ರವೇ ಹೀಗೆಲ್ಲಾ ಆಗಿದೆ ಗೊತ್ತಾ? ಕ್ಯಾರಿಆನ್ ಮೈ ಗರ್ಲ್" ಎಂದು ಅವನು ಸಂಭ್ರಮಿಸಿದಾಗ, ಅವಳ ಕೋಪದ ಕಟ್ಟೆಯೊಡೆದು, "ಕತ್ತೆ, ಇಲ್ಲಿ ಕಾದಂಬರಿಯ ಪಾತ್ರಗಳನ್ನು ಕಟ್ಟಿಹಾಕಲಾರದೇ ನಾನು ಪಡಿಪಾಟಲು ಪಡುತ್ತಿದ್ದರೆ ಇವನದು ಕಂಗ್ರಾಟ್ಸ್ ಅಂತೆ. ಮೊದಲು ಕಥೆ ಮುಗಿಸೋದು ಹೇಗೆ ಹೇಳು? ಮತ್ತೆ ಉಳಿದೆಲ್ಲ ಮಾತು." ಅಬ್ಬರಿಸಿದಳು. ಗೌರವ ತಣ್ಣಗೆ ನುಡಿದ, "ಲೋಕ ಹೇಳಿದಂತೆಲ್ಲ ಕೇಳಲು ಪಾತ್ರಗಳೇನು ನಾನು, ನೀನೆ? ಅಷ್ಟಕ್ಕೂ ಬದುಕಿಗೆ ಒಂದು ಅಂತ್ಯ ಅಥವಾ ಒಂದೇ ಅಂತ್ಯ ಅಂತ ಯಾಕಿರಬೇಕು? ನಿಧಾನವಾಗಿ ಪಾತ್ರಗಳ ಪಿಸುದನಿಯನ್ನು ಕೇಳಿಸಿಕೊ. ನಿನಗೇ ಎಲ್ಲವೂ ಹೊಳೆಯುತ್ತವೆ. ಆದರೆ ನೆನಪಿಟ್ಟುಕೋ, ಕಾದಂಬರಿಯಲ್ಲಾದರೂ ಪ್ರೇಮವನ್ನು ಗೆಲ್ಲಿಸು" ಎಂದವನೇ ನಿಮಿಷಗಳ ಕಾಲ ಮೌನವಾಗಿದ್ದು ಫೋನಿಟ್ಟ.

"ಮಹೀ, ಪುಟ್ಟ ಮಲಗುವ ಸಮಯವಾಗಿದೆ. ಕಥೆ ಹೇಳಬೇಕಂತೆ, ಬಂದು ಮಲಗಿಸಿ ಹೋಗು." ಮಧುವಿನ ಮಾತು ಅವಳನ್ನು ಎಚ್ಚರಿಸಿತು. "ನಂಗೆ ಇನ್ನೂ ತುಂಬಾ ಬರೆಯೋದಿದೆ ಮಧು. ನೀನೇ ಇವತ್ತು ಏನಾದರೂ ಕಥೆ ಹೇಳಿ ಮಲಗಿಸು." ವಿನಂತಿಸುವ ದನಿಯಲ್ಲಿ ಹೇಳಿದಳು. ಮಧು ಹತ್ತಿರ ಬಂದು ಅವಳಿಗೆ ಹೇಳಿದ, "ನೋಡು ಮಹೀ, ನಾನೂ ಈ ಕಾದಂಬರಿ ಶುರುವಾದಾಗಿನಿಂದ ನೋಡ್ತಾನೆ ಇದ್ದೀನಿ. ಬ್ಯಾಂಕ್ ಮುಗಿಸಿ ಬಂದವಳೇ ರೂಮು ಸೇರಿದರೆ ಬೇರೆ ಪ್ರಪಂಚವೇ ಬೇಡ ನಿನಗೆ. ಬರೆಯಬೇಡವೆಂದು ನಾನು ಹೇಳೋದಿಲ್ಲ, ಆದರೆ ಯಾವುದೂ ಬದುಕಿಗಿಂತ ದೊಡ್ಡದಾಗಬಾರದು. ನಿನಗೆ ಬೇರೆಲ್ಲ ಮರೆತುಹೋದರೆ ಹೋಗಲಿ, ಪುಟ್ಟನ ಅಮ್ಮನೆಂಬುದನ್ನು ಮರೆಯಬೇಡ. ನಮ್ಮ ಸಾಧನೆ ನಮಗೆ ಮುಖ್ಯ ಹೌದು, ಆದರೆ ಮಕ್ಕಳಿಗಾಗಿ ನಾವು ನಮ್ಮ ಬದುಕಿನಲ್ಲಿ ಬದಲಾವಣೆ ಮಾಡಿಕೊಳ್ಳಲೇಬೇಕು. ಅವನಿಗೆ ಮಲಗುವಾಗ ಒಂದು ಕಥೆ ಹೇಳುವಷ್ಟೂ ಬಿಡುವಿಲ್ಲವೆಂದರೆ..." ಅವನ ಮಾತುಗಳನ್ನು ನಡುವೆಯೇ ತುಂಡರಿಸಿದ ಮಹಿಮಾ, "ಅರ್ಥವಾಯ್ತು, ಪ್ಲೀಸ್ ನಿನ್ನ ಭಾಷಣವನ್ನು ನಿಲ್ಲಿಸು. ಈಗೇನು? ಅವನಿಗೊಂದು ಕಥೆ ಹೇಳಬೇಕು ತಾನೆ? ಬಂದೆ ನಡಿ" ಎಂದವಳೇ ಬೆಡ್ ರೂಮಿನಲ್ಲಿ ಕಾಯುತ್ತಿರುವ ಮಗನ ಪಕ್ಕದಲ್ಲಿ ಹೋಗಿ ಮಲಗಿ ಅವನನ್ನು ತಬ್ಬಿ ದೀಪವಾರಿಸಿದಳು. "ಇವತ್ತು ಯಾವ ಕಥೆ ಬೇಕು ನನ್ನ ಪುಟ್ಟನಿಗೆ? ರಾಜಕುಮಾರನದಾ? ಮಾಯದ ಜಿಂಕೆಯದಾ? ಮೊಲದ್ದಾ? ತೋಳದ್ದಾ?" ಅವಳು ಕೇಳುತ್ತಿರುವಂತೆಯೇ ಪುಟ್ಟ, "ನಂಗೆ ತೋಳದ ಕಥೆ ಬೇಕು" ಎಂದ. ಮಹಿಮಾ ತಾನು ಬಾಲ್ಯದಲ್ಲಿ ಕೇಳಿದ 'ತೋಳ ಬಂತಲ್ಲೋ ತೋಳ' ಕಥೆಯನ್ನು ರಂಜನೀಯವಾಗಿ

ಮಗನಿಗೆ ಹೇಳತೊಡಗಿದಳು. ಕುರಿಕಾಯುವ ಹುಡುಗ ಒಬ್ಬನೇ ಗುಡ್ಡದಲ್ಲಿ ಕುಳಿತು ಬೇಸರವಾದಾಗೊಮ್ಮೆ "ತೋಳ ಬಂತಲ್ಲೋ ತೋಳ" ಎಂದು ಕೂಗಿದ್ದು, ಊರಿನವರೆಲ್ಲ ಕೈಗೆ ಸಿಕ್ಕ ಆಯುಧಗಳನ್ನು ಎತ್ತಿಕೊಂಡು ಗುಡ್ಡಕ್ಕೆ ದೌಡಾಯಿಸಿದ್ದು, ಹೋಗಿ ನೋಡಿದರೆ ಹುಡುಗ ಸುಮ್ಮನೆ ಹೇಳಿದ್ದೆಂದು ಗೊತ್ತಾಗಿದ್ದು, ಇದೇ ಮತ್ತೊಂದು ಬಾರಿ ಪುನರಾವರ್ತನೆಯಾದದ್ದು, ಮತ್ತೊಂದು ದಿನ ನಿಜವಾಗಿಯೂ ತೋಳ ಬಂದದ್ದು, ಸಹಾಯಕ್ಕಾಗಿ ಹುಡುಗ ಕೂಗಿದರೂ ಯಾರೂ ಬರದೇ ಇದ್ದದ್ದು... ತೋಳ ಹುಡುಗನನ್ನು ಎತ್ತಿಕೊಂಡು ಹೋದದ್ದು... "ಬೇಡ ಅಮ್ಮಾ, ನಂಗೆ ಈ ಕಥೆ ಬೇಡ." ಪುಟ್ಟ ಕಿರುಚಿದ ಶಬ್ದಕ್ಕೆ ಮಧು ಕೋಣೆಯೊಳಗೆ ಬಂದು ದೀಪಹಾಕಿ ಅಸಹನಯಲ್ಲಿರುವ ಮಗನನ್ನು ಕಂಡು, "ನಿನ್ನ ಹೊಸಕಥೆಗಳ ಪ್ರಯೋಗವನ್ನೆಲ್ಲ ಅವನ ಮೇಲೆ ಮಾಡಬೇಡ ಮಾರಾಯ್ತಿ. ಮಕ್ಕಳಿಗೆ ಹೇಳುವ ಕಥೆಯನ್ನು ಮಾತ್ರವೇ ಹೇಳು." ಎಂದು ಮುಖಕ್ಕೆ ಹೊಡೆದಂತೆ ಹೇಳಿಹೋದ. ಪೆಚ್ಚಾದ ಅಮ್ಮನ ಮುಖವನ್ನು ನೋಡಿ ಪುಟ್ಟ ಹೇಳಿದ, "ಅಮ್ಮಾ, ಕಥೆ ಚಂದಿತ್ತು, ಆದರೆ ಆ ಹುಡುಗ ಪಾಪ, ಸಾಯಬಾರದಿತ್ತು." ಮಹಿಮಾ ಮಗನನ್ನು ಮುದ್ದಿಸುತ್ತ ಹೇಳಿದಳು, "ಹೋಗಲಿ ಬಿಡು. ಇನ್ನೊಂದು ಚಂದದ ಕಥೆ ಹೇಳ್ತೇನೆ" ಪುಟ್ಟ ನಿರಾಕರಿಸುತ್ತ ನುಡಿದ, "ಬೇಡ ಅಮ್ಮಾ, ಈ ಕಥೆಯನ್ನೇ ಚಂದ ಮಾಡೋಣವೆ? ವಾಪಸ್ ಹೋಗಿ ಹೊಸಾ ಕಥೆ ಮಾಡೋಣ" ಪುಟ್ಟ ಎದ್ದು ಕುಳಿತು ಸಾಭಿನಯವಾಗಿ ಹೇಳತೊಡಗಿದ, "ಅದೇ ಆ ಹುಡುಗ ಕೊನೆಯ ಬಾರಿ ನಿಜವಾಗಿ ತೋಳವೇ ಬಂದಾಗ ಹೆದರಿಕೆಯಿಂದ ಕೂಗಿಕೊಳ್ಳುತ್ತಾನೆ, ಆಗ ಊರಿನವರೆಲ್ಲರೂ ಆಯುಧಗಳನ್ನು ಹಿಡಿದು ಓಡಿಬರುತ್ತಾರೆ. ಆದರೆ ಈ ಸಲ ಪುಟ್ಟನಿಗೆ ಕಾಣದಂತೆ ಅಡಗಿಕೊಂಡು ಬರುತ್ತಾರೆ. ತೋಳ ಪುಟ್ಟನ ಹತ್ತಿರ, ಹತ್ತಿರ ಬರ್ತಾ ಇದೆ ಎನ್ನುವಾಗ..." ಅವನು ತೋಳದ ಹಾಗೆ ಕೆಂಗಣ್ಣು ಬಿಟ್ಟು ಹತ್ತಿರ ಬರುತ್ತಿರುವಾಗ ನಡುವೆ ಬಾಯಿಹಾಕಿ ಮಹಿಮಾ ಹೇಳಿದಳು, "ಊರಿನವರು ತೋಳದ ತಲೆಯ ಮೇಳೆ ಡಬ್ ಎಂದು ಬಡಿದು ಕೊಲ್ಲುತ್ತಾರೆ" ಪುಟ್ಟ ಮುನಿಸಿಕೊಂಡು ಹೇಳಿದ, "ಅಮ್ಮಾ, ಇದು ನನ್ನ ಕಥೆ. ನೀನು ನಡುವೆ ಬಾಯಿ ಹಾಕಬಾರದು. ತೋಳ ಇನ್ನೇನು ಹುಡುಗನ ಮೈಮೇಲೆ ಹಾರುತ್ತದೆಯೆನ್ನುವಾಗ ಅವರೆಲ್ಲರೂ ಪೊದೆಯಿಂದ ಹೊರಬಂದು ತೋಳವನ್ನು ಓಡಿಸುತ್ತಾರೆ, ಅಷ್ಟೆ. ಯಾಕೆಂದರೆ ತೋಳಕ್ಕೂ ಮಗು ಇದೆಯಲ್ವಾ ಮನೆಯಲ್ಲಿ?" ಪುಟ್ಟನ ಕಣ್ಣಿನಲ್ಲಿರುವ ಕರುಣೆಯ ಬೆಳಕು ಅವಳನ್ನು ಬೆಳಗಿಸಿತು. ಅವನನ್ನು ಮುದ್ದಿಸಿ, ಚುಕ್ಕುಬಡಿದು ಮಲಗಿಸಿ ಕಣ್ಮುಚ್ಚಿದಳು.

ಅಂಬೆ ಅವಳೆದುರು ತೇಲಿಬಂದು ಮಾತನಾಡುತ್ತಿದ್ದಳು, "ನಾನು ನಿನ್ನ ಅಂಬೆ ಕಣೇ, ನನಗೆ ತಪಸ್ಸನ್ನಾಚರಿಸಲು ಹೇಳಿದ್ದು ಯಾರೆಂಬುದು ನಿನಗೆ

ಮಾತ್ರವೇ ಗೊತ್ತು. ಅಸಲಿಗೆ ನಿಜವಾದ ಅಂಬೆಯೆಂಬವಳೊಬ್ಬಳು ಇದ್ದಳೆಂದು ನಿನಗ್ಯಾರು ಹೇಳಿದ್ದು? ಅವರವರಿಗೆ ಅವರವರ ಅಂಬೆಯರು ಹೇಳಿದ್ದೇ ಸತ್ಯ. ಹಾಂ, ಏನೆನ್ನುತ್ತಾರೆ ನಿನ್ನ ಕಾದಂಬರಿಯ ನಾಯಕ, ನಾಯಕಿಯರು? ಕರುಣೆಯಿರಲಿ ಮಾರಾಯ್ತಿ ಅವರ ಮೇಲೆ. ಸೋಲಿಸಬೇಡ, ಗೆಲ್ಲಿಸು." ಥಟ್ಟನೆ ಎದ್ದ ಮಹಿಮಾ, ಮುಗುಳ್ನಗುತ್ತಾ ಬಂದು ಕಾದಂಬರಿಯ ಹಾಳೆಗಳನ್ನು ತೆಗೆದು ಸರಸರನೆ ಕೊನೆಯ ಕಂತನ್ನು ಬರೆದು ಮುಗಿಸಿದಳು.

10

ಬೀಗ

ಇಪ್ಪತ್ತು ದಿನಗಳಿಂದ ಎಡೆಬಿಡದೇ ದಿನರಾತ್ರಿಗಳನ್ನು ಆವರಿಸಿಕೊಂಡಿದ್ದ ಹೊಸ ಪ್ರಾಜೆಕ್ಟಿನ ಕೆಲಸ ಆಗಷ್ಟೇ ಮುಗಿಯಿತು. ಲ್ಯಾಪ್‌ಟಾಪ್ ಸ್ಕ್ರೀನ್ ಬೆಳಗಿನ ಆರರ ಸಮಯವನ್ನು ತೋರಿಸುತ್ತಿತ್ತು. ತೀರ ಬಳಲಿಕೆಯ ನಡುವೆಯೂ ಕೆಲಸ ಮುಗಿಸಿದ ನಿರಾಳತೆ ನಿಹಾರಿಕಾಳಲ್ಲಿ ಹೊಸಚೈತನ್ಯವನ್ನು ಮೂಡಿಸಿತ್ತು. ವೀಕೆಂಡಿನ ನಿರಾಳ ನಿದ್ದೆಯನ್ನು ಕಳೆದುಕೊಂಡು ಎರಡು ವಾರಗಳೇ ಕಳೆದಿದ್ದವು. ಒಂದು ದೀರ್ಘ ನಿದ್ದೆ ತಕ್ಷಣದ ಅವಶ್ಯಕತೆ ಎನಿಸಿ ಲ್ಯಾಪ್‌ಟಾಪನ್ನು ಮುಚ್ಚಿಟ್ಟು ಹಾಸಿಗೆಗೆ ಒರಗಿದಳು. ಎಚ್ಚರವಾದಾಗ ಹೊಟ್ಟೆ ಇನ್ನಿಲ್ಲದಂತೆ ಚುರುಗುಡುತ್ತಿತ್ತು. ಮುಖಕ್ಕಿಷ್ಟು ನೀರೆರಚಿ ಅಡುಗೆ ಮನೆಗೆ ಬಂದಳು. ಡೈನಿಂಗ್ ಟೇಬಲ್ ಮೇಲೆ ಊಟ ರೆಡಿಯಿದ್ದುದನ್ನು ಕಂಡು ನೆಮ್ಮದಿಯೆನಿಸಿತು. ಅವಳು ಊಟ ಮಾಡುತ್ತಿದ್ದಂತೆಯೇ ತನ್ನ ರೂಮಿನಿಂದ ಬಂದ ಅಚಿಂತ್ಯ ಬಿಸಿಬಿಸಿಯಾದ ಟೀ ಮಾಡಿಕೊಂಡು ಅವಳೆದುರು ಕುಳಿತ. ಅನೇಕ ದಿನಗಳ ನಂತರ ಮೊಬೈಲ್ ಪರದೆಯ ಮೇಲೆ ಕಣ್ಣಾಡಿಸುತ್ತಿದ್ದವಳಿಗೆ ನಗರದ ರಂಗಮಂದಿರದಲ್ಲಿ ಅಂದು ಪ್ರದರ್ಶನಗೊಳ್ಳಲಿರುವ ನಾಟಕದ ವಿವರ ತಿಳಿಯಿತು. ಗಡಿಬಿಡಿಸಿ ಎದ್ದವಳೇ, "ಅಚ್ಚೂ, ಬೇಗ ಟೀ ಕುಡಿದು ರೆಡಿಯಾಗು. ರಂಗಮಂದಿರದಲ್ಲಿಂದು ಚಂದದ ನಾಟಕವಿದೆ. ನನಗೂ ಮೂರು ವಾರಗಳಿಂದ ತಲೆಕೆಟ್ಟು ಹೋಗಿದೆ. ಒಂದು ಬ್ರೇಕ್ ಬೇಕಿದೆ. ಹೋಗಿಬರೋಣ." ಎಂದಳು. ಅಚಿಂತ್ಯ ಮಾತ್ರ ಅವಳ ಮಾತುಗಳಿಂದ ಒಂದಿನಿತೂ ಜರುಗದೇ, "ನಾನು ಬರಲ್ಲ, ನೀ ಬೇಕಾದ್ರೆ ಹೋಗು." ಎಂದ ತಣ್ಣಗೆ. ಅಚ್ಚರಿಯಿಂದೊಮ್ಮೆ ಅವನ ಮುಖವನ್ನು

ನೋಡಿದವಳೇ ಕೈತೊಳೆದು ಬಂದು ಹಿಂದಿನಿಂದ ಅವನ ಕೊರಳನ್ನು ಬಳಸಿ, "ಯಾಕೋ ಬರಲ್ಲ? ಚೆನ್ನಾಗಿದೆ ಕಣೋ. ತಿಂಗಳ ಹಿಂದೆಯೇ ರಿವ್ಯೂ ಓದಿದ್ದೆ. ಇಷ್ಟು ಬೇಗ ಇಲ್ಲಿಗೆ ಬರತ್ತೆ ಅಂದುಕೊಂಡಿರಲಿಲ್ಲ. ಬಾ, ಹೋಗಿಬರೋಣ." ಎಂದು ಮುದ್ದು ಮಾಡಿದಳು. "ತಲೆಕೆಟ್ಟಿದೆ, ಅದ್ಕೆ ನೋಡೋದು ಅಂದೆಯಲ್ಲ. ನನ್ನ ತಲೆ ನೆಟ್ಟಗಿದೆ ಮಾರಾಯ್ತಿ. ಅಷ್ಟಲ್ಲದೇ ಇಲ್ಲೇ ಹತ್ತಿರದ ದೇವಸ್ಥಾನದಲ್ಲಿಂದು ತಾಳಮದ್ದಲೆಯ ಕಾರ್ಯಕ್ರಮವಿದೆ. ನಮ್ಮೂರಿನ ನನ್ನ ಗೆಳೆಯರು ಕೆಲವರು ನಡೆಸಿಕೊಡ್ತಿದ್ದಾರೆ. ನಿನ್ನನ್ನೂ ಕರೆದುಕೊಂಡು ಹೋಗೋಣ ಅಂತಿದ್ದೆ. ನೀನು ನೋಡಿದ್ರೆ ತಲೆಕೆಟ್ಟಿದೆ ಅಂತಿದ್ದೀಯಾ. ನಾಟಕಕ್ಕೇ ಹೋಗಿಬಾ." ಎಂದು ಚೂರು ಬಿಗಿಯಾಗಿಯೇ ಹೇಳಿದ. "ಓಕೆ ಡಿಯರ್. ಆದ್ರೆ ಒನ್ ಕಂಡೀಶನ್. ನಾನಿವತ್ತು ಕಾರ್ ತಗೊಂಡು ಹೋಗ್ತಿದ್ದೀನಿ. ನೀನು ಸ್ಕೂಟರ್‌ನಲ್ಲಿ ಹೋಗು." ಎಂದವಳೇ ಅವನ ಪ್ರತಿಕ್ರಿಯೆಗೆ ಕಾಯದೇ ತಯಾರಾಗಲು ಹೊರಟಳು.

ರಂಗಮಂದಿರದಲ್ಲಿ ಕಿಕ್ಕಿರಿದು ಸೇರಿದ್ದ ಜನಸಮೂಹವೇ ರಂಗಪ್ರಸ್ತುತಿಯ ಜನಪ್ರಿಯತೆಯನ್ನು ಸಾರುವಂತಿತ್ತು. ಮಹಾನ್ ಮಾನವತಾವಾದಿ ನಾರಾಯಣ ಗುರುಗಳ ಜೀವನದ ವಿವಿಧ ಆಯಾಮಗಳು ರಂಗದ ಮೇಲೆ ತೆರೆದುಕೊಳ್ಳುತ್ತಿರುವಂತೆಯೇ ಕುಳಿತವರೆಲ್ಲರೂ ಅವರಿಗರಿವಿಲ್ಲದಂತೆ ಮೆಚ್ಚುಗೆಯ ಚಪ್ಪಾಳೆಯ ಮಳೆಸುರಿಸುತ್ತಿದ್ದರು. ಹೀಗೆ ಎಲ್ಲರ ಮನಸ್ಸಿನ ಭಾವಗಳನ್ನೂ ಮಿಳಿತಗೊಳಿಸುವ ಗಳಿಗೆಗಳನ್ನು ಅತೀವವಾಗಿ ಸಂಭ್ರಮಿಸುವ ನಿಹಾರಿಕಾ ಪ್ರತಿ ವಾರಾಂತ್ಯದಲ್ಲಿಯೂ ಇಂಥದೊಂದು ಬಿಡುಗಡೆಗಾಗಿ ಹಪಹಪಿಸುತ್ತಿದ್ದಳು. ಉಳಿದವರೆಲ್ಲರೂ ಪಬ್ಬು, ಪಾರ್ಟಿ, ಪ್ರವಾಸವೆಂದು ಸುತ್ತುತ್ತಿದ್ದರೆ ಇವಳು ಮಾತ್ರ ನಗರದ ರಂಗಮಂದಿರಗಳೆಡೆಗೆ ದೌಡಾಯಿಸುತ್ತಿದ್ದಳು. ಮೊದಲೆಲ್ಲ ಅವಳನ್ನು ಹಿಂಬಾಲಿಸುತ್ತಿದ್ದ ಅಚಿಂತ್ಯ ಇತ್ತೀಚೆಗೆ ಯಾಕೋ ಯಾವುದಾದರೂ ನೆವವನ್ನು ಮುಂದುಮಾಡಿ ದೂರವೇ ಉಳಿಯುತ್ತಿದ್ದ. ಅವನ ಅಭಿರುಚಿಯೂ ಮುಖ್ಯವೇ ಎಂದು ಭಾವಿಸಿದ್ದ ನಿಹಾರಿಕಾ ಒಬ್ಬಳೇ ಹೋಗುವುದನ್ನು ರೂಢಿಯಾಗಿಸಿಕೊಂಡಿದ್ದಳು. ನಾಟಕ ಮುಗಿದು ರಂಗದ ಮೇಲೆ ಕತ್ತಲಾವರಿಸುತ್ತಿದ್ದಂತೆ ಚಂದದ ಪ್ರಸ್ತುತಿಗಾಗಿ ಎಲ್ಲರನ್ನೂ ಅಭಿನಂದಿಸಬೇಕೆಂದು ಮನಸ್ಸು ತಹತಹಿಸುತ್ತಿದ್ದರೂ, ಮತ್ತೆ ಸಂದೇಶ ಕಳಿಸಿದರಾಯಿತು ಎಂದುಕೊಳ್ಳುತ್ತಲೇ ಕಾರಿನೆಡೆಗೆ ನಡೆದಳು. ಕಾರನ್ನು ಚಲಾಯಿಸುವ ಮುನ್ನ ಮೊಬೈಲ್ ತೆಗೆದು ಸೈಲೆಂಟ್ ಮೋಡನ್ನು ಬದಲಾಯಿಸಿ ಅಚಿಂತ್ಯನಿಗೆ "ಕಮೀಂಗ್ ಸೂನ್ ಡಿಯರ್" ಎಂದು ಮೆಸೇಜಿಸಿದಳು. ಆ ಬದಿಯಿಂದ ನೀಲಿಗೆರೆಗಳು ಮೂಡಿದವಾದರೂ ಏನೂ ಉತ್ತರ ಬರಲಿಲ್ಲ. ಮೂರು ವಾರಗಳಿಂದ ಅವನೆಡೆಗೆ ನೋಡಲೂ ಸಮಯವಿರಲಿಲ್ಲ, ಹೊಸ ಪ್ರಾಜೆಕ್ಟಿನ ಕೆಲಸಗಳು ಇನ್ನಿಲ್ಲದಂತೆ ದಿನರಾತ್ರಿಗಳನ್ನು ಆವರಿಸಿಬಿಟ್ಟಿದ್ದವು. ಸಹಜವಾಗಿಯೇ

ಕೋಪಗೊಂಡಿರುತ್ತಾನೆ. ನಿನ್ನೆ ಮಲಗುವಾಗ ಕೋಣೆಯಲ್ಲಿಣುಕಿ, "ಇನ್ನೆಷ್ಟು ಹೊತ್ತು?" ಎಂದಿದ್ದ. ಸ್ಕ್ರೀನಿನಿಂದ ದೃಷ್ಟಿ ಕೀಳದ ತಾನು, "ವೀಕೆಂಡ್ ಕಣೋ. ಮುಗಿಸಲೇಬೇಕು. ಬೆಳಗಾಗಬಹುದು. ನೀ ಮಲಗು." ಎಂದಿದ್ದಳು. ಒಂದು ನಿರಾಳವಾದ ಮಿಲನಕ್ಕೆ ಅವನು ಹಂಬಲಿಸಿರಬಹುದು ಎಂದೆನಿಸಿ, ರಾತ್ರಿ ಅವನನ್ನು ಉಸಿರುಗಟ್ಟುವಂತೆ ತಬ್ಬಿ ಮಲಗಬೇಕು ಎಂದುಕೊಳ್ಳುತ್ತಲೇ ರೋಮ್ಯಾಂಟಿಕ್ ಹಾಡೊಂದನ್ನು ಹಚ್ಚಿ ಕಾರು ಚಲಾಯಿಸತೊಡಗಿದಳು.

ಮನೆಯೊಳಗೆ ಬರುವಾಗ ಅಚಿಂತ್ಯ ಡೈನಿಂಗ್ ಟೇಬಲ್ ಮೇಲೆ ಊಟ ಜೋಡಿಸುತ್ತಿದ್ದ. "ಯು ರಿಯಲೀ ಮಿಸ್ಸಡ್ ಅ ಗ್ರೇಟ್ ಪರ್‌ಫಾರ್ಮೆನ್ಸ್ ಯಾರ್" ಎನ್ನುತ್ತಾ ಬಳಸಿದವಳನ್ನು ಕೊಡವಿಕೊಳ್ಳುತ್ತಾ, "ಮೊದಲು ಹೋಗಿ ಫ್ರೆಶ್ ಆಗಿ ಬಾ. ಹಸಿವೆಯಾಗಿದೆ, ಊಟ ಮಾಡೋಣ" ಎಂದ. ಮನದಲ್ಲಿ ಸುಳಿಯುತ್ತಿದ್ದ ನಾಟಕದ ಹಾಡೊಂದನ್ನು ಗುಣುಗುತ್ತಲೇ ಬಟ್ಟೆ ಬದಲಾಯಿಸಲು ಹೋದ ನಿಹಾರಿಕಾಳಿಗೆ ಒಳಉಡುಪು ಕೆಂಪಗೆ ತೋಯ್ದು ಹೋದದನ್ನು ಕಂಡು ಒಂದುಕ್ಷಣ ಪೆಚ್ಚೆನಿಸಿತು. ಇತ್ತೀಚೆಗೆ ತಿಂಗಳ ದಿನದ ಲೆಕ್ಕವನ್ನೂ ಮರೆತಿದ್ದೇನೆ ಅಂದುಕೊಳ್ಳುತ್ತಲೇ ಬಟ್ಟೆ ಬದಲಾಯಿಸಿ, ಊಟಕ್ಕೆ ಬಂದಳು. ಅಸಹಜ ಮೌನವೊಂದು ನಡುವೆ ಸುಳಿಯುತ್ತಿದೆಯೆನಿಸಿ, "ನಿಜವಾಗಿ ನಾಟಕ ಚಂದಿತ್ತು ಕಣೋ. ನೀನೂ ಬರಬಹುದಿತ್ತು. ಆದರೆ ನಿನ್ನ ಗೆಳೆಯರ ಬಳಗದ್ದೇ ತಾಳಮದ್ದಲೆ ಅಂದೆಯಲ್ಲ. ಹಾಗಾಗಿ ಒತ್ತಾಯಿಸಲಿಲ್ಲ. ಹೇಗಾಯ್ತು ತಾಳಮದ್ದಲೆ? ಯಾವುದದು ಪ್ರಸಂಗ? ಕರ್ಣಾರ್ಜುನ ಎಂದೆಯಲ್ಲ. ನಿನ್ನ ಗೆಳೆಯಂದು ಕರ್ಣನೋ, ಕೃಷ್ಣನೋ?" ಎನ್ನುತ್ತಾ ಹೆಚ್ಚಿಟ್ಟ ತರಕಾರಿಗಳ ಚೂರುಗಳನ್ನು ಅಗಿಯತೊಡಗಿದಳು. "ನನಗಿಷ್ಟವಾಯ್ತು. ಪ್ರಸಂಗದಲ್ಲಿ ಎಷ್ಟಿದೆಯೋ ಅಷ್ಟು ಮಾತಾಡಿ ಮುಗಿಸಿದರು. ಬೇಡದ ವಾದಮಾಡಿ ಸಮಯವನ್ನು ಕೊಲ್ಲಲಿಲ್ಲ." ಎಂದವನ ಮಾತಿಗೆ ನಕ್ಕು, "ಪದ್ಯ ಇರೋವಷ್ಟೇ ಅರ್ಥ ಹೇಳೋದಾದರೆ ನಾವೇ ಪ್ರಸಂಗ ಪಟ್ಟಿ ಓದಿದ್ರಾಯ್ತುಪ. ಪುರಾಣದ ಕತೆಗಳಿಗೆ ಹೊಸಹೊಳವುಗಳನ್ನು ಬೆಸೆಯುತ್ತಾರೆ ಎಂದಲ್ಲವೇನು ನಾವು ತಾಳಮದ್ದಲೆಗೆ ಹೋಗೋದು? ನಾಟಕ ಮಾತ್ರ ಡಾಕ್ಯುಮೆಂಟರಿಯ ಹಾಗೆ ಇರಲಿಲ್ಲ. ಎಷ್ಟು ಬೇಕೋ ಅಷ್ಟು ನಾಟಕೀಯತೆ, ಸಂಗೀತ, ದೃಶ್ಯವೈಭವ ಎಲ್ಲವನ್ನೂ ಬೆರಸಿ ಒಳ್ಳೆಯ ನಾಟಕ ಕಟ್ಟಿದ್ದರು." ಎಂದು ಹೇಳಿ ಅವನಲ್ಲಿ ಆಸೆ ಹುಟ್ಟಿಸಲು ನೋಡಿದಳು. "ನೀನು ಚೆನ್ನಾಗಿದೆ ಅಂದಾಗಲೇ ಗೊತ್ತಾಯ್ತು. ಒಂದಿಷ್ಟು ಹಳೆಯ ತಗಾದೆಗಳನ್ನು ಮುಂದಿಟ್ಟು ತಮಗಾಗದವರನ್ನೆಲ್ಲ ಬೈದಿರ್ತಾರೆ ಅಂತ. ನೀವೆಲ್ಲ ಚಪ್ಪಾಳೆ ತಟ್ಟಿ ಸಂಭ್ರಮಿಸ್ತೀರಿ ಅಷ್ಟೆ." ಎಂದು ಮುಖಕ್ಕೆ ಹೊಡೆದಂತೆ ಹೇಳಿದ. ಅನಿರೀಕ್ಷಿತವಾದ ಅವನ ಪ್ರತಿಕ್ರಿಯೆಯಿಂದ ನಿಹಾರಿಕಾ ಬೆಚ್ಚಿಬಿದ್ದಳು. ಅರೆ! ಇವನಿಗೇನಾಗಿದೆ? ಇತ್ತೀಚಿನವರೆಗೂ ನನ್ನೊಂದಿಗೆ ಎಲ್ಲ ಪ್ರದರ್ಶನಗಳನ್ನು ಆನಂದಿಸುತ್ತಿದ್ದವನು

ಇದ್ದಕ್ಕಿಂದ್ದಂತೆ ಹೀಗ್ಯಾಕೆ ಬದಲಾಗುತ್ತಿದ್ದಾನೆ ಎಂಬ ಪ್ರಶ್ನೆಗಳ ಸರಮಾಲೆಯೇ ಮನಸ್ಸಿನಲ್ಲಿ ಮೂಡಿತಾದರೂ ಮುಖದಲ್ಲಿ ತೋರಿಸಿಕೊಳ್ಳದೇ, "ಓ... ನೀನು ಈ ದಾರಿಯಲ್ಲಿದ್ದೀಯಾ? ನಾನು ಮನುಷ್ಯರ ನೆಲೆಯಲ್ಲಿ ಯೋಚಿಸಿ ಹೇಳ್ತಿದ್ದೆ. ಸಮಾಜದಲ್ಲಿ ಬೇರೂರಿದ್ದ ಮೌಢ್ಯಗಳನ್ನು ದೂರಾಗಿಸಲು ನಡೆಸುವ ಹೋರಾಟಗಳಿವೆಯಲ್ಲ, ಅವು ಯಾವಾಗಲೂ ಗ್ರೇಟ್ ಅನಿಸತ್ವೆ. ಅಂಥದೊಂದು ಚಂದ ಜರ್ನಿಯನ್ನು ನಾಟಕದಲ್ಲಿ ಹಿಡಿದಿಟ್ಟಿದ್ದರು. ಎಲ್ಲರ ಬಿಡುಗಡೆಯೆಂದರೆ ಅದರಲ್ಲಿ ನಾವೂ ಇರ್ತೇವೆ ಎಂಬ ಸಂಭ್ರಮ ಇರುತ್ತಲ್ವೇನೊ?" ಎನ್ನುತ್ತಾ ಅಚಿಂತ್ಯನನ್ನೇ ದಿಟ್ಟಿಸಿದಳು. "ಹೌದೌದು, ಬೈಯ್ಯೋದು ಬೈತೀರಿ, ಎದ್ದು ಬಂದು ಹೊಡೆಯೋರನ್ನ ಬೈಯ್ಯಲ್ಲ. ಮೆತ್ತಗಿದ್ದಲ್ಲಿ ಒಂದಿಷ್ಟು ಅಗೆದು ನೀರು ಬಂತು ಅಂತ ಕುಣಿದಾಡ್ತೀರಿ. ಸರಿಬಿಡು, ಯಾರ್‍ಯಾರಿಗೇ ಏನೇನು ಇಷ್ಟವೋ ಅದನ್ನು ತಾನೇ ಮಾಡ್ತಾರೆ?" ಎನ್ನುತ್ತ ಊಟ ಮುಗಿಸಿ ಕೈತೊಳೆಯಲು ಹೊರಟ. ಇತ್ತೀಚಿಗೆ ಎಲ್ಲರ ಬಾಯಲ್ಲಿ ಕೇಳ್ತಿರೋದನ್ನೇ ಇವನೂ ಹೇಳುತ್ತಿದ್ದಾನೆ ಎನಿಸಿ ವಾದದ ಹಾದಿಯಿಂದ ಬದಿಗೆ ಸರಿದಳು. ದಿನವಿಡೀ ಕಿವಿಯಲ್ಲಿ ಇಯರ್‌ಫೋನ್ ಸಿಕ್ಕಿಸಿಕೊಂಡು ಅದೇನನ್ನೋ ಕೇಳುತ್ತಿರುವುದರ ಫಲವಿದು ಎಂದು ಅರ್ಥವಾಗಲು ಅವಳಿಗೆ ಹೆಚ್ಚು ಹೊತ್ತು ಹಿಡಿಯಲಿಲ್ಲ. ಮಾತುಕತೆಯ ಜಾಡನ್ನು ಬದಲಾಯಿಸುತ್ತಾ, "ನಿನ್ನ ತಾಳಮದ್ದಲೆಯ ಸ್ನೇಹಿತರು ಎಲ್ಲಿ ಉಳಕೊಂಡಿದ್ದಾರಂತೆ? ಕರೀಬಹುದಿತ್ತು ಮನೆಗೆ. ನಾಳೆ ಹೇಗೂ ರಜೆಯಿತ್ತಲ್ಲ." ಎಂದಳು. "ಹಾಗೆ ಎಲ್ಲರನ್ನೂ ಮನೆಗೆ ಕರೆದು ಮನೆಯನ್ನು ಸಂತೆ ಮಾಡಿಕೊಳ್ಳೋದು ನನಗಿಷ್ಟವಿಲ್ಲ. ಸಂಯೋಜಕರು ವಸತಿ ಏರ್ಪಾಡು ಮಾಡಿರ್ತಾರೆ. ಅಲ್ಲಿಯೇ ಉಳಿತಾರೆ ಬಿಡು." ಎಂದ. ಅರೆರೆ! ಇದಂತೂ ಬಹಳ ವಿಚಿತ್ರ ಎನಿಸಿತು. ಇವನ ಅಡುಗೆಯ ರುಚಿಗಾಗಿಯೇ ಓಡೋಡಿ ಬರುತ್ತಿದ್ದ ತನ್ನೆಲ್ಲ ಸ್ನೇಹಿತರ ಗುಂಪಿನ ನೆನಪಾಗಿ ಮನದಲ್ಲೇ ನಕ್ಕಳು. ಇಂದಾದರೂ ಅಡುಗೆ ಮನೆಯ ಕೆಲಸಗಳನ್ನು ತಾನೇ ಮಾಡೋಣವೆಂದು ಹೋದವಳಿಗೆ ಇದು ನಿನ್ನ ಕ್ಷೇತ್ರವಲ್ಲವೆಂಬುದನ್ನು ಸೂಚ್ಯವಾಗಿ ಹೇಳಿದ ಅವನ ನಡವಳಿಕೆ ಒಂದಿಷ್ಟೂ ಹಿಡಿಸದೇ ಸುಮ್ಮನೆ ಕೋಣೆ ಸೇರಿದಳು. ಅವನೂ ತನ್ನ ಕೋಣೆಯೊಳಗೆ ಸೇರಿಕೊಂಡು ಅದ್ಯಾವುದೋ ಸಿನೆಮಾ ಹಚ್ಚಿ ಕುಳಿತ.

ಸಣ್ಣಗೆ ಸಿಡಿಯುತ್ತಿದ್ದ ಸೊಂಟಕ್ಕೆ ಇಷ್ಟೇ ಇಷ್ಟು ನೋವಿನ ಮುಲಾಮು ಸವರಿಕೊಂಡು ಮೊಬೈಲ್ ಪರದೆ ನೋಡುತ್ತಾ ಅಡ್ಡಾದವಳಿಗೆ ನಾಳೆ ಒಂದು ಸಾಹಿತ್ಯದ ಚರ್ಚೆಯಲ್ಲಿ ಭಾಗವಹಿಸಲು ಒಪ್ಪಿಕೊಂಡಿದ್ದು ನೆನಪಾಗಿ ಅದರ ವಿವರಗಳನ್ನು ಓದಿಕೊಳ್ಳತೊಡಗಿದಳು. ವೃತ್ತಿಯ ಆರಂಭದಲ್ಲಿ ಒಂಟಿಯಾಗಿದ್ದಾಗ ತನ್ನನ್ನು ಕಾಡಿದ ವಿಷಯಗಳ ಬಗ್ಗೆ ಬರೆದ ಪ್ರಬಂಧ ಸಂಕಲನವೊಂದು ಅಚ್ಚಾಗಿ ತಕ್ಕಮಟ್ಟಿನ ಪ್ರಸಿದ್ಧಿಯನ್ನೂ ಪಡೆದಿತ್ತು. ಕೆಲಸಗಳ ಒತ್ತಡ, ಬದುಕಿನ

ಗೊಂದಲಗಳಲ್ಲಿ ಮುಂದೆ ಬರೆಯುವುದನ್ನೇ ಮರೆತಿದ್ದಳಾದರೂ ಸಾಹಿತ್ಯ, ಸಂಗೀತ, ನಾಟಕಗಳ ಸಾಂಗತ್ಯದಿಂದ ಬಿಡಿಸಿಕೊಳ್ಳಲಾಗಿರಲಿಲ್ಲ. ತಿಂಗಳ ಹಿಂದೆ ಅಸಿರೀಕ್ಷಿತವಾಗಿ ಕರೆಮಾಡಿದ ಅನಿವಾಸಿ ಭಾರತೀಯರ ಓದುಗ ಬಳಗವೊಂದು ಅವಳ ಪ್ರಬಂಧಗಳನ್ನು ತಮ್ಮ ತಿಂಗಳ ಓದಿಗಾಗಿ ಆಯ್ಕೆಮಾಡಿಕೊಂಡಿದ್ದು, ಕಾರ್ಯಕ್ರಮಕ್ಕೆ ಅವಳನ್ನೂ ಆನ್‌ಲೈನ್ ಮೂಲಕ ಸೇರಿಕೊಳ್ಳುವಂತೆ ಆಹ್ವಾನಿಸಿದ್ದರು. ಇಲ್ಲಿಯ ತಡರಾತ್ರಿ ಅಲ್ಲಿಯ ಬೆಳಗಾದ್ದರಿಂದ ಭಾನುವಾರ ರಾತ್ರಿ ಇವಳು ಕಾರ್ಯಕ್ರಮಕ್ಕೆ ಸೇರಬೇಕಿತ್ತು. ಕೆಲಸದ ಒತ್ತಡದಲ್ಲಿ ಕಾರ್ಯಕ್ರಮದ ನೆನಪೇ ಇರಲಿಲ್ಲ ಅಂದುಕೊಂಡವಳೇ ಪುಸ್ತಕದ ಕಪಾಟಿನಲ್ಲಿ ಜೋಡಿಸಿದ್ದಟ್ಟ ತನ್ನ ಹಳೆಯ ಪ್ರಬಂಧಗಳ ಸಂಕಲನವನ್ನು ತೆಗೆದು ಓದತೊಡಗಿದಳು. ಅವಳೇ ಬರೆದ ಅಕ್ಷರಗಳು ಅವಳಿಗೇ ಹೊಸದು ಅನಿಸತೊಡಗಿದವು. ಬದಲಾದ ನಮ್ಮ ಚಹರೆಗಳಿಗೆ ಹಳೆಯ ನಾವು ಅಪರಿಚಿತರಾಗುತ್ತ ಸಾಗಿರುವುದೇ ಇದಕ್ಕೆಲ್ಲಾ ಕಾರಣವಿರಬಹುದೇನೊ? ಎಂದೆಲ್ಲ ಅನಿಸತೊಡಗಿತು. ನಾಳೆಯ ತಿಂಡಿಗೆ ನೀರುದೋಸೆ ಮಾಡಬೇಕೆಂದು ನೆನಪಾಗಿ ಅಕ್ಕಿ ನೆನೆಸಲು ಹೋದವಳಿಗೆ ಅಚಿಂತ್ಯ ಅದಾಗಲೇ ನೆನೆಸಿಟ್ಟಿದ್ದು ಕಂಡು ಪೆಚ್ಚೆನಿಸಿತು. ಮೊದಲೆಲ್ಲ ಪುಲಾವು, ನೀರುದೋಸೆ, ಕೋಸಂಬರಿಗಳನ್ನು ಮಾಡೋವಾಗಲಾದರೂ ತನ್ನ ನೆರವು ಕೇಳುತ್ತಿದ್ದವನು ಈಗ ಎಲ್ಲವನ್ನೂ ತಾನೇ ಮಾಡುತ್ತಿದ್ದ. ಅಡುಗೆ ಮನೆಯೇ ಹೆಣ್ಣಿಗೆ ದೊಡ್ಡ ಸಂಕೋಲೆ, ಕಮ್ಯುನಿಟಿ ಕಿಚನ್‌ಗಳು ಈ ಕಾಲದ ಅಗತ್ಯ ಎಂದೆಲ್ಲಾ ಕಾಲೇಜಿನ ವೇದಿಕೆಯ ಮೇಲೆ ನಿಂತು ಮಾತಾಡಿ ಚಪ್ಪಾಳೆ ಗಳಿಸುತ್ತಿದ್ದವಳಿಗೆ ಆ ಜಾಗದಿಂದಲೇ ಗೇಟ್‌ಪಾಸ್ ಸಿಗುವುದು ಸಂಭ್ರಮವೆನಿಸದೇ ಅನಾಥಭಾವವನ್ನು ಮೂಡಿಸುತ್ತಿರುವುದು ಯಾಕೆಂದು ಅರ್ಥವಾಗಲಿಲ್ಲ. ಸಲೀಸಾಗಿ ಅಡುಗೆ ಮನೆಗೆ ಹೋಗಿ ತಮಗಿಬ್ಬರಿಗೆ ಏನೂ ಬೇಕೋ ಅದನ್ನು ಮಾಡಿಕೊಂಡು, ನಡುನಡುವೆ ಜಗಳಾಡಿಕೊಂಡು ಮತ್ತೆ ರಾಜಿಯಾಗಿ ಒಟ್ಟಿಗೆ ಮಲಗುತ್ತಿದ್ದ ಹಿಂದಿನ ದಿನಗಳೇ ಎಷ್ಟೊಂದು ಚೆನ್ನಾಗಿದ್ದವು ಅನಿಸಿತು. ಇತ್ತೀಚೆಗೆ ಅಚಿಂತ್ಯ ಅಡುಗೆ ಮನೆಯೂ ನನ್ನದೇ ಎಂಬಂತೆ ತನ್ನನ್ನು ಅವಾಯ್ಡ್ ಮಾಡುತ್ತಿದ್ದಾನೆ ಎನಿಸಿ, ಅವಳಿಗರಿವಿಲ್ಲದೇ ಕಣ್ಣ ಹನಿಯೊಂದು ಕೆನ್ನೆಯ ಮೇಲಿಳಿಯಿತು.

ಮಲಗಲೆಂದು ಹೊರಟವಳಿಗೆ ಯಾರೋ ಮನೆಯ ಬಾಗಿಲನ್ನು ಮೆಲ್ಲನೆ ತಟ್ಟುತ್ತಿದ್ದಾರೆ ಅನಿಸಿ, ನಿಜವೋ ಭ್ರಮೆಯೋ ಎಂದು ಒಂದರಗಳಿಗೆ ಅಲ್ಲಿಯೇ ನಿಂತಳು. ಸದ್ದು ಬರುತ್ತಿರುವುದು ಖಾತ್ರಿಯಾದ ಮೇಲೆ ಯಾರು ಬಂದಿರುವರು ನೋಡೋಣವೆಂದು ಬಾಗಿಲು ತೆಗೆದಳು. ಹೊರಗೆ ಯಾರೂ ಕಾಣದೇ ಇನ್ನೇನು ಬಾಗಿಲನ್ನು ಮುಚ್ಚಬೇಕೆನ್ನುವಾಗ ಗಾರ್ಡನ್ ಮೂಲೆಯಲ್ಲಿ ಏನೋ ಸರಿದಾಡಿದಂತಾಗಿ ಅಚಿಂತ್ಯನನ್ನು ಕರೆಯುವುದೋ ಅಥವಾ ತಾನೇ ನೋಡಲೋ ಎಂಬ ಗೊಂದಲಕ್ಕೆ ಸಿಲುಕಿ, ಮೊದಲೇ ಮುನಿಸಿಕೊಂಡಿರುವ

ಪ್ರಾಣಿ ಇನ್ನು ಸಿನೆಮಾ ನೋಡಲು ತೊಂದರೆ ಮಾಡಿದರೆ ರಾದ್ಧಾಂತ ಮಾಡಿಯಾನೆಂದು ಗಾರ್ಡನ್ನಿನ ಲೈಟ್ ಹಾಕಿದಳು. ಗಿಡದ ಮರೆಯಿಂದ ಎದ್ದುಬಂದ ಹೆಣ್ಣು ಜೀವವೊಂದು ಓಡುತ್ತಲೇ ಬಂದು ಇವಳ ಕಾಲನ್ನು ಹಿಡಿದುಕೊಂಡಿತು. ಇದ್ದಕ್ಕಿದ್ದಂತೆ ಪ್ರತ್ಯಕ್ಷಳಾದವಳನ್ನು ಕಂಡು ಒಂದರೆಕ್ಷಣ ಏನು ನಡೆಯುತ್ತಿದೆ ಎಂಬುದು ತಿಳಿಯದೇ ತಬ್ಬಿಬ್ಬಾದಳು. "ದಮ್ಮಯ್ಯ ಕಣಕ್ಕ, ನನ್ನನ್ನು ಇವತ್ತೊಂದಿನ ಉಳಿಸಿ ಪುಣ್ಯ ಕಟ್ಕೊಳ್ಳಿ. ಇವತ್ತು ಅವ್ನು ನನ್ನನ್ನ ಕಡ್ದು ಕೊಂದೇಬಿಡ್ತಾನೆ. ಕಂಠಪೂರ್ತಿ ಕುಡಿದಿದ್ದಾನೆ, ಕತ್ತಿ ಹಿಡಿದು ನನ್ನನ್ನು ಅಟ್ಟಿಸಿಕೊಂಡು ಬಂದಿದ್ದಾನೆ. ಇಲ್ಲೇ ಎಲ್ಲೋ ನನ್ನ ಹುಡುಕ್ತಿದ್ದಾನೆ. ನಿಮ್ಮ ದಮ್ಮಯ್ಯ ಅಂತೀನಿ, ಮೊದಲು ಲೈಟ್ ತೆಗೀರಿ. ನನ್ನ ಪ್ರಾಣ ಕಾಪಾಡಿ ಅಕ್ಕ. ಹೆಂಗಾರ ಊರಿಗೆ ಹೋಗಬೇಕು. ಅವುನ್ನ ಪೋಲೀಸರಿಗೆ ಹಿಡ್ದು ಕೊಡಿ ಅಕ್ಕಾ" ಎಂದು ಒಂದೇ ಸವನೆ ಗೋಗರೆಯತೊಡಗಿದಳು. ಪಾದ ಹಿಡಿದವಳನ್ನು ಮೇಲೆತ್ತಿದ ನಿಹಾರಿಕಾ ಲೈಟ್ ಆರಿಸಿದಳಾದರೂ ಕತ್ತಲೆಯಲ್ಲಿ ಅವಳೊಡನೆ ನಿಲ್ಲಲು ಭಯಗೊಂಡು, "ಇರು ಬಂದೆ." ಎನ್ನುತ್ತಾ ಅವಳನ್ನಲ್ಲೇ ಬಿಟ್ಟು ಬಾಗಿಲು ಹಾಕಿ ಮನೆಯೊಳಗೆ ಬಂದಳು. ಸಿನೆಮಾ ನೋಡುತ್ತಿದ್ದ ಅಚಿಂತ್ಯನಿಗೆ ಸಂಕ್ಷಿಪ್ತವಾಗಿ ವಿಷಯ ತಿಳಿಸಿದಾಗ ತಕ್ಷಣವೇ ಲ್ಯಾಪ್‌ಟಾಪ್ ಮಡಚಿಟ್ಟು ಅವಳೊಡನೆ ಹೊರಬಂದ. ಬಾಗಿಲು ತೆಗೆಯಲು ಮುಂದಾದವನನ್ನು ತಡೆಯುತ್ತಾ ನಿಹಾರಿಕಾ, "ಇರು, ಒಂದು ನಿಮಿಷ ಯೋಚಿಸಿ ಬಾಗಿಲು ತೆಗೆಯೋಣ. ಪೇಟೆ ಇದು. ನಡುರಾತ್ರಿಯ ಸಮಯ. ಯಾವ್ಯಾವ ಮೋಸದ ಜಾಲಗಳಿರುತ್ತೋ ಯಾರಿಗೆ ಗೊತ್ತು? ಪಟ್ಟಕ್ಕನೆ ಬಾಗಿಲು ತೆಗೀಬೇಡ. ಅವಳ ಜತೆಗೆ ಅವಳ ಗ್ಯಾಂಗ್ ಕೂಡಾ ಇದ್ದರೆ?" ಎಂದು ತನ್ನ ಸಂಶಯಗಳನ್ನು ಮುಂದಿಟ್ಟಳು. ಹೊರಗಿನಿಂದ ಸಣ್ಣಗೆ ಅವಳು ಬಿಕ್ಕುತ್ತಿದ್ದ ಸದ್ದು ಕೇಳಿಸುತ್ತಿತ್ತು. "ಅದ್ಯಾಕೆ ಅಷ್ಟು ಭಯಪಡ್ತೀಯ? ಸುತ್ತಮುತ್ತೆಲ್ಲ ಮನೆಗಳಿವೆ ಇಲ್ಲಿ. ಹಾಗೆಲ್ಲ ಗ್ಯಾಂಗ್ ಕಟ್ಕೊಂಡು ಬಂದು ನಮ್ಮನೆಯಿಂದ ಕದ್ದುಹೋಗೋದಾದ್ರೂ ಏನಿದೆ? ಈಗೆಲ್ಲ ಮನೆಗಳಲ್ಲಿ ಹಣ, ಚಿನ್ನ ಇಟ್ಕೊಳ್ಳೋದಿಲ್ಲ ಅನ್ನೋದು ಎಲ್ಲರಿಗೂ ಗೊತ್ತು. ಮತ್ತೆ ಸುಫಾರಿ ಎಲ್ಲ ಕೊಟ್ಟು ಕೊಲ್ಲಿಸೋವಷ್ಟು ಪ್ರಸಿದ್ಧರೇನಲ್ಲ ನಾವು. ಸಂಜೆ ಗೇಟಿಗೆ ಬೀಗ ಹಾಕೋಣ ಅಂದ್ರೆ ಕೇಳ್ತೀಯಾ ನೀನು? ಗಳಿಗೆಗೊಮ್ಮೆ ಕಿವಿಗೆ ಫೋನಿಟ್ಟುಕೊಂಡು ಗಾಳಿಗೆ ಅಂತ ಗೇಟ್ ದಾಟಿಕೊಂಡು ರಸ್ತೆಗಿಳಿಯುವ ಚಾಳಿ ನಿಂದು." ಎನ್ನುತ್ತಾ ಲಘುವಾಗಿ ಅವಳ ಮೇಲೆ ರೇಗಿದ. ಯಾವುದಕ್ಕೂ ಇರಲಿ ಎಂದು ನಿಹಾರಿಕಾ ತಮ್ಮ ಓಣಿಯ ಮೂಲನಿವಾಸಿಗಳಾದ ಪಕ್ಕದ ಮನೆಯ ಅಂಕಲ್ ಮತ್ತು ಆಂಟಿಯರಿಗೆ ಫೋನಿನಲ್ಲೇ ಸಕ್ಷಿಪ್ತವಾಗಿ ವಿಷಯ ತಿಳಿಸಿದಳು. ಭಾರೀ ಧೈರ್ಯಸ್ಥರೆಂದು ಹೆಸರಾಗಿದ್ದ ನಿವೃತ್ತ ಸೈನ್ಯಾಧಿಕಾರಿ ಅಂಕಲ್ ಮೇಲೆ ಅಲ್ಲಿದ್ದವರಿಗೆಲ್ಲ ಅಪರಿಮಿತವಾದ ವಿಶ್ವಾಸವಿದ್ದುದರಿಂದ

ಏನೇ ಘಟಿಸಿದರೂ ಅವರಿಗೊಂದು ವಿಷಯ ತಿಳಿಸುವುದು ಸಂಪ್ರದಾಯವೇ ಆಗಿಹೋಗಿತ್ತು. ಇವರು ಬಾಗಿಲು ತೆಗೆಯುವ ವೇಳೆಗಾಗಲೇ ಅಂಕಲ್, ಆಂಟಿ ಎಲ್ಲರೂ ಬಂದಿದ್ದರಿಂದ ಜೀವವನ್ನು ಹಿಡಿಯಾಗಿಸಿ ಕುಳಿತ ಹೆಣ್ಣುಮಗಳು ಇನ್ನಷ್ಟು ಭೂಮಿಗಿಳಿದು ಹೋಗಿದ್ದಳು. ಅಂಕಲ್ ಅವಳನ್ನು ಮಿಲಿಟರಿ ಶೈಲಿಯಲ್ಲಿ ವಿಚಾರಿಸುತ್ತಿರುವಂತೆಯೇ ಅಚಿಂತ್ಯ ಅವಳಿಗೆ ಕುಡಿಯಲು ನೀರು ತಂದುಕೊಟ್ಟ. ನನಗೇ ಹೊಳೆಯದ ಕೆಲವು ಸೂಕ್ಷ್ಮಗಳು ಇವನಿಗೆ ಹೊಳೆಯುವುದಲ್ಲ ಎಂದು ಅವನೆಡೆಗೊಂದು ಮೆಚ್ಚುಗೆಯ ನೋಟ ಬೀರಿದಳು ನಿಹಾರಿಕಾ. ಹೆಂಗಸು ಅಳುತ್ತಲೇ ತನ್ನ ಕತೆಯನ್ನು ಹೇಳತೊಡಗಿದ್ದಳು. ನಾನೂರು ಕಿ. ಮೀ. ದೂರದೂರಿನಿಂದ ಈ ನಗರಕ್ಕೆ ವಲಸೆ ಬಂದ ಹೆಣ್ಣು ಮಗಳು ಅವಳು. ಒಂದೆರಡು ವಾರ ಚೆನ್ನಾಗಿಯೇ ನೋಡಿಕೊಂಡಿದ್ದ ಗಂಡ, ಸದಾ ಅವನ ಹಿಂದೆ, ಮುಂದೆ ಸುಳಿದಾಡುವ ಹೆಣ್ಣುಗಳ ಬಗ್ಗೆ ಪ್ರಶ್ನಿಸಿದ್ದೇ ನೆವವಾಗಿ ಕುಡಿದು ಬಂದು ನಾಯಿಗೆ ಬಡಿದಂತೆ ಬಡಿಯಲು ಪ್ರಾರಂಭಿಸಿದ್ದ. ಅದನ್ನು ಇವಳ ತಂಗಿಯ ಮನೆಯವರು ವಿರೋಧಿಸಿದ್ದೇ ನೆವವಾಗಿ ಇಂದು ಅಕ್ಷರಶಃ ಕತ್ತಿಯನ್ನು ಹಿಡಿದು ಅವರನ್ನೆಲ್ಲಾ ಕಡಿಯಲು ಮುಂದಾಗಿದ್ದ. ಅವನ ವೀರಾವೇಶಕ್ಕೆ ಹೆದರಿದ ತಂಗಿಯ ಮನೆಯವರು 'ಸಾಯುವುದಾದರೆ ಗಂಡನ ಕೈಯ್ಯಲ್ಲೇ ಸತ್ತು ಸ್ವರ್ಗಕ್ಕೆ ಹೋಗು' ಎಂದು ಬಾಗಿಲು ಮುಚ್ಚಿದ್ದರು. "ಇಂಥ ಪಾಪಿಗಳ ಕೈಯ್ಯಲ್ಲಿ ಸತ್ತರೆ ಸ್ವರ್ಗ ಎಲ್ಲಕ್ಕ ಸಿಗತ್ತೆ? ಇವನಿಗೆ ನರಕ ಕಾಣಿಸ್ಬೇಕು ಇವತ್ತು. ಅದೇನೋ ಪೋಲೀಸರು, ಗಿಲೀಸರು ಅಂತ ಇರ್ತಾರಂತಲ್ವ ಪ್ಯಾಟೇನಾಗೆ. ಅವರಿಗೊಸಿ ಫೋನ್ ಮಾಡಿ ಹೇಳಿ ಅಕ್ಕಾ. ನನ್ನ ಗಂಡನ್ನ ಖಾಯಂಮ್ಮಾಗಿ ಜೈಲಿನಲ್ಲಿಡ್ಲಿ. ನಿಮ್ಮ ದಮ್ಮಯ್ಯ ಅಂತೀನಿ. ದೀಪ ಒಂದು ಹಾಕಬೇಡಿ. ಜೋರಾಗಿ ಮಾತಾಡಬೇಡಿ, ಇಲ್ಲೇ ಎಲ್ಲೋ ಸುಳೀತಿದಾನೆ ನನ ಗಂಡ. ನೋಡಿದ್ರೆ ನನ್ನ ಕೊಂದೇಬಿಡ್ತಾನೆ." ರೋಷದ ನಡುವೆಯೇ ಪ್ರಾಣಭಯದಿಂದ ಅಂಗಾಲಾಚುತ್ತಿದ್ದಳು.

ಅವಳ ಕರುಣಾಜನಕ ಕಥೆಗೆ ಒಂದಿನಿತೂ ಕರಗದ ಮಿಲಿಟರಿ ಅಂಕಲ್ ತನ್ನ ತನಿಖೆಯನ್ನು ಜಬರದಸ್ತಾಗಿಯೇ ಶುರುಮಾಡಿದರು. "ನಿಹೂ ಪುಟ್ಟಿ, ನಿನಗೆ ಇದೆಲ್ಲಾ ಗೊತ್ತಾಗಲ್ಲ. ಇಲ್ಲೇ ಆಚೆ ಬೀದಿ ಇದೆಯಲ್ಲಾ, ಅಲ್ಲೊಂದು ಮನೆಯಿದೆ. ಆ ಮನೆಯ ಹೆಂಗಸು ಸರಿಯಿಲ್ಲ. ಬದುಕೋಕೆ ಅಂತಾ ಏನೇನೋ ಖಾರಸ್ಥಾನ ಮಾಡ್ತಾಳೆ. ಅಲ್ಲಿಗೆ ಬಂದ ಹೆಂಗಸರು ಒಂದೋ ಎರಡೋ ಗಂಡಸರಿದ್ರೆ ಸುಧಾರಿಸ್ತಾರೆ. ಏಕದಂ ಡಜನ್‌ಗಟ್ಟಲೆ ಗಂಡಸರು ಒಟ್ಟಿಗೆ ಬಂದರೆ ಹೀಗೆ ತಪ್ಪಿಸಿಕೊಂಡು ಓಡಿಬರ್ತಾರೆ. ಯಾವುದಕ್ಕೂ ಸರಿಯಾಗಿ ಯೋಚಿಸಿ ತೀರ್ಮಾನ ಮಾಡಬೇಕು. ನೋಡಮ್ಮಾ, ಸತ್ಯ ಹೇಳಿದ್ರೆ ನಿಂಗೇನಾದ್ರೂ ಸಹಾಯ ಮಾಡಬಹುದು. ಸುಳ್ಳು ಹೇಳಿದ್ರೆ ಈಗಲೇ ಪೋಲೀಸರಿಗೆ ಫೋನ್ ಮಾಡಿ

ಹಿಡಿದುಕೊಡ್ತೇವೆ.” ಎಂದು ಕಾರ್ಯಚರಣೆ ಶುರುಮಾಡಿಯೇಬಿಟ್ಟರು. ಅವರ ಪ್ರತಿಕ್ರಿಯೆಯಿಂದ ತೀರ ಹತಾಶಳಾದಂತೆ ಕಂಡ ಅವಳು, “ಯಜಮಾನ್ರೇ, ನಾವು ಅಂತಾ ಜನಾ ಅಲ್ರೀ. ಮರ್ಯಾದೆಯಿಂದ ದುಡಿದು ತಿನ್ನೋರ್ರಿ. ನಮಗೂ ಭೂಮಿ, ಕಾಣಿ ಎಲ್ಲ ಇತ್ರಿ. ಈ ನನ ಗಂಡನ ಚಟಕ್ಕೆ ಎಲ್ಲಾನೂ ಕಳಕೊಂಡು ಅನಾಥರಾಗಿಬಿಟ್ಟೇವ್ರಿ. ಊರಾಗ ಇರಾಕ ಮನಿಯಿಲ್ಲ, ಊಳಾಕ ಭೂಮಿಯಿಲ್ಲಾರಿ. ಒಬ್ಬ ಮಗಾ ಅಲ್ಲೇ ನಮ್ಮವ್ವಾರ ಮನಿಯಾಗ ಉಳಕೊಂಡು ಸಾಲೀಗ್ ಹೊಕ್ಕಾನ್ರಿ. ನನ ತಮ್ಮಾಗ ಫೋನ್ ಹಚ್ಚಿ ಕೇಳ್ರೀ. ನನ್ನ ಫೋನ್ ಕಸಗೊಂಡು ಪುಡಿ, ಪುಡಿ ಮಾಡಾನ್ರೀ ನನ ಗಂಡ. ಬಸ್ ಹತ್ತಿ ಹೋಗಾಣಂದ್ರ ಕೈಯ್ಯಾಗ ಪಾವಾಣೆ ಕಾಸಿಲ್ರೀ. ಇನ್ನು ಈ ಊರಿಗ್ ಬಂದು ತಿಂಗಳಾ ಆಗಿಲ್ರೀ. ಪಗಾರ ಕೊಟ್ಟಿಲ್ರೀ. ಇನ್ನೇನ್ ಇಲ್ಲೆಲ್ಲ ಹುಡುಕಿ ಬಸ್ ಸ್ಟಾಂಡ್ ದಾರೀನಾಗೆ ಕಾದುಕಂಡು ನಿಂತಿರ್ತಾನ್ರೀ. ಹೋದರೆ ಕಡಿದೇ ಹಾಕ್ತಾನೆ. ಕಣ್ಣಾಗ ಹನಿ ರಕ್ತ ಇಲ್ಲ ಅವ್ಗೆ. ಇಂತಾರ್ ಜತಿಗೆ ಹೇಂಗ್ ಬಾಳ್ವೆ ಮಾಡೋದು ಹೇಳ್ರೀ. ಬದುಕಿದ್ರೆ ಗುಡಿಮುಂದ ಕಸ ಗುಡಿಸಿಕೊಂಡು ಜೀವನಾ ಮಾಡ್ತಿನ್ರೀ. ನನ್ನ ಹೆಂಗಾರ ಮಾಡಿ ಊರಿಗೆ ಕಳಿಸ್ರೀ.” ಕಟ್ಟಿಟ್ಟ ದುಃಖವನ್ನೆಲ್ಲ ಅಳುವಾಗಿಸಿ ಬಿಕ್ಕತೊಡಗಿದಳು. ವಿಚಾರಣೆಯ ನಾಟಕ ಕ್ರೂರವೆನಿಸಿ ನಿಹಾರಿಕಾ, “ಸರಿ ಕಣಮ್ಮ. ನಿನ್ನನ್ನು ಊರಿಗೆ ಕಳಿಸೋ ಜವಾಬ್ದಾರಿ ನಮ್ಮದು. ಹಾಗಂತ ನಿನ್ನನ್ನು ಕರಕೊಂಡು ಹೋಗೋವಾಗ ಆ ನಿನ್ನ ಗಂಡ ಬಂದು ಕಡಿದುಹಾಕಿದ್ರೆ ನಾವೇನು ಮಾಡೋಕಾಗತ್ತೆ.? ನಮ್ಮನೆಯಲ್ಲೇ ರಾತ್ರಿಯಿಡೀ ನಿನ್ನನ್ನು ಉಳಿಸಿಕೊಳ್ಳೋ ಹಾಗೂ ಇಲ್ಲ ಕಣಮ್ಮ. ಪೇಟೆ ಅಂದರೆ ಹಳ್ಳಿಯ ಹಾಗಲ್ಲ. ಇಲ್ಲಿ ಎಲ್ಲದಕ್ಕೂ ಕಾನೂನು ಪಾಲಿಸಬೇಕು. ಯಾವುದಕ್ಕೂ ನೀನು ನಿನ್ನ ಊರಿಗೊಮ್ಮೆ ಫೋನ್ ಮಾಡಿ ಅಲ್ಲಿರುವವರ ಹತ್ರ ಮಾತಾಡಿ ಏನು ಮಾಡಬೇಕು ಅಂತ ನಿರ್ಧಾರ ಮಾಡು. ಫೋನ್ ನಂಬರ್ ಹೇಳು ನೋಡೋಣ” ಎಂದು ಬೇಡವೆಂದು ಸನ್ನೆ ಮಾಡುತ್ತಿದ್ದ ಅಂಕಲ್‌ನ ಮುಖವನ್ನು ನೋಡದೇ ಫೋನ್ ಮಾಡಲು ಸಜ್ಜಾದಳು. ಒಂದೆರಡು ಅಂಕಿಗಳನ್ನು ಹೇಳಿದ ಮೇಲೆ ಮುಂದಿನ ನಂಬರ್ ನೆನಪಿಗೆ ಬಾರದೇ ಪರದಾಡುತ್ತಿದ್ದ ಅವಳನ್ನು ಕಂಡು ಆಂಟಿ, “ನಿಂಗೆ ಗೊತ್ತಾಗಲ್ಲ ನಿಹಾರಿಕಾ. ನೋಡು, ಮೊದಲು ಫೋನ್ ಮಾಡು ಅಂದ್ಲು. ಈಗ ನಂಬರ್ ಹೇಳ್ತಿಲ್ಲ. ನೋಡಿದ್ಯಾ ಅವಳ ಹುನ್ನಾರವನ್ನ” ಎನ್ನುತ್ತಿರುವಂತೆಯೇ ಹೇಗೋ ನೆನಪಿಸಿಕೊಂಡು ತಮ್ಮನ ನಂಬರ್ ಹೇಳಿದಳು. ಆಚೆಯಿಂದ ಅವಳು ಹೇಳಿದ ವ್ಯಕ್ತಿಯೇ ಫೋನನ್ನು ಎತ್ತಿದಾಗ ಸೂಕ್ಷ್ಮವಾಗಿ ವಿಷಯ ತಿಳಿಸಿದ ನಿಹಾರಿಕಾ ಅವಳಿಗೇ ಮಾತನಾಡಲು ಕೊಟ್ಟಳು. ಬೇಕಾದ ಜೀವವೊಂದರ ದನಿಯನ್ನು ಫೋನಿನಲ್ಲಿ ಕೇಳುತ್ತಿದ್ದಂತೆ ಅವಳ ದುಃಖದ ಕಟ್ಟೆಯೊಡೆದು ಬಿಕ್ಕಿ, ಬಿಕ್ಕಿ ಅತ್ತಳು. ಅವಳ ದಯನೀಯ ಸ್ಥಿತಿಯನ್ನು ಕಂಡ ಎಲ್ಲರ ಕಣ್ಣಿನಲ್ಲಿಯೂ

ನೀರೂರಿತು. "ಹೆಣ್ಣಿನ ಜಲ್ಮವೇ ಕಷ್ಟ ಕಣಮ್ಮ." ಎಂದು ಗದ್ಗದಿತರಾದ ಮಿಲಿಟರಿ ಅಂಕಲ್ ಎಲ್ಲರೆದುರು ಕಣ್ಣೀರು ಸುರಿದೀತೆಂಬ ಭಯದಿಂದ ಮುಖ ತಿರುಗಿಸಿಕೊಂಡರು.

ಇವೆಲ್ಲವನ್ನೂ ನಾಟಕ ನೋಡುವಂತೆ ನೋಡುತ್ತಿದ್ದ ಅಚಿಂತ್ಯ ಅದಾಗಲೇ ಪೋಲೀಸ್ ಸಹಾಯವಾಣಿಗೆ ಫೋನ್ ಮಾಡಿ ವಿಷಯ ತಿಳಿಸಿದ್ದ. ಇನ್ನೇನು ಗಂಟೆಯೊಳಗೆ ಅವರು ಬರುವ ಭರವಸೆಯ ಮಾತುಗಳನ್ನು ಹೇಳಿ ಅಂಕಲ್ ಮತ್ತು ಆಂಟಿಯರನ್ನು ಮನೆಗೆ ಕಳಿಸಿದ. ಅವಳಿಗೆ ತಿನ್ನಲು ಏನಾದರೂ ಕೊಡುವಂತೆ ತಿಳಿಸಿ, ತನ್ನ ಸಿನೆಮಾ ವೀಕ್ಷಣೆಯನ್ನು ಮುಂದುವರೆಸಿದ. ಅವಳು ಬೇಡವೆಂದರೂ ಒಂದಿಷ್ಟು ಬ್ರೆಡ್ ಜಾಮ್ ತಂದಿಟ್ಟು ತಿನ್ನಿಸಿದ ನಿಹಾರಿಕಾ ಯಾವುದಕ್ಕೂ ಇರಲಿ ಎಂದು ಒಂದೆರಡು ಹಣ್ಣುಗಳನ್ನು ಕವರಿನಲ್ಲಿ ಹಾಕಿ ಅವಳ ಕೈಗಿಟ್ಟಳು. ಬಾಗಿಲು ಮುಚ್ಚಿ ಒಳಗಿರುವುದೋ, ಅವಳೊಂದಿಗೆ ಹೊರಗೇ ಕುಳಿತಿರುವುದೋ ಅಥವಾ ಅವಳನ್ನೂ ಮನೆಯೊಳಗೆ ಕರೆಯುವುದೋ ಏನೂ ತೋಚದೆ ಗೊಂದಲಗೊಂಡು, "ಯಾಕಮ್ಮಾ, ಇಂಥ ಗಂಡನ್ನ ನಂಬಿಕೊಂಡು ಊರು ಬಿಟ್ಟು ಬರ್ತೀರಿ? ನೀರೋ, ಗಂಜೀನೋ ಕುಡಕೊಂಡು ಹುಟ್ಟಿದ ಊರಲ್ಲೇ ಇರಬಾರದಾ?" ಎಂದು ಬುದ್ಧಿಮಾತು ಹೇಳಿದಳು. "ಹೂಂ ಕಣಕ್ಕಾ, ಇನ್ನುಂದೆ ಬರಂಗಿಲ್ಲ. ಊರಲ್ಲಿ ಕಂಡೋರೆಲ್ಲ ಗಂಡ ಬಿಟ್ಟವಳು ಅಂತ ಆಡ್ಕೋತಾರೆ ಕಣಕ್ಕಾ. ಕಳ್ಳಾನೋ, ಕಟುಕಾನೋ ಕಟ್ಕಂಡವನ ತಾವ ಇರೋದೆ ಸರಿ ಅಂತ ಬುದ್ಧಿ ಮಾತ ಹೇಳ್ತಾರೆ. ಎಲ್ರೂವೆ ಅಪ್ಪ, ಅಪ್ಪ ಅಂತ ಓಡಾಡೋವಾಗ ನನ್ನ ಮಗು ಎಲ್ಲಿ ಮಾರಿ ಒಣಸ್ಕತದೋ ಅಂತ ಇವ್ನ ಸರಿಮಾಡುವ ಅಂತ ಬಂದೆ. ಇವ ನೋಡಿದ್ರೆ ಇಲ್ಲಿ ಒಬ್ರಲ್ಲ, ಇಬ್ರಲ್ಲ ಮೂರು ಜನ ಗಂಡ ಬಿಟ್ಟೋರನ್ನ ಮಡಿಕಂಡವ್ನೆ. ಮೇಸ್ತ್ರಿ ಕೆಲ್ಸ ಮಾಡ್ತನವ್ವ, ಕೈತುಂಬಾ ದುಡೀತಾನೆ. ಕೈಗೆ, ಕಾಲೀಗೆ ಬೇಕಾರೂ ಹೆಂಗುಸ್ರು ಸಿಕ್ತಾರೆ. ನನ್ನ ಬದುಕು ಹೀಗೆ ಹೈರಾಣ ಆಗೋಯ್ತು ಕಣವ್ವ.' ಎನ್ನುತ್ತಾ ಕಣ್ಣೀರಾದಳು. "ಕುಡುದೋರಿಗೆ ಏನೇನೂ ತಾಕತ್ತಿರಲ್ಲ ಅಂತಾರಲ್ಲವಾ. ಹೀಗೆ ಓಡಿ ಬರೋ ಬದಲು ನೀನೇ ತಿರುಗಿ ನಿಂತು ನಾಕು ತಟ್ಟಬೇಕಿತ್ತು." ಎಂದಳು ನಿಹಾರಿಕಾ. "ಅವೆಲ್ಲಾ ನಿತ್ರಾಣ ಇರೋರಿಗೆ ಕಣಕ್ಕ. ಈರಭದ್ರಾನ ವಂಸ ಇವಂದು. ಕುಡದ್ರೆ ನಾಕ ಜನಾ ಬಂದ್ರೂ ತಡಿಯಾಕಾಗವಲ್ದು. ಇವನಾ ಆರ್ಭಟ ನೋಡಿ ತಂಗಿನೂವೆ, ಅವಳ ಗಂಡನೂವೆ ಬಾಗಿಲು ಚಿಲಕಾ ಹಾಕಿ ಕೂತವ್ರೆ. ತಡುದ್ರೆ ಇವ ಅವ್ರನ್ನೂ ಕಡಿಯಾವ್ನೆ. ಇಲ್ನೋಡಿ, ನಿನ್ನೆ ಬಡಿಗೀಲಿ ಬಡಿದದ್ದು." ಎನ್ನುತ್ತಾ ನೈಟಿಯನ್ನು ಚೂರು ಜಾರಿಸಿ ತೊಡೆಯ ಮೇಲಿನ ನೀಲಿ ಬರೆಗಳನ್ನು ತೋರಿಸಿದಳು. ಅದೇ ನೋವಿನಲ್ಲಿ ಸಂಜೆಯವರೆಗೂ ಮಣ್ಣು ಹೊತ್ತಿದ್ದಳು. "ಸರಿಬಿಡು, ಇನ್ನೇನು ಪೋಲಿಸರು ಬರ್ತಾರೆ. ಅವ್ರು

ಏನು ಹೇಳ್ತಾರೆ ನೋಡೋಣ" ಎಂದು ಸಮಾಧಾನ ಮಾಡಿದಳು. ಕ್ಷಣಕಾಲ ನಿರಾಳವಾಗಿದ್ದ ಅವಳು ಮತ್ತೆ ಕೇಳಿದಳು, "ಅಕ್ಕೋ, ಪೋಲೀಸರು ಅಂದರೆ ಗಂಡಸರು ಬತ್ತಾರೋ, ಹೆಂಗಸರೋ? ಬರಿಯ ಗಂಡಸ್ರು ಬಂದ್ರೆ ನಾನು ಹೋಗಬಹುದೇನಕ್ಕಾ ಅವ್ರ ಕುಟಾ? ಕಾಸು, ಗೀಸು ಕೇಳ್ತಾರಾ? ನನ್ನ ತಾವ ಬಿಡಿಗಾಸೂ ಇಲ್ವಲ್ಲಕ್ಕಾ. ಅವರ ಜತೆ ಹೋದ್ರೆ ಭಯಾ ಇಲ್ವಾ ಅಕ್ಕಾ?" ಅವಳ ಮಾತು ಕೇಳುತ್ತಿದ್ದಂತೆ ನಿಹಾರಿಕಾಳ ಕರುಳಿನಲ್ಲಿ ಕತ್ತರಿಯಾಡಿಸಿದಂತಾಯಿತು. ಜೀವಭಯದ ಸನ್ನಿವೇಶದಲ್ಲಿಯೂ ಗಂಡುಕುಲದ ಬಗ್ಗೆಲ್ಲಾ ಅನುಮಾನದಿಂದ ಯೋಚಿಸುವಂತೆ ಮಾಡಿದ ಸಮಾಜದ ಬಗ್ಗೆ ಅವಳಿಗೆ ಅಸಹ್ಯವೆನಿಸತೊಡಗಿತು. ತನ್ನ ಭಯವನ್ನು ತೋರಗೊಡದೇ, "ಪೋಲೀಸರು ಇರೋದೆ ನಮ್ಮ ರಕ್ಷಣೆಗಲ್ವಾ? ಹಾಗೆಲ್ಲ ಏನೂ ಆಗಲ್ಲ. ನಿನ್ನಿಂದ ಕಾಸು ಕೂಡಾ ಕೇಳಲ್ಲ. ಆದರೂ ನಿನ್ನ ಧೈರ್ಯಕ್ಕೆ ಇರಲಿ, ಇಟ್ಕೋ" ಎನ್ನುತ್ತಾ ಐದುನೂರರ ಎರಡು ನೋಟುಗಳನ್ನು ಅವಳ ಕೈಗೆ ತುರುಕಿದಳು. ಒಮ್ಮೆಲೇ ಅಷ್ಟೊಂದು ಹಣವನ್ನು ನೋಡಿ ದಿಗಿಲುಗೊಂಡ ಅವಳು, "ಇಷ್ಟೆಲ್ಲಾ ಬ್ಯಾಡ ಕಣಕ್ಕಾ, ನಮ್ಮೂರಿಗೆ ಕೆಂಪು ಬಸ್ಸಿಗೆ ಹೆಚ್ಚೆಂದ್ರೆ ನಾನೂರೈವತ್ತು ರೂಪಾಯಿ ಅದೆ. ಅಷ್ಟೆ ಸಾಕು." ಎನ್ನುತ್ತಾ ಒಂದು ನೋಟನ್ನು ಮರಳಿಸಬಂದಳು. "ಸುಮ್ನೆ ಇಟ್ಕೋ. ಪರಿಸ್ಥಿತಿ ಹೇಗೆ ಬರತ್ತೆ ಹೇಳೋಕ್ಕಾಗಲ್ಲ. ಜಾಗ್ರತೆಯಾಗಿರು." ಎಂದವಳಿಗೆ, "ಅಕ್ಕಾ, ಆಗ್ಲೇ ನಾನು ಹೇಳಿದ್ನಲ್ಲ, ಆ ನಂಬರೂವೆ ಮತ್ತೆ ನಿಮ್ಮ ನಂಬರೂವೆ ಒಂದು ಚೀಟಿನಾಗೆ ಬರೆದು ಕೋಡೋಕ್ಕಾಗತ್ತಾ? ಜತೆಗೆ ಇಟ್ಕತೀನಿ. ಗಾಬರಿಯಾದ್ರೆ ನಂಬರ್ರೇ ಬಾಯಿಗೆ ಬರಾಕಿಲ್ಲ ಕಣಕ್ಕ," ಎಂದವಳ ಸಮಯಪ್ರಜ್ಞೆಗೆ ತಲೆದೂಗಿ ಚೀಟಿಯಲ್ಲಿ ನಂಬರನ್ನು ದೊಡ್ಡ ಅಕ್ಷರಗಳಲ್ಲಿ ಬರೆದುಕೊಟ್ಟಳು. ಸಾಗರದಲ್ಲಿ ದಾರಿತಪ್ಪಿದ ಹಾಯಿದೋಣಿಯ ಒಂಟಿ ಪಯಣಿಗಳಂತೆ ಅವಳು ಕುಳಿತಿದ್ದಳು.

"ಹಾಂ ಸರ್, ಅದೇ ಫಸ್ಟ್ ಕ್ರಾಸಿನಲ್ಲಿ ತಿರುಗಿ ಬಂದರೆ ಕೊನೆಯಲ್ಲಿ ಸಿಗೋ ಮನೆ. ಹೌದು ಸರ್, ದೊಡ್ಡ ಗೇಟಿನಲ್ಲಿ ತಿರುಗಬೇಕು." ಎಂದು ಮನೆಯ ದಾರಿಯನ್ನು ಪೋಲೀಸರಿಗೆ ತಿಳಿಸುತ್ತಾ ಬಂದ ಅಚಿಂತ್ಯ ಮನೆಯ ಗೇಟನ್ನು ತೆಗೆದು ರಸ್ತೆಗಿಳಿಯುತ್ತಿದ್ದಂತೆಯೇ ಪೋಲೀಸರ ಕಾರು ಮನೆಯೆದುರು ನಿಂತಿತು. ಕಾರಿನಿಂದಿಳಿದ ಇಬ್ಬರು ಪೋಲೀಸರು ಮೊದಮೊದಲು ಗತ್ತಿನಲ್ಲಿಯೇ ಪ್ರಶ್ನಿಸಲು ಆರಂಭಿಸಿದವರು ಇವರ ವಿವರಣೆಗಳನ್ನು ಕೇಳಿಸಿಕೊಂಡ ನಂತರ ಮೆದುವಾಗುತ್ತ ನಡೆದರು. ತಾವು ಬಂದುದಕ್ಕೆ ಸಾಕ್ಷಿಯಾಗಿ ಒಂದೆರಡು ಫೋಟೋಗಳನ್ನು ಕ್ಲಿಕ್ಕಿಸಿಕೊಂಡು ಅದು, ಇದು ಮಾತನಾಡಿ, ಅವಳಿಂದ ಗಂಡನ ನಂಬರ್ ಪಡೆದು ಡಯಲ್ ಮಾಡಿ ಸ್ವಿಚ್ ಆಫ್ ಬರುತ್ತಿದೆಯೆಂದರು. ನಡುರಾತ್ರಿಯಾಗುತ್ತ ಬಂದರೂ ಪರಿಹಾರದ ಬಗ್ಗೆ ಮಾತನಾಡದಿರುವುದನ್ನು ಕಂಡ ಅಚಿಂತ್ಯ ತಾನೇ ಮುಂದಾಗಿ, "ಏನು ಮಾಡೋದು ಸರ್ ಈಗ?"

ಎಂದು ವಿಚಾರಿಸಿದ. "ನೋಡಿ, ನಮ್ಮ ಅಧಿಕಾರದ ನೆಲೆಯಲ್ಲಿ ನಾವು ಏನು ಮಾಡಬಹುದೋ ಅದನ್ನ ಮಾಡಬಹುದು. ಯಾರನ್ನೂ ನಮ್ಮ ಗಾಡಿಯಲ್ಲಿ ನಾವು ಹತ್ತಿಸಿಕೊಳ್ಳೋ ಹಾಗಿಲ್ಲ. ಅವಳನ್ನು ನೀವು ಕರ್ಕೊಂಡು ಬರ್ತೀರಿ ಅಂತಾದ್ರೆ ಮಹಿಳಾ ಪೋಲೀಸ್ ಸ್ಟೇಶನ್‌ಗೆ ಮುಟ್ಟಿಸಬಹುದು. ಆದರೆ ಇಷ್ಟೊತ್ತಲ್ಲಿ ಅಲ್ಲಿ ವ್ಯವಸ್ಥೆಯಾಗೋದು ಕಷ್ಟ. ಅವಳು ಊರಿಗೆ ಹೋಗ್ತಾಳಂದ್ರೆ ಬಸ್ ಹತ್ತಿಸಬಹುದು. ಬಸ್ ಚಾರ್ಜ್ ಅವಳತ್ರ ಇರಬೇಕು ಅಷ್ಟೆ." ಎಂದು ತಮ್ಮ ಅಸಹಾಯಕತೆಯನ್ನು ಹೇಳಿದರು. ಅಷ್ಟರವರೆಗೆ ಸುಮ್ಮನಿದ್ದ ಹೆಂಗಸು,"ಅಲ್ರೀ ಸರ್, ನನ್ನ ಗಂಡಾ ಹಿಂಗಿಂಗೆ ಮಾಡ್ಯಾನಂತ ನಾನೇ ಹೇಳಾಕತ್ತೀನಿ. ಅವ್ನಿಗೆ ಸಿಕ್ಷೆ ಕೊಡಾಕೆ ನಿಮಗಾಗಲ್ಲೇನು?" ಎಂದು ಇದ್ದಬಿದ್ದ ಧೈರ್ಯವನ್ನೆಲ್ಲ ಒಟ್ಟುಗೂಡಿಸಿ ಮಾತಾಗಿದ್ದಳು. "ಶಿಕ್ಷೆ ನಾವು ಕೊಡೋಕಾಗಲ್ಲ ತಾಯಿ. ನನಗೀಗ ಮೂವತ್ತು ವರ್ಷ ಸರ್ವೀಸಾಯ್ತು. ನಿಂಗೆ ಮೂವತ್ತಾರು ವರ್ಷ ಅಂತೀಯ. ಅಂದ್ರೆ ನೀನು ಆರು ವರ್ಸ ಇರೋವಾಗ ನಾನು ಕೆಲಸಕ್ಕೆ ಸೇರಿದ್ದೀನಿ. ಇಂಥಾವು ಸಾವಿರಾರು ಕೇಸ್ ಕಂಡಿದ್ದೀನಿ ಕಣವ್ವ. ಶಿಕ್ಷೆ ಕೊಡೋದಾದ್ರೆ ಅವನು ಮಾತ್ರ ಕೊಡಬೋದು, ನಾವಲ್ಲ." ಎನ್ನುತ್ತಾ ಕೈಯೆತ್ತಿ ಆಕಾಶವನ್ನು ತೋರಿಸಿದರು. "ಸಾಹೇಬ್ರೆ, ಹಂಗಾರೆ ದೇವ್ರು ಸಿಕ್ಷೆ ಕೊಡ್ತಾನೆ ಅಂತಾ ಕಾದು, ಕಾದು ನಾವು ಸತ್ತೋದ್ರೆ ಆಯ್ತಾ? ಕಟ್ಕಂಡ ಹೆಂಡ್ತೀನಾ ಬಾಳಿಸಲಾರ್ದೆ ಕುಡಿದು ಕುಣಿಯೋರು ಮೆರಿತಾನೇ ಇರೋದಾ?" ಎಂದು ಉಮ್ಮಳಿಸಿ ಬಂದ ದುಃಖ ತಡೆಯಲಾರದೇ ಅತ್ತಳು. ಇದಿನ್ನು ಮುಂದಕ್ಕೆ ಎಳೆದರೆ ಮುಗಿಯಲಾರದ ಕಥೆಯಾದೀತೆಂದು ಎಚ್ಚೆತ್ತ ಅಚಿಂತ್ಯ ಪರಿಚಿತರ ಆಟೋವೊಂದಕ್ಕೆ ಕಾಲ್ ಮಾಡಿ ಬರುವಂತೆ ತಿಳಿಸಿ, ಅವಳ ಹಿಂದೆಯೇ ಪೋಲೀಸರು ಹೋಗಿ ಅವಳನ್ನು ಬಸ್ ಹತ್ತಿಸಲು ಸಹಕರಿಸುವಂತೆ ವಿನಂತಿಸಿದ. ಹೊರಡುವ ಅವಸರದಲ್ಲಿದ್ದ ಹೆಂಗಸು ಸನ್ನೆ ಮಾಡಿ ನಿಹಾರಿಕಾಳನ್ನು ಹತ್ತಿರ ಕರೆದಳು, "ಅಕ್ಕಾ, ಒಂದು ಹಳೆಯ ಸೀರೆ ಇದ್ರೆ ಕೊಡಿಯಕ್ಕ. ಹಾಕ್ಕೊಂಡ ನೈಟಿಯಲ್ಲೇ ಓಡಿ ಬಂದಿದ್ದೀನಿ. ಊರಿಗೆ ನೈಟಿಯಲ್ಲಿ ಹೋಗಿಳಿದ್ರೆ ನಾಚ್ಕೆ ಅಲ್ವುರಾ?" ಎಂದಳು. ಲಗುಬಗೆಯಿಂದ ಕೈಗೆ ಸಿಕ್ಕ ಸೀರೆಯೊಂದನ್ನು ಕೊಟ್ಟು ಅಲ್ಲಿಯೇ ಹಿಂದೆ ಶೆಡ್‌ನಲ್ಲಿ ಬದಲಾಯಿಸುವಂತೆ ಹೇಳಿದ ನಿಹಾರಿಕಾ, "ಬ್ಲೌಸ್‌ಗೆ ಏನ್ಮಾಡ್ತಿಯಾ?" ಎಂದಳು. "ನಾವು ನೈಟಿ ಅಡಿಯಲ್ಲಿ ಸೀರೆ ಬ್ಲೌಸೇ ಹಾಕ್ಕಳದು ಕಣಕ್ಕಾ. ಮಣ್ಣು, ಕಲ್ಲು ಹೊರೋವಾಗ ಎದೆ ಕುಣೀಬಾರದಲ್ಲ ಅದ್ಕೆ. ಬ್ರಾ ಎಲ್ಲ ತೆಕಳಾಕೆ ನಮ್ಮತ್ರ ಹಣ ಎಲ್ಲಿರತ್ತೆ?" ಎನ್ನುತ್ತಲೇ ಅವಳು ಚಕಚಕನೆ ಸೀರೆಯುಟ್ಟು ಅಣಿಯಾಗಿ ರಿಕ್ಷಾವನ್ನೇರಿದಳು. ರಿಕ್ಷಾ ಏರುವ ಅವರಸರದಲ್ಲಿಯೂ ಪೋಲೀಸರೊಂದಿಗೆ, "ಸರ... ಈ ಅಕ್ಕ ಮತ್ತು ಅಣ್ಣಾವ್ರಿಗೆ ಏನೂ ತೊಂದರೆ ಮಾಡಬೇಡ್ರೀ. ಅವ್ರಿಲ್ಲ ಅಂದ್ರೆ ಇವತ್ತು

ಸತ್ತೇ ಹೋಗೂವೆ. ದೇವರಾಗೆ ನನ್ನ ಕಾಪಾಡಿದ್ರು" ಎಂದು ಕೈಮುಗಿದಳು. "ಅಕ್ಕಾ, ಊರಿಗೆ ಹೋಗಿ ಮುಟ್ಟಿದ ಕೂಡ್ಲೇ ಫೋನ್ ಮಾಡೂವೆ. ನಂಬರ್ ಮಡಕಂಡೀನಿ." ಎಂದು ಹನಿಗಣ್ಣಾದಳು.

ಎರಡು ಗಂಟೆಗಳಲ್ಲಿ ನಡೆದ ದೃಶ್ಯಾವಳಿಗಳು ಸಿನೆಮಾದಂತೆ ಮುಗಿದುಹೋಗಿದ್ದವು. ಪ್ಯಾಡ್ ಬದಲಿಸಿ ಬಂದ ನಿಹಾರಿಕಾ ಅಚಿಂತ್ಯನ ಹೊದಿಕೆಯೊಳಗೆ ತೂರಿಕೊಂಡಳು. ಅವನು ಅವಳನ್ನು ಹಿತವಾಗಿ ತಬ್ಬಿಕೊಂಡ. "ಕೆಲವರ ಬದುಕು ಎಷ್ಟು ಕಷ್ಟ ಅಲಾ. ಆ ಪೋಲೀಸರು ಅವಳನ್ನ ಸರಿಯಾಗಿ ಬಸ್ ಹತ್ತಿಸಿದ್ರೆ ಸಾಕು." ಎಂದವಳ ಮಾತಿಗೆ ನಕ್ಕ ಅಚಿಂತ್ಯ, "ಅವಳು ಹೇಳಿರೋದನ್ನೆಲ್ಲ ನಂಬಿಕೊಂಡು ಕೂರಬೇಡ. ಒಂದು ಸೀರೆ, ಸಾವಿರ ರೂಪಾಯಿ ಸಿಕ್ಕಿ ಇಲ್ಲಿಂದ ಬಸ್‌ಸ್ಟ್ಯಾಂಡ್‌ಗೆ ಹೋಗೋ ಹೊತ್ತಿಗೆ ಕೆಲವೊಮ್ಮೆ ಅವಳ ನಿರ್ಧಾರ ಬದಲಾಗಿರತ್ತೆ. ನಾಳೆ ಇಲ್ಲೇ ಎಲ್ಲಿಯಾದ್ರೂ ಕೆಲಸ ಮಾಡ್ತಿರ್ತಾಳೆ. ಮತ್ತೆಲ್ಲಾದರೂ ಅವಳೆದುರು ಅವಳ ಗಂಡನ್ನ ಬೈಯ್ಲಿಕ್ಕೆ ಹೋದ್ಯೋ, ನಿನ್ನನ್ನೇ ಅಟ್ಟಾಡಿಸಿ ಬಡೀತಾಳೆ, ನೆನಪಿಟ್ಕೊ." ಎಂದು ಕಿಚಾಯಿಸಿದ. "ಸುಮ್ನಿರು, ನಂಗಂತೂ ಅವಳು ಹೇಳಿದ್ದೆಲ್ಲ ಸತ್ಯ ಅನಿಸಿದೆ. ಆದರೆ ಆ ಪೋಲೀಸರನ್ನ ನೋಡು. ಅವಳು ಸಹಾಯಕ್ಕಾಗಿ ಅಂಗಾಲಾಚಿದ್ರೆ ಆಕಾಶ ತೋರಸ್ತಿದ್ರು. ಸುಮ್ನೆ ಬಂದು ಫೋಟೋ ತೆಗೆದುಕೊಂಡು ಹೋಗೋ ಆಲೋಚನೆಯಲ್ಲಿದ್ರು. ಗಂಡನ್ನ ಹುಡುಕಿ ನಾಲ್ಕು ತದಕೋದಲ್ವ?" ಎಂದು ತನ್ನ ಬೇಸರವನ್ನು ಹೊರಹಾಕಿದಳು. "ನೀನು ಬಸ್ ಚಾರ್ಜಿಗೆ ದುಡ್ಡು ಕೊಡ್ತಿಯಾ ಅಂತ ಗೊತ್ತಾದ ಮೇಲೆ ಅವರು ಅವಳನ್ನ ಮನುಷ್ಯರ ಥರಾ ಮಾತಾಡಿಸಿದ್ರು. ಇಲ್ಲಾ ಅಂದ್ರೆ ವಿಚಾರಣೆಯ ನೆಪದಲ್ಲಿ ಅವಳಿಗೆ ನಾಲ್ಕು ತದಕ್ತಾ ಇದ್ರು ಅಷ್ಟೆ. ಇಂಥದ್ದೆಲ್ಲಾ ನಮಗೆ ಹೊಸದು. ಅವರಿಗೆ ದಿನದಿನದ ಕಥೆ. ನಂಗೆ ಚಿಂತೆ ಏನು ಗೊತ್ತಾ? ಈ ಹೆಂಗಸೇನಾದ್ರೂ ತನ್ನ ಒಡನಾಡಿಗಳಿಗೆ ಹೀಗೊಂದು ಮನೆಯಿದೆ, ನೀವು ಹೋಗಿ ಕುಳಿತ್ರೆ ರಾಜೋಪಚಾರ ಮಾಡ್ತಾರೆ ಅಂತ ಏನಾದ್ರೂ ಹೇಳಿದ್ರೆ ಇನ್ನು ಮುಂದೆ ದಿನಾ ಈ ಕಥೆ ನಮ್ಮನೆಯಲ್ಲಿ ನಡೆಯುತ್ತೆ. ಎಲ್ರೂ ಅವರವರ ಕೆಲಸವನ್ನು ಸರಿಯಾಗಿ ಮಾಡಿದ್ರೆ ಹೀಗೆಲ್ಲಾ ಆಗ್ತಿತ್ತಾ?"ಎನ್ನುತ್ತಾ ತನ್ನ ಅಸಹನೆಯನ್ನು ಹೊರಹಾಕಿ, "ಮೊದಲು ನಮ್ಮ ಮನೆಯೊಳಗೆ ಅನಿರೀಕ್ಷಿತವಾಗಿ ಹೀಗೆಲ್ಲ ಅಪರಿಚಿತರು ನುಸುಳದಂತೆ ರಾತ್ರಿ ಗೇಟಿಗೆ ಬೀಗ ಹಾಕಬೇಕು ಅಷ್ಟೆ." ಎಂದು ಪರಿಹಾರವನ್ನೂ ಸೂಚಿಸಿ ನಿದ್ದೆಹೋದ.

ಬೆಳಿಗೆದ್ದು ನಿಹಾರಿಕಾ ತಲೆಯ ಮೇಲಿಷ್ಟು ಎಣ್ಣೆ ಸುರುವಿಕೊಂಡು ವಾರದ ಸ್ವಚ್ಛತೆಯ ಕಾರ್ಯಕ್ರಮಗಳನ್ನೆಲ್ಲ ಮುಗಿಸಿ ಬರುವ ವೇಳೆಗಾಗಲೇ ಅಚಿಂತ್ಯ ನೀರುದೋಸೆ, ಕಾಯಿಚಟ್ನಿ ತಯಾರಿಸಿಟ್ಟಿದ್ದ. ತಿಂಡಿ ಮುಗಿಸಿ ತಿಂಗಳ ದಿನಸಿಯ

ಖರೀದಿಗೆಂದು ಹೊರಡುವ ಅವಸರದಲ್ಲೂ ನಿಹಾರಿಕಾ ಆಗಾಗ ಫೋನನ್ನು ಗಮನಿಸುತ್ತಲೇ ಇರುವುದನ್ನು ನೋಡಿದ ಅಚಿಂತ್ಯ, "ಅವಳ ಫೋನು ಬರಲ್ಲ. ಮನೆಗೆ ಹೋಗಿದ್ರೆ ತಾನೆ ಬರೋದು?" ಎಂದು ಅಣಕಿಸಿದ. ಕಾರಿನಲ್ಲಿ ಹೊರಟವರಿಗೆ ಸಂಚಾರಿ ಪೋಲೀಸ್ ಕೈ ಅಡ್ಡಹಾಕಿ ಬದಿಗೆ ಸರಿಯುವಂತೆ ಸೂಚಿಸಿದಾಗಲೇ ಸೀಟ್‌ಬೆಲ್ಟ್ ಹಾಕಿಲ್ಲವೆಂದು ನೆನಪಾಗಿದ್ದು. ಇನ್ನೇನು ರಾಮಾಯಣ ಕಾದಿದೆಯೋ ಎಂದು ನಿಹಾರಿಕಾ ಯೋಚಿಸುತ್ತಿರುವಂತೆಯೇ ಅಚಿಂತ್ಯ ಪೋಲೀಸರೊಂದಿಗೆ ವಾದಕ್ಕೆ ನಿಂತಿದ್ದ. "ಪ್ರತಿದಿನ ಹಾಕ್ತೀವಿ ಸರ್. ಏನೋ ಒಂದಿನ ಮರೆತುಬಿಟ್ರೆ ಬಂದೇಬಿಡ್ತೀರಿ ದಂಡ ಹಾಕೋದಿಕ್ಕೆ. ಏನಕ್ಕೆ ಹಾಕೋದೇಳಿ ಸೀಟ್ ಬೆಲ್ಟನ್ನ? ನಮ್ಮ ರಕ್ಷಣೆಗೆ ತಾನೆ? ಅಪರಾಧ ಮಾಡಿದ್ರೆ ಅನುಭವಿಸ್ತೀವಿ ಬಿಡಿ." ಎಲ್ಲರಿಂದಲೂ ಉಪದೇಶ ಕೇಳಿ ಹೈರಾಣಾದ ಪೋಲೀಸ್ ಮಾತನಾಡದೇ ರಶೀದಿ ಹರಿಯತೊಡಗಿದ. ಅಚಿಂತ್ಯನ ಬೈಗಳು ಮುಂದುವರೆಯುತ್ತಿದ್ದಂತೆ ನಿಹಾರಿಕಾ ಐನೂರರ ನೋಟನ್ನು ಹೊರಗೆ ಚಾಚಿ ರಶೀದಿಯನ್ನು ಪಡೆದುಕೊಂಡಳು. ಕಾರು ಚಲಿಸತೊಡಗಿದ ಕೂಡಲೇ ಪೋಲೀಸರಿಗೆ ಕ್ಯಾಕರಿಸಿ ಉಗಿದ ಅಚಿಂತ್ಯ ನಿಹಾರಿಕಾಳ ಕಡೆಗೆ ತಿರುಗಿ, "ನಿಂಗೆ ಊರ ಉಸಾಬರಿ ಎಲ್ಲ ಮಾಡಲಿಕ್ಕಾಗ್ತದೆ, ಸೀಟ್ ಬೆಲ್ಟ್ ಹಾಕೋದನ್ನ ನೆನಪಿಸೋಕಾಗಲ್ಲ ಅಲ್ವಾ? ನಾಳೆಯಿಂದ ಕಾರ್ ಹತ್ತಿದ ಕೂಡಲೇ ಸೀಟ್ ಬೆಲ್ಟ್ ಹಾಕಲು ನೆನಪಿಸು ನೋಡೋಣ." ಎಂದು ತಾಕೀತು ಮಾಡಿದ. ಅವನನ್ನೇ ದಿಟ್ಟಿಸಿದ ನಿಹಾರಿಕಾ, "ಆಗಲ್ಲ, ನಂಗೆ ನೆನಪಿರಲ್ಲ. ನೀನೇ ನೆನಪಿಟ್ಕೊ. ಇಲ್ಲಾ ಅಂದ್ರೆ ಕಾನೂನು ಪ್ರಕಾರ ತೆಪ್ಪಗೆ ದಂಡಕಟ್ಟು ಅಷ್ಟೆ." ಎಂದು ಖಾರವಾಗಿಯೇ ನುಡಿದು, ಮತ್ತೆ ಮಾತನಾಡಲು ಇಷ್ಟವಿಲ್ಲವೆಂಬಂತೆ ತನ್ನಿಷ್ಟದ ಸಂಗೀತವನ್ನು ಹಚ್ಚಿದಳು.

ಹೀಗೆ ಯಾಂತ್ರಿಕವಾಗಿ ದಿನವೊಂದು ಕಳೆದುಹೋಗುವ ಹೊತ್ತಿಗೆ ಅವಳ ಫೋನಿನಲ್ಲಿ ಹೆಸರಿಲ್ಲದ ನಂಬರಿನ ಕರೆಯೊಂದು ಮಿನುಗಿ ಫೋನ್ ಎತ್ತಿ ಕಿವಿಗಿಟ್ಟಳು. "ಹಲೋ, ನಾನು ಅಕ್ಷತಾ ಕಣಕ್ಕೋ. ಇವತ್ತು ಚಂಜಿಮುಂದೆ ಊರಿಗ್ ಬಂದು ಮುಟ್ಟಿದೆ. ನಿನ್ನೆ ಆ ಪೋಲೀಸರು ಬಸ್‌ಸ್ಟ್ಯಾಂಡಿನಲ್ಲಿ ಇಳಿಸೋ ಹೊತ್ತಿಗೆ ನಮ್ಮೂರ ಬಸ್ಸೆಲ್ಲ ಹೋಗಬುಟ್ಟಿದ್ದೊ. ಅಲ್ಲೇ ಮಲಗೋ ಅಜ್ಜಿ ಹಾಸಿಗೇಲಿ ತೂರ್ಕಂಡು, ಬೆಳಗಾಲೆದ್ದು ಬಸ್ ಹತ್ತಿ ಈಗ ಬಂದುಮುಟ್ಟಿದೆ. ಬಾಳ ಉಪಕಾರ ಆಯ್ತುಕೋ ನಿಮ್ಮಿಂದ." ಎಂದಳು. "ಆಯ್ತು ಮಾರಾಯ್ತಿ. ಇನ್ಮುಂದೆ ಹಾಗೆಲ್ಲ ಊರು ಬಿಟ್ಟು ಬರೋಕ್ಕೋಗಬೇಡ." ಎಂದು ಹೇಳಿ ಫೋನ್ ಇಟ್ಟಳು.

ತಡರಾತ್ರಿಯಲಿ ಪ್ರಬಂಧದ ಓದಿಗೆಂದು ಇವಳು ಪುಸ್ತಕ ಬಳಗದ ಗುಂಪನ್ನು ಸೇರಿದಾಗ ಪ್ರಶ್ನೆಗಳ ಗೊಂಚಲುಗಳೇ ಸಿದ್ಧವಾಗಿ

ಕಾಯುತ್ತಿದ್ದವು. ಗಂಡು–ಹೆಣ್ಣುಗಳು ಇಂದಿಗೂ ಶೋಷಕ ಮತ್ತು ಶೋಷಿತ ಪ್ರತಿನಿಧಿಯಾಗಿಯೇ ನಿಲ್ಲಬೇಕಾ? ಪ್ರಸ್ತುತದ ಹೆಣ್ಣುಗಳ ಬವಣೆಗಳನ್ನು ಹೇಳಲು ಪುರಾಣದ ವ್ಯಾಖ್ಯಾನಗಳಿಗೆ ಮೊರೆಹೋಗುವುದು ಅನಿವಾರ್ಯವೆ? ಹೆಣ್ಣಿನ ಶೋಷಣೆಯ ಧಾರುಣ ಕಥೆಗಳು ವಾಸ್ತವವೇ ಅಥವಾ ಭಾವನಾತ್ಮಕ ಬರಹಗಳ ಅವಶ್ಯಕತೆಯೆ? ಎಂದೋ ಆಗಿದೆಯೆನ್ನುವ ಅಭಾಸಗಳ ಬಗ್ಗೆ ಗಂಡು ಹೆಣ್ಣುಗಳಿಬ್ಬರೂ ಸಮಾನತೆಯ ಹೊಸಿಲಲ್ಲಿ ನಿಂತಿರುವ ಈ ಹೊತ್ತು ಕೂಡ ಹಲುಬುತ್ತಿರುವುದು ಸರಿಯೆ? ಎಲ್ಲರ ಮಾತುಗಳನ್ನು ನಗುನಗುತ್ತಲೇ ಕೇಳಿಸಿಕೊಂಡ ನಿಹಾರಿಕಾಳಿಗೆ ಕಾಡಿನಲ್ಲಿ ಒಬ್ಬಂಟಿಯಾಗಿ ನಿಂತ ಗರ್ಭಿಣಿ ಸೀತೆಗೂ, ಜನಾರಣ್ಯದಲ್ಲಿ ನಿನ್ನೆ ರಾತ್ರಿ ಏಕಾಂಗಿಯಾಗಿ ನಿಂತಿದ್ದ ಅಕ್ಷತಾಳಿಗೂ ಏನೇನೂ ಬೇಧವಿಲ್ಲವೆನಿಸಿ ಅದನ್ನೇ ಅವರೆಲ್ಲರೆದುರು ತೆರೆದಿಟ್ಟಳು. ಬೆಟ್ಟದ ಮೇಲಕ್ಕೆ ಏರುತ್ತಾ, ಏರುತ್ತಾ ಕೆಳಗಿಣುಕಿದಾಗ ಕಾಣುವ ಹಸಿರಿನ ರಾಶಿಯನ್ನೇ ಸಮೃದ್ಧಿಯೆಂದು ಭಾವಿಸಿಬಿಟ್ಟರೆ ದಾರಿಯುದ್ದಕ್ಕೂ ಹರಡಿರುವ ಕಲ್ಲು, ಮುಳ್ಳುಗಳ ದಾರಿ ಮರೆತೇ ಹೋಗುವ ಸತ್ಯವನ್ನು ಅವರೆದುರು ತೆರೆದಿಟ್ಟಳು. ಇದ್ದಕ್ಕಿದ್ದಂತೆಯೇ ಸಾಹಿತ್ಯದ ಚರ್ಚೆ ವಾಸ್ತವ ಬದುಕಿಗೆ ಇಳಿದು ಎಲ್ಲರೂ ಹನಿಗಣ್ಣಾದರು.

ಸಾಹಿತ್ಯ ಚರ್ಚೆ ಮುಗಿದು ಕೊಂಚ ಹೊಸಗಾಳಿಗೆಂದು ನಿಹಾರಿಕಾ ಹೊರಬಂದು ನೋಡಿದರೆ ಅಚಿಂತ್ಯ ಪೇಟೆಯಿಂದ ತಂದ ಹೊಸದಾದ ಬೀಗವನ್ನು ಗೇಟಿಗೆ ಸಿಕ್ಕಿಸುತ್ತಿದ್ದ. ಸರಕ್ಕನೆ ಅವನ ಕೈಯಿಂದ ಬೀಗವನ್ನು ಕಸಿದುಕೊಂಡ ನಿಹಾರಿಕಾ "ನಮ್ಮ ಮನೆಯ ಗೇಟು ಮೊದಲಿನಂತೆ ಇರಲಿಬಿಡು. ಎಲ್ಲ ಬಾಗಿಲುಗಳನ್ನು ಮುಚ್ಚಿ ಬೀಗ ಹಾಕಿಕೊಂಡರೆ ನಾವಿರುವ ಜಾಗವೂ ಬಂಧನವೆ. ನಾವು ಗೇಟಿಗೆ ಯಾವತ್ತೂ ಬೀಗ ಹಾಕೋದಿಲ್ಲ, ಅಷ್ಟೆ." ನಿರ್ಧಾರದ ದನಿಯಲ್ಲಿ ಹೇಳಿ ಒಳಬಂದಳು.

11

ಒಂದು ಶೌಚಾಲಯದ ಕಥೆ

ಕೊನೆಗೂ ಮನೆಯ ನಕ್ಷೆ ತಯಾರಾಗಿತ್ತು. ಮಹಾನಗರದಲ್ಲಿ ಒಂದಿಡೀ ದಶಕ ದುಡಿದು ಕೊಂಡ ಪುಟ್ಟ ಸೈಟಿನಲ್ಲಿ ತಮ್ಮದೇ ಮನೆಯೊಂದು ಎದ್ದು ನಿಲ್ಲುವ ಕನಸು ನನಸಾಗುವ ಗಳಿಗೆ ಹತ್ತಿರ ಬರುತ್ತಿತ್ತು. ನಕಾಶೆಯನ್ನು ಅನುಷಾಳ ಕೈಗಿತ್ತು ಅವಳ ಕಣ್ಣಿನ ಬೆಳಕನ್ನು ನೋಡಬೇಕೆಂದು ರಘುವಿನ ಮನಸ್ಸು ಉತ್ಸುಕವಾಗಿತ್ತು. ಇಂದೇಕೋ ಈ ಸಿಟಿ ಬಸ್ಸು ಮುಂದಕ್ಕೆ ಚಲಿಸುತ್ತಲೇ ಇಲ್ಲ ಎನ್ನುವಂತೆ ಒಳಗೊಳಗೇ ಚಡಪಡಿಸುತ್ತಿದ್ದ ರಘು. ಅಂತೂ ಇಳಿಯುವ ಸ್ಟಾಪು ಬಂದಾಗ ಉತ್ಸುಕತೆಯಿಂದ ಬಸ್ಸಿಳಿದು ದಾಪುಗಾಲಿಡುತ್ತಾ ಬಂದು ಮನೆಯ ಕರೆಗಂಟೆಯನ್ನು ಒತ್ತಿದ. ಎರಡೆರಡು ಬಾರಿ ಒತ್ತಿದರೂ ಬಾಗಿಲು ತೆರೆಯದ ಅನುಷಾಳ ಬಗ್ಗೆ ಸಿಡಿಮಿಡಿಗೊಳ್ಳುತ್ತಲೇ ನಿರಂತರ ಕರೆಗಂಟೆ ಒತ್ತುವುದನ್ನು ಮುಂದುವರೆಸಿದ. ಐದಾರು ನಿಮಿಷಗಳ ನಂತರ ಬಂದ ಅನುಷಾ ನಿರ್ವಿಕಾರಳಾಗಿ ಬಾಗಿಲು ತೆರೆದಿದ್ದಳು. “ಎಂಥಾ ಮಾಡ್ತಿದ್ದೆ ಮಾರಾಯ್ತಿ? ಎಷ್ಟು ಸಲ ಅಂತ ಬೆಲ್ ಮಾಡೋದು? ಬೇಗ ತೆಗೆಯೋಕ್ಕಾಗಲ್ವಾ?” ಆಪಾದನೆಯ ದನಿಯಲ್ಲಿ ವಿಚಾರಿಸುತ್ತಲೇ ತನ್ನ ಬೂಟುಗಳನ್ನು ಬಿಚ್ಚತೊಡಗಿದ. ಅನುಷಾ ಅವನ ಮಾತಿಗೆ ಒಂದಿನಿತೂ ವಿಚಲಿತಳಾಗದೇ, “ಬಾತ್‌ರೂಮ್ನಲ್ಲಿದ್ದೆ. ಒಂದೇ ಸವನೆ ಬೆಲ್ ಒತ್ತೋದ್ಯಾಕೆ? ಒಂಚೂರು ಕಾಯೋದಲ್ವಾ?” ಎಂದು ಅವನನ್ನೇ ಆಪಾದಿತನ ಸ್ಥಾನದಲ್ಲಿ ನಿಲ್ಲಿಸಿದಳು. “ಅಯ್ಯೋ, ಕೈಕಾಲು ಮುಖ ತೊಳೆಯೋದಕ್ಕೆ ಅಷ್ಟು ಹೊತ್ತಾ ನಿಂಗೆ?” ಎಂದ ಅವನ ಮಾತಿಗೆ, “ನಮ್ಮನೆಯಲ್ಲಿ ಟಾಯ್ಲೆಟ್ ಕೂಡಾ ಅಲ್ಲೇ

ಇರೋದು." ಎಂದು ಸೂಚ್ಯವಾಗಿ ಹೇಳಿ ಚಾ ಮಾಡಲು ಅಡುಗೆ ಮನೆಯತ್ತ ಹೆಜ್ಜೆ ಹಾಕಿದಳು.

ಅವಳು ಚಾ ತರುವುದನ್ನೇ ಕಾಯುತ್ತಿದ್ದ ರಘು ಮನೆಯ ನಕಾಶೆಯನ್ನು ಅವಳ ಮುಂದಿಟ್ಟ. ಮನೆ ಕಟ್ಟಲು ಬೇಕಾದ ಹಣವನ್ನು ಹೊಂದಿಸಲು ತಾನು ಮಾಡಿರುವ ಯೋಜನೆಯ ಇಂಚಿಂಚನ್ನು ಅವಳ ಮುಂದಿಡತೊಡಗಿದ. ಮನೆಯ ನಕಾಶೆಯನ್ನು ನೋಡಿ ಅವಳ ಕಣ್ಣರಳಬಹುದೆಂಬ ಅವನ ನಿರೀಕ್ಷೆ ಸುಳ್ಳಾಯಿತು. ನಕಾಶೆಯ ಇಂಚಿಂಚಿನ್ನೂ ತಡಕಾಡುತ್ತಿದ್ದ ಅನುಷಾ ಏನೋ ಸಿಗದ ನಿರಾಸೆಯಲ್ಲಿ ಅದನ್ನು ಅವನಿಗೆ ಮರಳಿಸುತ್ತಾ ಹೇಳಿದಳು, "ನಾನು ಹೇಳಿದ್ದು ಇದರಲ್ಲಿ ಇಲ್ಲ" ಅವಳು ಏನು ಹೇಳಿದ್ದಳೆಂಬುದನ್ನು ಅವನು ತಲೆ ಕೆರೆದುಕೊಂಡು ನೆನಪಿಸಿಕೊಳ್ಳತೊಡಗಿದ. ಚೈನಾ ಕಿಚನ್ ಮನೆಯಾದ ಮೇಲೆ ಮಾಡಿಸೋದು. ಬೆಡ್ ರೂಮಿನಲ್ಲೊಂದು ದೊಡ್ಡ ನಿಲುವುಗನ್ನಡಿ, ಕಪಾಟಿನ ಬಾಗಿಲಿಗೇ ಬರುವುದು, ಮನೆಯ ಹೊರಗೆರಡು ಗುಲಾಬಿ ಗಿಡಗಳ ಗುಂಡಿಯನ್ನೂ ಮತ್ತೆ ತೋಡಿಸುವುದು ಹೀಗೆ ಅವಳು ಹೇಳಿದ್ದೆಲ್ಲವನ್ನೂ ಮಾಡಿಸಲು ಬದ್ಧನಿರುವುದಾಗಿ ಅವಳಿಗೆ ವರದಿ ನೀಡತೊಡಗಿದ. ಆದರವಳ ಮುಖದಲ್ಲಿ ಒಂದಿನಿತೂ ನಗುಮೂಡದೇ, "ನೀನು ಬೇಡವಾದ ಕೆಲವನ್ನೆಲ್ಲ ನೆನಪಿಟ್ಟುಕೊಳ್ಳುವೆ. ಮುಖ್ಯವಾಗಿ ಹೇಳಿದ್ದನ್ನೇ ಮರೆತುಬಿಡುವೆ." ಎಂದು ಹೇಳಿ ಇನ್ನಷ್ಟು ನಿಗೂಢವಾದಳು. ನೆನಪಿನ ಖಜಾನೆಯೆಲ್ಲ ಖಾಲಿಯಾದಂತೆ ಕುಳಿತ ರಘುವಿನೆದುರು ಬಂದು, "ನಾನು ನಮ್ಮ ರೂಮಿಗೊಂದು ಪ್ರತ್ಯೇಕವಾದ ಟಾಯ್ಲೆಟ್ ಬೇಕೆಂದಿದ್ದೆ. ಇದರಲ್ಲಿ ಅದನ್ನು ಬಿಟ್ಟು ಉಳಿದೆಲ್ಲವೂ ಇದೆ." ಎಂದಳು. ಮತ್ತೆ ವಿಷಯ ಟಾಯಲೆಟ್ಟಿಗೇ ಬಂದು ನಿಂತಿದ್ದು ನೋಡಿ ನಕ್ಕ ರಘು, "ಓ ಅದಾ? ನಾನೂ ಹೇಳಿದ್ದೆ ಕಣೇ ಆ ಡಿಸೈನರ್‌ಗೆ. ಆದರೆ ನಮ್ಮ ಪುಟ್ಟ ಸೈಟಿನಲ್ಲಿ ಅಟ್ಯಾಚ್ಡ್ ಟಾಯ್ಲೆಟ್ ಮಾಡೋಕೆ ಸಾಧ್ಯವೇ ಇಲ್ಲ ಅಂದ ಅವನು. ಇಲ್ನೋಡು, ನಿಂಗೇ ತೋರಿಸ್ತೀನಿ ಬಾ. ಅಡುಗೆ ಮನೆಯಲ್ಲಿ ನೀ ನಿಂತು ಅಡುಗೆ ಮಾಡೋದಕ್ಕಿಂತ ಒಂದ್ಯೆದಾರು ಇಂಚು ಜಾಗ ಜಾಸ್ತಿಯಿದೆ ಅಷ್ಟೆ. ನೋಡಿಲ್ಲಿ, ಹಾಲಿನಲ್ಲಿ ಸೋಫಾ ಸೆಟ್ ಇಟ್ಟ ಮೇಲೆ ನಡೆದಾಡಲಷ್ಟೇ ಜಾಗ ಇರೋದು. ಇದು ಊಟ ಮಾಡಲೆಂದು ಡೈನಿಂಗ್ ಟೇಬಲ್ ಇಡಬಹುದಾದ ರೂಮು, ಅದೂ ಅಡುಗೆ ಮನೆಯಿಂದಲೇ ಶುರು. ಬೇಡದ ಅಡುಗೆ ಸಾಮಾನುಗಳನ್ನು ಇಡಲೆಂದು ಪುಟ್ಟ ಸ್ಟೋರ್ ರೂಂ. ಅದು ಇಲಿ, ಜಿರಳೆಗಳ ಮನೆಯೂ ಆಗಬಹುದೇನೊ? ಇಷ್ಟೆಲ್ಲ ಆದಮೇಲೆ ದೇವರಿಗೊಂದು ಪುಟ್ಟ ಕೋಣೆ ಬೇಕಲ್ಲವೇನೆ? ತಿಂಗಳ ದಿನಗಳಲ್ಲೂ ಒಳಹೊರಗೆ ಓಡಾಡುವ ನೀನು ನಡೆದಾಡದಿರುವ ಜಾಗವದೆಂದು ಊರಿಂದ ಬಂದ ಅಮ್ಮ, ಅಪ್ಪಂದಿರ ಬಾಯಿ ಮುಚ್ಚಿಸಬಹುದು. ಅಷ್ಟಾದ ಮೇಲೆ ಇನ್ನೊಂದಿಂಚು ಜಾಗವೂ ಉಳಿಯದು.

ನೋಡಿಲ್ಲಿ, ಬೆಡ್ ರೂಮಿನಲಿ ನಿನ್ನಿಷ್ಟದ ಡ್ರೆಸ್ಸಿಂಗ್ ಟೇಬಲ್ ಇಡಲೆಂದೇ ಮೂಲೆಯೊಂದು ಉಳಿದಿದೆ. ಅದನ್ನು ಕತ್ತರಿಸಿ ಟಾಯ್ಲೆಟ್ ಮಾಡಿದರೆ ಒಳಗೆ ನುಗ್ಗಲೂ ಜಾಗ ಸಿಗದು. ಹೇಗೂ ಕಾಮನ್ ಬಾತ್ ರೂಮು ಮತ್ತು ಟಾಯ್ಲೆಟ್ ಚೂರು ದೊಡ್ಡದೇ ಇದೆ. ಇರುವವರು ನಾವಿಬ್ಬರೇ. ದಿನವಿಡೀ ಮನೆಗೆ ನೀನೊಬ್ಬಳೇ ರಾಣಿ. ಹಾಗಾಗಿ ಇದೀಗ ನಮ್ಮ ಅರಮನೆ" ಎಂದು ಅವಳನ್ನು ರಮಿಸಲು ನೋಡಿದ. ಅವಳೋ ಅವನ ಮಾತಿನ ವರಸೆಗೆ ಇನ್ನಷ್ಟು ನಿರುತ್ಸಾಹ ತೋರಿಸುತ್ತಾ, "ನನಗೆ ಪ್ರತ್ಯೇಕ ಟಾಯ್ಲೆಟ್ ಇಲ್ಲವಾದರೆ ಮನೆಯೇ ಬೇಡ. ನಾನಂತೂ ಇಲ್ಲೇ ಇರುವೆ. ನೀನೊಬ್ಬನೇ ಅಲ್ಲಿರು" ಎಂದು ಮಾತು ಮುರಿದುಬಿಟ್ಟಳು.

ಇತ್ತೀಚೆಗೆ ಇವಳು ಬಹಳ ವಿಚಿತ್ರವಾಗಿ ಆಡುವುದನ್ನು ರಘು ಗಮನಿಸುತ್ತಲೇ ಇದ್ದಾನೆ. ಮದುವೆಯಾಗಿ ಐದು ವರ್ಷಗಳ ಹಿಂದೆಯೂ ಅವಳು ನಿಗೂಢವಾಗಿಯೇ ಇದ್ದಳು. ಪುಸ್ತಕ ಕೈಗೆ ಸಿಕ್ಕರೆ ಪ್ರಪಂಚವೇ ಬೇಡದವಳು. ಪೇಟೆಯ ಬಾಡಿಗೆ ಮನೆಯೆಂಬ ಪುಟ್ಟ ಗೂಡಿಗೆ ಅವಳನ್ನು ಕರೆತಂದಾಗ ರಘುವಿಗೊಂದು ಭಯವಿತ್ತು, ಅವಳು ಏನೆಂದುಕೊಳ್ಳುವಳೋ ಎಂದು. ಅವಳಲ್ಲಿ ಯಾವ ಉದ್ವೇಗವೂ ಆ ಬಗ್ಗೆ ಇದ್ದಂತೆ ಇರಲಿಲ್ಲ. ಬಂದವಳೇ ಮನೆಯ ಸಂದಿಗೊಂದಿ ಹುಡುಕಿ ಟಾಯ್ಲೆಟ್ ಎಲ್ಲಿದೆ ಎಂದು ವಿಚಾರಿಸಿದ್ದಳು. ಅಲ್ಲೇ ಮನೆಯ ಹೊರಗೆ ಸಾಲಲ್ಲಿ ನಿಂತಿದ್ದ ಹಳೆಯ ಕಟ್ಟಡವನ್ನು ತೋರಿಸಿ, ಅಲ್ಲಿರುವುದರಲ್ಲಿ ನಾಲ್ಕನೆಯದಕ್ಕೆ ನಾವು ಹೋಗಬೇಕು ಎಂದಿದ್ದ. ಅದಕ್ಕವಳು ಮತ್ಯಾರೆಲ್ಲ ಹೋಗುತ್ತಾರೆ? ಎಂದು ಕೇಳಿದ್ದಳು. ಹೆಚ್ಚೇನಿಲ್ಲ, ಇಲ್ಲಿರುವ ಮೂರು ಮನೆಯವರಷ್ಟೇ ಹೋಗೋದು. ತೊಳೆಯುವ ರಗಳೆಯೆಲ್ಲ ನಿನಗೆ ಬೇಡ, ವಾರಕ್ಕೊಮ್ಮೆ ಅದಕ್ಕೆಂದೇ ಜನ ಬರುತ್ತಾರೆ ಎಂದು ಸಮಜಾಯಿಸಿ ನೀಡಿದ್ದ. ಹಳ್ಳಿಯಲ್ಲಿದ್ದ ಅವಳ ಮನೆಯಲ್ಲಿ ಮದುವೆಯ ಮರುದಿನ ಶೌಚಕ್ಕೆಂದು ಚೊಂಬು ಹಿಡಿದು ಬೆಟ್ಟಕ್ಕೆ ಹೋಗುವಾಗ ತನಗಾದ ಮುಜುಗರದ ಅರಿವಾಗಿ, ಇವಳು ಇಲ್ಲಿ ಕಾಮನ್ ಟಾಯ್ಲೆಟ್‌ಗೆ ಹೇಗೆ ಹೊಂದಿಕೊಳ್ಳುವಳೋ ಎಂದು ಅವನಿಗೆ ಚೂರು ಆತಂಕವಾಗಿತ್ತು. ಅವಳು ಏನೊಂದನ್ನೂ ಹೇಳದೇ ಅಡುಗೆ ಸಾಮಾನುಗಳನ್ನು ಜೋಡಿಸಲು ತೊಡಗಿದ್ದಳು. ಬೆಳಗಿಂದ ಸಂಜೆಯವರೆಗೆ ಮನೆಯಲ್ಲೇ ಕುಳಿತು ಅವಳಿಗೆ ಬೇಸರವಾಗಬಹುದೆಂದು ಹತ್ತಿರದ ಗ್ರಂಥಾಲಯಕ್ಕೆ ಅವಳನ್ನು ಕರೆದುಕೊಂಡು ಹೋಗಿ ಪುಸ್ತಕ ಎರವಲು ಪಡೆಯುವ ಕಾರ್ಡ್‌ಗಳನ್ನು ಕೊಡಿಸಿದ. ಪುಸ್ತಕಗಳನ್ನು ತಂದು ಓದುತ್ತಿದ್ದ ಅವಳು ತಿಂಗಳೊಂದರಲ್ಲಿಯೇ ಗ್ರಂಥಾಲಯದಲ್ಲಿ ಪುಸ್ತಕ ಜೋಡಿಸುವ ಅರೆಕಾಲಿಕ ಕೆಲಸಕ್ಕೆ ಸೇರಿಕೊಂಡಾಗ ಪರವಾಗಿಲ್ಲ, ಹುಷಾರಾಗಿದ್ದಾಳೆ ಎಂದು ಒಳಗೊಳಗೇ ಖುಶಿಪಟ್ಟಿದ್ದ. ಈಗ ಅವಳೂ ಕೆಲಸ

ಮಾಡುವವವಳಾದ್ದರಿಂದ ಅವಳ ಬೇಸರವನ್ನು ಸಂಭಾಳಿಸುವ ಡ್ಯೂಟಿಯನ್ನು ತನ್ನಿಂದ ಇಳಿಸಿಕೊಂಡಿದ್ದ.

ಹೀಗೆ ಎಲ್ಲವೂ ನಿರಾಳವಾಗುತ್ತ ನಡೆಯುತ್ತಿದ್ದಾಗಲೇ ಆ ಘಟನೆ ನಡೆದಿತ್ತು. ಒಂದು ಬೆಳಗು ಅವಳಿಗೆ ಮೈ ಕೊಂಚ ಬೆಚ್ಚಗಾಗಿತ್ತು. ಆದರೂ ತಿಂಡಿಯ ತಯಾರಿಯಲ್ಲಿ ತೊಡಗಿದವಳು ದೇಹಬಾಧೆ ತೀರಿಸಲೆಂದು ಹೊರಗೆ ಹೋಗಿದ್ದಳು. ಅವಳು ಟಾಯ್ಲೆಟ್‌ಗೆ ಭೇಟಿ ನೀಡಲು ನಿಗದಿತ ಸಮಯ ಇಲ್ಲದಿರುವುದನ್ನು ರಘು ಮೊದಲಿನಿಂದಲೂ ಗಮನಿಸಿದ್ದ. ಬಾಲ್ಯದ ರೂಢಿಯೇ ಹಾಗಿರಬಹುದೆಂದು ಹೊಸ ಹೆಂಡತಿಯಲ್ಲಿ ಇಂಥದ್ದನ್ನೆಲ್ಲ ಪ್ರಸ್ತಾಪಿಸದೇ ಸುಮ್ಮನಾಗಿದ್ದ. ಹೊರಗೆ ಅಂಗಳದಲ್ಲಿ ಸ್ವಲ್ಪ ಗಲಾಟೆ ನಡೆದಂತಾಗಿ ಹೋಗಿ ನೋಡಿದರೆ ಟಾಯ್ಲೆಟ್ ಎದುರು ಅನುಷಾ ಕುಸಿದು ಬಿದ್ದಿದ್ದಳು. ಪ್ರಜ್ಞೆಯಿಲ್ಲದ ಅವಳನ್ನು ಎತ್ತಿಕೊಂಡು ಬಂದು ಹಾಸಿಗೆಯಲ್ಲಿ ಮಲಗಿಸಿ, ಮುಖಕ್ಕೆ ನೀರು ಹಾಕಿದಾಗಲೇ ಅವಳಿಗೆ ಎಚ್ಚರವಾಗಿತ್ತು. ಸುತ್ತಮುತ್ತಲಿನ ಹೆಂಗಸರೆಲ್ಲ ಬಂದು ಇಣುಕಿ ಮುಸಿ, ಮುಸಿ ನಗುತ್ತಾ ಆಸ್ಪತ್ರೆಗೆ ಹೋಗುವಂತೆ ತಿಳಿಸಿದ್ದರು. ಇವೆಲ್ಲಾ ಈ ಸಮಯದಲ್ಲಿ ಸಾಮಾನ್ಯ ಎಂಬ ತಿಳುವಳಿಕೆಯ ಮಾತು ಹೇಳಿದ್ದರು. ಆದರೆ ನಿನ್ನೆಯಷ್ಟೇ ನಡುರಾತ್ರಿಯಲಿ ಎದೆಗವಚಿಕೊಳ್ಳಲು ಹೋದಾಗ ತಿಂಗಳ ದಿನವೆಂದು ಮಗ್ಗುಲು ಹೊರಳಿ ಮಲಗಿದ ವಾಸ್ತವ ಕಣ್ಮುಂದೆ ಇರುವಾಗ ಅವರ ಮಾತುಗಳು ಅವನಲ್ಲಿ ಹೊಸ ಹುರುಪನ್ನೇನೂ ಮೂಡಿಸಲಿಲ್ಲ. ಯಾವುದಕ್ಕೂ ಇರಲಿ ಎಂದು ಹತ್ತಿರದ ಆಸ್ಪತ್ರೆಗೆ ಹೋಗೋಣವೆಂದರೆ ಅನುಷಾ ಬರಲು ಖಡಾಖಂಡಿತವಾಗಿ ನಿರಾಕರಿಸಿದ್ದಳು. ತನಗೆ ಟಾಯ್ಲೆಟ್‌ಗೆ ಹೋಗಬೇಕೆಂದಾಗ ಹೋಗಲಾಗದಿದ್ದರೆ ಹೀಗೆಯೇ ಆಗುವುದೆಂದು, ಮನೆಯಲ್ಲಿದ್ದ ಡೋಲೋ ಮಾತ್ರೆ ನುಂಗಿ ಮಲಗಿದ್ದಳು. ಅವಳ ತಣ್ಣಗಿನ ಮಾತುಗಳು ಅವನೊಳಗೆ ಮತ್ತೆ, ಮತ್ತೆ ಮೊಳಗಿ, ಛೇ, ಮದುವೆಯಾದಾಗಿನಿಂದ ಏನೊಂದನ್ನೂ ಕೇಳದ ಅವಳನ್ನು ತಮಗೆಂದೇ ಪ್ರತ್ಯೇಕವಾದ ಒಂದು ಟಾಯ್ಲೆಟ್ ಇರುವ ಬಾಡಿಗೆ ಮನೆಯಲ್ಲಾದರೂ ಉಳಿಸಬೇಡವೇ? ಎಂಬ ಪ್ರೀತಿ ಉಕ್ಕಿ ಅವಳು ಕೆಲಸ ಮಾಡುವ ಗ್ರಂಥಾಲಯದ ಪಕ್ಕದಲ್ಲಿಯೇ ಇರುವ ಒಂದು ಸಿಂಗಲ್ ಬೆಡ್ ರೂಮಿನ ಬಾಡಿಗೆ ಮನೆ ಹುಡುಕಿದ್ದ.

ಹೊಸಮನೆಗೆ ಬಂದ ಅನುಷಾ ಒಂದಿಷ್ಟು ಲವಲವಿಕೆಯಿಂದಿರುವುದನ್ನೂ, ದಿನದ ಸುಮಾರು ವೇಳೆಯನ್ನು ಟಾಯ್ಲೆಟ್ ಇರುವ ಸ್ನಾನದ ಮನೆಯಲ್ಲಿಯೇ ಕಳೆಯುವುದನ್ನೂ ಕಿರುನಗೆಯೊಂದಿಗೆ ಗಮನಿಸುತ್ತಾ, ತನ್ನ ತೀರ್ಮಾನದ ಬಗ್ಗೆ ಒಳಗೊಳಗೇ ಹೆಮ್ಮೆಪಟ್ಟಿದ್ದ. ಸ್ನಾನದ ಮನೆಯೆಂದರೆ ದೇವರ ಕೋಣೆಯೆಂಬಂತೆ ಥಳಥಳನೆ ಹೊಳೆಯುವಂತೆ ಒಪ್ಪವಾಗಿಡುವ ಅವಳ ನಾಜೂಕುತನಕ್ಕೆ ತಲೆದೂಗಿದ್ದ. ಹೀಗೆ ಹಗಲಿಡೀ ದುಡಿತ, ರಾತ್ರಿ ಮನೆಯಲ್ಲಿ

ಒಟ್ಟಿಗೆ ಊಟ, ಹಚ್ಚಿಟ್ಟ ಟಿ. ವಿ. ಬೇಕೆಂದರೂ, ಬೇಡವೆಂದರೂ ಒದರುವ ವಾರ್ತೆ, ಕ್ರೀಡೆ . ಹೀಗೆ ದಿನ ಕಳೆದುಹೋಗುತ್ತಿತ್ತು. ಹೆಂಡತಿ ಎಲ್ಲ ಹೆಂಗಸರಂತೆ ಧಾರಾವಾಹಿಯ ದಾಸಳಾಗದೇ ಪುಸ್ತಕದಲ್ಲಿ ಕಳೆದುಹೋಗುತ್ತಿರುವ ಬಗ್ಗೆ ರಘುವಿಗೆ ಅಭಿಮಾನವಿದ್ದರೂ, ಕೆಲವೊಮ್ಮೆ ಎಲ್ಲ ಹೆಂಗಸರಂತೆ ಇರಲು ಇವಳಿಗೇನು ದಾಡಿ? ಎಂದು ಅನಿಸಿದ್ದೂ ಇದೆ. ಅವರ ರಾತ್ರಿಗಳಿಗೂ ಹೆಚ್ಚಿನ ರಂಗು ಇರಲಿಲ್ಲ. ಮೈದಡವಿದರೆ ಅರಳಿಕೊಳ್ಳದೇ, ದೂರಸರಿದರೂ ಬೇಸರಿಸದೇ ಸುಮ್ಮನೆ ಮಲಗಿ ಎಲ್ಲವನ್ನೂ ಅನ್ಯಳಂತೆ ನೋಡುವ ಅವಳ ನಡೆ ಬೇಸರವೆನಿಸಿದರೂ ಆಪಾದಿಸಲು ಏನೊಂದೂ ಕಾರಣವೂ ಸಿಗದೇ ರಘು ತನಗೆ ಬೇಕಾದಂತೆಲ್ಲ ಹೊರಳಾಡಿ, ಸುಸ್ತಾಗಿ ನಿದ್ದೆಗೆ ಜಾರುತ್ತಿದ್ದ. ಹೀಗೆ ಐದು ವರ್ಷಗಳು ಕಳೆದ ಮೇಲೆ ಬಿಡಿಎ ಸೈಟೊಂದು ಮಂಜೂರಾಗಿ, ತಮ್ಮದೇ ಮನೆಯೊಂದು ರೂಪುಗೊಳ್ಳುವ ಕನಸು ಗರಿಗೆದರಿತ್ತು. ಮನೆಯ ಬಗ್ಗೆ ಮಾತನಾಡಿದಾಗಲೆಲ್ಲ ಅನುಷಾ ಸ್ವಲ್ಪ ಗೆಲುವಾಗಿರುವಂತೆ ರಘುಗೆ ಅನಿಸಿತ್ತು. ಯಾರಿಗೆ ಗೊತ್ತು? ತನ್ನದೇ ಮನೆಯೊಂದು ಬೇಕು ಎಂಬ ಆಸೆಯೂ ಮನದಾಳದಲ್ಲೆಲ್ಲೋ ಮೇಳೈಸಿ ಅವಳನ್ನು ಖಿನ್ನತೆಗೆ ದೂಡಿರಬಹುದು. ತಮ್ಮದೇ ಪುಟ್ಟ ಗೂಡೊಂದು ಆದರೆ ಅವಳು ಲವಲವಿಕೆಯಿಂದಿರಬಹುದು ಎಂದೆಲ್ಲ ರಘು ಯೋಚಿಸುತ್ತಿದ್ದ. ಮನೆಯ ಪ್ಲ್ಯಾನ್ ಆಗುವಾಗ ಅನುಷಾ ಹೇಳಿದ್ದಳು, "ನಮ್ಮ ಕೋಣೆಗೆ ಒಂದು ಪ್ರತ್ಯೇಕವಾದ ಟಾಯ್ಲೆಟ್ ಬೇಕು." ಮತ್ತೆ ಮಾತು ಟಾಯ್ಲೆಟ್‌ಗೆ ಬಂದು ನಿಂತದ್ದು ನೋಡಿ ರಘು ನಗುತ್ತಾ ಆಯಿತೆಂಬ ವಚನವನ್ನೂ ನೀಡಿದ್ದ. ಆದರೀಗ ಮನೆಯ ನಕಾಶೆಯಲ್ಲಿ ತಮ್ಮ ರೂಮಿಗೆ ಟಾಯ್ಲೆಟ್ ಇಲ್ಲದೇ ಇರುವುದನ್ನು ಕಂಡು ಅವಳು ಬೇಸರವನ್ನು ಹೊರಹಾಕಿದ್ದಳು. ಎಂದಿಗೂ ಗಟ್ಟಿಯಾಗಿ ಮಾತನಾಡದವಳು ಪ್ರತಿಭಟನೆಯ ದನಿ ಎತ್ತಿದ್ದು ರಘುವನ್ನು ಯೋಚಿಸುವಂತೆ ಮಾಡಿತು.

ಮರುದಿನ ಎದ್ದಾಗಲೂ ಅವಳ ನಡೆಯಲ್ಲಿ ಯಾವುದೇ ಬದಲಾವಣೆ ಇರಲಿಲ್ಲ. ಆಫೀಸಿನಲ್ಲಿ ಕೆಲಸ ಮಾಡುವಾಗಲೂ ರಘುವಿಗೆ ಅವಳ ವರ್ತನೆಯೇ ಕಾಡುತ್ತಿತ್ತು. ಸಂಜೆ ಮನೆಗೆ ಬರಲು ಮನಸ್ಸಾಗದೇ ತನ್ನ ಬಾಲ್ಯದ ಗೆಳೆಯ ಸುರೇಶನನ್ನು ಹುಡುಕಿ ಹೊರಟ. ಚಾ ಕುಡಿದು, ಹೀಗೆ ಮಾತನ್ನಾಡುತ್ತಾ ತನ್ನ ಹೆಂಡತಿಯ ನಡತೆಯ ಬಗ್ಗೆ ಹೇಳತೊಡಗಿದ. ಅವನ ಮಾತುಗಳನ್ನು ಕೇಳುತ್ತಿದ್ದಂತೆ ಸುರೇಶ ತುಂಬ ಗಾಬರಿ ವ್ಯಕ್ತಪಡಿಸಿದ. ಇದಾಗಲೇ ನೀನು ಈ ಬಗ್ಗೆ ಡಾಕ್ಟರನ್ನು ಸಂಪರ್ಕಿಸಬೇಕಿತ್ತು, ಈ ಥರದ ಯೋಚನೆಗಳೆಲ್ಲ ಮನಸ್ಸುಗಳಿಗೆ ಸಂಬಂಧಿಸಿದ ವ್ಯವಹಾರಗಳು ಎನ್ನುತ್ತಲೇ ಅನುಷಾಳ ತವರಿನ ಹಿನ್ನೆಲೆಯ ಬಗ್ಗೆ ಪ್ರಶ್ನೆಗಳನ್ನು ಕೇಳುತ್ತಲೇ ಹೋದ. ಆಗೀಗ ಅವಳ ತವರಿಗೆ ಹೋಗಿ ಬಂದದ್ದು ಬಿಟ್ಟರೆ ರಘುವಿಗೆ ಅಲ್ಲಿಯ ವಿವರಗಳ್ಯಾವುವೂ ತಿಳಿದಿರಲಿಲ್ಲ.

"ಅಲ್ಲಾ ಮಾರಾಯ, ಮದುವೆಯಾಗಿ ಐದು ವರ್ಷಗಳಾಯ್ತು ಅಂತಿ. ಇಷ್ಟು ವರ್ಷಗಳಲ್ಲಿ ಒಮ್ಮೆಯೂ ಕುಳಿತುಕೊಂಡು ಗತಜೀವನದ ಬಗ್ಗೆ ಮಾತಾಡ್ಲಿಲ್ವಾ ನೀವಿಬ್ಬರೂ. ಅಥವಾ ನಿನ್ನ ಪೂರ್ವೇತಿಹಾಸ ಅಷ್ಟೊಂದು ಕೆಟ್ಟದಾಗಿದೆಯಾ? ಎಲ್ಲಿಯಾದರೂ ಅವಳಿಗೆ ತಿಳಿದುಹೋದರೆ ಎಂದು ಅವಳ ಬಗ್ಗೆಯೂ ಕೇಳಲು ಹೋಗಿಲ್ಲವೇನೋ?" ಎನ್ನುತ್ತಲೇ ರಘುವಿನ ಬೆನ್ನಿಗೊಂದು ಗುದ್ದಿ ಛೇಡಿಸಿದ. ರಘುವಿಗೆ ಈಗ ಇವೆಲ್ಲವೂ ಹೌದೆನ್ನಿಸತೊಡಗಿತು. ತಾನು, ಅವಳು ಕೂತು ಮಾತಾಡಿದ್ದು ಇಲ್ಲವೇ ಇಲ್ಲವೆನ್ನುವಷ್ಟು ಕಡಿಮೆಯಲ್ಲವೆ? ತನ್ನ ಮೂರು ಮಾತಿಗೆ ಒಂದು ಮಾತನಾಡುವ ಅವಳಲ್ಲಿ ಲೋಕಾಭಿರಾಮ ಹರಟೆ ಹೊಡೆಯುವುದು ಹೇಗೆಂಬುದೂ ಅರ್ಥವಾಗಲಿಲ್ಲ. ಜತೆಯಲ್ಲಿ ಎಷ್ಟು ನೆನಪಿಸಿಕೊಂಡರೂ ತನ್ನ ಅಪ್ಪ, ಅಮ್ಮ ಹಾಗೆ ಕುಳಿತು ಹರಟೆ ಹೊಡೆಯುತ್ತಿದ್ದ ಒಂದೇ ಒಂದು ಘಟನೆಯೂ ನೆನಪಾಗಲಿಲ್ಲ. ಸದಾ ಹಾಲಿನಲ್ಲಿ ಮಂಚದ ಮೇಲೆ ಮಲಗುತ್ತಿದ್ದ ಅಪ್ಪ, ಒಳಕೋಣೆಯಲ್ಲಿ ಹೆಣ್ಣು ಮಕ್ಕಳೊಂದಿಗೆ ಮಲಗುತ್ತಿದ್ದ ಅಮ್ಮ, ರಾತ್ರಿ ತಪ್ಪದೇ ಮುಚ್ಚಿಕೊಳ್ಳುತ್ತಿದ್ದ ಪ್ರಧಾನ ಬಾಗಿಲು ಎಲ್ಲವೂ ಕಣ್ಮುಂದೆ ಬಂದು ಏನೇನೂ ಅರ್ಥವಾಗದೇ ಕಕ್ಕಾಬಿಕ್ಕಿಯಾಗಿ ನಿಂತ. ಅವನ ಉಮ್ಮಳವನ್ನು ಗಮನಿಸಿದ ಸುರೇಶ ಅವನ ಹೆಗಲಿಗೆ ಕೈಹಾಕಿ, "ಇವೆಲ್ಲ ಅಂತ ದೊಡ್ಡ ಸಂಗತಿಗಳೇನಲ್ಲ. ಅದರಲ್ಲೂ ನಿನ್ನ ಹೆಂಡತಿ ಪುಸ್ತಕ ಓದುತ್ತಿದ್ದಾಳೆಂದಮೇಲೆ ಚಿಂತಿಸುವಂಥದ್ದೇನಿಲ್ಲ. ಓದುಬುರುಕರಿಗೆ ಮಾತುಗಳು ಸ್ವಲ್ಪ ಕಡಿಮೆಯೆ. ಆದರೆ ಒಳಗೊಳಗೆ ಅಲ್ಲೆಲ್ಲಿಯಾದರೂ ಡೈರಿಯಲ್ಲಿ ಕವಿತೆ, ಗಿವಿತೆ ಬರೆದಿರಬಹುದು, ಗಮನಿಸು. ಯಾವುದಕ್ಕೂ ದಿನವೂ ಸ್ವಲ್ಪ ಸಮಯ ಟಿ. ವಿ. ಮೊಬೈಲ್ ಎಲ್ಲಾ ಆಫ್ ಮಾಡಿ, ಅವಳೊಂದಿಗೆ ಲೋಕಾಭಿರಾಮ ಮಾತನಾಡು. ಅಲ್ಲಾ ಮಾರಾಯ, ಮಾತಾಡದೇ ಎಲ್ಲವನ್ನೂ ಮುಗಿಸ್ತೀರೋ ಹೇಗೆ?" ಎನ್ನುತ್ತಾ ತುಂಟತನದಿಂದ ಕಣ್ಣು ಹೊಡೆದವನೇ ತನ್ನ ಪರಿಚಯದ ಕೌನ್ಸಿಲರ್ ಒಬ್ಬರ ವಿವರಗಳನ್ನು ತಿಳಿಸಿ ಸಾಧ್ಯವಾದಷ್ಟು ಬೇಗ ಹೋಗಿ ಭೇಟಿಯಾಗುವಂತೆ ತಿಳಿಸಿದ.

ಆ ಸಂಜೆ ಮನೆಗೆ ಬಂದಾಗಿನಿಂದ ರಘು ಅನುಷಾಳನ್ನು ಸೂಕ್ಷ್ಮವಾಗಿ ಗಮನಿಸತೊಡಗಿದ. ಅವಳ ಎಲ್ಲ ನಡೆಗಳೂ ಎಷ್ಟೊಂದು ಯಾಂತ್ರಿಕವಾಗಿದ್ದವೆಂದರೆ ಕೀಲಿಕೊಟ್ಟ ಗೊಂಬೆಯೊಂದು ಮನೆಯಲ್ಲಿ ಚಲಿಸಿದಂತಿತ್ತು. ತಾನು ತಂದಿದ್ದ ಮಲ್ಲಿಗೆಯ ದಂಡೆಯನ್ನು ಅವಳ ಕೈಗಿಟ್ಟ. ಅನುಷಾ ಹೂವನ್ನು ಅಲ್ಲಿಯೇ ಇದ್ದ ಟೇಬಲ್ ಮೇಲಿಟ್ಟು ಅನ್ನವಿಡಲು ಒಳಗೆ ನಡೆದಳು. ದಂಡೆಯನು ಕೈಯಲ್ಲಿ ಹಿಡಿದು ಮುಡಿಸಲೇ? ಎಂಬಂತೆ ಅವಳ ಹಿಂದೆ ಹೋದ. "ನಾಳೆ ಲೈಬ್ರರಿಗೆ ಹೋಗೋವಾಗ ಮುಡಿದು ಹೋಗುವೆ" ಎಂದಳು ತಣ್ಣಗೆ. ಮುಂದೇನೂ ಮಾತನಾಡಲು ತಿಳಿಯದೆ ಸುಮ್ಮನೆ ಕುಳಿತ.

ಅನ್ನಿಕ್ಕಿಟ್ಟು ಬಂದ ಅವಳು ದಿನದಂತೆ ಪುಸ್ತಕವೋದುತ್ತ ಕುಳಿತಳು. ಇವಳನ್ನು ಕೌನ್ಸಿಲಿಂಗ್‌ಗೆ ಕರೆದೊಯ್ಯುವುದಾದರೂ ಹೇಗೆ ಎಂಬ ಚಿಂತೆ ಅವನನ್ನು ಕಾಡತೊಡಗಿತು. ಮಾಮೂಲಿಯಂತೆ ಟಿ.ವಿ. ಹಚ್ಚದೇ ಹೊರಬಂದು ಮತ್ತೆ ಗೆಳೆಯನಿಗೆ ಕಾಲ್ ಮಾಡಿದ. ಸುರೇಶ ನಗುತ್ತಾ, ನಾಳೆ ಸಂಜೆ ಪೇಟೆ ತಿರುಗಲು ಹೋದವರು ಸ್ನೇಹಿತೆಯೆಂದು ಮಾತನಾಡುವ ನೆವದಲ್ಲಿ ಅಲ್ಲಿಗೆ ಹೋದರಾಯಿತು. ನಾನೂ ಜೊತೆಯಲ್ಲಿ ಬರುವೆ. ಮುಂದಿನದನ್ನು ಅವರೇ ನಿರ್ವಹಿಸುತ್ತಾರೆಂದು ಅವನ ಹೊರೆಯನ್ನು ಹಗುರಗೊಳಿಸಿದ.

ಮಾರನೆಯ ದಿನ ಅದ್ಯಾವುದೋ ಹಬ್ಬಕ್ಕೆ ಸೀರೆ ಕೊಡಿಸುವ ನೆವದಲ್ಲಿ ಅನುಷಾಳನ್ನು ಲೈಬ್ರರಿಯಿಂದಲೇ ಪೇಟೆಗೆ ಕರೆದುಕೊಂಡು ಹೋದ ರಘು, ಮಾರ್ಗ ಮಧ್ಯದಲ್ಲಿ ತನ್ನನ್ನು ಭೇಟಿಯಾಗಲು ಬಂದ ಸುರೇಶನೊಂದಿಗೆ ಸ್ನೇಹಿತೆಯ ಭೇಟಿಯ ನೆಪದಲ್ಲಿ ಗ್ರೀಷ್ಮಾಳ ಕೌನ್ಸಿಲಿಂಗ್ ಕೇಂದ್ರಕ್ಕೆ ಕರೆದೊಯ್ದ. ಅವಳಿಗೆ ಮೊದಲೇ ಎಲ್ಲವನ್ನೂ ತಿಳಿಸಿದ್ದರಿಂದ ಎಲ್ಲರಿಗೂ ಬಿಸಿಬಿಸಿ ಚಾ ಬಂದಿತು. ಚಾ ಸೇವಿಸುತ್ತಲೇ ಅನುಷಾಳೊಂದಿಗೆ ಸಲುಗೆ ಬೆಳೆಸಿಕೊಂಡ ಗ್ರೀಷ್ಮಾ ಅವಳು ಕೆಲಸ ಮಾಡುವ ಲೈಬ್ರರಿಯ ವಿವರಗಳನ್ನು ಕೇಳಿ ತಿಳಿದುಕೊಂಡಳು. ಅವಳ ಓದುವ ಆಸಕ್ತಿಗಳ ಬಗ್ಗೆ ಪ್ರಶ್ನಿಸುತ್ತಲೇ ತಾನೂ ಲೈಬ್ರರಿಯ ಸದಸ್ಯೆಯಾಗುವ ಉತ್ಸುಕತೆಯನ್ನು ತೋರಿಸಿದಳು. ತನ್ನ ಒಳಕೋಣೆಯಲ್ಲಿರುವ ಮಾನಸಿಕ ಆರೋಗ್ಯಕ್ಕೆ ಸಂಬಂಧಿಸಿದ ಪುಸ್ತಕಗಳ ಸಂಗ್ರಹವನ್ನು ತೋರಿಸಿ, ಒಂದೆರಡು ಪುಸ್ತಕಗಳನ್ನು ಅನುಷಾಳಿಗೆ ಓದಲು ನೀಡಿದಳು. "ಈ ಪುಸ್ತಕ ಪ್ರೇಮಿಗಳು ಸೇರಿದರೆ ಗಂಡಸರು ನಿರುದ್ಯೋಗಿಗಳಾಗಬೇಕಾಗುತ್ತದೆ" ಎಂಬ ಸುರೇಶನ ಕಿಚಾಯಿಸುವಿಕೆಗೆ ಮಾರುತ್ತರವೆಂಬಂತೆ ಗ್ರೀಷ್ಮಾ, "ಯಾಕೆ? ಗಂಡಸರು ಓದಬಾರದೆಂದು ನಿಯಮವೇನಾದರೂ ಇದೆಯಾ? ನೀವೂ ಓದಿ ಜ್ಞಾನ ಹೆಚ್ಚಿಸಿಕೊಳ್ಳಿ" ಎಂದು ಛೇಡಿಸಿದಳು. ಅಲ್ಲಿಗೆ ಮೊದಲ ಭೇಟಿ ಮುಗಿಯಿತೆಂದು ಗ್ರೀಷ್ಮಾ ಕಣ್ಸನ್ನೆಯಲ್ಲಿಯೇ ಹೇಳಿದ್ದರಿಂದ ಸ್ನೇಹಿತರು ಅಲ್ಲಿಂದ ಹೊರಟರು. ರಾತ್ರಿ ರಘುವಿನ ಮೊಬೈಲಿಗೆ ಕಾಲ್ ಮಾಡಿದ ಗ್ರೀಷ್ಮಾ ಮುಂದಿನ ಮಾತುಕತೆಯನ್ನು ಲೈಬ್ರರಿಯಲ್ಲಿಯೇ ಮಾಡುವುದಾಗಿಯೂ, ನಂತರದ ಭೇಟಿಯನ್ನೆಲ್ಲ ತಾನೇ ನಿಗದಿಪಡಿಸಿಕೊಳ್ಳುವುದಾಗಿಯೂ ತಿಳಿಸಿ, ರಘುವಿನ ದುಗುಡವನ್ನು ದೂರ ಮಾಡಿದಳು.

ಗ್ರೀಷ್ಮಾಳ ಭೇಟಿಯ ನಂತರ ಅನುಷಾಳಲ್ಲಿ ಅನೇಕ ಬದಲಾವಣೆಗಳು ಗೋಚರಿಸತೊಡಗಿದವು. ಸಂಜೆ ಅವಳು ಗ್ರೀಷ್ಮಾಳ ಭೇಟಿಗೆಂದು ಸಂಭ್ರಮದಿಂದ ತಯಾರಾಗಿ ಹೊರಡುವುದನ್ನು ನೋಡಿ ಖುಶಿಪಟ್ಟ. ದಿನವೂ ಸಂಜೆ ರಘು ಮನೆಗೆ ಬಂದೊಡನೆ ಅನುಷಾ ತನ್ನ ಹೊಸ ಗೆಳತಿ ಗ್ರೀಷ್ಮಾಳ ಬಗ್ಗೆ ಅನೇಕ ವಿಷಯಗಳನ್ನು ಅವನಿಗೆ ತಿಳಿಸತೊಡಗಿದಳು. ಅವಳ ಓದಿನ ಆಸಕ್ತಿ,

ಬೇರೆಯವರ ಬಗೆಗೆ ಅವಳು ತೋರುವ ಕಾಳಜಿ, ತನ್ನೊಂದಿಗೆ ಹಿರಿಯಕ್ಕನಂತೆ ಮಾತನಾಡುವ ರೀತಿ ಎಲ್ಲವನ್ನೂ ಉತ್ಸುಕತೆಯಿಂದ ವಿವರಿಸುತ್ತಿದ್ದರೆ, ರಘು ಎಲ್ಲದಕ್ಕೂ ಪ್ರೀತಿಯಿಂದ ಕಿವಿಯಾಗುತ್ತಿದ್ದ. ಮುಂದೆ ಅವಳು ಹೇಳಿರುವಳೆಂದು ಒಂದು ಡೈರಿಯಲ್ಲಿ ದಿನವೂ ಅನುಷಾ ಚಿತ್ರ ಬರೆಯುವುದನ್ನು ರಘು ಗಮನಿಸಿದ. ನಡುವೆ ಗ್ರೀಷ್ಮಾಳಿಗೆ ಕರೆ ಮಾಡಿ ಇವೆಲ್ಲವೂ ಅವಳ ಚಿಕಿತ್ಸೆಯ ಭಾಗವೆಂಬುದನ್ನು ಖಾತ್ರಿಪಡಿಸಿಕೊಂಡಿದ್ದ. ಹೀಗೆ ತಿಂಗಳೊಂದು ಉರುಳುವ ಹೊತ್ತಿಗೆ ಅನುಷಾ ತನ್ನ ದೈನಂದಿನ ಚಹರೆಯಲ್ಲಿಯೂ ಲವಲವಿಕೆಯನ್ನು ರೂಢಿಸಿಕೊಂಡಿದ್ದು ರಘುವಿನ ಗಮನಕ್ಕೆ ಬಂದಿತ್ತು.

ಅನುಷಾಳ ಮನೋಲೋಕವನ್ನು ಅವಳು ಬರೆಯುವ ಚಿತ್ರಗಳ ಮೂಲಕವೇ ಅರ್ಥೈಸಿಕೊಳ್ಳುತ್ತ ಹೋದ ಗ್ರೀಷ್ಮಾಳಿಗೆ ಕೆಲವೆಲ್ಲ ಸಂಗತಿಗಳು ಗೊಂದಲ ಹುಟ್ಟಿಸತೊಡಗಿದವು. ಪಟ್ಟಣದಲ್ಲಿ ಹುಟ್ಟಿ, ಬೆಳೆದು ತನ್ನ ವಿದ್ಯಾಭ್ಯಾಸವನ್ನು ಮುಗಿಸಿದ ಅವಳಿಗೆ ಹಳ್ಳಿಯ ಜೀವನದ ಬಗ್ಗೆ ವಿವರವಾದ ಮಾಹಿತಿಗಳು ಇರಲಿಲ್ಲ. ಅನುಷಾ ಬಿಡಿಸಿದ ಚಿತ್ರಗಳು ಮತ್ತು ನೀಡಿದ ಮಾಹಿತಿಗಳ ಫೈಲಿನೊಂದಿಗೆ ತನ್ನ ಗುರು ಡಾ। ರಾಬರ್ಟ ಅವರಲ್ಲಿಗೆ ಹೋಗಿ ಕೆಲವು ಗೊಂದಲಗಳಿಗೆ ಉತ್ತರಗಳನ್ನು ಪಡೆದುಕೊಳ್ಳಲು ಪ್ರಯತ್ನಿಸಿದಳು. ಡಾ। ರಾಬರ್ಟ ಡೈರಿಯನ್ನು ತೆಗೆದು ಕೆಲವು ಚಿತ್ರಗಳನ್ನು ನೋಡಿ, ಗ್ರೀಷ್ಮಾ ತಯಾರಿಸಿಟ್ಟ ಟಿಪ್ಪಣಿಗಳನ್ನು ನೋಡಿ ಕೇಸಿನ ಬಗೆಗಿನ ವಿವರಗಳನ್ನು ತನ್ನ ಪ್ರಿಯ ಶಿಷ್ಯೆಗೆ ವಿವರಿಸತೊಡಗಿದಳು. "ಇಟ್ಸ್ ವೆರಿ ಇಂಟರೆಸ್ಟಿಂಗ್ ಗ್ರೀಷ್ಮಾ. ಬಾಲ್ಯ, ಹದಿಹರೆಯದಲ್ಲಿ ಮನೋಲೋಕದಲ್ಲಿ ಆದ ಚಿಕ್ಕ ಗೀರುಗಳು ಕೂಡ ಮುಂದಿನ ಜೀವನದಲ್ಲಿ ಗಾಯಗಳಾಗಿ ಕಾಡುತ್ತವೆ. ಕೆಲವೊಮ್ಮೆ ಸುತ್ತಲಿನವರಿಗೆ ತೀರ ಸಿಲ್ಲಿ ಅನಿಸುವ ವಿಷಯಗಳೂ ಸೂಕ್ಷ್ಮ ಮನಸ್ಥಿತಿಯವರಿಗೆ ಬೃಹತ್ ಆಗಿ ಕಾಣುತ್ತವೆ. ಎನಿವೇ, ನಿನ್ನ ಪೇಶಂಟ್ ಅವಳ ಭಾವನೆಗಳನ್ನು ಸಶಕ್ತವಾಗಿಯೇ ಚಿತ್ರಗಳಲ್ಲಿ ಸೆರೆಹಿಡಿದಿದ್ದಾಳೆ. ಅಥವಾ ಹಾಗೆ ಮಾಡುವಲ್ಲಿ ನಿನ್ನ ಜಾಣ್ಮೆಯೂ ಇರಬಹುದೇನೋ." ಎನ್ನುತ್ತಲೇ ಚಿತ್ರಗಳನ್ನು ವಿವರಿಸತೊಡಗಿದರು.

ಕುರುಚಲು ಪೊದೆಯ ಹಿಂದೆ ಕೈಯ್ಯಲ್ಲಿ ತಂಬಿಗೆ ಹಿಡಿದು ನಿಂತ ಹುಡುಗಿ. ಸುತ್ತ ಇರುವ ಪೊದೆಯಿಂದ ಇಣುಕುತ್ತಿರುವ ಕೆಲವು ಮುಖಗಳು. ಬಯಲು ಶೌಚಾಲಯದ ಸಮಯದಲ್ಲಿ ಹುಡುಗಿಯರು ಎದುರಿಸುವ ಆತಂಕ ಅಲ್ಲಿ ಚಿತ್ರಿತವಾಗಿದ್ದರೂ, ಪೊದೆಗಳ ನಡುವೆ ಇಣುಕುವ ಮುಖಗಳಲ್ಲಿ ಕೆಲವು ಪ್ರಾಣಿಗಳ ಮುಖಗಳನ್ನು ಬಿಡಿಸಿರುವ ಬಗ್ಗೆ ಗ್ರೀಷ್ಮಾ ಗುರುಗಳನ್ನು ಪ್ರಶ್ನಿಸಿದಳು. ಅದಕ್ಕವರು ನಗುತ್ತಾ ಹೇಳಿದರು, "ನೋಡು, ಕೆಲವರಿಗೆ ನಮ್ಮ ನಗ್ನತೆಯನ್ನು ಮನುಷ್ಯರು ನೋಡಿದರೆ ಮಾತ್ರ ನಾಚಿಕೆಯೆನಿಸುತ್ತದೆ. ಇನ್ನು ಕೆಲವರಿಗೆ ಪ್ರಾಣಿಗಳು ನೋಡಿದರೂ ಮುಜುಗರವಾಗುತ್ತದೆ. ನಿನ್ನ ಮನೆಯ ನಾಯಿಯನ್ನು

ಸ್ನಾನದ ಮನೆಯಲ್ಲಿ ಬಿಟ್ಟುಕೊಂಡು ನೀನು ಸ್ನಾನ ಮಾಡಬಲ್ಲೆಯೇನು?" ಯೋಚಿಸಿದಾಗ ಸಾಧ್ಯವಿಲ್ಲವೇನೋ ಎನಿಸಿತು ಗ್ರೀಷ್ಮಾಳಿಗೆ. ಅವರು ಡೈರಿಯ ಪುಟಗಳನ್ನು ತಿರುವುತ್ತಾ ಹೋದರು. ಇನ್ನೊಂದು ಚಿತ್ರದಲ್ಲಿ ಗೋಡೆ, ಬಾಗಿಲುಗಳಿರದ ತೆರೆದ ಬಚ್ಚಲಿನಲ್ಲಿ ನಿಂತ ಅರೆಬೆತ್ತಲ ಹುಡುಗಿಯ ಚಿತ್ರವಿತ್ತು. ಅದನ್ನು ತೋರಿಸುತ್ತಲೇ ಗ್ರೀಷ್ಮಾ ಹೇಳತೊಡಗಿದಳು, "ಈ ಚಿತ್ರಗಳೆಲ್ಲ ನನಗೆ ಅರ್ಥವಾಗುತ್ತಿವೆ ಸರ್. ಸುತ್ತಲಿನವರಿಗೆ ಇವೆಲ್ಲ ತೀರ ಸಾಮಾನ್ಯವೆನಿಸುವ ವಿಷಯಗಳು. ಆದರೆ ಅವುಗಳ ಪರಿಣಾಮ ನಿಜಕ್ಕೂ ಗಂಭೀರವಾಗಿರುತ್ತವೆ. ಅವಳು ಬೆಳೆದು ದೊಡ್ಡವಳಾಗುವವರೆಗೂ ಬಟ್ಟೆ ಧರಿಸಿಯೇ ಸ್ನಾನ ಮಾಡಿರುವುದರಿಂದ ಸುಸಜ್ಜಿತ ಬಚ್ಚಲುಮನೆಯಾದ ಮೇಲೆಯೂ ಅವಳಿಗೆ ಬೆತ್ತಲೆಯಾಗಿ ಸ್ನಾನ ಮಾಡಲಾಗುತ್ತಿರಲಿಲ್ಲ. ನಗ್ನವಾದಾಗಲೆಲ್ಲ ಅದೆಂಥದ್ದೋ ಭಯ. ಸ್ನಾನ ಮತ್ತು ಶೌಚ ಅವಳಿಗೆ ಆತಂಕ ಹುಟ್ಟಿಸುವ ಎರಡು ವಿಷಯಗಳು. ಅಪರಿಚಿತ ವಸ್ತುವನ್ನು ಮತ್ತೆ, ಮತ್ತೆ ಮುಟ್ಟಿ ಪರಿಚಿತಳಾಗಿಸಿಕೊಳ್ಳುವ ಮಗುವಂತೆ ಅವಳು ಅದನ್ನು ಮತ್ತೆ, ಮತ್ತೆ ಮಾಡುತ್ತಿರುತ್ತಾಳೆ ಅನಿಸುತ್ತದೆ. ಸ್ನಾನದ ಮನೆಯಲ್ಲಿ ಹೆಚ್ಚು ಸಮಯ ಕಳೆಯುತ್ತಾಳೆಂಬ ಅವಳ ಗಂಡನ ಮಾತುಗಳೂ ಇದನ್ನು ಪುಷ್ಟೀಕರಿಸುತ್ತಿದ್ದವು."

ಡೈರಿಯ ಪುಟಗಳನ್ನು ಮಗುಚುತ್ತಿರುವಂತೆಯೇ ಇನ್ನಷ್ಟು ಕಥೆಗಳು ಹೊರಬರುತ್ತಿದ್ದವು. ಇನ್ನೊಂದು ಪುಟದಲ್ಲಿ ಮಲಗಿದ ಹುಡುಗಿಯೊಬ್ಬಳ ಕಣ್ಣುಗಳು ದೊಡ್ಡದಾಗಿ ತೆರೆದೇ ಇದ್ದವು. ಸುತ್ತಲೂ ಹಬ್ಬಿದ ರಾತ್ರಿಯನ್ನು ಶೇಡ್ ಸೂಚಿಸುತ್ತಿದ್ದರೆ, ಆಗಸದಿಂದ ಹಾಲುಬೆಳದಿಂಗಳು ಸುರಿಯುವುದನ್ನು ಕಿಟಕಿಯಾಚೆಯ ದೃಶ್ಯ ಸೂಚಿಸುತ್ತಿತ್ತು. ಅವಳು ಮಲಗಿರುವ ಹಾಸಿಗೆಯ ಅನತಿ ದೂರದಲ್ಲಿಯೇ ಒಂದು ಮಂಚವಿತ್ತು. ಅಲ್ಲೊಬ್ಬ ಗಡ್ಡದಾರಿ ನಿದ್ದೆಯಲ್ಲಿರುವುದು ಕಾಣುತ್ತಿತ್ತು. ತನ್ನ ಪೇಶೆಂಟ್ ಇದನ್ನು ತಾನು ವಾಸಿಸುತ್ತಿದ್ದ ಬಂಧುಗಳ ಮನೆಯ ಮಾಳಿಗೆಯ ಚಿತ್ರವೆಂದು ಹೇಳಿದ್ದನ್ನು ಗ್ರೀಷ್ಮಾ ಗುರುಗಳಿಗೆ ತಿಳಿಸಿದಳು. ರಾಬರ್ಟ ಅದೇನನ್ನೋ ಧ್ಯಾನಿಸಿ ಮತ್ತೆ ಸಣ್ಣಗೆ ನಕ್ಕು ತನ್ನ ಮಾತನ್ನು ಮುಂದುವರೆಸಿದರು. "ಇದಂತೂ ಎಷ್ಟು ಚೆನ್ನಾಗಿದೆ ನೋಡು. ಅವಳ ಮನಸ್ಸಿನಲ್ಲಿದ್ದ ಆತಂಕಗಳು ಇನ್ನೊಂದು ಮಜಲಿಗೆ ದಾಟಿಕೊಳ್ಳುವುದನ್ನು ಇದು ಸೂಚಿಸುತ್ತದೆ. ಒಂಟಿಯಾಗಿ ಅವಳು ಮಲಗುತ್ತಿದ್ದ ಈ ಮಾಳಿಗೆ ಆಗೀಗ ಬರುವ ಅತಿಥಿಗಳು ಮಲಗುವ ಜಾಗವೂ ಆಗಿತ್ತು ಅನಿಸುತ್ತದೆ. ಹಾಲು ಸುರಿಯುವ ಬೆಳದಿಂಗಳಲ್ಲಿ ರಾತ್ರಿ ಹೊದೆದ ಬಟ್ಟೆ ಸ್ವಲ್ಪ ಆಚೀಚೆಯಾದರೂ ಮೈಯ್ಯೆಲ್ಲ ಕಾಣುವ ಭಯ ಅವಳಿಗೆ. ಹಾಗಾಗಿ ನಿದ್ದೆಯಿಲ್ಲದೇ ಕಳೆದ ಇರುಳುಗಳಿಗೆ ಲೆಕ್ಕವಿಲ್ಲ ಎಂಬುದನ್ನು ಬರೆದಿದ್ದಾಳೆ ನೋಡು. ಅದನ್ನು ಬಾಯಿಬಿಟ್ಟು ಹೇಳುವಷ್ಟು ಧೈರ್ಯವೂ ಆ ವಯಸ್ಸಿನಲ್ಲಿ

ಅವರಿಗಿರುವುದಿಲ್ಲ. ಮುಂದೆ ಬರೆದ ಕೆಲವು ಚಿತ್ರಗಳು ಅವಳಿಗಾಗುತ್ತಿದ್ದ ಅನುಭವಗಳ ಬಗ್ಗೆ ಹೇಳುತ್ತಿವೆ. ರಾತ್ರಿ ಜಲಬಾಧೆಗೆ ಎದ್ದುಹೋಗುವ ನೆವದಲ್ಲಿ ಕಾಲು ಸವರಿಕೊಂಡು ಹೋಗುವವರು, ಮುಗ್ಗರಿಸಿದಂತಾಗಿ ಬೇಕೆಂದೇ ಇವಳ ಮೈತಡವುವವರು .. ನೋಡಿಲ್ಲಿ, ಎಲ್ಲವೂ ಚಿತ್ರದಲ್ಲಿ ಸ್ಪಷ್ಟವಾಗಿ ಕಾಣುತ್ತಿವೆ. ಮನಸ್ಸಲ್ಲೇ ಎಲ್ಲವನ್ನೂ ತುಂಬಿಕೊಂಡಿದ್ದಾಳೆ. ಅಸುರಕ್ಷಿತವಾದ ಕಿಶೋರಾವಸ್ಥೆ ಆರದ ಬೆಂಕಿಯಾಗಿ ಅವಳನ್ನು ಸುಡುತ್ತಲೇ ಇದೆ."

ರಾಬರ್ಟ ವಿವರಿಸುತ್ತಾ ಹೋದಂತೆ ಗ್ರೀಷ್ಮಾಳಿಗೆ ಅನುಷಾಳ ಮನೋವ್ಯಾಪಾರಗಳು ಇನ್ನಷ್ಟು ಸ್ಪಷ್ಟವಾಗಿ ಅರ್ಥವಾಗುತ್ತ ಹೋದವು. ನಗರದ ಚಿಕ್ಕ ಮನೆಯಲ್ಲಿ ತನಗೆಂದೇ ಪ್ರತ್ಯೇಕವಾದ ಟಾಯ್ಲೆಟ್ ಬೇಕೆಂಬ ಅವಳ ಆಗ್ರಹಕ್ಕೆ ಸಕಾರಣಗಳು ಸಿಗತೊಡಗಿದವು. ಹಸಿವು, ನಿದ್ದೆ, ಬಾಯಾರಿಕೆಗಳಂತೆ ಶೌಚವೂ ಮನುಷ್ಯನ ಸಹಜವಾದ ಅವಶ್ಯಕತೆ. ಆದರೆ ಅದೊಂದು ಖಾಸಗಿ ಕ್ರಿಯೆ ಎಂಬ ಅರಿವೇ ಇಲ್ಲದ ಜನರ ನಡುವೆ ಬೆಳೆದಾಗ ಅರಿವಿರುವ ಹುಡುಗಿಯರು ಕನಲಿ ಹೋಗುತ್ತಾರೆ. ಅವಳ ಹಳ್ಳಿಯ ಮನೆಯಲ್ಲಿಯೂ, ಪಟ್ಟಣದ ಬಂಧುವಿನ ಮನೆಯಲ್ಲಿಯೂ ಅವಳ ಬಾಲ್ಯ ಮತ್ತು ಕೌಮಾರ್ಯ ಖಾಸಗಿತನದ ಕೊರತೆಯಿಂದ ಸೊರಗಿದೆ. ಬಯಲಿನಲ್ಲೆಲ್ಲೋ ಶೌಚಕ್ಕೆ ಕುಳಿತರೆ ಪ್ರತ್ಯಕ್ಷವಾಗುವ ಜನರು 'ಪಾಕಿಸ್ತಾನ ಕಂಡೆ' ಎಂದು ಕುಹಕವಾಗಿ ನಗುವಾಗ, ಶೌಚದ ಅವರಸರದಿಂದ ತೋಟಕ್ಕೆ ಹೋದರೆ ತೊಂದರೆ ಕೊಡಬೇಕೆಂದು ಹಿಂದೆಯೇ ಬರುವ ಸಂಬಂಧಿಕರ ಮನೆಯ ಹುಡುಗರ ಉಡಾಳತನಗಳು ಅವಳನ್ನು ವ್ಯಸ್ತಳಾಗಿಸಿವೆ. ಮಾತಿನ ನಡುವೆ ಅವಳು ಗ್ರೀಷ್ಮಾಳಿಗೆ ತನ್ನ ಕಾಲೇಜು ದಿನಗಳ ಬಗ್ಗೆ ಹೇಳಿದ್ದಳು. ಪದವಿ ಓದುವಾಗ ಕಾಲೇಜಿಗೆ ಹೋದನಂತರವೇ ತನ್ನ ಶೌಚಕಾರ್ಯಗಳನ್ನು ಮಾಡುತ್ತಿದ್ದುದು, ವಾರದ ರಜೆಯಲ್ಲಿ ಒಂದಿಷ್ಟೇ ತಿಂದು ಶೌಚವನ್ನು ತಡೆದಿಟ್ಟುಕೊಳ್ಳುತ್ತಿದುದು, ಎಲ್ಲವನ್ನೂ ವಿವರಿಸಿದ್ದಳು. "ಆದರೆ ಅವರ ಮನೆಯವರೆಲ್ಲರೂ ಸಮಾಧಾನಿಗಳು. ತನ್ನ ಸಮಸ್ಯೆಯನ್ನು ಅನುಷಾ ಹೇಳಿಕೊಂಡಿದ್ದರೆ ಬಹುಶಃ ಪರಿಹಾರ ಸಿಗಬಹುದಿತ್ತೇನೋ?" ಎಂದು ತನ್ನ ಸಂಶಯವನ್ನು ಗ್ರೀಷ್ಮಾ ವ್ಯಕ್ತಪಡಿಸಿದಳು. ರಾಬರ್ಟ ಅವಳ ತಲೆಗೆ ಮೊಟಕಿ ಹೇಳಿದರು, "ಇಂಥವುಗಳೆಲ್ಲ ಚರ್ಚಿಸಬಹುದಾದ ವಿಷಯಗಳೆಂಬ ಅರಿವು ಇಲ್ಲದಿರುವಾಗ ಪರಿಹಾರದ ಬಗ್ಗೆ ಮನಸ್ಸು ಯೋಚಿಸಲಾರದು. ಸೂಕ್ಷ್ಮವಾಗಿ ಪ್ರಸ್ತಾಪಿಸಿದಾಗಲೂ ಜಾರಿಕೆಯ, ಹೇರಿಕೆಯ ಅಥವಾ ಕುಚೋದ್ಯದ ಉತ್ತರಗಳು ಬರುವ ಸಂದರ್ಭವೇ ಹೆಚ್ಚು. ಎಲ್ಲವೂ ಮನದೊಳಗೆ ಹೆಪ್ಪುಗಟ್ಟುತ್ತಾ ಹೋದಂತೆ ಮನಸ್ಸು ಇನ್ನಷ್ಟು ಮುದುಡತೊಡಗುತ್ತದೆ. ಅದುಮಿಟ್ಟ ಬೆಂಕಿ ಎಂದಾದರೂ ಜ್ವಾಲೆಯುಗುಳಲೇಬೇಕಲ್ಲವೆ? ಮನೆಯ ಪ್ರಸ್ತಾಪ ಬಂದಾಗ ಅವಳು ಹರಿಹಾಯ್ದಿದ್ದಾಳೆ ಅಷ್ಟೆ."

ಸಮಸ್ಯೆಯ ಮೂಲ ಅರಿವಾದ ಮೇಲೆ ಪರಿಹಾರದ ದಾರಿಗಳು ತೆರೆಯುತ್ತಲೇ ಹೋದವು. ಗ್ರೀಷ್ಮಾ ರಘುವನ್ನು ಪ್ರತ್ಯೇಕವಾಗಿ ಕರೆದು ಅನುಷಾಳ ಸಮಸ್ಯೆಯನ್ನು ಸರಿಪಡಿಸಲು ರಘು ತೆಗೆದುಕೊಳ್ಳಬೇಕಾದ ಮುನ್ನೆಚ್ಚರಿಕೆಗಳ ಬಗೆಗೆಲ್ಲ ತಿಳಿಸಿದಳು. ತನ್ನ ಹೆಂಡತಿ ಲವಲವಿಕೆಯಿಂದ ಓಡಾಡಿಕೊಂಡಿರುವುದಕ್ಕೆ ಬೇಕಾದ ವ್ಯವಸ್ಥೆಯನ್ನು ಮಾಡಲು ರಘು ಕೂಡ ಉತ್ಸುಕನಾಗಿಯೇ ಇದ್ದ.

ರಘುವಿನ ಪುಟ್ಟ ಮನೆಯಲ್ಲೀಗ ದಯಾಮಯನಾದ ದೇವರು ಗೋಡೆಯ ಪುಟ್ಟ ಕಪಾಟಿನಲ್ಲಿ ಪವಡಿಸಿ, ಅವಳಿಗೊಂದು ಶೌಚಾಲಯವನ್ನು ಒದಗಿಸಿಕೊಟ್ಟಿದ್ದಾನೆ. ತನಗೆಂದೇ ಒಂದು ಶೌಚಾಲಯವಿದೆ ಎಂಬ ಭದ್ರತಾಭಾವ ಶೌಚಾಲಯದಲ್ಲಿ ಅವಳು ಕಳೆಯುವ ಸಮಯವನ್ನು ಕಡಿಮೆಯಾಗಿಸಿದೆ. ಇಂತಿರುವಾಗಲೂ ಒಮ್ಮೆ ಶೌಚಾಲಯದೆದುರೇ ಬವಳಿ ಬಂದು ಬಿದ್ದವಳನ್ನು ತೋಳಿನಿಂದ ಬಳಸಿ ಹಿಡಿದೆತ್ತಿ ಗಾಬರಿಗೊಂಡವನ ಮುಖಕ್ಕೆ ಸಿಹಿ ಮುತ್ತನೊತ್ತಿದ ಅನುಷಾ, ಸಾವರಿಸಿಕೊಂಡು ದೇವರ ಕಪಾಟಿನಲ್ಲಿ ತುಪ್ಪದ ದೀಪ ಬೆಳಗಿಸಿ ನಸುನಗೆ ಬೀರಿದ್ದಾಳೆ. ವಿಷಯವೇನೆಂದು ವಿಚಾರಿಸಿದ ರಘುವಿನ ಕಿವಿಯಲ್ಲಿ ತಪ್ಪಿದ ತಿಂಗಳ ದಿನದ ಲೆಕ್ಕಾಚಾರವನ್ನು ಹೇಳಿದ್ದಾಳೆ. ವಿಷಯ ತಿಳಿದ ಗೆಳೆಯ ಸುರೇಶ ಸಿಹಿಪೊಟ್ಟಣದೊಂದಿಗೆ ತಾಯಿ–ಮಗು ಪುಸ್ತಕದ ಉಡುಗೊರೆ ಹಿಡಿದು ಮನೆಗೆ ಬಂದಿದ್ದಾನೆ. ಅನುಷಾ ಮಾತ್ರ ಗ್ರೀಷ್ಮಾಳೊಂದಿಗೆ ಫೋನಿನಲ್ಲಿ ಅದೆಂಥದ್ದೋ ಮಾತುಕತೆಯಲ್ಲಿ ಮುಳುಗಿಹೋಗಿದ್ದಾಳೆ.

12

ನೀಲಿ ಮತ್ತು ಸೇಬು

ಚಿಕ್ಕಿ ಕಪಾಟಿನ ಬೀಗ ತೆಗೆದು ತನ್ನ ಕೈಯ್ಯಲ್ಲೊಂದು ಸೇಬುಹಣ್ಣನ್ನು ಹಿಡಿದುಕೊಳ್ಳದಿದ್ದರೆ ನೀಲಿ ಮಧ್ಯಾಹ್ನದ ಬಿರುಬಿಸಿಲಿನಲ್ಲಿ ಅಮ್ಮನೊಂದಿಗೆ ಊರ ಹೊರಗಿರುವ ಕೆರೆಯ ದಂಡೆಗೆ ಹೊರಡುತ್ತಲೇ ಇರಲಿಲ್ಲ. ಅಮ್ಮ ಅಜ್ಜನಮನೆಗೆ ಬರುತ್ತಾಳೆನ್ನುವಾಗಲೆಲ್ಲ ತನ್ನ ಬಟ್ಟೆಯನ್ನು ನೆನೆಸಿಡುವುದು ಮೊದಲಿನಿಂದಲೂ ಚಿಕ್ಕಿಯ ಅಭ್ಯಾಸವೇ ಆಗಿತ್ತು. "ಚಿಕ್ಕಿ ಯಾಕೆ ಅವಳ ವಸ್ತ್ರನೆಲ್ಲ ನಿನ್ನತ್ರ ತೊಳೆಸ್ತಾಳೆ?" ಎಂದು ಹಿಂದೊಮ್ಮೆ ನೀಲಿ ಅಮ್ಮನಲ್ಲಿ ಕೇಳಿಯೂ ಇದ್ದಳು. ಅದಕ್ಕೆ ಅಮ್ಮ, "ಮನೆಯ ಕೊನೆಯ ಮಗು ಅವಳು. ನನ್ನಮ್ಮ ಇನ್ನೇನು ಮುಟ್ಟಲು ಸಾರಿಸಿತು ಎಂದುಕೊಂಡಿದ್ದ ಗಳಿಗೆಯಲ್ಲಿ ಹುಟ್ಟಿ ಬಂದವಳು. ನಿನ್ನ ಕೊನೆಯ ಮಾವನಿಗಿಂತ ಹತ್ತು ವರ್ಷ ಚಿಕ್ಕವಳು. ಅವಳ ಕಾಲು ನೋಡಿದ್ದೀಯಾ? ಚಂದ್ರಹಾಸನಂತೆ ಆರಾರು ಬೆರಳುಗಳು. ಹಾಗಾಗಿ ಚಂದ್ರನ ಥರಾ ಮನೆಯನ್ನು ಬೆಳಗ್ತಾಳೆ ಅಂತ ಅಜ್ಜ, ಅಜ್ಜಿ ಭಾಳ ಮುದ್ದು ಮಾಡಿ ಬೆಳೆಸಿದ್ರು. ಅದಕ್ಕೆ ಇಷ್ಟು ದೊಡ್ಡವಳಾದರೂ ಸಣ್ಣ ಮಗುವಿನ ಥರಾ ಮಾಡ್ತಾಳೆ. ಅಮ್ಮ ಇಲ್ಲದ ಮಗಳು ಅಂತ ನಾವೆಲ್ಲರೂ ಮುಚ್ಚಟೆ ಮಾಡಿಕೊಂಡು ಬಂದ್ವಿ." ಎಂದು ಸಮಜಾಯಿಸಿ ನೀಡಿದ್ದಳು. ಹೆಣ್ಣು ಮಕ್ಕಳಾದ್ರೇನು? ಎಲ್ಲ ಕೆಲಸ ಕಲಿತಿರಬೇಕೆಂದು ತನಗೆ ಎಲೆಕೊಯ್ಯುವ ಏಣಿಯೇರುವುದರಿಂದ ಹಿಡಿದು ಯಕ್ಷಗಾನ ಕುಣಿಯುವವರೆಗೆ ಎಲ್ಲವನ್ನೂ ಕಲಿಸುವ ಅಪ್ಪ ನೀಲಿಯ ಕಣ್ಣೆದುರು ಬಂದಿದ್ದ. ಮೂರನೇ ಕ್ಲಾಸಿನಿಂದಲೂ ತನ್ನ ಕೆಲಸಗಳೆಲ್ಲವನ್ನು ತಾನೇ ಮಾಡಿಕೊಳ್ಳುತ್ತಿದ್ದ ನೀಲಿಗೆ ಚಿಕ್ಕಿಯ

ನಡವಳಿಕೆಗಳು ಯಾವಾಗಲೂ ಅಚ್ಚರಿಯುಂಟುಮಾಡುತ್ತಿದ್ದವು. ಈಗಂತೂ ಚಿಕ್ಕಿ ತುಂಬಿದ ಬಸುರಿ. ಹೆರಿಗೆಗೆಂದು ತವರಿಗೆ ಬಂದಿದ್ದಾಳೆ. ಅವಳನ್ನು ನೋಡದೇ ಎರಡು ವಾರಗಳಾದರೆ ಸಾಕು, ಸಂಜೆಯ ಹೊತ್ತಿಗೆ ಆಕಳಿಸುತ್ತ ಕುಳಿತುಕೊಳ್ಳುವ ಅಮ್ಮ 'ಜಾನು ನನ್ನನ್ನು ನೆನಪಿಸಿಕೊಳ್ತಿದ್ದಾಳೇನೊ?' ಎಂದು ರಾಗ ತೆಗೆಯುತ್ತಾಳೆ. ಅದಕ್ಕೆ ಅಪ್ಪ 'ಹಾಗಾದರೆ ನಾಳೆ ಮುಂಜಾನೆ ಹೋಗಿಬಾ' ಎಂದು ದನಿ ಸೇರಿಸುತ್ತಾನೆ. ಅಮ್ಮ ಹಾಗೆ ತವರಿಗೆ ಹೊರಡುವಾಗಲೆಲ್ಲ ನೀಲಿ ಜೊತೆಗೆ ಹೊರಡುವುದಿಲ್ಲ. ಅವಳಿಗೆ ಅಪ್ಪನೊಂದಿಗೆ ಮನೆಯಲ್ಲಿಯೇ ಉಳಿದು, ಒಂದಿಷ್ಟು ಕೆಲಸಗಳನ್ನು ಮಾಡಿಕೊಟ್ಟು ಶಹಬ್ಬಾಸ್ ಪಡೆಯುವುದೇ ಇಷ್ಟ. ಆದರೆ ಈ ಬಾರಿ ಶಾಲೆಗೆ ರಜೆಯಿರುವುದರಿಂದ ಅಮ್ಮನೊಡನೆ ಬಂದಿದ್ದಳು. ಬಂದು ಮುಟ್ಟುವಾಗಲೇ ಸೂರ್ಯ ನೆತ್ತಿಯ ಮೇಲೆ ಬಂದಿದ್ದ. ಅತ್ತಿಗೆಯಂದಿರು ಮಾಡಿಕೊಟ್ಟ ಚಾ ಕುಡಿಯುತ್ತಿದ್ದಂತೆ ಚಿಕ್ಕಿ ಅಮ್ಮನನ್ನು ತನ್ನ ಕೋಣೆಗೆ ಕರೆದು ಬಟ್ಟೆಯ ರಾಶಿಯನ್ನು ತೋರಿಸಿ, ತನ್ನ ಹೊಟ್ಟೆಯ ಮೇಲೆ ಕೈಯ್ಯಾಡಿಸಿ ನಿಟ್ಟುಸಿರು ಬಿಟ್ಟಿದ್ದಳು. ಮರುದಿನ ಮುಂಜಾನೆಯೇ ಊರಿಗೆ ಹೊರಡಬೇಕಿದ್ದ ಅಮ್ಮ ಬಟ್ಟೆಯ ರಾಶಿಯನ್ನು ಹೊತ್ತು ಕೆರೆಯ ಕಡೆಗೆ ಹೊರಟವಳು, ಹೊರಗೆ ಮಕ್ಕಳೊಂದಿಗೆ ಆಡುತ್ತಿದ್ದ ನೀಲಿಗೊಂದು ಮಾತು ಹೇಳಿಹೋಗೋಣವೆಂದು ಅವಳನ್ನು ಕರೆದಳು. ಆ ಸಮಯಕ್ಕೆ ಸರಿಯಾಗಿ ಚಿಕ್ಕಿ ಕಪಾಟಿನ ಬೀಗ ತೆರೆದಳು. ಕಪಾಟಿನಲ್ಲಿ ಪೇರಿಸಿಟ್ಟ ಸೇಬು ಹಣ್ಣುಗಳ ರಾಶಿಯನ್ನು ಕಂಡದ್ದೇ ನೀಲಿಗೆ ಎಷ್ಟೋ ದಿನಗಳ ಕನಸು ಕಣ್ಣೆದುರಿಗೆ ಸುಳಿಯಿತು. "ತಿನ್ನೋ ಸಾಮಾನು ಕಂಡರೆ ಸಾಕು, ಬಕಾಸುರರ ಹಾಗೆ ಕಬಳಿಸುತ್ತಾರೆ ಈ ಮಕ್ಕಳು. ಅದಕ್ಕೇ ಎಲ್ಲವನ್ನೂ ಬೀಗದಲ್ಲಿಟ್ಟುಕೊಳ್ಳುವುದು" ಎಂದು ಸಮಜಾಯಿಸಿ ನೀಡುತ್ತಾ ಚಿಕ್ಕಿ ಒಂದು ಸೇಬುಹಣ್ಣನ್ನು ತನ್ನ ಸೆರಗಿನಲ್ಲಿ ಮರೆಮಾಡಿ ಹಿಡಿದು ಹೊರಟಳು. ಅಮ್ಮನನ್ನು ಹಿಂಬಾಲಿಸುವ ನೆಪದಲ್ಲಿ ನೀಲಿ ಸೇಬುವನ್ನು ಹಿಂಬಾಲಿಸಿ ಕೆರೆಯ ಕಟ್ಟೆಯವರೆಗೂ ಬಂದಳು.

ಮಧ್ಯಾಹ್ನದ ಹೊತ್ತಾಗಿದ್ದರಿಂದ ಕೆರೆಯಲ್ಲಿ ಯಾರೊಬ್ಬರೂ ಇಲ್ಲದ್ದು ಚಿಕ್ಕಿಗೆ ಸಮಾಧಾನ ತಂದಿತು. ಇಷ್ಟು ದಿನವೂ ಮನಸ್ಸಿನಲ್ಲಿ ಮಂಡಿಗೆ ಕೊರೆಯುತ್ತಿದ್ದ ಅತ್ತಿಗೆಯಂದಿರ ಮೇಲಿನ ದೂರುಗಳೆಲ್ಲವೂ ಮಾತಾಗಿ ಹೊರಬರತೊಡಗಿದವು. ಬಟ್ಟೆ ತೊಳೆಯುತ್ತಿದ್ದ ಅಮ್ಮ ಅವಳ ಮಾತುಗಳಿಗೆ ಏನೊಂದೂ ಹೇಳದೇ ಸುಮ್ಮನೆ ಕೇಳುತ್ತಿದ್ದರೆ, ನೀಲಿಯ ಗಮನ ಮಾತ್ರ ಚಿಕ್ಕಿಯ ಸೆರಗಿನಡಿಯಲ್ಲಿದ್ದ ಹಣ್ಣಿನ ಮೇಲಿತ್ತು. ಅಮ್ಮನಿಗೆ ಇವೆಲ್ಲವೂ ಇಷ್ಟವೆಂದೇನೂ ಅಲ್ಲ, ಮನೆಯಲ್ಲಿ ನಾಲ್ಕು ಜನ ನಾದಿನಿಯರನ್ನು ಸುಧಾರಿಸಿ, ಮದುವೆಮಾಡಿ ಕಳಿಸಿದ ಅವಳಿಗೆ ಸಹಜೀವನವೆನ್ನುವುದು ಸಹಜವಾಗಿ ಬಂದಿದೆ. ಆದರೆ ತನ್ನ ಮುದ್ದಿನ ತಂಗಿಯ ಮನಸ್ಸನ್ನವಳು ಎಂದಿಗೂ ನೋಯಿಸಲಾರಳು. ಹತ್ತು ವರ್ಷಕ್ಕೆಲ್ಲ

ತಾಯಿಯನ್ನು ಕಳಕೊಂಡು ತಮ್ಮೆಲ್ಲರ ಮಡಿಲಿನಲ್ಲಿ ಬೆಳೆದ ಚಿಕ್ಕಿಯನ್ನು ಮನೆಮಂದಿಯೆಲ್ಲರೂ ಸ್ಪರ್ಧೆಗೆ ಬಿದ್ದಂತೆ ಪ್ರೀತಿಸುತ್ತಿದ್ದರು. ಹಾಗಾಗಿ ಬಟ್ಟೆಗೆ ಸೋಪು ಹಚ್ಚಿ ಜಾಲಿಸುತ್ತಾ, ಅವಳ ಮಾತುಗಳಿಗೆ ಹೂಂಗುಟ್ಟುತ್ತಿದ್ದಳು. ಚಿಕ್ಕಿ ಬಿಸಿಲು ತಾಗದಂತೆ ಮರದ ನೆರಳಿನಲ್ಲಿರುವ ಕಲ್ಲುಬಂಡೆಯ ಮೇಲೆ ಕುಳಿತಿದ್ದರೆ, ನೀಲಿ ಮಾತ್ರ ಬಿಸಿಲಿನಲ್ಲಿಯೇ ನಿಂತು ಚಿಕ್ಕಿಯ ಸೇಬು ಹೊರಬರುವುದನ್ನೇ ಕಾಯುತ್ತಿದ್ದಳು.

ಪಟಾಕಿಯ ಸರಕ್ಕೆ ಬೆಂಕಿ ಕೊಟ್ಟಂತೆ ಅತ್ತಿಗೆಯಂದಿರ ಬಗ್ಗೆ ಚಾಡಿ ಮಾತುಗಳನ್ನು ಹೇಳಿ ಮುಗಿಸಿದ ಚಿಕ್ಕಿ, ತನ್ನ ಸೆರಗಿನಡಿಯಲ್ಲಿದ್ದ ಸೇಬುವನ್ನು ಹೊರಗೆ ತೆಗೆದಳು. ನೀಲಿ ಹೊಳೆಯುತ್ತಿದ್ದ ಅದರ ಕೆಂಬಣ್ಣವನ್ನು ಪೂರ್ತಿಯಾಗಿ ಕಣ್ಣೊಳಗೆ ತುಂಬಿಕೊಳ್ಳುತ್ತಿದ್ದಳು. ಹಣ್ಣನ್ನು ಸೆರಗಿನಿಂದ ಇನ್ನೊಮ್ಮೆ ಒರೆಸಿ, ತನ್ನ ನೀಳ ಬೆರಳುಗಳನ್ನು ಅದರ ತೊಟ್ಟಿನ ಭಾಗದಲ್ಲಿ ತೂರಿಸಿ ತೊಟ್ಟು ತೆಗೆದ ಚಿಕ್ಕಿ, ಇಡಿಯ ಹಣ್ಣನ್ನು ತನ್ನ ಎದುರಿನ ಹಲ್ಲುಗಳ ನಡುವೆ ಇಟ್ಟು ಕರಕ್ಕೆಂದು ಕತ್ತರಿಸಿದಳು. ಆ ಶಬ್ದಕ್ಕೆ ನೀಲಿಯ ಬಾಯಿಂದ ಜೊಳ್ ಎಂದು ಎಂಜಲು ಸಿಡಿಯಿತು. ತುಂಡಾದ ಸೇಬಿನ ಭಾಗವನ್ನು ನೋಡಿದ ನೀಲಿ, ಓ... ಈ ಹಣ್ಣಿನ ಒಳಭಾಗವೂ ಗೇರುಹಣ್ಣಿನ ಬಣ್ಣದಲ್ಲೇ ಇದೆ ಎಂದು ಅಂದುಕೊಂಡಳು. ಬಿಟ್ಟ ಕಣ್ಣು ಬಿಟ್ಟ ಹಾಗೆ ಅವಳು ನೋಡುತ್ತಿದ್ದಂತೆಯೇ ಚಿಕ್ಕಿ ಇಡಿಯ ಹಣ್ಣನ್ನು ತಿಂದು ಅದರ ನಡುವೆ ಇರುವ ದಾರದಂತಹ ಭಾಗಕ್ಕೆ ಅಂಟಿದ ಚೂರನ್ನೂ ಬಿಡದೇ ನೆಕ್ಕಿ, ಬೀಜಗಳಿರುವ ಭಾಗವನ್ನು ಕೆಳಗೆಸೆದು ತನ್ನ ಅಂಟಾದ ಕೈಯ್ಯನ್ನು ಸೆರಗಿಗೆ ಒರೆಸಿಕೊಂಡಳು. ಕೊನೆಯ ಕ್ಷಣದವರೆಗೂ ಒಂದು ಸಣ್ಣ ಚೂರನ್ನು ತನಗೆ ಕೊಡಬಹುದೆಂಬ ಆಸೆಯಿಂದ ಕಾಯುತ್ತಿದ್ದ ನೀಲಿಗೆ ದುಃಖ, ಕೋಪ, ಹತಾಶೆಗಳು ಒಮ್ಮೆಲೇ ಉಕ್ಕಿಬಂದು ಅಮ್ಮನ ಕಡೆಗೆ ನೋಡಿದಳು. ಕೊನೆಯ ಪಕ್ಷ ಅಮ್ಮನಾದರೂ ತನಗೆ ಹಣ್ಣಿನ ಚೂರೊಂದನ್ನು ಕೊಡಿಸಬಹುದಿತ್ತು ಎಂದೆನಿಸಿ, ಸಿಟ್ಟೆಲ್ಲವೂ ತನ್ನೆಡೆಗೆ ನೋಡದೇ ಬಟ್ಟೆ ಒಗೆಯುತ್ತಿರುವ ಅಮ್ಮನೆಡೆಗೆ ತಿರುಗಿ ಏನು ಮಾಡಲೂ ತೋಚದೇ ಕಲ್ಲೊಂದನ್ನು ಕೆರೆಗೆ ಜೋರಾಗಿ ಎಸೆದಳು. ಕಲ್ಲು ಅಮ್ಮನ ತಲೆಯ ಮೇಲೆ ಬೀಳುವುದು ಸ್ವಲ್ಪದರಲ್ಲಿ ತಪ್ಪಿತು. "ಅರೆ, ಇದ್ದಕ್ಕೆಂತ ಆಯಿತು? ಬಿಸಿಲಿನಲ್ಲಿ ಬರಬೇಡ ಎಂದರೂ ಬಂದು ಈಗ ನೋಡಿದ್ರೆ ನಿನ್ನ ತಲೆ ಒಡೆತಿತ್ತು." ಎಂದು ಚಿಕ್ಕಿ ಜೋರು ಮಾಡುತ್ತಿದ್ದಂತೆ, ಮತ್ತೊಮ್ಮೆ ದುಃಖ ಒತ್ತರಿಸಿ ಬಂದು ನೀಲಿ ಜೋರಾಗಿ ಬಿಕ್ಕತೊಡಗಿದಳು. ಅಷ್ಟರಲ್ಲಿ ಬಟ್ಟೆ ತೊಳೆಯುವುದನ್ನು ಮುಗಿಸಿದ ಅಮ್ಮ ಅಷ್ಟೊತ್ತಿನಿಂದ ಬಿಸಿಲಿನಲ್ಲೇ ನಿಂತು ಕೆಂಪಾಗಿದ್ದ ಮಗಳ ಮುಖವನ್ನು ತನ್ನ ಒದ್ದೆಯಾದ ಸೆಗಿನಿಂದ ಒರೆಸಿ ತಬ್ಬಿಕೊಂಡಳು. ಅಮ್ಮನ ಮಡಿಲು ಸೋಕಿದ್ದೇ ದುಃಖವೆಲ್ಲ ಕಟ್ಟೆಯೊಡೆದಂತೆ ಹೋ... ಎಂದು ನೀಲಿ ಅಳಲು

ಪ್ರಾರಂಭಿಸಿದಳು. ಇದ್ದಕ್ಕಿದ್ದಂತೆ ಮಗಳು ಅಳುತ್ತಿರುವುದಕ್ಕೆ ಕಾರಣವೇನೆಂದು ಅಮ್ಮನಿಗೆ ತಿಳಿಯದಿದ್ದರೂ, ಬಹುಶಃ ತಾವಿಬ್ಬರೇ ಮಾತನಾಡುತ್ತಾ ಅವಳನ್ನು ಗಮನಿಸಿಲ್ಲದ್ದರಿಂದ ಬೇಸರವಾಗಿರಬಹುದೆಂದು ಭಾವಿಸಿ, ಅವಳನ್ನು ರಮಿಸಲು, “ಇಕಾ ಮಗಾ, ಇಲ್ನೋಡು. ಅಮ್ಮ ನೀರಿನಲ್ಲಿ ಕಪ್ಪೆ ಹಾರಿಸೋದನ್ನ ಹೇಳಿಕೊಡ್ತೆ ಬಾ” ಎನ್ನುತ್ತಾ ಚಪ್ಪಟೆಯಾದ ಕಲ್ಲೊಂದನ್ನು ನೀರಿನ ಮೇಲ್ಮೈ ಮೇಲೆ ಸಮಾಂತರವಾಗಿ ಎಸೆದಳು. ನೀರನ್ನು ಸವರಿದ ಕಲ್ಲು ಮತ್ತೆ, ಮತ್ತೆ ಮೇಲಕ್ಕೆ ಕುಪ್ಪಳಿಸುತ್ತಾ ಕಪ್ಪೆಯಂತೆಯೇ ಜಿಗಿಯುವುದನ್ನು ಅಚ್ಚರಿಯಿಂದ ನೋಡಿದ ನೀಲಿ, ತಾನೂ ಕಲ್ಲೊಂದನ್ನು ಎಸೆದಳು. ತನ್ನ ಕಲ್ಲು ಹಾರದೇ ಮುಳುಗಿದ್ದನ್ನು ನೋಡಿ ನಿರಾಸೆಗೊಳ್ಳುತ್ತಿದ್ದಂತೆಯೇ ಅಮ್ಮ ಅವಳಿಗೆ ಕಲ್ಲನ್ನು ಹೇಗೆ ಎಸೆಯಬೇಕೆಂಬುದನ್ನು ಹೇಳಿಕೊಟ್ಟಳು. ನೀಲಿಯ ಕಪ್ಪೆಯೂ ಒಂದೆರಡು ಬಾರಿ ನೀರಿನಲ್ಲಿ ಕುಪ್ಪಳಿಸಿತು. “ನನ್ನದು ಗೂಂಕರ ಕೆಪ್ಪೆ, ಜೋರು ಹಾರ್ತು ನೋಡು. ನಿಂದು ಮರಿಕಪ್ಪೆ, ಹಾಗಾಗಿ ಎರಡೇ ಸಲ ಹಾರ್ತು” ಎಂದು ಕಥೆ ಹೇಳಿ ಅಮ್ಮ ಮಗಳ ದುಗುಡ ಕಳೆದಳು. ಅಮ್ಮ ಮಗಳ ಆಟವನ್ನು ಚೂರು ಅಸೂಯೆಯಿಂದಲೇ ನೋಡಿದ ಚಿಕ್ಕಿ, “ನಿನ್ನ ಮಗಳು ಬರೀ ಮೇಣದ ಹಾಗೆ ಅಕ್ಕ. ಇಡೀ ದಿನ ನಿನಗೆ ಅಂಟಿಕೊಂಡೇ ಇರ್ತು. ಅದೇ ಆ ಸಣ್ಣತ್ಗೆನಾ ನೋಡಿದ್ಯಾ? ಹಾಲು ಕುಡಿಯೋದನ್ನ ಬಿಡೋದೊಂದೇ ತಡ, ಮಕ್ಕಳನ್ನು ಬೇರೆ ರೂಮಿನಲ್ಲಿ ದೂಡಿ ತನ್ನ ಗಂಡನೊಂದಿಗೆ ಬಾಗಿಲು ಹಾಕ್ಕತ್ತು. ನಡುರಾತ್ರಿ ಗಂಡನ್ನ ಎಬ್ಬಿಸಿ ಮೂತ್ರ ಮಾಡಿಸಿ ಬನ್ನಿ ಎಂದು ಓಡಿಸ್ತು. ಕರ್ಕೇಶಿ!” ಎನ್ನುತ್ತಾ ಮತ್ತೆ ತನ್ನ ದೂರಿನ ಸರಮಾಲೆ ಪೋಣಿಸಿದಳು. ಅಮ್ಮ ಅವಳ ಮಾತಿಗೆ ವಿಶೇಷ ಗಮನವನ್ನೇನೂ ನೀಡದೇ, “ಬಿಸಿಲಾಯ್ತು ಮಾರಾಯ್ತಿ. ಊಟಕ್ಕೆ ಆತೇನೊ? ಹೋಗೋಣ ಬಾ.” ಎನ್ನುತ್ತಾ ಬಟ್ಟೆಯ ಬುಟ್ಟಿಯನ್ನು ಹೊತ್ತು ಬಿರಬಿರನೆ ಹೆಜ್ಜೆ ಹಾಕಿದಳು.

ನೀಲಿಗೆ ಸೇಬುಹಣ್ಣಿನ ಮೋಹವುಂಟಾದದ್ದು ತೀರಾ ಇತ್ತೀಚಿಗೆ. ಹಳ್ಳಿಯ ಕನ್ನಡ ಶಾಲೆಯಲ್ಲಿ ಓದುವ ಅವಳಿಗೆ ಐದನೇ ತರಗತಿಯಿಂದ ಇಂಗ್ಲಿಷ್ ಭಾಷೆಯ ಪಾಠ ಪ್ರಾರಂಭವಾಗುತ್ತಿತ್ತು. ಆ ಪುಸ್ತಕದ ಮೊದಲ ಪುಟದಲ್ಲೇ ಒಂದು ಚಂದದ ಕೆಂಪು ಹಣ್ಣಿನ ಚಿತ್ರವಿರುವುದನ್ನು ಅವಳು ನೋಡಿದ್ದಳಾದರೂ, ಲೀನಾ ಬರುವವರೆಗೆ ಅದನ್ನು ಅಷ್ಟೇನೂ ಗಮನಿಸಿರಲಿಲ್ಲ. ಅಕ್ಕೋರು ಹೇಳಿಕೊಟ್ಟಂತೆ ‘ಎ ಫಾರ್ ಎಪಲ್’ ಎಂದು ಓದಿ ಪುಟ ತಿರುಗಿಸಿದ್ದಳು. ಆದರೆ ಶಾಲೆಗೆ ಹೊಸದಾಗಿ ಬಂದ ಲೀನಾ, ಅಕ್ಕೋರು ಅದನ್ನು ಹೇಳಿಕೊಡುವಾಗ ಏನೋ ಹೇಳಲಿದೆಯೆಂಬಂತೆ ಕೈ ಮುಂದೆ ಮಾಡಿ, ಅಕ್ಕೋರ ಅನುಮತಿ ಪಡೆದು “ಅನ್ ಎಪಲ್ ಎ ಡೇ, ಕೀಪ್ಸ್ ದ ಡಾಕ್ಟರ್ ಅವೇ” ಎಂದೇನೋ ಹೇಳಿ ಅವರಿಂದ ‘ವೆರಿಗುಡ್’ ಅನಿಸಿಕೊಂಡಿದ್ದಳು. ಪೇಟೆಯ ಶಾಲೆಯಲ್ಲಿ

ಕನ್ನಡ ಮತ್ತು ಇಂಗ್ಲಿಷ್ ಎರಡನ್ನೂ ಕಲಿತು ಬಂದಿದ್ದ ಲೀನಾ ಇಂಗ್ಲಿಷ್‌ನ ಎಲ್ಲ ಪಾಠಗಳನ್ನೂ ಪಟಪಟನೆ ಓದಿ ನೀಲಿಯ ಮನಸ್ಸಿನೊಳಗೆ ಚೂರು ಕೀಳರಿಮೆಯನ್ನು ಮೂಡಿಸಿದ್ದಳು. ಅಕ್ಕೋರು 'ವೆರಿಗುಡ್' ಅನ್ನುವಂತಹ ವಿಷಯವನ್ನು ಅವಳೇನು ಹೇಳಿದಳೆಂದು ತಿಳಿದುಕೊಳ್ಳುವ ಕುತೂಹಲದಿಂದ ಊಟದ ಸಮಯದಲ್ಲಿ ನೀಲಿ ಆ ಬಗ್ಗೆ ವಿಚಾರಿಸಿದ್ದಳು. ಲೀನಾ ತನ್ನ ಬಾಬ್ ಮಾಡಿದ ಕೂದಲನ್ನು ಸವರುತ್ತಾ, "ಓ ಅದಾ? ದಿನಾ ಒಂದು ಸೇಬು ತಿಂದರೆ ಡಾಕ್ಟರನ್ನು ದೂರವಿಡಬಹುದು ಅಂತ. ಅಂದರೆ ನಮಗೆ ರೋಗಗಳೇ ಬರೋದಿಲ್ಲ ಗೊತ್ತಾ?" ಎಂದು ಕಣ್ಣರಳಿಸಿದ್ದಳು. ಅವಳ ಮಾತುಗಳಿಂದ ಅಚ್ಚರಿಗೊಂಡ ನೀಲಿ,"ಹೌದಾ? ಅಷ್ಟೊಳ್ಳೆ ಹಣ್ಣಾ ಅದು?" ಎಂದು ಪ್ರಶ್ನಿಸಿದ್ದಳು. "ಹೂಂ, ನನ್ನಮ್ಮ ನಾನವಳ ಹೊಟ್ಟೆಯಲ್ಲಿದ್ದಾಗ ಬರಿಯ ಸೇಬುಹಣ್ಣನ್ನೇ ತಿಂದಿದ್ದಳಂತೆ. ಅದಕ್ಕೇ ನೋಡು, ನನ್ನ ಕೆನ್ನೆಗಳು ಸೇಬಿನಂತಿವೆ." ಎಂದು ತನ್ನ ಕೆಂಪಾದ ಕೆನ್ನೆಗಳನ್ನು ತಾನೇ ಹಿಂಡಿಕೊಂಡು ಇನ್ನಷ್ಟು ಕೆಂಪಾಗಿಸಿಕೊಂಡಳು. ಕೆಂಪು ಕೆನ್ನೆಯ, ನೀಲಿ ಕಂಗಳ ಲೀನಾ ಆ ಶಾಲೆಯ ಎಲ್ಲ ಮಕ್ಕಳಿಗಿಂತ ಬೇರೆಯೇ ಆಗಿ ಕಾಣುತ್ತಿದ್ದಳು. ಅವಳ ತಂದೆ ಅರಣ್ಯಾಧಿಕಾರಿಯಾಗಿದ್ದು ಈ ಹಳ್ಳಿಗೆ ವರ್ಗಾವಣೆಯಾದ್ದರಿಂದ ಅವಳು ಅನಿವಾರ್ಯವಾಗಿ ಹಳ್ಳಿಯ ಶಾಲೆಗೆ ಸೇರ್ಪಡೆಗೊಂಡಿದ್ದಳು.

ಸಂಜೆ ಮನೆಗೆ ಬಂದು ಕನ್ನಡಿಯೆದುರು ನಿಂತ ನೀಲಿಗೆ ಮುಖದ ಎಲುಬುಗಳಿಗೆ ಅಂಟಿಕೊಂಡಂತಿರುವ ತನ್ನ ಕೆನ್ನೆಗಳು ಚೂರೂ ಚಂದವಿಲ್ಲ ಅನಿಸತೊಡಗಿತು. ನನ್ನ ಅಮ್ಮನೂ ನಾನವಳ ಹೊಟ್ಟೆಯಲ್ಲಿರುವಾಗ ಸೇಬು ತಿಂದಿದ್ದರೆ ತಾನೂ ಲೀನಾಳಂತೆ ಗುಂಡುಕೆನ್ನೆಯ ಸುಂದರಿಯಾಗಿ ಹುಟ್ಟಬಹುದಿತ್ತೇನೋ ಎಂಬ ಆಲೋಚನೆಯೂ ಒಮ್ಮೆ ಸುಳಿದುಹೋಯಿತು. ಈಗಲೂ ಕಾಲ ಮಿಂಚಿರಲಿಕ್ಕಿಲ್ಲ, ದಿನಕ್ಕೊಂದು ಸೇಬು ತಿಂದು ಡಾಕ್ಟರನ್ನು ದೂರವಿಡುವುದರ ಜೊತೆಗೆ ಲೀನಾಳಂತೆ ಕೆಂಪು ಕೆನ್ನೆಯನ್ನೂ ಪಡೆಯಬಹುದು ಎಂದುಕೊಂಡಳು. ಆದರೆ ಅವಳ ಊರಿನಲ್ಲಿರುವ ಗೂಡಂಗಡಿಗಳಲ್ಲಾಗಲೀ, ಜಾತ್ರೆ ಪೇಟೆಯಲ್ಲಾಗಲೀ ಅವಳು ಈ ಹಣ್ಣನ್ನು ನೋಡಿರಲಿಲ್ಲವಾಗಿ ಅದು ಇಲ್ಲೆಲ್ಲೂ ಸಿಗುವುದಿಲ್ಲವೇನೋ ಎಂಬ ಚಿಂತೆ ಅವಳನ್ನು ಕಾಡಿತು. ಊರ ಸಂತೆಯಲ್ಲಿ ಸಿಗುವುದೆಂದಾದರೆ ಅಪ್ಪನಿಗೆ ದುಂಬಾಲು ಬಿದ್ದಾದರೂ ತರಿಸಬಹುದು, ಯಾವುದಕ್ಕೂ ಲೀನಾಳನ್ನೊಮ್ಮೆ ಕೇಳಿದರಾಯಿತೆಂದುಕೊಂಡಳು. ಮರುದಿನ ಶಾಲೆಯ ಬಿಡುವಿನಲ್ಲಿ "ಸೇಬುಹಣ್ಣನ್ನು ನೀನು ಈಗಲೂ ತಿಂತೀಯಾ?" ಎಂದು ನೀಲಿ ತನ್ನ ಮಾತುಕತೆಗೆ ಪೀಠಿಗೆ ಹಾಕಿದಳು. "ದಿನಾಲೂ ತಿಂತಿದ್ವಿ ಪೇಟೆಯಲ್ಲಿರೋವಾಗ. ಈ ಊರಿನಲ್ಲಿ ಎಷಲ್ಲೇ ಸಿಗಲ್ಲಾ. ಆದರೆ ಅಪ್ಪ, ಅಮ್ಮ ತಿಂಗಳಿಗೊಮ್ಮೆ ಪೇಟೆಗೆ ಹೋಗ್ತಾರಲ್ಲ, ಸಿನೆಮಾ

ನೋಡೋಕಂತ. ಆಗ ತುಂಬಾ ತರ್ತಾರೆ, ಫ್ರಿಜ್‌ನಲ್ಲಿಟ್ಟು ಖರ್ಚಾಗೋವರೆಗೂ ತಿನ್ನೋದು." ಎಂದು ಕಣ್ಣುಮಿಟುಕಿಸಿ ನಕ್ಕಳು. ನೀಲಿಗೆ ಅದರ ರುಚಿಯ ಬಗ್ಗೆ ಕೇಳಬೇಕೆನಿಸಿತಾದರೂ ಒಂದು ಬಗೆಯ ಸಂಕೋಚ ಕಾಡಿ ಸುಮ್ಮನಾದಳು. ದಿನಾಲೂ ತಿನ್ನುತ್ತಾರೆಂದ ಮೇಲೆ ಬಹಳ ರುಚಿಯಿರಬೇಕು ಎಂದು ತಾನೇ ಒಂದು ರುಚಿಯನ್ನು ಆರೋಪಿಸಿಕೊಂಡಳು. ಅಂದು ಚಿತ್ರಕಲೆ ಅವಧಿಯಲ್ಲಿ ನೀಲಿ ಇಡಿಯ ಪುಟ ತುಂಬುವಂತೆ ದೊಡ್ಡದಾದ ಸೇಬುವೊಂದನ್ನು ಬಿಡಿಸಿ ಬಣ್ಣ ತುಂಬಿದಳು.

ಅಚಾನಕ್ಕಾಗಿ ಮನೆಯಲ್ಲಿ ಬೆಳೆದ ಬಾಳೆಕಾಯಿಗಳನ್ನು ಮಾರಲೆಂದು ಅಪ್ಪ ಪೇಟೆಗೆ ಹೊರಟಾಗ ನೀಲಿಗ ಸೇಬಿನ ಹಣ್ಣು ನೆನಪಿಗೆ ಬಂತು. ಅಪ್ಪನ ಅಂಗಿಯನ್ನು ಎಳೆಯುತ್ತಾ, "ಅಪ್ಪಾ, ಪೇಟೆಯಿಂದ ಬರುವಾಗ ನನಗೆ ಸೇಬು ಹಣ್ಣನ್ನು ತರ್ತೀಯಾ?" ಎಂದು ಆಸೆಯಿಂದ ಕೇಳಿದಳು. ಹೊರಡುವ ಅವಸರದಲ್ಲಿದ್ದ ಅಪ್ಪ ಅವಳೆಡೆಗೆ ನೋಡದೇ, "ಸೇಬು ಹಣ್ಣೆಲ್ಲ ಹೊಲತುಟ್ಟಿ ಮಾರಾಯ್ತಿ. ಅದನ್ನೆಲ್ಲ ಬಡಬಗ್ಗರು ತಿನ್ನುದನೆ? ಅಕಾ ಅಲ್ಲಿ ನಿಂಗೆ ಅಂತ ಚಂದ್ರಪೇರಲೆ ಹಣ್ಣನ್ನು ತಂದಿಟ್ಟಿದ್ದೆ ನೋಡು." ಎನ್ನುತ್ತಾ ಹೊರಟುಬಿಟ್ಟರು. ಇನ್ನೇನು ಇಂದು ಸಂಜೆ ಸೇಬು ಎಂಬ ಮಾಯಕದ ಹಣ್ಣು ತನಗೆ ಸಿಕ್ಕೇಬಿಟ್ಟಿತು ಎಂಬ ನೀಲಿಯ ಕನಸಿನ ಗುಳ್ಳೆ ಫಟ್ಟೆಂದು ಒಡೆದುಹೋಯಿತು. ಬೇರೆ ದಿನಗಳಾಗಿದ್ದರೆ ಚಂದ್ರಪೇರಲೆಯ ಹೆಸರು ಹೇಳಿದೊಡನೆ ಓಡಿಹೋಗಿ ತಿನ್ನುತ್ತಿದ್ದ ನೀಲಿ, ಇಂದು ಮಾತ್ರ ಆ ನಿಷ್ಪಾಪಿ ಹಣ್ಣುಗಳ ಮೇಲೆ ಮುನಿಸಿಕೊಂಡಳು. ಬಾಲ್ಯದಲ್ಲೊಮ್ಮೆ ಪಕ್ಕದ ಮನೆಯವರ ತೋಟಕ್ಕೆ ಹೋಗಿ ಚಂದ್ರಪೇರಲೆಯನ್ನು ಕಿತ್ತಿದ್ದಕ್ಕೆ ಮಗುವೆಂದೂ ನೋಡದೇ ಕಳ್ಳಿಯೆಂದು ಬೈದಿದ್ದ ಅವರ ಮೇಲಿನ ಕೋಪಕ್ಕೆ ಅಪ್ಪ ಅದೆಲ್ಲಿಂದಲೋ ಚಂದ್ರಪೇರಲೆಯ ಗಿಡಗಳನ್ನು ಸಂಪಾದಿಸಿ ತೋಟದ ಅಂಚಿನುದ್ದಕ್ಕೂ ಬೆಳೆಸಿದ್ದರು. ಅವರ ಮನೆಯ ತೋಟದಲ್ಲಿ ಪೇರಲೆಯಲ್ಲದೇ ಪನ್ನೀರಲೆ, ನೇರಲೆ, ಅನಾನಸ್, ರಸಬಾಳೆ, ಜಂಬುನೇರಳೆ ಹೀಗೆ ಬಗೆಬಗೆಯ ಹಣ್ಣುಗಳು ಧಾರಾಳವಾಗಿದ್ದವು. ಆದರೆ ಇದೀಗ ಸೇಬುಹಣ್ಣೊಂದು ಅವಳ ಮನಸ್ಸಿನೊಳಗೆ ಬೆಳೆದು ಬೇರೆಲ್ಲ ಹಣ್ಣುಗಳು ರಸಹೀನವಾಗಿ ಕಾಣುತ್ತಿದ್ದವು.

ತಿನ್ನುವ ಆಸೆಯನ್ನು ತಡೆಯಲಾಗದೇ ನೀಲಿ ತನ್ನ ಪುಸ್ತಕದಲ್ಲಿಯೂ ಸೇಬು ಇರುವ ಪುಟವನ್ನು ತೆರೆಯದೇ ದಿನಕಳೆಯುತ್ತಿರುವಾಗ ಚಿಕ್ಕಿಯ ಕಪಾಟಿನಲ್ಲಿ ಪೇರಿಸಿಟ್ಟ ಕೆಂಪು ಹಣ್ಣುಗಳನ್ನು ಕಂಡು ಮತ್ತೆ ಆಸೆಯ ಹಕ್ಕಿಗೆ ರೆಕ್ಕೆ ಕಟ್ಟಿದ್ದಳು. ಆದರೆ ಚಿಕ್ಕಿ ಒಂದು ಚೂರನ್ನೂ ಅವಳ ಕೈಗಿಡದೇ ನಿರಾಸೆಯನ್ನುಂಟುಮಾಡಿದ್ದಳು. ಅಂದು ರಾತ್ರಿ ಮಲಗುವಾಗ ಅಮ್ಮನೊಡನೆ ಸೇಬು ಬೇಕೆಂದು ಕೇಳಲೇ ಎಂದು ನೂರುಸಲ ಯೋಚಿಸಿದಳು. 'ಬೇರೆಯವರ

ಮನೆಗೆ ಹೋದಾಗ ಇಂಥಾದ್ದು ಬೇಕೆಂದು ಯಾರೆದುರೂ ಕೈಯ್ಯೊಡ್ಡಬಾರದು. ಕೊಟ್ಟರೆ ಮಾತ್ರವೇ ತಿನ್ನಬೇಕು' ಎಂದು ಯಾವಾಗಲೂ ಹೇಳುತ್ತಿದ್ದ ಅಪ್ಪನ ಮಾತು ನೆನಪಿಗೆ ಬಂದು ಸುಮ್ಮನೆ ಮುಸುಕು ಹಾಕಿ ಮಲಗಿದಳು. ರಾತ್ರಿ ಯಾಕೋ ಚೂರು ಚಳಿಯೆನಿಸಿ ಎಚ್ಚರಗೊಂಡಾಗ, ಅಮ್ಮ ಮತ್ತು ಚಿಕ್ಕಿ ತಮ್ಮ ಮಾತುಕತೆಗಳನ್ನು ಮುಗಿಸಿ ನಿದ್ದೆಗೆ ಜಾರಿದ್ದರು. ಕಿಟಕಿಯಲ್ಲಿ ಇಣುಕುತ್ತಿದ್ದ ತಿಂಗಳ ಬೆಳಕಿನಲ್ಲಿ ಕಪಾಟಿನ ಬಾಗಿಲುಗಳು ಕಾಣಿಸಿದವು. ರಾತ್ರಿ ಮಾತ್ರೆಗಳನ್ನು ತೆಗೆದುಕೊಳ್ಳಲೆಂದು ಬಾಗಿಲಿನ ಬೀಗ ತೆಗೆದಿದ್ದ ಚಿಕ್ಕಿ ಚಾವಿಯನ್ನು ಅಲ್ಲೇ ಬಿಟ್ಟಿದ್ದಳು. ಮೆಲ್ಲನೆ ಚಾವಿ ತಿರುಗಿಸಿ ಬಾಗಿಲು ತೆರೆದು ಒಂದು ಹಣ್ಣನ್ನು ಅಮ್ಮನ ಚೀಲದೊಳಗೆ ತುರುಕಿಸಿಬಿಡಲೇ ಅನಿಸಿತು ನೀಲಿಗೆ. ತಕ್ಷಣವೇ ಶಾಲೆಯಲ್ಲಿ ಅವಳ ನೆಚ್ಚಿನ ಗೌಡಮಾಸ್ತರ್ರು ಹೇಳುತ್ತಿದ್ದ "ಕಳಬೇಡ, ಕೊಲಬೇಡ..." ಎಂಬ ಬಸವಣ್ಣನವರ ವಚನ ನೆನಪಿಗೆ ಬಂತು. ಏನಾದರೂ ತಪ್ಪು ಮಾಡಿದಾಗ ಶಾಲೆಯಲ್ಲಿ ಗೆಳತಿಯರೆಲ್ಲ ಮಾಡುತ್ತಿದ್ದ ಹಾಗೆ ಕೆನ್ನೆ ಬಡಿದುಕೊಂಡು ತನಗೆ ಮಾತ್ರವೇ ಕೇಳುವ ದನಿಯಲ್ಲಿ "ಸರ್ವಥಾ ತಪ್ಪಾಯ್ತು" ಎಂದುಕೊಂಡಳು. ಇನ್ನು ಮುಂದೆ ಈ ಸೇಬುಹಣ್ಣನ್ನು ತಿನ್ನುವ ಆಸೆಯನ್ನೇ ಬಿಟ್ಟುಬಿಡಬೇಕು ಎಂದು ತೀರ್ಮಾನಿಸಿಕೊಂಡಳು.

ಆದರೆ ಅದೇಕೋ ಎಷ್ಟು ಸಲ ಅಂದುಕೊಂಡರೂ ಸೇಬು ಅವಳ ಕಣ್ಣೆದುರು ಬಂದಾಗಲೆಲ್ಲ ಆಸೆಯನ್ನು ತಡೆಯಲು ಆಗುತ್ತಲೇ ಇರಲಿಲ್ಲ. ದೊಡ್ಡಪ್ಪನ ಮನೆಯಲ್ಲಿ ಗಣೇಶನನ್ನು ನೋಡಲು ಹೋದಾಗ ಪೂಜೆಯ ಸಮಯದಲ್ಲಿ ಎಲ್ಲರೂ ಕೈಮುಗಿದು ಭಕ್ತಿಪರವಶರಾಗಿದ್ದರೆ, ನೀಲಿ ಮಾತ್ರ ದೇವರ ಮಂಟಪದೆದುರು ಕಟ್ಟಿದ ಫಲಾವಳಿಯಲ್ಲಿ ತೂಗುತ್ತಿದ್ದ ಸೇಬಿನ ನುಣುಪಿನ ಮೇಲೆ ಕೈಯ್ಯಾಡಿಸಿ ಹಣ್ಣಿನ ಸ್ಪರ್ಶದ ಸುಖವನ್ನು ಪಡೆಯುತ್ತಿದ್ದಳು. ಗಟ್ಟಿಯಾಗಿ ಒಮ್ಮೆ ಎಳೆದರೆ ಹಣ್ಣು ಕೈಗೆ ಬರುತ್ತಿತ್ತಾದರೂ ಬಸವಣ್ಣ ಕಳುವು ಮಾಡದಂತೆ ಅವಳನ್ನು ಸದಾ ತಡೆಯುತ್ತಿದ್ದ. 'ಚೌತಿಯ ಚಂದ್ರನನ್ನು ನೋಡಿದರೆ ಹಬ್ಬವಾದ ಒಂಭತ್ತನೆಯ ದಿನಕ್ಕೆ ಬರುವ ಅನಂತ ನೋಂಪಿಯಂದು ಗಣೇಶನ ಮಂಟಪಕ್ಕೆ ಕಟ್ಟಿದ ಫಲಾವಳಿಯ ವಸ್ತುವೊಂದನ್ನು ಯಾರಿಗೂ ಕಾಣದಂತೆ ಕದ್ದು ತಿಂದು ಅಪವಾದದಿಂದ ಮುಕ್ತರಾಗಬೇಕು' ಎಂದು ಅಮ್ಮ ಹೇಳುತ್ತಿದ್ದ ಕತೆಯನ್ನು ನೆನಪಿಸಿಕೊಂಡು ಆ ಚೌತಿಯ ರಾತ್ರಿ ಕಿಟಕಿಯಿಂದ ಬೇಕಂತಲೇ ಚಂದ್ರನನ್ನು ನೋಡಿದಳು. ನೋಂಪಿಯಲ್ಲಿ ಹಣ್ಣೊಂದನ್ನು ಕದ್ದೊಯ್ಯಲು ಬೇಕಾದ ಪರವಾನಗಿ ಸಿಕ್ಕ ಖುಶಿಯಲ್ಲಿ ನೆಮ್ಮದಿಯಿಂದ ನಿದ್ರಿಸಿದಳು. ಆ ವರ್ಷ ಹಣ್ಣು ತಿನ್ನಲೆಂದೇ ಅನಂತ ನೋಂಪಿಗೆ ಹೋದರೆ, ಆ ಸೇಬು ಅದ್ಯಾವಾಗಲೋ ಬಿದ್ದುಹೋಗಿ ಕಟ್ಟಿದ ದಾರವೊಂದೇ ಉಳಿದು ಅವಳನ್ನು ಅಣಕಿಸಿತು. ಇನ್ನು ವರ್ಷವಿಡೀ ಅಪವಾದದ ಭಯದಲ್ಲಿಯೇ

ಇರಬೇಕಾಗಬಹುದೆಂದು ಬದಿಯಲ್ಲಿದ್ದ ಸಿಹಿ ಅಮಟೆಯೊಂದನ್ನು ಹರಿದು ಸ್ಕರ್ಟಿನ ಕಿಸೆಯಲ್ಲಿಟ್ಟು ಅಪವಾದದಿಂದ ಮುಕ್ತಿಗೊಂಡಳು!

ಹೀಗಿರುವಾಗಲೇ ಸೇಬುವಿನ ಸಹವಾಸವೇ ಬೇಡ ಅನಿಸುವ ಘಟನೆಯೊಂದು ಮನೆಯಲ್ಲಿ ನಡೆದುಹೋಯಿತು. ಅಲ್ಲೆಲ್ಲೋ ಸರಕಾರಿ ಗೇರುಹಕ್ಕಲಿನಲ್ಲಿ ಕೊಯ್ಲು ಮುಗಿದಮೇಲೆ ಬಿಟ್ಟಿದ್ದ ಗೇರುಬೀಜಗಳನ್ನೆಲ್ಲ ಹೆಕ್ಕಿ ಕೂಡಿಟ್ಟಿದ್ದ ಪುಡಿಗಾಸಿನಲ್ಲಿ ನೀಲಿಯ ಅಮ್ಮ ಮನೆಗೆಂದು ಒಂದೆರಡು ಸ್ಟೀಲಿನ ಪಾತ್ರೆಗಳನ್ನು ತಂದಿದ್ದಳು. ಮನೆಯಲ್ಲಿದ್ದ ಅಲ್ಯುಮಿನಿಯಂ ಮತ್ತು ಹಿತ್ತಾಳೆಯ ಪಾತ್ರೆಗಳ ಮಸಿಬಿಡಿಸಿ ಸುಸ್ತಾಗಿದ್ದ ಅವಳಿಗೆ ಸೋಪು ಬಳಸಿ ಸ್ವಚ್ಛಗೊಳಿಸಬಹುದಾದ ಸ್ಟೀಲ್ ಪಾತ್ರೆಗಳ ಬಗ್ಗೆ ಅತೀವ ಮೋಹವಿತ್ತು. ಮನೆಯ ಎಲ್ಲಾ ಉಸ್ತುವಾರಿಯನ್ನು ವಹಿಸಿದ್ದ ಅಪ್ಪ ತನ್ನ ಅಧಿಕಾರದಲ್ಲಿ ಕೈಯ್ಯಾಡಿಸಿದ ಅಮ್ಮನ ಬಗ್ಗೆ ಅತೀವ ಕೋಪಗೊಂಡು, ವಾಗ್ವಾದ ತುರುಸಾಗಿ ನಡೆದು, ಅಮ್ಮನ ಮೇಲೆ ಕೈಯ್ಯೆತ್ತುವವರೆಗೂ ಹೋಗಿ, ಖಿನ್ನಳಾದ ಅಮ್ಮ ಆ ದಿನವಿಡೀ ಅನ್ನ, ನೀರು ಬಿಟ್ಟು ಮುಸುಕುಹಾಕಿ ಮಲಗಿದಳು. ಅಪ್ಪ – ಅಮ್ಮನ ನಡುವಿನ ಸಣ್ಣ ಪುಟ್ಟ ಜಗಳಗಳನ್ನು ನೀಲಿ ನೋಡಿದ್ದಳಾದರೂ, ಈ ಪರಿಯ ಮುನಿಸನ್ನು ಮೊದಲಬಾರಿಗೆ ನೋಡಿ ದಂಗುಬಡಿದುಹೋಗಿದ್ದಳು. 'ಸೇಬು ಎಲ್ಲಾ ನಾವು ತಿನ್ನೋದಲ್ಲ, ಹೊಲತುಟ್ಟಿ' ಎಂಬ ಅಪ್ಪನ ಮಾತು ಮತ್ತೆ ನೆನಪಿಗೆ ಬಂದು, ಸೇಬು ಮನೆಗೆ ತಂದು ಇನ್ನೊಂದು ರಾದ್ಧಾಂತ ಬೇಡವೆಂದು ಹಣ್ಣಿನ ಆಸೆಯನ್ನು ಬಿಟ್ಟು ಓದಿನ ಕಡೆಗೆ ಗಮನ ಹರಿಸಿದಳು.

ಓದುವುದರಲ್ಲಿ ಜಾಣೆಯಾಗಿದ್ದ ನೀಲಿ ಹೈಸ್ಕೂಲಿನ ಪರೀಕ್ಷೆಯಲ್ಲಿ ಲೀನಾಳನ್ನೂ ಮೀರಿಸಿ ಪ್ರಥಮ ಸ್ಥಾನವನ್ನು ಪಡೆದು ಕಾಲೇಜಿಗೆ ಸೇರಿದ್ದಳು. ಲೀನಾ ದೂರದ ಪಟ್ಟಣದಲ್ಲಿರುವ ವಸತಿ ಶಾಲೆಗೆ ಸೇರಿದ್ದರೂ, ಕಾಲೇಜಿನ ದಾರಿಯುದ್ದಕ್ಕೂ ಹಣ್ಣಿನಂಗಡಿಯಲ್ಲಿ ದಾರದ ಮೂಲಕ ತೂಗುಬಿಟ್ಟಿದ್ದ ಸಾಲು, ಸಾಲು ಸೇಬುಹಣ್ಣುಗಳನ್ನು ನೋಡುವಾಗಲೆಲ್ಲ ನೀಲಿಗೆ ಸೇಬುಗೆನ್ನೆಯ ಲೀನಾ ನೆನಪಾಗುತ್ತಿದ್ದಳು. ಅದರೊಂದಿಗೆ ಇಡಿಯ ಸೇಬುವೊಂದನ್ನು ತಿನ್ನಬೇಕೆಂಬ ಹಳೆಯ ಕನಸೂ ಕೂಡ ಚಿಗುರೊಡೆಯುತ್ತಿತ್ತು. ನವರಾತ್ರಿಯ ದಿನಗಳಲ್ಲಿ ಮನೆಮನೆಗೆ ಕರೆದು ಕುಂಕುಮ ಹಚ್ಚಿ ನೀಡುತ್ತಿದ್ದ ಚಿಲ್ಲರೆ ಕಾಸುಗಳನ್ನೆಲ್ಲ ಕೂಡಿಸಿಕೊಂಡು ಒಮ್ಮೆ ಸೇಬಿನ ಅಂಗಡಿಯವರೆಗೂ ಹೋಗಿದ್ದಳು. ದಾರದಲ್ಲಿ ತೂಗುಬಿಟ್ಟಿದ್ದ ಸೇಬಿನ ಹಣ್ಣುಗಳನ್ನು ನೋಡುತ್ತಾ, "ಒಂದು ಸೇಬು ಕೊಡಿ" ಎಂದಳು. ಆದರೆ ಸರಿಯಾಗಿ ಕೇಳಿಸಿಕೊಂಡಿರದಿದ್ದ ಅಂಗಡಿಯವನು ತಕ್ಕಡಿಯ ಮೇಲೆ ಒಂದು ಕೇಜಿಯ ಕಲ್ಲನ್ನಿಟ್ಟು ಸೇಬುಗಳನ್ನು ತೂಗಲು ತೊಡಗಿದ್ದ. 'ಸೇಬು ಹೊಲತುಟ್ಟಿ' ಎಂಬ ಅಪ್ಪನ ಮಾತುಗಳನ್ನು ನೆನಪಿಸಿಕೊಂಡಿದ್ದ ನೀಲಿ, ಆ ಕ್ಷಣಕ್ಕೆ ಗಾಬರಿಗೊಂಡು ಸ್ವಲ್ಪ ಜೋರಾದ ದನಿಯಲ್ಲಿ, "ಒಂದು ಹಣ್ಣು"

ಎಂದಳು. ವಿಚಿತ್ರವೆಂಬಂತೆ ಇವಳೆಡೆಗೆ ನೋಟ ಬೀರಿದ ಅಂಗಡಿಯವನು, "ಕೇಜಿ ಲೆಕ್ಕದಲ್ಲಿ ಕೊಡೋದು. ಕೇಜಿಗೆ ನೂರು" ಎಂದಿದ್ದ. ಒಂದು ಕೇಜಿಗೆ ಎಷ್ಟು ಹಣ್ಣು ಬಂದಿದೆ? ಆ ಲೆಕ್ಕದಲ್ಲಿ ಒಂದು ಹಣ್ಣಿಗೆ ಎಷ್ಟಾಗಬಹುದು? ಕಾಲು ಕೇಜಿ ಕೊಡಿ ಎಂದರೆ ಅಂಗಡಿಯವನು ಕೋಪಗೊಂಡರೆ? ತನ್ನನ್ನು ತಿರಸ್ಕಾರದಿಂದ ನೋಡಿದರೆ?... ಹೀಗೆ ಒಂದರ ಮೇಲೊಂದು ಯೋಚನೆಗಳು ಮನಸ್ಸಿಗೆ ಬಂದು, ಸಧ್ಯ ಈ ಮುಜುಗರದಿಂದ ಪಾರಾದರೆ ಸಾಕೆಂದು, "ಈಗ ಬೇಡ, ಮತ್ತೆ ತೆಕೊಳ್ತೆ" ಎನ್ನುತ್ತಾ ಬಿರಬಿರನೆ ಅಲ್ಲಿಂದ ನಡೆದಿದ್ದಳು. ಅಂಗಡಿಯವನು ಏನೊಂದೂ ಅರ್ಥವಾಗದೇ, "ತೊಂಭತ್ತು ಮಾಡಿಕೊಡುವ ಬೇಕಾರೆ" ಎಂದು ಅವಳನ್ನು ನಿಲ್ಲಿಸುವ ವ್ಯರ್ಥ ಪ್ರಯತ್ನ ಮಾಡಿದ್ದ.

ಚಿಕ್ಕಿಯ ಆರೋಗ್ಯ ಹದಗೆಟ್ಟ ಬಗ್ಗೆ ಮನೆಯಲ್ಲಿ ಚರ್ಚೆ ನಡೆಯುತ್ತಿತ್ತು. ಭತ್ತದ ಕೊಯ್ಲು ನಡೆಯುತ್ತಿದ್ದುದರಿಂದ ಅಮ್ಮನಿಗೆ ಆಸ್ಪತ್ರೆಗೆ ಹೋಗಲೂ ಸಾಧ್ಯವಿರಲಿಲ್ಲ. ಅತ್ತಿಗೆಯಂದಿರು ಹೊಟ್ಟೆಕಿಚ್ಚಿಗೆ ಮಾಡಿಕಳಿಸುತ್ತಿದ್ದ ಊಟವೇ ಸೇರುತ್ತಿಲ್ಲವೆಂದು ಚಿಕ್ಕಿ ಯಾರಲ್ಲಿಯೋ ಹೇಳಿಕಳಿಸಿದ್ದಳು. ಆಸ್ಪತ್ರೆಯಿಂದ ಬಿಡುಗಡೆಗೊಂಡಮೇಲೆ ಇಲ್ಲಿಗೇ ಕರೆದುಕೊಂಡು ಬರುವ ಬಗ್ಗೆಯೂ ಮಾತುಕತೆಯಾಗುತ್ತಿತ್ತು. ಇದರ ನಡುವೆ ಅವಳನ್ನೊಮ್ಮೆ ನೋಡಿ, ಸಮಾಧಾನ ಮಾಡಿಬರಲಾದರೂ ಒಬ್ಬರು ಆಸ್ಪತ್ರೆಗೆ ಹೋಗಬೇಕೆಂದು ಯೋಚಿಸುತ್ತಿರುವಾಗಲೇ, ತಮ್ಮ ಮಗಳು ನೀಲಿ ಅಲ್ಲಿಯೇ ಕಾಲೇಜಿಗೆ ಹೋಗುವುದೆಂಬುದು ನೆನಪಾಗಿ ಅವಳನ್ನೇ ಕಳಿಸುವುದೆಂದು ತೀರ್ಮಾನಿಸಿದರು. "ಸೇಬು ಎಂದರೆ ಅವಳಿಗೆ ಜೀವ. ಕಳಿಸಿಕೊಟ್ರೆ ನಾಕು ದಿನ ಇಟ್ಟುಕೊಂಡು ತಿಂತಿದ್ದಳು" ಎಂಬ ಅಮ್ಮನ ಮಾತಿಗೆ ಅಪ್ಪ ನೂರರ ನೋಟೊಂದನ್ನು ನೀಲಿಯ ಕೈಗಿಟ್ಟು, "ಮಗಾ, ಆಸ್ಪತ್ರೆಗೆ ಹೋಗುವಾಗ ಒಂದು ಕೇಜಿ ಸೇಬು ತೆಕೊಂಡು ಹೋಗು. ಇಕಾ, ಇನ್ನೂ ಇಪ್ಪತ್ತು ಇಟ್ಕೊ. ಹೊಲತುಟ್ಟಿ ಮಾರಾಯ್ತಿ ಅದು" ಎಂದು ಮತ್ತೊಂದು ಇಪ್ಪತ್ತರ ನೋಟನ್ನು ಕೈಯ್ಯೊಳಗಿಟ್ಟಿದ್ದರು. ನಾಳೆ ಪೇಟೆಯಲ್ಲಿ ಧೈರ್ಯವಾಗಿ ಹೋಗಿ ಒಂದು ಕೇಜಿ ಸೇಬು ಹಣ್ಣನ್ನು ತೆಗೆದುಕೊಳ್ಳಬಹುದೆಂಬ ಯೋಚನೆಯೇ ಅವಳಲ್ಲಿ ಪುಳಕವೆಬ್ಬಿಸಿದರೂ, ಹಣ್ಣಿನಂಗಡಿಯಲ್ಲಿ ಒಂದು ಕೇಜಿ ಹಣ್ಣನ್ನು ಕೊಡಿ ಎಂದು ಮೊದಲು ಹೇಳುವುದೋ? ಅಥವಾ ಕೇಜಿಗೆಷ್ಟು ಎಂದು ಮೊದಲು ಕೇಳುವುದೋ? ಎಂದು ರಾತ್ರಿಯೆಲ್ಲ ಯೋಚಿಸಿದರೂ ಉತ್ತರ ಹೊಳೆದಿರಲಿಲ್ಲ.

ಮರುದಿನ ಮೊದಲ ಬಸ್ಸಿಗೇ ಕಾಲೇಜಿಗೆ ಹೊರಟ ನೀಲಿ, ಚಿಕ್ಕಿಯನ್ನು ನೋಡಿಕೊಂಡೇ ಕಾಲೇಜಿಗೆ ಹೋಗುವುದೆಂದು ತೀರ್ಮಾನಿಸಿದಳು. ಪೇಟೆಯಲ್ಲಿ ಇನ್ನೇನು ತೆರೆಯುತ್ತಿದ್ದ ಅಂಗಡಿಯೆದುರು ನಿಂತು, "ಸೇಬು ಹಣ್ಣು ಕೇಜಿಗೆಷ್ಟು?" ಎಂದಳು. ಹಣ್ಣುಗಳನ್ನು ಜೋಡಿಸುತ್ತಿದ್ದ ಅಂಗಡಿಯವನು,

"ಕೇಜಿಗೆ ನೂರಾಹತ್ತು. ಬೆಳಗಿನ ಬೋಣಿ, ಒಂದ್ಹತ್ತು ಕಡಿಮೆ ಮಾಡಿಕೊಡುವ. ಒಂದು ಕೇಜಿ ಕೊಡಲಾ?" ಎನ್ನುತ್ತ ತೂಗತೊಡಗಿದ. ಕೆಂಪಗಿನ ಐದು ಹಣ್ಣುಗಳನ್ನು ತಕ್ಕಡಿಯ ಮೇಲಿಟ್ಟು, ತೂಕದ ಮುಳ್ಳು ನೋಡುತ್ತ ಇನ್ನೊಂದನ್ನು ಇಡುವುದೊ ಬೇಡವೋ ಎಂದು ಪರೀಕ್ಷಿಸುತ್ತ, ಒಂದನ್ನು ತೆಗೆದು ಇನ್ನೊಂದನ್ನು ಇಟ್ಟು ಅಂತೂ ಐದು ಹಣ್ಣುಗಳಿಗೇ ಒಂದು ಕೇಜಿ ತೂಗಿ, ಪುಟ್ಟ ಪ್ಲಾಸ್ಟಿಕ್‌ನೊಳಗಿಟ್ಟು ನೀಲಿಗೆ ನೀಡಿದ. ಒಂದು ಕೈಯ್ಯಲ್ಲಿ ಪುಸ್ತಕದ ಕಟ್ಟನ್ನು, ಇನ್ನೊಂದರಲ್ಲಿ ಹಣ್ಣನ್ನು ಹಿಡಿದು ನೀಲಿ ಆಸ್ಪತ್ರೆಯೆಡೆಗೆ ನಡೆಯತೊಡಗಿದಳು. ದಾರಿಯಲ್ಲಿ ಮತ್ತೆ ಇಡಿಯ ಸೇಬು ತಿನ್ನುವ ಆಸೆ ಅವಳೊಳಗೆ ಅಂಕುರಿಸಿ, ಇದರೊಳಗಿಂದ ಒಂದು ಹಣ್ಣನ್ನು ತೆಗೆದಿಟ್ಟುಕೊಂಡರೆ ಹೇಗೆ? ಎನಿಸತೊಡಗಿತು. ಜೊತೆಯಲ್ಲಿ ಚಿಕ್ಕಿಗೆ ಕಾಣದಂತೆ ಇಟ್ಟುಕೊಳ್ಳಲು ಬ್ಯಾಗ್ ಕೂಡ ತನ್ನಲ್ಲಿಲ್ಲ, ಚಿಕ್ಕಿಗೆ ಕಂಡರೆ ಏನೆಂದುಕೊಳ್ಳುವಳೇನೊ? ಎಂಬ ಯೋಚನೆಯೂ ಬಂತು. ಹೈಸ್ಕೂಲಿನವರೆಗೆ ಅಪ್ಪ ತಂದುಕೊಟ್ಟ ಪಾಟಿಚೀಲವೆಂಬ ಗಾಳದಬೀಣಿನ ಚೀಲವನ್ನು ತೆಗೆದುಕೊಂಡು ಹೋಗುತ್ತಿದ್ದ ನೀಲಿ, ಪೇಟೆಯ ಕಾಲೇಜಿಗೆ ಬರುವಾಗ ಅಪ್ಪನಿಗೆ ದುಂಬಾಲುಬಿದ್ದು ಫ್ಯಾಶನ್ ಬ್ಯಾಗೊಂದನ್ನು ತೆಗೆದುಕೊಂಡಿದ್ದಳು. ಆ ನಾಜೂಕು ಚೀಲ ಅವಳ ಪುಸ್ತಕಗಳ ಭಾರ ತಾಳದೇ ತಿಂಗಳೊಂದರಲ್ಲಿ ಬಾಲತುಂಡಾಗಿ ಮೂಲೆಸೇರಿತ್ತು. ಅಲ್ಲಿಂದ ಮುಂದೆ ಕಾಲೇಜಿಗೆ ಹೋಗುವ ಹೆಚ್ಚಿನ ಹುಡುಗಿಯರು ಮಾಡುವಂತೆ ಪುಸ್ತಕಗಳಿಗೆ ಹಾಕುವ ರಬ್ಬರ್ ಬ್ಯಾಂಡೊಂದನ್ನು ಕೊಂಡು ಅದರೊಳಗೆ ಎಲ್ಲವನ್ನೂ ಸೇರಿಸಿ ಕೈಯ್ಯಲ್ಲಿಟ್ಟು ಎದೆಗವಚಿಕೊಂಡು ನಡೆಯುತ್ತಿದ್ದಳು. ಕೆಲವೊಮ್ಮೆ ಪದವಿ ಓದುತ್ತಿರುವ ಹಿರಿಯ ವಿದ್ಯಾರ್ಥಿಗಳು, "ಕಿತಾಬ್ ದೂದ್ ಪೀತಾ ಹೈ" ಎಂದು ಚುಡಾಯಿಸಿದರೂ, ಅವರು ಹೇಳಿದ್ದು ತನಗಲ್ಲವೆಂದು ಮುಂದೆ ನಡೆದುಬಿಡುತ್ತಿದ್ದಳು. ಇಂದು ಮಾತ್ರ ಅವಳಿಗೆ ತನ್ನ ಬ್ಯಾಗ್ ಇದ್ದರೆ ಒಂದು ಸೇಬುವನ್ನಾದರೂ ಅದರೊಳಗೆ ಇಡಬಹುದಿತ್ತು ಎಂದೆನಿಸಿತ್ತು. ಆಸ್ಪತ್ರೆಯಲ್ಲಿ ಚಿಕ್ಕಿಯಿರುವ ರೂಮಿಗೆ ಹೋಗುವಾಗ ಡಾಕ್ಟರ್ ಅವಳನ್ನು ಪರೀಕ್ಷಿಸುತ್ತಿದ್ದರು. ತೀರಾ ನಿತ್ರಾಣಗೊಂಡಿದ್ದ ಚಿಕ್ಕಿಯೊಡನೆ ಸ್ವಲ್ಪ ಮಾತನಾಡಿ, ಮನೆಯಲ್ಲಿ ನಡೆಯುತ್ತಿದ್ದ ಗದ್ದೆಕೊಯಲಿನ ವಿಷಯವನ್ನು ತಿಳಿಸಿ, ಆಸ್ಪತ್ರೆಯಿಂದ ಸೀದಾ ತಮ್ಮನೆಗೆ ಅವಳನ್ನು ಕರೆದುಕೊಂಡು ಹೋಗುವುದಾಗಿ ಅಪ್ಪ ಹೇಳಿದ್ದನ್ನು ತಿಳಿಸಿದಳು. ಈ ಮಾತುಗಳನ್ನು ಕೇಳಿದ ಚಿಕ್ಕಿಯ ಕಣ್ಣಿನಲ್ಲಿ ನೀರು ಜಿನುಗಿ, "ಎಷ್ಟಾದರೂ ನಿನ್ನಮ್ಮನ ಭಾಗ್ಯ ಅಷ್ಟೊಳ್ಳೆಯ ಗಂಡ ಸಿಕ್ಕಿದ್ದು. ಬಾವ ಮೊದಲಿನಿಂದಲೂ ಹಾಗೆ, ನಾನು ಅಂದರೆ ಮಗಳಿಗಿಂತಲೂ ಪ್ರೀತಿ" ಎಂದೆಲ್ಲ ಹೇಳುತ್ತಾ ಬಾವನ ಗುಣಗಾನ ಪ್ರಾರಂಭಿಸಿದಳು. ಸೇಬುಹಣ್ಣನ್ನು ಕೈಗಿಟ್ಟಾಗ ಚಿಕ್ಕಿ ಅದರೊಳಗಿಂದ ಒಂದನ್ನು ತೆಗೆದು, "ನೀನು ತಿನ್ನು ಮಗಾ. ಕಾಲೇಜಿನಲ್ಲಿ

ಹಸಿವಾದಾಗ. ಕಾಲೇಜು ಮುಗಿಸಿ ಆ ನಿನ್ನ ಕಾಡಿನೂರಿಗೆ ತಲುಪಲು ಇನ್ನು ಅದೆಷ್ಟು ಹೊತ್ತೊ?" ಎಂದು ಒತ್ತಾಯದಿಂದ ಇವಳ ಕೈಯ್ಯೊಳಗಿಟ್ಟಳು. ನೀಲಿ ಸೇಬುವನ್ನು ಕಾಗದದಲ್ಲಿ ಸುತ್ತಿ ಇಟ್ಟುಕೊಂಡಳು.

ತಾನು ಕಳ್ಳತನದಿಂದ ಹಣ್ಣೊಂದನ್ನು ಇಟ್ಟುಕೊಳ್ಳದ್ದು ಎಷ್ಟು ಒಳ್ಳೆಯದಾಯಿತು ಎಂದು ಯೋಚಿಸುತ್ತಾ ನೀಲಿ ಆಸ್ಪತ್ರೆಯಿಂದ ಹೊರಟಳು. ವಾಹನ ದಟ್ಟಣೆಯ ಪೇಟೆಯ ದಾರಿಯಿಂದ ಹೋದರೆ ಕಾಲೇಜಿಗೆ ತಡವಾದೀತೆಂದು ಗುಡ್ಡದ ದಾರಿಯಲ್ಲಿ ಹೊರಟ ನೀಲಿಗೆ ನಿರ್ಜನ ದಾರಿಯಲ್ಲಿ ನಡೆಯುವಾಗ ಗೌಡ ಮಾಸ್ತರ್ರು ದಿನವೂ ಹೇಳುತ್ತಿದ್ದ 'ಕಳಬೇಡ, ಕೊಲಬೇಡ, ಹುಸಿಯ ನುಡಿಯಲು ಬೇಡ' ಎನ್ನುವ ಬಸವಣ್ಣನವರ ವಚನ ನೆನಪಾಯಿತು. ತನ್ನಷ್ಟಕ್ಕೆ ಅದನ್ನು ಗುಣುಗುತ್ತಾ ಗುಡ್ಡವೇರುತ್ತಿದ್ದಂತೆ ಆ ಅಜ್ಜಿ ಅವಳ ದಾರಿಗೆದುರಾದಳು. ಗುಡ್ಡದ ದಾರಿಯಿಂದ ಬರುವಾಗಲೆಲ್ಲ ಅವಳು ಸಿಗುತ್ತಿದ್ದಳು ಅಥವಾ ಕೆಲವೊಮ್ಮೆ ಅವಳನ್ನು ಭೇಟಿಯಾಗಲೆಂದೇ ನೀಲಿ ಆ ದಾರಿಯನ್ನು ಹಿಡಿಯುತ್ತಿದ್ದಳು. ಸಿಕ್ಕಿದಾಗಲೆಲ್ಲ ತಲೆಯ ಮೇಲೊಂದು ಪುಟ್ಟ ಕಟ್ಟಿಗೆಯ ಹೊರೆಯನ್ನು ಹೊತ್ತುಕೊಂಡಿರುವ ಅಜ್ಜಿ ಒಂದೂ ಮಾತನಾಡದೇ, ಕೈಯ್ಯನ್ನು ಬಾಯಿಯವರೆಗೆ ತಂದು ಊಟಕ್ಕೆ ಕೊಡು ಎಂಬಂತೆ ಸನ್ನೆಯನ್ನು ಮಾಡುತ್ತಿದ್ದಳು. ಪ್ರತಿಸಲವೂ ಕಟ್ಟಿಗೆಯ ಹೊರೆಯೊಂದಿಗೆ ಸಿಕ್ಕುವ ಅವಳು ಹುಚ್ಚಿಯೋ, ಮೂಕಿಯೋ ಏನೊಂದೂ ನೀಲಿಗೆ ತಿಳಿದಿರಲಿಲ್ಲ. ಆದರೆ ಸಿಕ್ಕಿದಾಗಲೆಲ್ಲ ಇವಳು ಚಿಲ್ಲರೆ ಕಾಸೊಂದನ್ನು ಅವಳ ಕೈಗಿಡುವುದು, ಅವಳು ಇವಳ ತಲೆಯ ಮೇಲೆ ಕೈಯ್ಯಿಟ್ಟು ಹರಸುವುದು ನಡೆದೇ ಇರುತ್ತಿತ್ತು. ಇಂದೂ ಚಿಲ್ಲರೆಗೆಂದು ತನ್ನ ಪುಟ್ಟ ಪರ್ಸಿನಲ್ಲಿ ತಡಕಾಡಿದಳು ನೀಲಿ. ಆದರೆ ಅಪ್ಪ ನೀಡಿದ ಇಪ್ಪತ್ತರ ನೋಟೊಂದನ್ನು ಬಿಟ್ಟರೆ ಬೇರೆ ಹಣ ಕೈಗೆ ಸಿಗಲಿಲ್ಲ. ಅಜ್ಜಿ ಮತ್ತೊಮ್ಮೆ ಕೈಯ್ಯನ್ನು ಬಾಯಿಯೆಡೆಗೆ ಒಯ್ದು, ನೀಲಿಯೆದುರು ಅಂಗೈ ಚಾಚಿದಳು. ಅವಳ ಮೊಗದಲ್ಲಿದ್ದ ದೈನ್ಯತೆ ನೀಲಿಯನ್ನು ಕಲಕಿತು. ಅವಳಿಗೇ ಅರಿವಿಲ್ಲದೇ ಇಡಿಯ ಸೇಬು ಅಜ್ಜಿಯ ಅಂಗೈ ಸೇರಿತು. ಖುಶಿಯಿಂದ ಅರಳಿದ ಅಜ್ಜಿಯ ಮೊಗದಲ್ಲಿ ಲೀನಾಳ ಕೆನ್ನೆಯ ಹೊಳಪು ಮಿಂಚಿತು.

ವೀರಲೋಕದ ಪ್ರಕಟಣೆಗಳು

1. ಕೈ ಹಿಡಿದು ನೀ ನಡೆಸು ತಂದೆ–ವಿಶ್ವೇಶ್ವರ ಭಟ್ 250/–
2. ಶ್ವಸುಂದರಿ–ಕುಂ. ವೀರಭದ್ರಪ್ಪ.................... 160/–
3. ನಿಮಗೆಷ್ಟು ಹಣ ಬೇಕು?–ಅನಂತ ಹುದೆಂಗಜೆ 250/–
4. ಆರ್ಟ್ ಆಫ್ ಸಕ್ಸಸ್–ರಮೇಶ್ ಅರವಿಂದ್ 120/–
5. ಮನಿ ಮನಿ ಎಕಾನಮಿ–ರಂಗಸ್ವಾಮಿ ಮೂಕನಹಳ್ಳಿ.................... 160/–
6. ಇವರು ಅವರು ದೇವರು–ಜೋಗಿ.................... 200/–
7. ಲಾಸ್ಟ್ ಡೇಸ್ ಆಫ್ ಲೆಜೆಂಡ್ಸ್–ಗಣೇಶ್ ಕಾಸರಗೋಡು 225/–
8. ಒಳ್ಳೆಯ ಬದುಕಿನ ಸೂತ್ರಗಳು–ರವಿ ಕೃಷ್ಣಾರೆಡ್ಡಿ.................... 150/–
9. ಸೋಲೆಂಬ ಗೆಲುವು–ದೀಪಾ ಹಿರೇಗುತ್ತಿ.................... 150/–
10. ಬೆಳ್ಳಿತೆರೆಯ ಬಂಗಾರದ ಗೆರೆ–ಗಣೇಶ್ ಕಾಸರಗೋಡು.................... 150/–
11. ನಟನ ಕಥೆ–ಮಂಡ್ಯ ರಮೇಶ್–ಎನ್. ಧನಂಜಯ.................... 250/–
12. ತ್ಯಾಗಕ್ಕಿಲ್ಲ ನೂಕುನುಗ್ಗಲು–ಡಾ. ಗವಿಸ್ವಾಮಿ ಎನ್. 140/–
13. ಬದುಕೇ ಭಗವಂತ–ಡಾ. ಡಿ.ಎಸ್. ಶ್ರೀನಿವಾಸ ಪ್ರಸಾದ್.................... 170/–
14. ಮಾದಕ ದೊರೆ–ಸಂತೋಷಕುಮಾರ ಮೆಹೆಂದಳೆ.................... 375/–
15. ದ್ವೈತ–ರಾಘವ್ 140/–
16. ಹೃದಯದ ಮಾತು ಕೇಳಿ–ಮಂಜುನಾಥ್ ಚಾಂದ್ 150/–
17. ಹಿಂದಿನ ನಿಲ್ದಾಣ–ಶುಭಶ್ರೀ ಭಟ್ಟ.................... 120/–
18. ಪ್ರೀತ್‌ಸು–ರಾಜೀವ ನಾರಾಯಣ ನಾಯಕ.................... 170/–
19. ಕೃಷಿ ಯಾಕೆ ಖುಷಿ?–ನರೇಂದ್ರ ರೈ ದೇರ್ಲ 140/–
20. ಕ್ಷಯ–ಡಾ. ವಾಸುದೇವ ಶೆಟ್ಟಿ.................... 120/–
21. ಅರ್ಧ ಬಿಸಿಲು ಅರ್ಧ ಮಳೆ...–ಸದಾಶಿವ ಸೊರಟೂರು 120/–
22. ಯಾರೂ ಹೇಳದ ಕಥೆಗಳು–(ಸಂ.) ಸುದರ್ಶನ ಚೆನ್ನಂಗಿಹಳ್ಳಿ.................... 150/–
23. ಕಥಾ ಸಾಗರಿ–ನಾಗವೇಣಿ ವೆಂ. ಹೆಗಡೆ ಹೆಗ್ಗರ್ಸಿಮನೆ.................... 120/–
24. ಮೆಮರೀಸ್ ಆಫ್ ಬಾರ್ಸಾ–ರಂಗಸ್ವಾಮಿ ಮೂಕನಹಳ್ಳಿ.................... 160/–
25. ಮೇರುನಟ–ಡಾ. ಶರಣು ಹುಲ್ಲೂರು 120/–
26. ನಾ ಸೆರೆಹಿಡಿದ ಕನ್ಯಾಸ್ತ್ರೀ–ಶಶಿಧರ ಹಾಲಾಡಿ.................... 200/–
27. ಟ್ರಾಯ್–ಗಾಯಿತ್ರಿ ರಾಜ್ 200/–
28. ಫಾರೆಸ್ಟರ್ ಪೊನ್ನಪ್ಪ–ನೌಶಾದ್ ಜನ್ನತ್ತ್.................... 300/–
29. ವಿಶ್ವಯಾನಕ್ಕೆ ಗಣಿತವಾಹನ–ಎಸ್.ವಿ. ಶ್ರೀನಿವಾಸಮೂರ್ತಿ.................... 200/–
30. ಲೆಟ್ಸ್ ಮೇಕ್ ಎ ಶಾರ್ಟ್ ಫಿಲಂ–ಜಯರಾಮಾಚಾರಿ.................... 120/–
31. ಕುಣಿಗಲ್ ಟು ಕಂದಹಾರ್–ಮಂಜುನಾಥ್ ಕುಣಿಗಲ್ 260/–
32. ಗದಾಯುದ್ಧಂ–ಡಾ. ಎಂ.ಎ. ಜಯರಾಮ್ ರಾವ್ 350/–
33. ಫೀನಿಕ್ಸ್–ದೀಪಾ ಹಿರೇಗುತ್ತಿ.................... 120/–
34. ಹಿಟ್ಲರ್ ಲವ್ ಪಾಲಿಟಿಕ್ಸ್–ಸತೀಶ ಬಳೆಗಾರ.................... 170/–
35. ಭಾನುಮತಿಯ ಪರಿವಾರ–ಕುಮಾರಸ್ವಾಮಿ ತೆಕ್ಕುಂಜ.................... 140/–

36. ನೀ ದೂರ ಹೋದಾಗ–ಫೌಝಿಯ ಸಲೀಂ 220/–
37. ವ್ಯಗ್ರ ಮತ್ತು ಇತರ ಕಾದಂಬರಿಗಳು–ಕುಮಾರ ಬೇಂದ್ರೆ........ 180/–
38. ಸತ್ಯದ ಅನಾವರಣ–ಕೆ.ಎಸ್. ರಮಾಸುಂದರಿ........ 100/–
39. ಅಂತಾರಾಷ್ಟ್ರೀಯ ಕುಂಬಳಕಾಯಿ ಮತ್ತು ಇತರ ಕಥೆಗಳು–ಅಬ್ದುಲ್ ರಶೀದ್ .120/–
40. ಅನಾಥ ಪ್ರೀತಿಯ ಅನುಬಂಧ–ಬಿ. ಮಂಜುನಾಥ್ ಕಾಮತ್ ಹಾಲಾಡಿ........ 140/–
41. ಹಕ್ಕಿ ಮತ್ತು ಹುಡುಗಿ (ಕವನ ಸಂಕಲನ)–(ಸಂ.) ಪ್ರಜಾವಾಣಿ ಬಳಗ........ 150/–
42. ಹಾವಿನ ಮನೆ–ಅನು ಬೆಳ್ಳೆ (ರಾಘವೇಂದ್ರ ಬಿ. ರಾವ್)........ 250/–
43. ಈಗಲ್ಸ್ ಲೈನ್–ರಾಜೇಶ್ ಕುಮಾರ್ ಕಲ್ಯಾ........ 220/–
44. ನಂಬಿಕೆಯೆಂಬ ಗಾಳಿಕೊಡೆ–ಡಾ. ಪ್ರೇಮಲತ ಬಿ. 180/–
45. 10 ಕುಟುಂಬ 18 ಗೋತ್ರದ ಗೌಡ ಪರಂಪರೆ–
ಪುತ್ತೂರು ಅನಂತರಾಜ ಗೌಡ........ 300/–
46. ಗಿಳಿಯು ಬಾರದೆ ಇರದು (ಕಥಾಸಂಕಲನ)–ಪಿ.ಎಸ್. ಶ್ರೀಧರನ್ ಪಿಳ್ಳ
(ಅನುವಾದ: ಮೇರಿ ಜೋಸೆಫ್)........ 85/–
47. ಒಂದು ಆದಿಮ ಪ್ರೇಮ (ಕವನ ಸಂಕಲನ)–ನಂದಿನಿ ಹೆದ್ದುರ್ಗ........ 150/–
48. ಮಣ್ಣೇ ಮೊದಲು... (ಕವನ ಸಂಕಲನ)–ಪಾಪುಗುರು 120/–
49. ಬಿಂಜೆಮುಳ್ಳು (ಕವನ ಸಂಕಲನ)–ಫಾಲ್ಗುಣ ಗೌಡ ಅಚವೆ........ 120/–
50. ಅಮೋಘವರ್ಷ–ಡಾ. ಲಕ್ಷ್ಮಣ ಕೌಂಟೆ 420/–
51. ಗಾಯಗೊಂಡ ಸಾಲುಗಳು (ಕವನ ಸಂಕಲನ)–ಸದಾಶಿವ ಸೊರಟೂರು 110/–
52. ನಿನ್ನ ಧ್ಯಾನದ ನೂರೊಂದು ಹಣತೆ (ಕವನ ಸಂಕಲನ)–ವಾಸುದೇವ ನಾಡಿಗ್ 170/–
53. ಕ್ರಿಕೆಟಾಯಣ–ಎಚ್. ಪ್ರೇಮಾನಂದ ಕಾಮತ್........ 230/–
54. ಹೂವಿನಕೊಲ್ಲಿ–ಅಬ್ದುಲ್ ರಶೀದ್........ 270/–
55. ಕನಸುಗಳ ಶ್ರಾದ್ಧ–(ಅನುವಾದ) ಡಾ. ಗೀತಾ ಸುನಿಲ್ ಕಶ್ಯಪ್ 200/–
56. ವೀರ ಸಿಂಧೂರ ಲಕ್ಷ್ಮಣ–ಕೌಂಡಿನ್ಯ........ 190/–
57. ಸಹಭಾಷಿಕರ ಕನ್ನಡ ಪ್ರೇಮ–ಡಾ. ಡಿ.ಎಸ್. ಶ್ರೀನಿವಾಸ ಪ್ರಸಾದ್ 400/–
58. ಚಿತ್ರ–ವಿಚಿತ್ರ–ರವೀಂದ್ರ ವೆಂಶಿ........ 220/–
60. ಹಂಸಾಕ್ಷರ–ಜಯರಾಮಾಚಾರಿ........ 160/–
61. ನದಿಯೊಂದು ಕಡಲ ಹುಡುಕುತ್ತಾ–ಸಂತೆಬೆನ್ನೂರು ಫೈಜ್ನಟ್ರಾಜ್........ 180/–
62. ನೀಲಿ ಮತ್ತು ಸೇಬು–ಸುಧಾ ಆಡುಕಳ........ 180/–
63. ಕಾಗೆ ಮೇಷ್ಟ್ರು–ವಿಕ್ರಮ ಹತ್ವಾರ 110/–

www.ingramcontent.com/pod-product-compliance
Lightning Source LLC
LaVergne TN
LVHW100312051026
849517LV00006B/2267
9789394942981